சிங்காரவேலரின்
சிந்தனையும் தொண்டும்

பா.வீரமணி

நியூ செஞ்சுரி புக் ஹவுஸ் (பி) லிட்
41–B, சிட்கோ இண்டஸ்டிரியல் எஸ்டேட்
அம்பத்தூர், சென்னை– 600 098.
☎: 26359906, 26251968

Language : Tamil
Singaravelarin Chindhanaiyum Thondum
Author : **P. Veeramani**
First Edition : April, 2009
Second Edition : February, 2013
Copyright : Author
No.of Pages : xvi + 356 = 372
Typesetting : NCBH Computers
Publisher :
New Century Book House Pvt. Ltd.,
41-B, SIDCO Industrial Estate,
Ambattur, Chennai - 600 098.
Tamilnadu State, India.
email : info@ncbh.in
web:www.ncbhpublisher.com

ISBN No : 978 - 81 - 234 - 1551 - 6
Code No. A 1948

₹ **190/-**

Branches

Ambattur (H.O.) 044-26359906, 26258410, 26251968
Thiruvanmiyur 044-24404873 **Spenzer Plaza** (Chennai) 28490027
Trichy 0431-2700885 **Tanjore** 04362-231371 **Tirunelveli** 0462-2323990
Madurai 0452-2344106, 2350271 **Dindigul** 0451-2432172
Coimbatore 0422-2380554 **Salem** 0427-2450817 **Hosur** 04344-245726
Ooty 0423-2441743 **Vellore** 0416-2234495 **Villupuram** 04146-227800
Pondicherry 0413-2280101 **Thiruvannamalai** 04175-223449

சிங்காரவேலரின் சிந்தனையும் தொண்டும்
ஆசிரியர் : பா. வீரமணி
முதல் பதிப்பு : ஏப்ரல், 2009
இரண்டாம் பதிப்பு : பிப்ரவரி, 2013

அச்சிட்டோர் :
பாவை பிரிண்டர்ஸ் (பி) லிமிடெட்,
16 (142), ஜானி ஜான் கான் சாலை, இராயப்பேட்டை, சென்னை - 14
☎ : 044 - 28482441, 28482973

பதிப்புரை

சிங்காரவேலரின் சிந்தனைக் களஞ்சியம் என்னும் நூல் தொகுப்பு ஆசிரியர்கள் முனைவர், முத்து குணசேகரன் புலவர் பா.வீரமணி இருவரும் ஆவர்.

இதற்குமுன் கழிஞ்சியூர் செல்வராஜ் அவர்களால் தொகுக்கப்பட்ட சிங்காரவேலரின் கட்டுரைகளை அவ்வப்போது நூல்களாக நியூ செஞ்சுரி நூல் வெளியீட்டகம் வெளியிட்டு வந்துள்ளது. அதுமட்டுமல்லாமல் நெ.து.சுந்தரவடிவேலு அவர்கள் எழுதிய "சிங்காரவேலரும் பகுத்தறிவும்" என்னும் அரிய சிறு நூலையும், தோழர் சி.எஸ்.சுப்ரமணியம், நாகை முருகேசன் இருவரும் இணைந்து எழுதிய "தென்னிந்தியாவின் முதல் கம்யூனிஸ்ட்" என்னும் சிங்காரவேலரின் வாழ்க்கை வரலாற்று நூலையும், என்.சி.பி.எச். வெளியிட்டுள்ளது. எல்லாவற்றுக்கும் மேலாகச் "சிங்காரவேலரின் சிந்தனைக் களஞ்சியம்" நூல் தொகுப்பு, தமிழ் மக்களைத் தட்டி எழுப்பியுள்ளது என்பது மிகையன்று.

பல ஆண்டுகளாக மறைக்கப்பட்டும், சிதைக்கப்பட்டும் வந்துள்ள சிந்தனைச் சிற்பி சிங்காரவேலரின் நூல்களை தமிழ்நாட்டில் நேரியமுறையில் வரலாற்று நெறியில் அறிமுகம் செய்து வருவது என்.சி.பி.எச். இப்பணிக்கு உறுதுணையாக இருப்பவர்கள் இவ்விரு ஆசிரியர்களாவர். இன்று சிங்காரவேலர் தமிழகத்தில் அறியப்பட்ட தலைவராக புரட்சியாளர்கள், சமூக சீர்திருத்தவாதிகள் அனைவருக்கும் முன்னோடியாகவும், வழிகாட்டியாகவும் ஏற்கப்பட்டு வருகிறார். இது என்.சி.பி.எச்.சின் சாதனை எனலாம்.

புலவர் பா. வீரமணி சில ஆண்டுகளாக முயன்று சிங்காரவேலருடைய வாழ்க்கை வரலாறு பற்றிய நூல்கள் பலவற்றைப் படித்து ஆராய்ந்தும் அவரோடு தொடர்புடைய நல்லறிஞர்கள் சிலரை நேர்கண்டும் சிங்காரவேலர் வரலாற்றை மிகச் சிறப்பாக எழுதியுள்ளார். சிந்தனைச் சிற்பி

புதுமைக் கருத்துகளை எடுத்துச்சொல்லும்போது, தம் தனி வாழ்க்கையிலும் அவற்றைக் கடைப்பிடித்ததாகத் தெரிகிறது.

சிங்காரவேலரின் அப்பழுக்கற்ற பொதுத் தொண்டு, கம்யூனிச கருத்துகளைப் பரப்புவதில் அவர் கொண்ட ஆழ்ந்த ஈடுபாடு, நாட்டு விடுதலை, பகுத்தறிவுக் கருத்துகளை மக்களிடையே எடுத்துச்சொல்லுதல், மூடப்பழக்கவழக்கங்களை விட்டு ஒழித்தல், அவர் நடத்திய போராட்டங்கள். இல்வாழ்க்கையில் நேரிட்ட இழப்புகள் ஆகியவற்றை புலவர் வீரமணி மிக விரிவாக எடுத்துச் சொல்லியுள்ளார்.

தமிழகத்தில் காங்கிரஸ், சுயமரியாதை, கம்யூனிச இயக்கங்களைப் பரப்பிய தலைவர் சிந்தனைச்சிற்பி சிங்காரவேலர். இவருடைய நூல் திரட்டை என்.சி.பி.எச் வெளியிட்டது. இம் முப்பெரும் இயக்கங்களின் நேரிய தலைவராக அடுத்து இயங்கியவர், அவருடைய நம்பிக்கைக்கு உகந்தவரான தோழர் ப.ஜீவானந்தம். இவருடைய நூல்களை, ஆக்கங்களைப் பேராசிரியர் முனைவர் வீ. அரசு முயன்று தொகுத்தளிக்க நூல்களை என்.சி.பி.எச். வெளியிட்டுள்ளது. எனவே சிங்காரவேலரின் சிந்தனை மரபைப் பாதுகாத்து வருவது என்.சி.பி.எச். என்பதில் இந்நிறுவனம் பெருமிதம் கொள்கிறது.

சிங்காரவேலரின் சிந்தனைப் பரவல் தொடரவேண்டும் என்னும் கண்ணோட்டத்தில் இந்த நூல் வெளியிடப்படுகிறது. புலவர் பா. வீரமணியின் பணி தொடரவேண்டும் என்பது என்.சி.பி.எச்.சின் விழைவு. தமிழக மக்கள் தங்கள் வாழ்க்கையைச் செப்பனிட, முறைப்படுத்த, அரும்பணியாற்றிய அரும்பெரும் தலைவர் பற்றி அறிந்துகொள்ள எழுந்துள்ள ஆர்வத்தை இந்த நூல் ஓரளவு நிறைவேற்றும் என நம்புகிறோம்.

ஆர்.பார்த்தசாரதி

பேராசிரியர் மு. நாகநாதன்,
எம்.ஏ.எம்.எல்.பிஎச்.டி.டி.லிட்.,
துணைத் தலைவர்

மாநிலத்திட்டக் குழு
சேப்பாக்கம், சென்னை-600 005
தொலைபேசி : 2858 5705
நிகரி : 044 - 28528563
மின்னஞ்சல் : vcspc@tn.nic.in

நாள் : 03-04-2009

அணிந்துரை

'சிங்காரவேலரின் சிந்தனையும்-தொண்டும்' என்றதொரு அரிய நூலினை, சிந்தனைச்சிற்பி ம. சிங்காரவேலரின் 150ஆவது பிறந்தநாளை ஒட்டி, நண்பர் **புலவர் பா. வீரமணி** அவர்கள் தமிழ்கூறும் நல்லுலகிற்கு அறிவுப்பெட்டகமாக வழங்கியுள்ளார் என்றால் மிகையாகாது. 14 பகுதிகள், 372 பக்கங்கள் கொண்ட இந்நூல் சிந்தனைச்சிற்பியின் போராட்ட வாழ்க்கையின் பல்வேறு கூறுகளைப் புதிய தகவல்களோடு, ஆய்வுக் கண்ணோட்டத்தோடு எடுத்துரைக்கின்றது.

பேரறிஞர் சிங்காரவேலரின் வாழ்க்கை பன்முகப் பரிமாணங்களை உள்ளடக்கியது. பொதுவாழ்வில் ஈடுபடுவோர்க்கு இலக்கணமாக, எடுத்துக்காட்டாகச் சிங்காரவேலரின் பெருவாழ்க்கையில் எண்ணி இன்புறும் வகையில், எண்ணற்ற நிகழ்வுகள் நடந்தேறியுள்ளன. தமிழகத்தில் வாழ்ந்து, பல அளப்பரிய தியாகங்களைச் செய்து, தொண்டுபுரிந்த பல அறிஞர்களின் வாழ்க்கை வரலாறு, முழு அளவில் தொகுக்கப்படாதது ஒரு குறைபாடாகவே உள்ளது. இக்குறையை நீக்கும் வகையில் புலவர் பா. வீரமணியின் பணி அமைந்துள்ளது.

புரட்சியாளர்கள், சிந்தனைச் சிற்பிகளாக முகிழ்த்து, அரிய சாதனைகளைப் படைத்து, உலக வரலாற்றுப் பக்கங்களில் இடம் பெற்றவர்கள் வெகு சிலரே. தமிழகத்தில் 20ஆம் நூற்றாண்டில் **பெரியார்** தொடங்கிய பகுத்தறிவு, சமுதாயப் பணிகளுக்கு முன்னோடியாகத் திகழ்ந்து, பின்னர்ப் பெரியாருடன் இணைந்து, மார்க்சிய சிந்தனைகளைத் தமிழ்

மண்ணில் முதன்முதலில் பதித்துப் பல சாதனைகளை நிகழ்த்தியவர் சிங்காரவேலர்.

தமிழ்நாட்டில் முற்போக்கான கருத்துகளை முன்னிறுத்துவதில், சிங்காரவேலருக்கு இணை அவரே என்பதை இந்நூலின் பல பக்கங்கள் பறைசாற்றுகின்றன. 19ஆம் நூற்றாண்டில் ஒடுக்கப்பட்ட சமூகத்தினர், பள்ளிப் படிப்பை முடிப்பதே ஓர் அதிசய நிகழ்வாகக் கருதப்பட்ட நேரத்தில் பட்டம் பெற்று, சட்டம் பயின்று, ஒடுக்கப்பட்ட மக்களுக்கும், தொழிலாளர்களுக்கும், விவசாயிகளுக்கும் தம் வாழ்நாளை அர்ப்பணித்த மாபெரும் வீரர் சிங்காரவேலர். மத மூடநம்பிக்கைகள் வேரூன்றியிருந்த சமூக அமைப்பில் அறியாமையால், அக்கருத்துகளை உண்மையென்று ஏற்றுப் போற்றிய மக்களிடத்தில், விழிப்புணர்வை ஏற்படுத்த வேண்டும்; அதற்கு எவ்விதத் தியாகத்தையும் ஏற்கத் தயார் என்ற முடிவோடு களங்கள் பல கண்டவர் சிங்காரவேலர். அறிவியல் சார்ந்த பகுத்தறிவுக் கருத்துகளையும், பொதுவுடைமைக் கருத்துகளையும் தமிழக மண்ணில் விதைத்த புரட்சியாளர்.

பெரும்பான்மையான மக்களால் பின்பற்றப்பட்ட சைவ, அத்வைத கருத்துகளைப் பகுத்தறிவோடு ஆய்ந்து, மறுபிறப்பு என்பது பொய் என்று துணிந்து வாதிட்டவர். **அயோத்திதாசரைப்** பின்பற்றி, மகாபோதி சங்கத்தைத் தொடங்கி, பௌத்த நெறிகளை ஏற்றுக்கொண்டாலும், மறுபிறப்புக் கொள்கைகளில் சிங்காரவேலர் பௌத்தத்திலிருந்து வேறுபட்டிருந்தார் என்பதை இந்நூல் அழகுற எடுத்து வைத்துள்ளது. மூடநம்பிக்கைகள், தெய்வநம்பிக்கைகளுக்கு எதிரான கருத்துகளும், அன்பையும், சமத்துவத்தையும் பறைசாற்றும் நெறிகளும் ஒருசேர இணைந்திருப்பதால்தான் நான் பௌத்தத்தை ஏற்றேன் என்று பிபிசி வானொலிக்கு 1956ஆம் ஆண்டில் **டாக்டர் அம்பேத்கர்** அளித்த பேட்டியினை இந்நூல் சான்றாக விளக்குகிறது.

2009இல் உலகம் முழுவதும் **அறிவியல் அறிஞர் டார்வினின்** 200ஆம் பிறந்தநாள் விழா கொண்டாடப்படுகிறது. 1920ஆம் ஆண்டிலேயே டார்வினுடைய கொள்கைகளைத்

தமிழக மண்ணில் விதைத்த பெருமை சிங்காரவேலருக்கு உண்டு. அக்கால கட்டத்தில் குடியரசு இதழ்களில், அறிவியல், மருத்துவ இயல், வானியல் சார்ந்த நுட்பமான கருத்துகளை எளிமையான முறையில் விளக்கி, பகுத்தறிவு சார்ந்த சமுதாயத்தில்தான் உண்மையான மகிழ்ச்சியைக் காண முடியுமென்று வலியுறுத்தினார். குழந்தைகளிடத்தில் அச்சத்தைப் போக்கி, அன்புகாட்டி, அறிவை வளர்த்தால்தான் அவர்கள் நல்ல அறிவுசார்ந்த குடிமக்களாக உயர்வார்கள் என்று இன்றைக்கு உளவியலாளர் பலர் கூறுகின்றனர். இதே கருத்தை அன்றே சிங்காரவேலர் வலியுறுத்தினார். உளவியலை மானதசாத்திரம் என்று அக்காலத்தில் அவர் மொழிபெயர்த்தார். 'நடத்தைஇயலை' (Behaviourism) நன்கு பயின்று அக்கால கட்டத்தில், கண்காட்சிகளில் சூதாட்டங்களைத் தடை செய்யவேண்டும் என்று வலியுறுத்தினார். இவ்வாறாக, குழந்தைகள், விவசாயிகள், தொழிலாளர்கள், ஒடுக்கப்பட்டவர்கள் ஆகிய அனைவரும் உயரவேண்டும் என்பதற்காக உயர் எண்ணங்களைப் புதுப்பித்தவர், பதித்தவர். மதச்சார்பற்ற (Secularism) அரசு என்று இந்திய அரசமைப்புச் சட்டத்தின் முகவுரையில் குறிப்பிடப்பட்டாலும், அரசு சார்ந்த ஊடகங்களும், தனியார் ஊடகங்களும் மத அடிப்படையிலான மூடநம்பிக்கைகளைப் போற்றுவதில் தயக்கம் காட்டுவதில்லை. இளம் வயதில் குழந்தைகளின் உள்ளத்தில் சமயம் பற்றிய கருத்துகளும், பாடல்களும் பதியக்கூடாது, அவை பாடத்திட்டத்தில் இடம்பெறக்கூடாது என்று 1926லேயே வலியுறுத்திய சிங்காரவேலரின் தொலைநோக்குச் சிந்தனையை இந்நூல் எடுத்துக்காட்டியுள்ளது.

தொழிலாளர்களும், வேளாண் தொழிலாளர்களும் இணைந்து நடத்தப்படுவதுதான் உண்மையான மக்கள் புரட்சியாக அமையும் என்று செஞ்சீனத்தின் **மாமேதை மாவோ** வலியுறுத்தினார். 1923ஆம் ஆண்டிலேயே ஆங்கில இதழுக்குத் தொழிலாளர், விவசாயிகள் இதழ் (Labour and Kissan Gazette), என்று பெயரைச் சூட்டி, தொழிலாளர்கள்,

விவசாயிகள் இணைந்தால்தான், இந்தியச் சமுதாயத்தில் மாற்றங்களைக் கொண்டுவர முடியும் என்ற சிந்தனையை முன்னிறுத்தியவர் சிங்காரவேலர். இவ்வாறு, விடுதலைப் போராட்டம், தொழிலாளர் போராட்டம், நீலன் சிலை அகற்றும் போராட்டம், சைமன் குழு வருகைக்கு எதிர்ப்பு என்று அனைத்து விடுதலைப் போராட்டக் களங்களிலும் தனது முத்தான கருத்துகளை வெளியிட்டவர் சிங்காரவேலர். பிரிட்டிஷ் ஏகாதிபத்தியத்திற்கு எதிரான போராட்டங்களில் ஈடுபட்டுச் சிறைசென்ற செம்மல்.

தமிழ்நாடு அளவில், இந்திய அளவில், உலக அளவில் பல்வேறு புரட்சியாளர்கள், அறிஞர்களுக்கு இணையாகப் பல முற்போக்குக் கருத்துகளைக் கட்டுரைகள் வாயிலாகவும், சொற்பொழிவுகள் வழியாகவும் எடுத்துரைத்து, சமூகப் பொருளாதாரப் புரட்சிக்கு வழிகோலியவர் சிங்காரவேலர். இவைபோன்ற அவரது குடும்ப வாழ்க்கை, அரசியல் வாழ்க்கை, போராட்டக் களங்கள் ஆகியன பற்றிய கிடைத்தற்கரிய கருத்துகளும், இதுவரை வெளிவராத நிகழ்வுகளும், இனிய தமிழில், உயரிய நடையில் பக்கத்திற்குப் பக்கம் பரந்து கிடக்கின்றன. இந்நூலின் ஆசிரியர் இளமைக் காலம்தொட்டு முற்போக்குக் கருத்துகளில் நாட்டம்கொண்டு, சிங்காரவேலரிடம் பெரும் பற்றுக் கொண்டு செயல்பட்டு வருபவர் என்பதை நான் நன்கு அறிவேன். சிந்தனைச்சிற்பி சிங்காரவேலரின் சிறை வாழ்வில் அவரைச் சந்தித்த எனது மாமனார், மார்க்சிய சிந்தனையாளர் திரு. க. ரா. ஜமதக்னி, "மார்க்சியக் கருத்துகளை முதன்முதலில் தனக்குச் சிறையிலிருக்கும்போது கற்பித்தவர், எனது முதல் மார்க்சிய ஆசான்" என்று சிங்காரவேலரின் அருமை பெருமைகளை என்னிடம் பலமுறை எடுத்துக்கூறியுள்ளார். க. ரா. ஜமதக்னி மொழிபெயர்த்துத் தமிழில் முழு அளவில் வெளிவந்துள்ள மார்க்சின் படைப்புகளான "மூலதனம்-மிகைமதிப்பு" நூலின் ஆறு தொகுப்புகளை வெளியிடும் பெரும் வாய்ப்பும், பெருமையும் எனக்குக் கிட்டியது என்றால், இதனுடைய தொடக்கம் சிந்தனைச்சிற்பி சிங்காரவேலர் என்பதைப் பெருமிதத்தோடு குறிப்பிட விரும்புகிறேன்.

19ஆம் நூற்றாண்டில் வாழ்ந்த ஸ்காட்லாந்து நாட்டு வரலாற்று அறிஞன் **தாமஸ்கார்லே, 'மானுட உணர்வின் தூய்மையான சாரம்தான் ஒரு நல்ல புத்தகம்'** (A good book is the purest essence of a human soul) என்ற கருத்திற்கேற்ப, மானுட மேம்பாட்டிற்காகப் போராடிய மாபெரும் மனிதர் சிங்காரவேலரின் சிந்தனையையும், தொண்டையும், பன்முகத் திறன்களையும் சாறாகப் பிழிந்து, தமிழ்கூறும் நல்லுலகத்திற்கு ஓர் அருமையான நூலைப் புலவர் பா.வீரமணி வழங்கியுள்ளார். நவில்தொறும் நயம்தரும், பயன்தரும் இந்நூலினைத் தமிழர்கள் வாங்கிப் படித்துப் பெரும் ஆதரவினை நல்க வேண்டும்.

எனது அன்பான வாழ்த்துகளையும், பாராட்டுகளையும் நூலாசிரியர் நண்பர் பா.வீரமணி அவர்களுக்குத் தெரிவிக்கிறேன்.

(மு. நாகநாதன்)

முன்னுரை

சிந்தனைச் சிற்பி ம. சிங்காரவேலர் தலைசிறந்த சிந்தனையாளர்; இந்தியத் துணைக்கண்டத்தில் பொதுவுடைமை இயக்கத்தையும், அதன் சிந்தனையையும் உருவாக்கிய முன்னோடிகளில் தலையாயவர். பகுத்தறிவுக் கருத்துகளையும் அறிவியல் சிந்தனைகளையும், பரப்பியதில் அவரொரு வழிகாட்டியாக விளங்கியவர். அரசியல், அறிவியல், பொருளியல், மெய்யியல், உளவியல், வானியல் போன்ற துறைகளைத் தமிழில் முதன்முதலில் எளிமையாக எழுதிக் காட்டியவர். விடுதலை இயக்க வீரராகவும் தொழிற்சங்க இயக்க முன்னோடியாகவும் விளங்கியவர். தம் இறுதிக் காலம்வரை போராளியாக விளங்கி, ஓயாது எழுதிக் கொண்டும், பேசிக்கொண்டும் தொண்டாற்றிக் கொண்டிருந்தார். சிறந்த சிந்தனையாளராகவும், அரிய தலைவராகவும் விளங்கிய அப்பெரியாரைப் பற்றிப் பற்பல நூல்கள் வெளி வந்திருக்கவேண்டும்; வழக்கம்போலத் தமிழகம் இதிலும் பின்தங்கி விட்டது. பொதுவுடைமை இயக்கத்தின் 50-ஆம் ஆண்டு நிறைவு விழாவினை முன்னிட்டு, நாகை. கே. **முருகேசனும், சி.எஸ். சுப்பிரமணியனும்** இணைந்து **தென்னிந்தியாவின் முதல் கம்யூனிஸ்ட்** என்ற நூலை ஆங்கிலத்தில் 1975-ஆம் ஆண்டில் வெளியிட்டனர்.

சிங்காரவேலரின் சிந்தனையையும் தொண்டையும் தாங்கி முதன்முதலில் வெளிவந்த நூல் அந்நூலே யாகும். சிறந்த ஆவணமாக விளங்கும் அந்நூல் வெளிவந்திராவிடில், அவரைப் பற்றிய பல செய்திகள், யாரும் அறியாவகையில் மறைந்தே போயிருக்கும். அந்நூலை வெளியிட்ட அவ்விரு ஆசிரியர்களும், நூலை வெளியிட்ட என்.சி.பி.எச். நிறுவனத்தாரும் நம் நன்றிக்கு உரியவர்கள். நெ.து.சுந்தரவடிவேலும் சிங்காரவேலரைப் பற்றி ஒரு சிறு நூலை வெளியிட்டுள்ளார். இவர்களுக்கு அடுத்துப் பேராசிரியர் **முத்து. குணசேகரன்** "சிங்காரவேலரின் வாழ்வும் பணியும்" எனுந் தலைப்பில் முனைவர் பட்டத்திற்காக ஆய்ந்து 1990 - ஆம் ஆண்டில் ஒரு நூலை வெளியிட்டுள்ளார். அவர்களும் நன்றிக்கு உரியவர்கள். இந்நூல்கள் வெளிவருவதற்குப் பல ஆண்டுகளுக்கு முன்னர், தமிழ் முனிவர் திரு.வி.க. எழுதிய அவரது சுய சரிதத்திலும், டாக்டர் அதிகாரி எழுதிய **இந்தியக் கம்யூனிஸ்ட் கட்சியின் ஆவணங்கள்** (ஆங்கில நூல்) என்ற நூலிலும், சிங்காரவேலர் மறைவையொட்டி அறிஞர் அண்ணா எழுதிய "சிந்தனைச்சிற்பி சிங்காரவேலர்" என்ற கட்டுரையிலும் சில செய்திகள்

உள்ளன. அவரைப் பற்றி இதுகாறும் வெளிவந்த செய்திகள் போதுமானவை அல்ல; இன்னும் பல செய்திகள் அறியப்பட வேண்டியுள்ளன.

அரசியல் தலைவர்கள் மட்டுமே அல்லாமல், சிங்காரவேலரின் குடும்பத்தைச் சார்ந்தோர் எழுதியிருப்பின், அவரது தனிப்பட்ட வாழ்க்கைக் குறித்து மேலும் பல அரிய செய்திகள் கிடைத்திருக்கும். சிங்காரவேலரின் அண்ணன் மகள்களாகிய ஜெயபாய், ஜுபாய் இருவரும் அவரால் வளர்க்கப் பட்டவர்கள். அவர்கள் இருவரும் முறையே ஆங்கிலப் பேராசிரியராகவும், மருத்துவராகவும் விளங்கியவர்கள். அவர்கள் அவரைப் பற்றி எழுதியிருக்க வேண்டும்; எப்படியோ எழுதாமல் இருந்துவிட்டனர். இது சோகத்துக்குரியது. தோழர் ப. **ஜீவானந்தம்**, சிங்காரவேலரிடம் நெருங்கிப் பழகியவர். அவரைத் தம் வழிகாட்டியாகக்கொண்டவர். அவரோடு இணைந்து அரசியல் இயக்கத்திலும், சுயமரியாதை இயக்கத்திலும் பணியாற்றியவர். சிங்காரவேலராலேயே அவருடைய வாரிசாக அறிமுகப்படுத்தப்பட்டவர். ஜீவா எழுதியிருந்தால் சிறப்பாக இருந்திருக்கும். ஏனோ அவராலும் எழுத முடியாமல் போயிற்று.

சென்னை மாநகராட்சியில் அறுபதுகளில் தி.மு.க. ஆளுங்கட்சித் தலைவராக இருந்த **என்.ஜீவரத்தினம்,** பேராசியர் **முத்து. கண்ணப்பர்** வெளியிட்ட மாத இதழில் சிங்காரவேலரைப் பற்றிச் சில கட்டுரைகளை எழுதியுள்ளார். அந்த இதழ்கள் இப்போது கிடைக்கவில்லை. சிங்காரவேலரின் நூற்றாண்டு விழாவினை முன்னிட்டு 1960-ஆம் ஆண்டில் பொதுவுடைமை இயக்கத்தினர், அவரைப் பற்றி நூலையோ மலரையோ வெளியிட்டிருக்க வேண்டும். வெளியிட்டிருந்தால் சிறப்பாக இருந்திருக்கும். அந்த நிலையும் ஏற்படாமல் போயிற்று. சிங்காரவேலரின் 150ஆம் பிறந்த நாள் ஆண்டு 18.2.2009 முதல் தொடங்குகிறது. இந்த ஆண்டினை முன்னிட்டே இந்நூல் வெளிவருகிறது.

சிங்காரவேலரைப் பற்றி ஒரு நூலை வெளிக்கொணர வேண்டுமென்ற எண்ணம், நீண்ட காலமாக எனக்கு இருந்து வந்தது. அவரைப் பற்றி அவ்வப்போது கட்டுரைகளை எழுதிக்கொண்டிருந்ததாலும், வேறு சில ஆய்வுகளாலும் அப்பணி சற்றுத் தடைபட்டது. கடந்த 20-2-2006 அன்று சிங்காரவேலரைப்

பற்றி வடசென்னையில் நடந்த கருத்தரங்கில் என்னுடன் பங்கேற்ற பேராசிரியர் **அருணன்** அவர்கள், சிங்காரவேலரின் 150ஆம் பிறந்த ஆண்டு இன்னும் மூன்றாண்டுகளில் தொடங்க இருப்பதால், என்னிடம் "தாங்கள் ஒரு நூல் எழுதலாமே" என்றார். எனக்கும் அது சரியாகப்பட்டது. எனது நெடுநாள் எண்ணமும் அதுவாக இருந்ததால், உடனே அம்முயற்சியில் இறங்கினேன். இந்நூலை எழுதிக்கொண்டிருக்கும்போது, இடையில் சிங்காரவேலரின் அனைத்து எழுத்துகளையும் களஞ்சியமாக வெளியிடும் பணியும், சிங்காரவேலரைக் குறித்துச் சென்னைப் பல்கலைக்கழகத்தில் அறக்கட்டளைச் சொற்பொழிவு நிகழ்த்தும் பொறுப்பும் குறுக்கிட்டதாலும் வேறு நெருக்கடிகளாலும் அப்பணி தடைபட்டது. இந்நூலை எழுதிக் கொண்டிருந்தபோது என் குடும்பத்தில் ஒரு சோக நிகழ்வு ஏற்பட்டு விட்டது. அதனால் அப்பணியில் சில மாதங்கள் மேலும் தொய்வு ஏற்பட்டு விட்டது.

சிதைவிடத்து ஒல்கார் உரவோர்; புதையம்பின்

பட்டுப்பா டூன்றும் களிறு - 597

எனுங் குறட்பா என் நெஞ்சில் ஆழப் பதிந்துவிட்ட ஒன்றாகும். இக்குறட்பா என்னைத் துன்பத்தில் மூழ்கவிடாமல் துணிவைத் தந்தது. இதனால் தொடர்ந்து மேலும் எழுதினேன். எழுத எழுதச் செய்திகள் மேலும் விரிந்தன. இந்நூலைப் பதினான்கு தலைப்புகளோடு நிறுத்திக்கொண்டேன். எஞ்சியவை மற்றொரு நூலாக வெளிவரும். இந்நூல் ஆக்கத்திற்குச் சில வகையில் **தென்னிந்தியாவின் முதல் கம்யூனிஸ்ட்** என்ற நூலும், **இந்தியத் தொழிலாளி வர்க்கம்** என்ற நூலும் பெரிதும் உதவின. இந் நூல்களின் ஆசிரியர்கள் நன்றிக்கு உரியவர்கள். சிங்காரவேலரைப் பற்றி மேலும் அறிந்துகொள்ள மூத்த தோழர், பெரியவர் **சி.எஸ்.சுப்பிரமணியம்** (வயது 98) அவர்களைக் கோபிசெட்டிபாளையத்தில் இருமுறை சந்தித்து உரையாடினேன். அந்த உரையாடல் பயன்மிக்கதாக இருந்தது. அவருக்கு என்றும் நன்றியுடையேன். சிங்காரவேலரின் அரிய பணிகளை மட்டுமன்றி, அவரது சிந்தனைகளை ஒருவாறு விளக்கும் நூலாகவும் இந்நூல் அமைந்துள்ளது. சிங்காரவேலரின் சிந்தனைகள் ஆழமானவை; பல துறைகளைப் பற்றியவை; அவற்றைப் பற்றி அவர் மிக நுட்பமாகவும் எளிமையாகவும் எழுதியுள்ளார். அவை சுருக்கமாக

இருப்பதாலும், தத்துவம் சார்ந்து இருப்பதாலும், பெரும்பாலோர் இடர்படும் வாய்ப்பும் உள்ளது. சிங்காரவேலரின் சிந்தனைகளை விளக்கமாகவும், விரிவாகவும் எழுதும் கடமை மார்க்சியர்களுக்கு உள்ளது. இப்பணியைப் பலரும் தொடரவேண்டும். தொடருவார்களென நம்புகிறேன்.

சிங்காரவேலரோடு பழகியவர்களிடத்தும், அறிந்தவர்களிடத்தும் நெருங்கிப் பழகும் வாய்ப்பு எனக்குக் கிடைத்த போதும், சிலரை என் இளமைப் பருவத்தில் நன்கு பயன்படுத்திக் கொள்ளாதது எனக்கு இன்றும் பெரும் வருத்தமாகவே உள்ளது. **நாகை. கே. முருகேசன், கே.டி.கே. தங்கமணி, சி.எஸ். சுப்பிரமணியன், நாகை. இராமச்சந்திரன்** போன்றோரைப் பலமுறை சந்தித்துப் பல செய்திகளை அறிந்தவனாக நான் இருந்தாலும், என் ஆசிரியப் பெருந்தகை **க.ரா. ஜமதக்னி, என். ஜீவரத்தினம்** ஆகியோரைப் பயன்படுத்திக் கொள்ளாதது இப்போது நினைத்தாலும் அளிப்பரிய சோகமாகவே உள்ளது. சிஎஸ். சுப்பிரமணியனைத் (98)தவிர மற்ற எல்லோரும் பல்லாண்டுகளுக்கு முன்னரே காலமாகி விட்டனர். காலம் நமக்காகக் காத்திருக்காது அன்றோ! இனியாவது காலமறிந்து செயல்படவேண்டும். சிங்காரவேலரின் வாழ்க்கை வரலாற்றையும், அவரது கட்டுரைகளையும், பல நூல்களாகவும் அவரது அனைத்துக் கட்டுரைகளைக் களஞ்சியமாகவும், வெளியிட்ட பெருமை **என்.சி.பி.எச். நிறுவனத்தாருக்கே** உண்டு. தமிழகத்தின் ஞானப் பள்ளியாக விளங்கும் அந்நிறுவனமே இந்நூலையும் வெளியிட்டதில் நான் மட்டற்ற மகிழ்ச்சி அடைகிறேன். அந் நிறுவனத்தைச் சேர்ந்த பெரியவர் **இராதாகிருஷ்ணமூர்த்தியும், துரைராஜும்,** இந்நூல் வெளியீட்டில் ஆர்வம் காட்டினார்கள். அவர்களுக்கும் என் நன்றி உரித்து.

சென்னைப் பல்கலைக்கழகப் பொருளாதாரத்துறையின் முன்னாள் தலைவரும், கார்ல் மார்க்சின் மூலதனத்தைத் தமிழில் மொழிபெயர்த்து நீடுபுகழ்பெற்ற என் ஆசிரியப் பெருந்தகை க. ரா. ஜமதக்னியின் மருமகனுமான மாநிலத் திட்டக்குழுவின் துணைத்தலைவர் முனைவர், பேராசிரியர், மு. நாகநாதன் அவர்கள் இந்நூலுக்கு ஆய்வு வேய்ந்த அணிந்துரை அளித்துள்ளார்கள்.

பேராசிரியர் மு. நாகநாதன் அவர்களை, பேராசிரியர் ந. சஞ்சீவி அவர்கள்தான் முதன் முதலில் எனக்கு எழுபதுகளில் அறிமுகப்படுத்தினார். பேராசிரியர் ந. சஞ்சீவி தம் இல்லத்தில் ஆய்வு வட்டத்தை (Study Circle) நிறுவி, மாதந்தோறும் ஞாயிற்றுக்கிழமைகளில் இலக்கியம், தத்துவம், அரசியல், மார்க்சியம் குறித்து நண்பர்களோடு சேர்ந்து விவாதம் நிகழ்த்துவார். அந்நிகழ்வில் பேராசிரியர் மு. நாகநாதனும் நானும் தவறாது பங்கேற்று விவாதிப்போம். அப்போதுதான், அவர் க. ரா. ஜமதக்னியின் மருமகன் என்பதை அறிந்து மகிழ்ந்தேன்.

சிந்தனைச் சிற்பி சிங்காரவேலரை, க. ரா. ஜமதக்னி அவர்கள் தம்முடைய குருவாக வரித்துக்கொண்டவர். அந்தப் பெருமகனாரின் மருமகனும், மார்க்சிய சிந்தனை யாளருமான மு. நாகநாதன் அவர்களே சிங்காரவேலரைப் பற்றிய இந்நூலுக்கு அணிந்துரை வழங்கப் பொருத்தமானவர் என்பது என் கணிப்பு; அழகும் ஆழமும் வாய்ந்த அவரது அணிந்துரை இந் நூலுக்கு அணி செய்துள்ளது. பற்பல பணி நெருக்கடியிலும், சிரமம்பாராது அணிந்துரை வழங்கிய பேராசிரியர்க்கு நான் என்றும் கடப்பாடுடையேன். இந்நூல் வெளிவருவதில் பேரார்வம் காட்டி, உளம் மகிழ்ந்து என்னை ஊக்குவித்த மார்க்சிய சிந்தனையாளர், பெரியவர் **ஆர். பார்த்தசாரதி** அவர்களுக்கும் என் நன்றி உரியது.

இந்நூலை எழுதும்போது எனக்குப் பல நூல்களைத் தந்து உதவிய மறைமலை அடிகள் நூலக நூலகர் **சுந்தரமூர்த்தி**க்கும், பெரியார் நூலக நூலகர் **கோவிந்தன்** அவர்களுக்கும். இந்நூலின் அச்சுப்படியைத் திருத்திய என் இனிய நண்பர் **புலவர் சி. தனபால்** எம்.ஏ., பி.எட்., அவர்களுக்கும் என் நன்றி. சிங்காரவேலரின் 150ஆம் ஆண்டுப் பிறந்த நாள் விழாவினை முன்னிட்டு இந்நூல் வெளிவருவதில் நான் கழிபேருவகை அடைகிறேன். வெல்க சிங்காரவேலரின் சிந்தனைகள்!.

52, காசிபுரம் 'பி'பிளாக்,
11-ஆவது தெரு, இராயபுரம்,
சென்னை - 600 013.

பா.வீரமணி

காணிக்கை

எளிமையும், நேர்மையும், ஓயாத உழைப்பும் கொண்ட
மூத்த தோழர்களாகிய
என்.சங்கரய்யாவுக்கும் இரா. நல்லகண்ணுவுக்கும்
என் அன்புக் காணிக்கை

பா. வீரமணி

பொருளடக்கம்

1. சிங்காரவேலரின் பிறப்பும் வரலாறும் — 1
2. புத்த மத ஈடுபாடும் வேறுபாடும் — 40
3. சிங்காரவேலர் என்றொரு மானுடர் — 77
4. சிங்காரவேலரின் மாந்தநேயம் — 93
5. சிங்காரவேலரின் ஆன்ம மறுப்புச் சிந்தனை — 100
6. அத்வைதத்தை மறுத்தார் — 105
7. தொழிற்சங்க இயக்க முன்னோடி — 116
8. நீல் சிலைப் போராட்டம் — 210
9. சைமன் கமிஷனை எதிர்த்தார் — 226
10. திரு.வி.க. மாறினார் — 248
11. தெ.பொ.மீ. ஆதரித்தார் — 278
12. ஜெமதக்னி சீடரானார் — 288
13. போர்எதிர்ப்புச் சிந்தனை — 300
14. சிங்காரவேலரின் அறிவியல் பரப்புப் பணி — 316

1

சிங்காரவேலரின் பிறப்பும் வரலாறும்

தமிழகத்தின் நானிலங்கள், குறிஞ்சி, முல்லை,மருதம், நெய்தலெனப் பண்டைய இலக்கியங்கள் கூறும். மலையும் மலைசார்ந்த நிலத்தைக் குறிஞ்சியென்றும், காடும், காடு சார்ந்த நிலத்ந்த முல்லையென்றும், வயலும் வயல் சார்ந்த நிலத்தை மருதமென்றும், கடலும் கடல் சார்ந்த நிலத்தை நெய்தலென்றும் இலக்கியம் கூறும். தமிழகத்தின் கடற்கரையும், அதன் நிலமும் பழவேற்காட்டிலிருந்து கன்னியாகுமரி வரை பரந்து விரிந்து உள்ளது. இதன் கடற்கரைப் பகுதி 700 கி.மீ. நீளம்கொண்டது. கடலும் கடல் சார்ந்த நெய்தல் நிலம், தமிழக வளர்ச்சிக்குப் பண்டைக்காலம் தொட்டு, இன்றுவரை முதுகெலும்பாக விளங்குவது. சங்க காலத்தில் தமிழகத்தின் நெய்தல் நிலங்களைப் பாண்டியரும், சோழரும், பரதவ (மீனவர்) குறுநில மன்னர்கள் சிலரும் ஆண்டு வந்துள்ளனர். கடல் வாணிபத்திற்கும், முத்துக் குளித்தலுக்கும் உரிய நிலமாகக் கடற்கரைப் பட்டினங்கள் சங்க காலத்தில் இருந்ததால், அவை அக்காலத்திய பேரரசுகளின் பொருளாதார வளர்ச்சிக்கு மிகப் பெரிதும் உதவியுள்ளன. அக்கால அரசுகளுக்கு, உள்நாட்டு வணிகத்தைக் காட்டிலும், பல மடங்கு வருவாயைக் கடல் வாணிகமே தந்திருக்க வேண்டும்.

கடல் வாணிபத்தால், பொருளாதார வளர்ச்சியோடு, அயல்நாடுகளுடன் தொடர்பும், உறவும் கொள்ளவும், அவற்றின் வழி பிறநாடுகளின் பண்பாட்டை, நாகரிகத்தை நன்கு உணரும் சூழலும் ஏற்பட்டது. இவற்றால் கப்பல் கட்டும் தொழிலும், திசையறியும் அறிவும், தட்ப-வெப்பச்சூழல் அறியும் அறிவும் பெருகின. வணிகர்கள் பண்டமாற்றும், பிற மொழியறிவும் பெற்றனர். அயல்நாட்டு வணிகத்தால், பிற

நாடுகளின் கலைகளையும், கைத்தொழில்களையும் அறியும் வாய்ப்பும் வசதியும் ஏற்பட்டன. இவற்றால் கருத்து வளர்ச்சியும், நாகரிக வளர்ச்சியும் பெருகின. குறிப்பாகக் கூற வேண்டுமாயின், கடல் வாணிபம் கடலுக்குப் பாதை அமைத்ததுபோல், புதிய அனுபவத்திற்கும் வளர்ச்சிக்கும் பாதை அமைத்தது. மனித வளர்ச்சிக்கு அது ஒரு புதுத்தடம் அமைத்தது; உலகத்தைச் சுருக்கியது. சுருங்கக் கூறின் மனித வாழ்வுக்குப் புதுவழி அமைத்தது கடல் வாணிபமே யாகும்.

சேர, சோழ, பாண்டியரில், பாண்டியர் பொருளாதாரத்தில் சிறந்து விளங்கியதற்குக் காரணம், அவர்களின் கடல் வாணிகமேயாகும். இக்கடல் வாணிகத்தால், தமிழர் பிறநாடுகளுக்குச் செல்வதும், பிறநாட்டினர் தமிழகத்துக்கு வருவதும் நடந்தன. யவனர்கள் தமிழகத்துக்கு வந்திருந்ததைச் சங்க இலக்கியங்களில் பல இடங்களில் காணலாம். குறிப்பாக இங்கு ஓர் எடுத்துக்காட்டை நோக்குவது ஏற்றது.

யவனர் நன்கலம் தந்த தண்கமழ் தேறல்
பொன்செய் புனைகலத்து ஏந்தி நாளும்
ஒண்தொடி மகளிர் மடுப்ப மகிழ்சிறந்து
ஆங்கினிது ஒழுகுமதி ஓங்குவாள் மாற!

புறநானூறு-56

(பொருள் - யவனர் தம் நாட்டிலிருந்து கொணர்ந்த தண்ணிய மணங்கமழ் மதுவினை ஒண்தொடி மகளிர் பொற்புற வளைத்த பொற்கலத்தில் பெய்து இன்புற ஊட்ட அதனை மாறன் என்ற பாண்டிய மன்னன் இனிது அருந்திக் களித்தான்.)

இதுபோன்ற பல செய்திகளைப் பெரும்பாணாற்றுப்படை, நெடுநல்வாடை, முல்லைப்பாட்டு போன்ற இலக்கியங்களில் பரக்கக் காணலாம். இந்தக் கடல் வாணிகத்தால், சோழ, பாண்டிய மன்னர்களே அல்லாமல், மீனவப் பெருங்குடி மக்களும் செல்வத்தில் சிறந்து வாழ்ந்துள்ளனர். பரதவர்களுள் (மீனவர்கள்) பலர் தாம் பெற்றிருந்த செல்வச் செருக்காலும், படை பலத்தாலும் பேரரசர்களை மதிக்காமல், அவர்களுக்கு அடங்காமல் வாழ்ந்துள்ளனர்.

"செற்ற தெவ்வர் கலங்கத் தலைச்சென்று
அஞ்சுவரத் தட்கும் அணங்குடைத் துப்பின்
கோழூ உன்குறைக் கொழு வல்சி
புலவு வில் பொலி கூவை
ஒன்று மொழி ஒலியிருப்பின்
தென்பர தவர்

-மது. காஞ்சி- *139-144*

இப்பாடலில், பரதவர்கள் தம் பகைவர்கள் உள்ளம் கலங்கும்படி அவர்கள்பால் சென்று, அவர் அஞ்சி வருந்தத் தக்க வலிமையினை உடையோர் என்று மாங்குடி மருதனாரால் பாராட்டப்படுவதால், பரதவர்களின் வலிமையை உணரலாம். பரதவர்களின் வீரத்தையும், படை பலத்தையும் கண்டு சோழ, பாண்டிய மன்னர்களே அஞ்சியுள்ளனர். குறுநில மன்னர்களாக விளங்கிய பரதவர்களின் படை பலம் பேரரசர்களுக்குத் திகைப்பை ஏற்படுத்தியுள்ளது. இதனையொரு புறப்பாட்டால் நன்கு உணரலாம்.

தென்பரதவர் மிடல் சாய
வடவடுகர் வாள் ஓட்டிய
தொடையமை கண்ணித் திருந்துவேல் தடக்கை
கடுமா கடைஇய விடுபரி வடிம்பின்
நள்தார்க் கள்ளின் சோழன்

-புறநானூறு-*378*

செருப்பாழியெறிந்த இளஞ்சேட் சென்னி என்னும் சோழ மன்னர், தென்பரதக் குறுநில மன்னர்கள் செய்த குறும்பினால், பலவாண்டுகளாக வேதனைப்பட்டுக் கலக்க முற்றிருந்ததாகவும், பின்னர் அவர் பெரும் படையுடன் சென்று அவர்களை வென்று அடக்கினான் என்ற செய்தியைக் கூறுவதே இப்பாட்டு. இப்பாட்டின் வழி, அக்காலத்தில் பரதவர்களில் குறுநில மன்னர்கள் பலர் இருந்ததையும், அவர்கள் பேரரசர்கள் அஞ்சும்வகையில் வீரம் வாய்ந்திருந்தார்கள் என்பதையும் நன்கு உணரலாம். சங்க இலக்கியங்களில் பரதவ

குறுநில மன்னர்களை அறிய முடிகிறதேயன்றி, அவர்களின் பெயர்களை அறிய முடியவில்லை; ஆனால் அவர்களிடம் போரிட்ட பெரிய மன்னர்களின் பெயர்களை அறியமுடிகிறது. எனினும், ஒரு பரதவக் குறுநில மன்னனின் பெயர் அகநானூற்றால் அறிய முடிகிறது.

> "வல்வில் எறுழ்த்தோள் பரதவர் கோமான்
> பல்வேல் மத்தி கழாஅர் முன்துறை
> நெடுவெண் மருதொடு வஞ்சி சாஅய
> விடியல் வந்த பெருநீர்க் காவிரி"

அகநானூறு-226

மத்தியெனும் குறுநில மன்னன் வில்லேந்தி போர் புரிவதில் வல்லவனாகவும், வேல் வல்ல படைகளை உடையவனாகவும், அவனுக்குக் காவிரியருகே கழாஅர் என்ற ஊர் தலைநகராக இருந்ததென்றும் அறிய முடிகிறது. மற்றும் **'பல்வேல் மத்தி'** எனக் குறிப்பிடுவதால் அம்மன்னனின் வீரத்தை நன்கு உணரலாம். பரதவர்களில் பலர் பல நிலைகளில் உயர்ந்து வாழ்ந்துள்ளனர். இந்நிலை பல நூற்றாண்டுகளாகத் தொடர்ந்துள்ளன. இதனைத் தொல்லியல் வரலாற்று அறிஞர் தர்ஸ்டன் தம் நூலில் குறிப்பிட்டிருப்பது நம் சிந்தனைக்கு உரியது.

"பரதவர்கள் ஒரு காலத்தில் பேராற்றல் பெற்றவர்களாக விளங்கினர். கடற்செலவில் தங்களுக்கிருந்த சிறந்த திறமையும் முதிர்ந்த அனுபவமும் அவர்களை ஒப்பாரும் மிக்காரும் இல்லாத உயர்தலைமையாளராக விளக்கச் செய்தன. அவர்களுக்குள் முறையான அரசபரம்பரையும் இருந்து வந்தது. அப்பரம்பரையினர் அதியரசர் என அழைக்கப்பட்டு வந்தனர்."[1]

இக்குறிப்பிலிருந்து பரதவர்கள் சங்க காலந் தொட்டும் பல நூற்றாண்டுகளாகத் தொடர்ந்து ஏதோவொரு முறையில் தொடர்ந்து அரசர்களாகவும், கடல் வாணிகத்தால் செல்வம் நிரம்பியவர்களாகவும் இருந்துள்ளனர் என்பதை அறியலாம்.

சங்க காலத்தில் பரதவர்களுள் மன்னர்கள் இருந்தது போலவே பெரும் புலவர்களும் இருந்துள்ளனர். அவர்களுள்

குறிப்பிடத்தக்கவர்கள், உலோச்சனார், அம்மூவனார், நவ்வந்துவனார் ஆகியோர் ஆவர். இவர்களுடைய பாடல்கள் பொருட்சிறப்பும் கற்பனை நலமும் கொண்டவை. இவர்களுடைய பாடல்களில் நெய்தல் நிலத்து இயற்கைக் காட்சியும், அந்நிலத்துச் சிறப்புகளும் கவினுறு காட்சியளிக்கின்றன. இப்புலவர்களுள் அம்மூவனார் தொண்டி, மாந்தை போன்ற சேர நாட்டு ஊர்களைச் சிறப்பித்துப் பாடியிருப்பதால், அவர் சேர நாட்டைச் சேர்ந்தவராக இருக்கலாம் என்பது ஆய்வாளர்களின் முடிபாகும். உலோச்சனாரும் நவ்வந்துவனாரும் தமிழகத்திலுள்ள கீழைக் கடற்கரையைச் சார்ந்தவர்களாவர். இவர்களில் உலோச்சனாரை மட்டும் சிறிது நோக்குவது ஏற்றது. இப்புலவர் பெருமகனாரைப் பற்றி அபிதான சிந்தாமணி ஆசிரியர் ஆ. சிங்காரவேலு முதலியார் கீழுள்ளவாறு தம் நூலில் குறித்துள்ளார்.

"கடலிலுள்ள பலவகை மீன்களை உவமை முதலிய வற்றால் தெளிவாகக் கூறுதலால் இவர் பரதவர் மரபினர் போலும்"[2] நற்றிணைக்கு உரை வரைந்த பின்னத்தூர் நாராயணசாமிஅய்யர் அவர்களும் இம்முடிபையே ஆதரிக்கிறார்.[3] உலோச்சனார் பரதவர் வாழும் ஊர்களைப் பற்றிப் பாடும்போது,

எம்கானலம் சிறுகுடி - நற்றிணை

அழியா மரபின் நம்மூதூர் -நற்றிணை

எம் முனிவின் நல்லூர் - அகநானூறு

எனப் பலவிடங்களில் நெய்தல் நிலத்தை எம்மூர், என்றும் நம்மூர் என்றும் உரிமை பாராட்டிச் சிறப்பித்துப் பாடுவதால் அவர் பரதவரே என்பதை நன்கு துணியலாம். மேலும் "தம்பதி மறக்கும் எம்பதி" என்றும் வாயூறப் பாடுகிறார். எந்தவூரைச் சேர்ந்தவரானாலும், அவர் நெய்தல் நில ஊரைப் பார்க்க நேர்ந்தால், நெய்தல் நிலத்தின் அழகிய இயற்கைக் காட்சியைக் கண்டு தம் சொந்த ஊரை மறந்து, நெய்தல் நிலத்தைத் தம் சொந்த ஊராக நினைப்பர் எனக் கூறுவதால் உலோச்சனாரின் சொந்தவூர் எது என்பதை இனிது உணரலாம்.

"தம்பதி" யென்று உரிமை கொண்டாடுவதைக் கொண்டே அவரை அடையாளம் காணலாம்.

சங்க காலத்தைப் போன்றே இடைக்காலத்திலும் பரதவர்களுள் பெரும் புலவர்கள் இருந்துள்ளனர். குறிப்பாக, சைவ நாயன்மார்கள் அறுபத்து மூவருள் ஒருவரான **அதிபத்த நாயனார்** என்ற சிவனடியார் பரதவர் குலத்தில் தோன்றியவர். இவர் நாகப்பட்டினத்தில் பிறந்தவர். இவர் நாள்தோறும் தம் வலையில் பிடிபடும் மீன்களில் பெரிய மீனைச் சிவபெருமானுக்குக் காணிக்கையாகக் கடலிலேயே விடுத்து வழிபட்டு வந்துள்ளார் என்பதைப் பெரிய புராணத்தில் அறிகிறோம். இவ்வாறு காலந்தோறும் பரதவர் குடியில் மன்னர்களும், புலவர்களும் தோன்றி வந்துள்ளனர். அந்த வாழையடி வாழையாக வந்த அழியா மரபில் பத்தொன்பதாம் நூற்றாண்டின் இடையில் (1860-இல்) தோன்றியவர்தான் சிங்காரவேலர்.

ஊரும் பேரும்

தமிழகத்தில் பழவேற்காடு முதல் கன்னியாகுமரி வரை பரந்து விரிந்து கிடக்கும் நெய்தல் நிலத்தில், சென்னைப் பகுதியில் இருப்பதுதான் மயிலாப்பூர். தலைநகரான சென்னையிலுள்ள முக்கிய ஊர்களில் மிக முக்கியமான ஊர் மயிலையாகும். இவ்வூரை மயிலாப்பூர் என்றும் மக்கள் அழைப்பர். பண்டைக்காலத்தில் மரங்கள் அடர்ந்த தோப்புகளும், அழகிய சோலைகளும் நிறைந்த ஊராக இவ்வூர் இருந்தது. எழிலார்ந்த அச்சோலைகளில் மயில்கள் எப்போதும் ஆர்த்துக் கொண்டே (கூவிக்கொண்டே) இருக்கும். அப்படி ஆர்த்துக் கொண்டே இருந்ததால் இவ்வூருக்கு மயில் ஆர்க்கும் ஊர் எனப் பெயர் வழங்கலாயிற்று. மயில் ஆர்க்கும் ஊரை மக்கள் மயிலை எனச் சுருக்கமாக அழைத்தனர். மயிலார்க்கும் ஊரே பின்னாளில் மயிலாப்பூர் என மருவிற்று. இவ்வூர் பலநிலைகளில் வரலாற்றுச் சிறப்புமிக்கது. இவ்வூர் பண்டு தொட்டு அழகிய நீண்ட கடற்கரையைக் கொண்டது.

உலக மறையென்றும், பொதுமறையென்றும் மக்களால் போற்றப்படும் திருக்குறளை யாத்த திருவள்ளுவர் தோன்றிய

திருப்பதி இவ்வூர்தான் என்ற கருத்தும் உண்டு. இக்கடற்கரைப் பட்டினத்தில் முற்காலத்தில் துறைமுகம் இருந்ததாகவும் ஆய்வாளர் கூறுவர். **செயின்ட் தாமஸ்** என்ற கிருத்துவப் போதகர் இதன் வழியாகத்தான் மயிலைக்கு வந்துள்ளார் என்பர். அவர் நினைவாக அழகுவாய்ந்த தோமையர் ஆலயம் இங்கு எழுப்பப்பட்டுள்ளது. இவ்வூரில்தான் புகழ் வாய்ந்த கபாலீசுவரர் கோயிலும் கட்டப்பட்டுள்ளது. இத்திருக்கோயிலும் மிகப் பழமை வாய்ந்தது. இக்கோயில் முதன் முதலில் புனித தோமையர் ஆலயத்துக்குக் கிழக்கே கடற்கரையை ஒட்டி இருந்ததாகவும், நாளடைவில் ஏற்பட்ட கடல் அரிப்பாலும், போர்த்துகீசியரின் தொல்லையாலும் அக்கோயில் இப்போதுள்ள இடத்தில் (மாங்கொல்லைக்கு அருகில்) எழுப்பப்பட்டதாக வரலாற்றறிஞர்கள் கூறுகின்றனர்.

இந்தக் கோயில் பல்லவர் காலத்தில் இப்போதுள்ள இடத்தில் கட்டப்பட்டதாகும். பின்னர் 1564 -ஆம் ஆண்டில் புதுப்பிக்கப்பட்டுள்ளது. இந்த எழிலாந்த கோயிலை "மங்குல் மதிதவழும் மாடவீதி மயிலாப்பிலுள்ளார்" என்று திருநாவுக்கரசரும், "கானமர் சோலைக் கபாலீச்சுரம்" என்று திருஞான சம்பந்தரும், தேவாரத்தில் புகழ்ந்து பாடியுள்ளனர். முதல் ஆழ்வார்களில் ஒருவரான பேயாழ்வார் இங்குப் பிறந்துள்ளார். அவர் அக்காலத்தில் மயிலையைச் சார்ந்த பார்த்தசாரதி கோயிலிலுள்ள திருமாலைத் "திருக்கண்டேன் பொன்மேனி கண்டேன்" என்று பாடியுள்ளார். தெள்ளிய சிங்கர் கோயிலாகிய பார்த்தசாரதி கோயிலும் புகழ்பெற்ற கோயிலாகும். பல்லவ மன்னனான நந்திவர்மனை "மல்லை வேந்தன்; மயிலைவேந்தன்" என்று நந்திக் கலம்பக ஆசிரியரும் போற்றியுள்ளார். சைவசமயப் பெரியாரான **வாயிலார் நாயனார்**, குணவர பண்டிதர் எழுதிய நேமிநாதத்தில் குறிப்பிடப்பெறும் **நேமிநாதர்**, மற்றும், நன்னூலுக்கு முதன் முதலில் உரை கண்ட **மயிலை நாதர்** (14-ஆம் நூற்றாண்டு) ஆகியோர் பிறந்த ஊரும் இவ்வூரே யாகும்.

திருவூரான திருமயிலையில்தான் வான்புகழ்கொண்ட திருவள்ளுவருக்குத் திருக்கோயிலும் உள்ளது. இவ்வூரை யொட்டிதான் ஆற்காட்டு நவாபுக்குச் சொந்தமான அமீர்

மகாலும் உள்ளது. இவ்வூரைச் சுற்றி, கபாலீச்சுவரர் கோயிலும், புனித தோமையர் ஆலயமும், அமீர் மகாலும் இருப்பன போலவே இவ்வூரில், மூன்று மதத்தினரும் ஒற்றுமையுடன் வாழ்ந்து வருகின்றனர். பல நிலைகளில் பல்புகழ் வாய்ந்த மாண்புமிக்க மயிலையில்தான் சிங்காரவேலரின் முன்னோர் தோன்றியுள்ளனர். சிங்கார வேலர் இவ்வூரில் பிறந்ததால் மயிலை, சிங்காரவேலர், ம.சிங்காரவேலரெனச் சுருக்கமாக அழைக்கப்பட்டார்.

அக்காலத்தில் தமிழகத்தில் மட்டுமின்றி, தென்னாட்டிலுள்ள அனைவரும் தத்தம் பெயருக்கு முன்னர் தாம் பிறந்த ஊர்ப் பெயரையோ தந்தைபெயரின் முதல் எழுத்தையோ தம் இயற்பெயருக்கு முன்னர்ச் சேர்த்துக்கொள்வது பழக்கமாக இருந்து வந்துள்ளது. சிலர், ஊர்ப் பெயரின் முதல் எழுத்தையும், தந்தைபெயரின் முதல் எழுத்தையும் தம் பெயருக்கு முன்னர்ச் சேர்த்துக்கொள்வதும் உண்டு. இப்பழக்கமும் அந்நாளில் இருந்துள்ளது.

முன்னோரும் பின்னோரும்

சிங்காரவேலரின் குடும்ப முன்னோர்களின் பெயர்களை முதன்முதலில் வெளிக்கொணர்ந்தவர் முனைவர் முத்து குணசேகரனே ஆவர். அவர், தம் ஆய்வுப்பட்ட ஏட்டிற்காகச் சிங்காரவேலரைப் பற்றிப் பல செய்திகளைத் திரட்டியபோது அவருடைய குடும்பத்தினர் பெயர்களையும் திரட்டித் தந்துள்ளார். அவர் தந்துள்ள செய்திகள் மூலம் சிங்காரவேலரின் முன்னோர்களைப் பற்றிச் சற்று நோக்குவோம். சிங்காரவேலரின் முன்னோர்களுள் முதலாவது அறியப்பட்டவர் மாட்டுவான் செட்டியாரே ஆவார். இவர் கி.பி. 1640- ஆம் ஆண்டில் சென்னையில் ஒரு பகுதியையாண்ட கோல்கொண்டா முகமதிய அமைச்சரிடம் மானியம் பெற்று வாழ்ந்துள்ளார். இவரது பெயரையே, அவர் வாழ்ந்த பகுதிக்குப் பெயரிட்டுள்ளனர். அந்த ஊரே இப்போது மாட்டுவான் குப்பம் என்றழைக்கப்படுகிறது.

சென்னைக் கடற்கரையிலுள்ள திருவள்ளுவர் சிலையின் எதிரேயுள்ள சென்னைப் பல்கலைக்கழக வளாகத்தின் பின்புறமாக உள்ள ஊரே மாட்டுவான் குப்பமாகும். இப்பகுதி

மீனவர் வாழும் பகுதியாகும். மாட்டுவான் செட்டியாரின் குடும்பத்தினர் பின்னர் இவ்வூரிலிருந்து 1½ கி.மீ தூரத்திலுள்ள நடுக்குப்பத்தில் குடியேறியுள்ளனர். இவ்வூர் கடற்கரையிலுள்ள அவ்வையார் சிலைக்கு எதிரே உள்ளது. மாட்டுவான் செட்டியாருக்குப் பின் அறியப்படுபவர் கந்தப்பசெட்டியார் ஆவார். இவர் பாலாத்தாள் என்ற அம்மையாரை மணந்து இல்லறம் நடத்தியுள்ளார். இவர் பெருஞ்செல்வராகவும், நடுக்குப்பத்தின் நாட்டாண்மைக் காரராகவும் இருந்துள்ளார். பண்டைய நாளில் பரதவர்கள் கடல்வாணிகத்திலும், கரைவாணிகத்திலும் சிறந்திருந்தார்கள் என்பதைச் சங்க இலக்கியங்களில் காண முடிகிறது. குறிப்பாக ஒன்றை நோக்குவோம்.

> முழங்கு கடல்தந்த விளங்கு கதிர் முத்தம்
> அரம்போழ்ந் தறுத்த கண்ணேர் இலங்குவளை
> பரதர் தந்த பல்வேறு கூலம்   மதுரைக் காஞ்சி-315 - 317

> "விரிதிரைக்
> கண்திரள் முத்தம் கொண்டு ஞாங்கர்த்
> தேன் இமிர் அகன்கரைப் பகுக்கும்
> கானல்அம் பெருந்துறைப் பரதவன்"   அகநானூறு-280

இப்பாடல்களின் வழி விலைமதிப்பற்ற முத்துக்களையும், பல்வேறு பொருள்களையும் பரதவர் கொண்டுவருவர் என்பதை அறிகிறோம். "நளியிருள் முந்நீர் நாவாய் ஓட்டிய" இவர்கள் கடல்படு பொருள்களை மட்டுமல்லாமல், நிலம்படு பொருள்களையும் ஈட்டியுள்ளனர். மீன் உணக்கல், விற்றல், உப்பு விளைத்தல், முத்துக்குளித்தல் போன்ற தொழில்களில் இவர்கள் தொடர்ந்து ஈடுபட்டதால், இயல்பாகவே இவர்கள் வணிகத்திலும் சிறந்திருந்தார்கள்.

பண்டைக் காலத்தில் பரதவர்கள் வணிகத்தில் சிறந்திருந்ததைப் போன்றே, கந்தப்ப செட்டியாரும், பர்மா, இலங்கை, கேரளம் ஆகிய இடங்களிலிருந்து, படகு மற்றும் கட்டு மரம் ஆகியவற்றைக் கட்டுவதற்காக மரங்களைக்

கொண்டுவந்து வணிகம் செய்துள்ளார். குறிப்பாகப் பர்மாவிலிருந்து தேக்குமரம், அரிசி போன்றவற்றை இவர் கொண்டு வந்து வணிகம் செய்துள்ளார். இதுவே இவரது வணிகம் மிகவும் சிறப்புற்றதற்கு முக்கியக் காரணமாகும். இவற்றால் இவரது செல்வம் பெருகியது. "திரைகடல் ஓடி திரவியம் தேடுபவராகக் கந்தப்பசெட்டி விளங்கியதால் நடுக்குப்பத்தில் பெரும்பகுதி இவருக்கு உரிமையாக இருந்தது. இவருக்குப் பல இடங்களில் நிலம் சொந்தமாக இருந்ததால் அவற்றிலிருந்து வாடகைப் பணம் கிடைத்து வந்தது. கந்தப்ப செட்டியார் முன்னோர்கள் மீனவர்களாக இருந்தாலும் சைவ சமயத்தை ஆதரிப்பவர்களாக இருந்தனர். இந்தச் சைவ சமய ஆதரவால்தான் அவருக்குக் கந்தப்பன் என்ற பெயரைச் சூட்டினார்கள் போலும்.

கந்தப்பசெட்டி பெருஞ் செல்வராக இருந்ததால், ஏழை எளிய மக்களுக்குப் பலகாலும் உதவிசெய்ததுடன், கோயில் திருப்பணிகளையும், அத்திருப்பணியின் சார்பாகத் தண்ணீர் பந்தல் அமைத்தல், சோறு வழங்கல் போன்ற பணிகளையும் தொடர்ந்து ஆற்றி வந்துள்ளார். கந்தப்பசெட்டியார் பொதுநலப் பணியிலும், இறைப்பணியிலும் மிகுந்த ஆர்வமுடையவராக இருந்ததால், தாம் வாழ்ந்த நடுக்குப்பம் பகுதியிலுள்ள பழண்டியம்மன் கோயிலுக்கு (பழனியம்மன் கோயிலே பழண்டியம்மன் கோயிலாக மருவிற்றுப் போலும்) ஓர் அறக்கட்டளையை நிறுவி ஆண்டுதோறும் ஆடி மாதத்தில் அக்கோயில் வாயிலாகப் பத்து நாள்கள் விழாவினை நடத்தியுள்ளார். விழா நாள்களில் வாண வேடிக்கைகள், தெருக்கூத்துக்களைச் சிறப்பாக நடத்தியதுடன், அந்நாள்களில் ஏழை - எளிய மக்களுக்கு அன்னதானமும் செய்துள்ளார். இறைப் பணியில் நாட்டமுள்ள பெருஞ்செல்வர்கள் கோயில்களுக்காக அறக்கட்டளை நிறுவுதலும், அன்ன சத்திரங்களை அமைத்தலும் தொன்றுதொட்டுவரும் பழக்கமாகும்.

இப்பழக்கத்தையொட்டிக் கந்தப்பச் செட்டியாரும், தாம் வாழ்ந்த பகுதியில் மட்டுமன்றி பிற இடங்களிலும் அறக்கட்டளை நிறுவியுள்ளார். இதனையும் முனைவர் முத்து. குணசேகரன் தம் ஆய்வேட்டில் குறித்துள்ளார்.[6]

இதைப்பற்றியோர் அரிய செய்தியை அவர் கூறியுள்ளார். அதாவது, சென்னையில் வாழும் மீனவர்கள் ஆடிக்கிருத்திகையை முன்னிட்டு ஆண்டுதோறும் கூட்டம் கூட்டமாகத் திருப்போரூர் கோயிலுக்குச் சென்று வழிபடுவது வழக்கம். அப்போது ஒரு முறை அவ்வூரிலுள்ளோர் அன்ன சத்திரத்தில் மீனவர்கள் தங்க இடந்தர மறுத்துள்ளனர். இச் செய்தியை அறிந்த கந்தப்பசெட்டியார் பெரிதும் வருந்தியுள்ளார். இதன் பொருட்டுத் தம் மகன்களுள் ஒருவரான அருணாசலம் செட்டியுடன் கலந்து பேசி ஓர் அறக்கட்டளையை நிறுவியுள்ளார். அந்த அறக்கட்டளைக்குக் "கந்தப்ப செட்டி-அருணாசல செட்டி அறக்கட்டளை" எனப் பெயர் வைத்துள்ளார். இந்த அறக்கட்டளையின் மூலம், திருப்போரூரில் மட்டுமின்றி, திருமயிலை, திருவான்மியூர், திருவள்ளூர், திருவண்ணாமலை ஆகிய இடங்களிலும் சத்திரங்களை அமைத்துள்ளனர். இச்சத்திரங்களை மீனவர்கள் மட்டுமன்றி, பிற மக்களுக்கும் பயன்படுத்திக்கொள்ளும் வண்ணம் வசதி செய்து தந்துள்ளனர். கந்தப்பசெட்டி அமைத்த அறக்கட்டளைகளுள் இதுவே முதல் அறக்கட்டளையென்றும், இப்போது இந்த அறக்கட்டளை, தமிழக அரசின் ஆளுகையில் உள்ளதாகவும் அறியப்படுகிறது.

கந்தப்ப செட்டி - பாலாத்தாள் அம்மையார் இணையருக்கு மூன்று ஆண்மக்கள் பிறந்துள்ளனர். முதலாமவர் அருணாசலம், இரண்டாமவர் வீரப்பன் செட்டி, மூன்றாமவர் வெங்கடாசலம் செட்டி. இந்த வெங்கடாசல செட்டி வள்ளியம்மை இணையருக்குச் சுப்புராய செட்டி, முனுசாமி செட்டி, சிங்காரவேலு செட்டி ஆகிய மூன்று புதல்வர் பிறந்தனர். இவ்வாய்வுக்கு எடுத்துக்கொள்ளப்பட்ட சிங்காரவேலரே சிங்காரவேலு செட்டி ஆவர். சிங்காரவேலு பின்னாளில் அரசியல்துறையில் ஈடுபட்டதால், மக்களால் சிங்காரவேலர் என்று அழைக்கப்பட்டார். ஆனால் கையொப்பம் போடும் போது அவர் சிங்காரவேலு என்றே போட்டுள்ளார். சிங்காரவேலரின் அண்ணனான சுப்புராய செட்டிக்கு நடந்த திருமணம் மிகுந்த பொருட்செலவில் பெரியதொரு விழாவாக நடந்தேறியுள்ளது. தமிழக மீனவர்களில் வேறு எவர்க்கும்

இதுபோல் பெரும் விழாவாகத் திருமணம் நடந்திருக்காதென்று பல்லோரால் கூறப்படுகிறது.

சுப்புராய செட்டிக்கு அந்நாளில் பெரும் விழாவாக நடந்த திருமணத்தில் அப்போது சென்னையின் ஆளுநராக இருந்த வெள்ளையரே சிறப்பு விருந்தினராகக் கலந்து கொண்டுள்ளார். அத்திருமணத்தின் போது, திருவல்லிக்கேணிக் கடலில் எண்ணற்ற கட்டுமரங்களிலிருந்து வண்ண வண்ண வாண வேடிக்கைகளை நடத்தியுள்ளனர். 1880-க்கு முன் நடந்த அந்தத் திருமணத்திற்கு அப்போதே இரண்டு லட்சம் ரூபாய் செலவாகியிருப்பதாகச் சுப்புராய செட்டியாரின் மகளான திருமதி ஜெயபாய் குறிப்பிட்டுள்ளார். இந்த அம்மையார் ஐதராபாத்திலுள்ள உஸ்மானிய பல்கலைக்கழகத்தில் ஆங்கிலப் பேராசிரியராகப் பணிபுரிந்தவர். அக்காலத்தின் செலவான இரண்டு லட்சம் என்பது இன்றைய நிலையில் பலகோடிகளுக்குச் சமமாகும் அன்றோ! ஆம், அந்தச் செல்வச் செழிப்பில் பிறந்து வளர்ந்தவர்தான் சிங்காரவேலர்.

பிறப்பும் படிப்பும்

வெங்கடாசலம் செட்டிக்கும் வள்ளியம்மைக்கும் மூன்றாம் மகனாக 18-2-1860 -இல் சிங்காரவேலர் பிறந்துள்ளார். சிங்காரவேலர் குடும்பத்தினர் சைவ சமயப்பற்றாளர்கள். இதனால்தான் திருப்போரூர், திருமயிலை போன்ற ஊர்களில் உள்ள கோயில்களில் அறக்கட்டளையின் கல்வெட்டில் மயில் சின்னத்தைப் பொறித்துள்ளனர். அதனைக்கொண்டே அவர்களின் சைவப்பற்றை உணரலாம். சென்னைக் கந்தசாமி கோயிலின் கந்த கோட்டத்தின் நினைவாகச் சிங்காரவேலரின் தாத்தாவுக்குக் கந்தப்பன் என்ற பெயரை வைத்திருக்கலாம். இதன் காரணமாகவே அவருடைய பேரனுக்கும் சிங்காரவேலர் என்ற பெயரைச் சூட்டியிருக்கக்கூடும். பத்தொன்பதாம் நூற்றாண்டில் இராமலிங்க அடிகளான (1827-1874) வள்ளலாரின் சமயக் கொள்கைக்கு, சென்னை, தென்னார்க்காடு, தஞ்சை வாழ் மீனவர்களிடத்தில் மிகுந்த செல்வாக்கு இருந்துள்ளது. தைப்பூச விழாவின் போது, வள்ளலார் பாடல்களைப் பாடிக் கொண்டு ஊர்வலம் செல்லும் பழக்கம் அவர்களிடம்

செல்வாக்கு பெற்றிருந்தது. சென்ற நூற்றாண்டில் (இருபதாம் நூற்றாண்டு) மீனவர்களின் இல்லங்களில், குறிப்பாகக் கட்டடமானாலும், குடிசையானாலும் அங்கு வள்ளலாரின் திருவுருவப் படம் அணி செய்தது. இப்பழக்கம் அறுபதுக்கு அடுத்துக் குன்றியது; அதற்குக் காரணம் பல. வள்ளலார் கந்தகோட்டத்தைப் பரவசத்துடன் பாடிப் பரவியிருக்கிறார். சிங்காரவேலர் குடும்பத்தில் சைவப் பெயர்கள் அமைந்ததற்கு இவையெல்லாம் காரணங்களாகும்.

சிங்காரவேலர் தொடக்கக் கல்வியை எங்குக் கற்றார் என்பதை அறிய முடியவில்லை. திருவல்லிக்கேணியிலிருந்த ஏதாவதொரு திண்ணைப் பள்ளியில் அவர் படித்திருக்கலாமென அவருடைய குடும்பத்தினர் கூறியுள்ளனர். சிங்காரவேலரின் குடும்ப வாழ்க்கையை அவருடைய குடும்பத்தினரோ பிறரோ எழுத்தில் பதிவு செய்யாமலேயே விட்டுவிட்டனர். சிங்காரவேலரைப் பற்றி ஆய்ந்தவர்கள் அவரது அரசியல் வாழ்க்கையையும், தொழிற்சங்க வாழ்க்கையையும் சிறப்பாகப் பதிவு செய்தனரே அல்லாமல், குடும்ப வாழ்க்கையைப் பெரிதும் பதிவு செய்யாமல் போயினர்.

சிங்காரவேலரின் அண்ணன் வழி பேத்திகளாகிய ஆங்கிலப் பேராசிரியர் ஜெயபாயோ, மருத்துவத்துறை டாக்டர் ஜூபாயோ அவருடைய குடும்ப வாழ்க்கையைத் தொகுத்திருக்க வேண்டும்; அப்பெரியாரின் தன்னலமற்ற அரும் வாழ்க்கையை அவர்களும் உணராமல் போயினர். அதனால் எழுதாமலும் போயினர். சிங்காரவேலரின் வாழ்க்கையைத் தம் ஆய்வேட்டிற்காகத் திரட்ட முயன்ற முத்து. குணசேகரனுக்கும், சிங்காரவேலர் குடும்பத்தினர்களுள் சிலர் அவரைப் பற்றிய குறிப்புகளைத் தர மறுத்துள்ளனர். சிலர், சில குறிப்புகளை மட்டுமே அளித்தனர். முத்து. குணசேகரன் பலவாறு முயன்றும், சிங்காரவேலரின் குடும்ப வாழ்க்கையைப் பற்றிச் சிறிதளவே அவரால் திரட்ட முடிந்தது. சிங்காரவேலரின் குடும்பத்தினர் சென்னை, பெங்களூர், பிரான்ஸ் போன்ற ஊர்களில் இப்போது வாழ்கின்றனர். சிங்காரவேலரின் நூல்கள், தமிழக முதல்வர், கலைஞர் மு. கருணாநிதி அவர்களால் நாட்டுடைமை ஆக்கப்பட்டுள்ளன.

சிங்காரவேலர் தம் தொடக்கக் கல்விக்குப் பின்னர் திருவல்லிக்கேணியிலுள்ள இந்து உயர்நிலைப்பள்ளியில் சேர்ந்து படித்துள்ளார். திருவல்லிக்கேணியின் பெரிய தெருவில் தொடங்கப்பெற்ற அப்பள்ளி, நம் காலத்திலும் சிறப்புடன் இயங்கிக் கொண்டிருக்கிறது. இப்பள்ளியில் மெட்ரிகுலேஷன் வரை படித்து 1881-ஆம் ஆண்டில் இரண்டாம் வகுப்பில் தேர்ச்சி பெற்றுள்ளார். அக்காலத்தில் அப்பள்ளியில் அவருடன் 'இந்து' ஆங்கில நாளிதழைத் தொடங்கி நடத்திய கஸ்தூரி அய்யங்காரும் சேர்ந்து படித்துள்ளார். இந்நட்பின் காரணமாகவே பின்னால் சிங்காரவேலர் அண்ணல் காந்தியடிகளை விமர்சனம் செய்து எழுதிய கட்டுரைகளையும், பொதுவுடைமையைப் பற்றி எழுதிய கட்டுரைகளையும் இந்நூலில் தயக்கமின்றி வெளியிட்டுள்ளார். மெட்ரிகுலேஷன் தேர்வுக்குப் பின்னர் கிறித்துவக் கல்லூரியில் 1882-ஆம் ஆண்டில் சேர்ந்து 1884-ஆம் ஆண்டில் எஃப்.ஏ, (F. A.) தேர்வில் தேர்ச்சி பெற்றார்.

எஃப். ஏ.-வில் தேர்ச்சி பெற்ற பின்னர் அவர், தம்முடைய குடும்பம் ஈடுபட்டிருந்த அரிசி, தேக்குமரம் ஆகியவற்றின் இறக்குமதி ஏற்றுமதி தொழிலில் சில ஆண்டுக்காலம் ஈடுபட்டார். இதன் காரணமாக அவர் கேரளம், இலங்கை, பர்மா, இலண்டன் போன்ற இடங்களுக்குச் சென்று வந்துள்ளார். பின்னாளில் இவருக்கு உணர்வு வளர்வதற்கும் இந்த உலகப் பயணமும் ஒரு காரணமாகும். இந்த வணிக ஈடுபாட்டால் அவரது பட்டப்படிப்புச் சற்றுத் தடைபட்டது. அவருக்கு இயல்பாகவே படிக்கும் ஆர்வம் மிகுந்து இருந்ததால், பின்னர் மாநிலக் கல்லூரியில் சேர்ந்து படித்து வரலாற்றில் இளங்கலை (B.A.) பட்டம் பெற்றார். பின்னர், சென்னைச் சட்டக் கல்லூரியில் படித்து 1907-ஆம் ஆண்டில் சட்டத்தில் (B.L.) பட்டம் பெற்றார். அதாவது தமது 47-ஆம் வயதில் அவர் சட்டப் படிப்புப் பட்டம் பெற்றுள்ளார். இவரது கல்லூரிக் கல்வியில் இடையீடு ஏற்பட்டதற்குக் காரணம், அக்குடும்பத்தினர் "பர்மா டிரேடர்ஸ்" என்ற நிறுவனத்தை ஏற்படுத்தி, அரிசி, தேக்கு, ஆகியவற்றின் இறக்குமதி - ஏற்றுமதி தொழில், கட்டடம் கட்டும் தொழில், படகு கட்டும் தொழில்

போன்றவற்றில் ஈடுபட்ட தேயாகும். இளங்கலைப் பட்டம், சட்டக் கல்விப் பட்டம் பெறுவதற்கு முன்னரே அவருக்கு 1889ஆம் ஆண்டில் திருமணமாகி இருந்தது. அதாவது 29 வயதில் அவருக்குத் திருமணம் நடந்துள்ளது. செல்வச் செழிப்பிலும், திருமண வாழ்க்கையிலும் அப்படியே அவர் அமிழ்ந்துவிடவில்லை; மாறாக, தம் தாய்நாட்டையும் உலக நடப்பையும் சமூக அக்கறையுடன் அவர் தொடர்ந்து ஆழ்ந்து நோக்கிக் கொண்டு வந்துள்ளார். இந்தச் சமூக அக்கறைதான் அவரது வாழ்க்கையில் திருப்புமுனை ஏற்படக் காரணமாக இருந்துள்ளது.

காதலும் திருமணமும்

சிங்காரவேலரின் காதல் திருமணம் செய்துகொண்டவர். அவரது காதல் திருமணத்தைப் பற்றி மீனவர் வாழும் சிற்றூர்களில் இன்னும் பெருமையாகப் பேசப் படுவதுண்டு. செவிவழிச் செய்தியாகப் பரவிகொண்டிருந்த இச்செய்தியை முதலில் எழுத்தில் பதிவு செய்தவர் முத்து.குணசேகரனே ஆவார். இக் காதல் மணத்தை அக்காலச் சூழ்நிலையைக் கொண்டு கலப்பு மணமாகக்கொள்ளலாம் என்பர் சிலர். அது பெரிதும் கருத்து வேறுபாட்டிற்கு உரியது. ஒரு சாதியைச் சேர்ந்த ஓர் ஆடவன், இன்னொரு சாதியைச் சேர்ந்த பெண்ணை மணப்பதைத்தான் பலர் கலப்புமணம் என்பர். பகுத்தறிவு பகலவன் தந்தைப் பெரியார் இவ்வாறு செய்யப்பெறும் திருமணங்களை ஒருபோதும் கலப்பு மணம் என்று கூறார். அதற்கு அவர் ஓர் அரிய காரணம் கூறுவார். அதாவது, 'மனித சாதியைச் சார்ந்த ஒருவன் ஆட்டையோ மாட்டையோ மணம் செய்தால்தான் கலப்பு மணம் எனக் கூறலாமேயன்றி, மனித சாதியிலுள்ள ஓர் ஆடவன் மற்றொரு பெண்ணை மணப்பது எப்படிக் கலப்பு மணம் ஆகும்?' என்பார் அவர். சிங்காரவேலர் மீனவர் வகுப்பைச் சேர்ந்த ஒரு பெண்ணை மணந்தது எப்படிக் கலப்பு மணம் ஆகும்?

மீனவர் சமுதாயத்தில் பல பிரிவுகளும், பல மதங்களும் உண்டு. ஒரு மதத்திலுள்ள அனைத்து மீனவர்களுக்கும் பழக்க

வழக்கம் ஒரு வகைப்பட்டதாகவே இருக்கும். இதில் வேறுபாடு இல்லை. சென்னையிலுள்ள மீனவர் சமுதாயத்தில் பெரிய பட்டினவர், சிறிய பட்டினவர் என்ற இரு பிரிவுகள் உண்டு; இருபிரிவினரும் சேர்ந்தே வாழ்வார்கள்; சேர்ந்தே தொழில் செய்வார்கள். பழக்கம் - வழக்கம் எல்லாம் ஒன்றே; அண்ணன் - தம்பி போலவே சேர்ந்து வாழ்ந்து வருவர். எனினும், இவர்களிடையே கொள்வினை, கொடுப்புவினை அருகியே காணப்படும். கடற்கரையைச் சார்ந்த ஊர்களைப் பட்டினம் என்று அழைப்பது பழைய இலக்கிய மரபு. காவிரிப்பூம் பட்டினம், புதுப்பட்டினம், சதுரங்கப் பட்டினம், சென்னைப் பட்டினம் போன்ற வழக்கை நோக்குக; பட்டினத்தில் வாழ்பவர்களாக மீனவர் இருப்பதால் அவர்களைப் பட்டினவர் என்று அழைப்பர். அதுவே பின்னர்ச் சாதிப் பெயராக மாறிவிட்டது. பரவை மேல் (கடல் மேல்) சென்று மீன்பிடிப்பதால், அவர்களைப் பரவர், பரதவர் என்றும், கடற்கரையில் வாழ்வதால் அவர்களைக் கரையாளர் என்றும், முத்துக்குளிப்பவரை முக்குவர் (கடலில் மூழ்குபவர்) என்றும் அழைத்தனர். பரவர் கரையாளர், முக்குவர் போன்றவரெல்லாம் தென்தமிழ்நாட்டில் வாழ்பவர்.

சென்னையில் பட்டினவரே பெரும்பாலோர் உள்ளனர். பட்டினம் என்பதே பின்னாளில் பட்டணம் என மருவிற்று. பெரிய பட்டினவர், சின்ன பட்டினவர் ஆகிய இரு பிரிவினர்களும் சென்னையில் ஒரே ஊரில் சேர்ந்து வாழ்ந்தாலும், தென் தமிழ்நாட்டில் சில இடங்களில் தனித்தனி ஊர்களில்தான் வாழ்ந்து வந்தனர். அந்த நிலை இப்போது மாறிவிட்டது. இப்போது வேறுபாடு இல்லாமல், கொள்வினை, கொடுப்புவினை எல்லாம் நிகழ்கின்றன. குடும்பத்தில் சொத்தை முன்னிட்டு அண்ணன், தம்பிக்குப் பிரிவு ஏற்பட்டுப் பேச்சு வார்த்தையின்றி இருப்பது போல், ஏதோவொரு காலத்தில் தொழில் காரணமாக ஒரே வகுப்பைச் சார்ந்தவர்களுக்குள் பிரிவு ஏற்பட்டிருக்கும்; அந்தப் பிரிவு பின்னர் சிறுபகையாக மாறியிருக்கும். அந்நிலை சில ஊர்களில் பெருகியிருக்கும்; சில ஊர்களில் குறைந்து இருக்கும். அவ்வளவுதான்; மற்றப் பழக்க வழக்கம் சடங்குகள் எல்லாம் அவர்களுக்கு ஒன்றே யாகும்.

சிங்காரவேலர் நடுக்குப்பத்தைச் சேர்ந்த பெரியபட்டினவர். அவருடைய மனைவி இராயபுரத்தைச் சேர்ந்த சின்னப் பட்டினவர். இராயபுரத்தில் கு. சுந்தரமூர்த்தி என்பவர் வாழ்ந்து வந்தார். இவருக்கு, தூ. சுந்தரமூர்த்தி, தூ. ஜம்புலிங்கம் ஆகியோருக்கு மக்கள் இருந்தனர். தூ. சுந்தரமூர்த்தி புகழ் வாய்ந்த பொது நலத்தொண்டர். இராயபுரத்தில் வாழும் மக்களுக்காக அவர் பெரிதும் பாடுபட்டு வந்தார். அவருடைய தொண்டையும், புகழையும் நினைவுறுத்தும் வகையில் இராயபுரத்தின் வடக்குப் பகுதியில் (தீயணைப்பு நிலையம் அருகில்) அவர் பெயரில் ஒரு பூங்கா அமைக்கப்பட்டுள்ளது. அப்பூங்கா இப்போதும் உள்ளது. சுந்தரமூர்த்தி பொது நலத்தொண்டில் ஈடுபட்டு வந்ததால், சிங்காரவேலருக்கும் அவருக்கும் நட்பு ஏற்பட்டது. சுந்தரமூர்த்தி அவரைக் காண நடுக்குப்பம் செல்வதும், சிங்காரவேலர் சுந்தரமூர்த்தியைக் காண இராயபுரம் வருவதும் வழக்கமாக இருந்தது. இதனால் சுந்தரமூர்த்தியின் குடும்பத்தைச் சிங்காரவேலர் நன்கு அறியலானார். சுந்தரமூர்த்திக்கு ஒரு தங்கை இருந்தார். அவர் பெயர் அங்கம்மை. அவர் இராயபுரத்திலுள்ள நார்த்விக் பெண்கள் உயர்நிலைப் பள்ளியில் படித்து வந்தார். அவர் பள்ளிக்குச் சென்று வருவதை அடிக்கடி இராயபுரம் வந்து செல்லும் சிங்காரவேலர் கண்டார். அங்கம்மையாரும் தம் இல்லத்துக்கும், ஊருக்கும் வந்து செல்லும் சிங்காரவேலரை அடிக்கடி காணலானார். நாளடைவில் அங்கம்மையார் மீது சிங்காரவேலர்க்குப் பற்றும், சிங்காரவேோர் மீது அங்கம்மை யார்க்குப் பற்றும் ஏற்பட்டுக் காதலாக வளர்ந்துவிட்டது.

சிங்காரவேலர் பெரும் செல்வர். அங்கம்மையார் குடும்பமோ நடுத்தரக் குடும்பம். எனினும், அங்கம்மையாரைத் தாம் மணந்தாக வேண்டுமென்று சிங்காரவேலர் உறுதியாக இருந்தார். அவர்காலத்தில் பெரிய பட்டினவருக்கும் சின்னப்பட்டின்வருக்கும் மணவுறவு இல்லாமல் இருந்தது. ஒரே ஊரில் சேர்ந்து வாழ்ந்தும் இந்நிலை தொடர்ந்தது. அக்காலத்தில் மீனவர் ஊர்களில் பஞ்சாயத்துகள் மிக வலிமையாக அவை இருந்தன. உண்மையைக் கூறு

வேண்டுமாயின் முரட்டுத்தனம் மிக்க ஏகபோக சக்கர வர்த்திகளாக இருந்தன. எந்தப் பிரச்சினையிலும் நியாயம் உள்ளதோ இல்லையோ அவை கூறுவதுதான் சட்டம். இப்போதைய திரைப்படங்களில் வரும் கட்டைப் பஞ்சாயத்துகள் போன்றே அவையும் இருந்தன. இந்தப் பஞ்சாயத்துகள், பழைய வழக்கங்கள் எத்துணைத் தவறாக இருந்தாலும், அவற்றைக் கடைபிடிப்பதிலும் நடைமுறைப் படுத்துவதிலும் மூர்க்கமாகவே செயல்படும். இவற்றில் சிறிதும் ஈவு - இரக்கமின்றி நடந்துகொள்ளும். அவை செய்யும் தவறை மீளாய்வு செய்வதோ, அடுத்து வரும் காலத்தில் தவிர்ப்பதோ அவற்றுக்குச் சிறிதும் உடன்பாடு கிடையாது. தாம் இட்டதே சட்டம்; அதனைப் பின்பற்றுவதே மற்றவர் வேலை என்ற நிலையில்தான் அவை இருந்தன.

அந்நாளில் பஞ்சாயத்துகளை மீறி எதனையும் செய்துவிட முடியாது. சிறிய விஷயங்களுக்குக்கூட (தவறுகளுக்கு) அவை ஊர்விலக்கம் செய்து விடும். காவலர்கள் கூட (போலிஸ்) பஞ்சாயத்துகளின் அனுமதியில்லாமல் ஊருக்குள் நுழைந்து விட முடியாது. இது போன்ற நிலை மீனவ கிராமங்களில் அண்மைக்காலம் வரை இருந்துள்ளது. ஊரில் எந்த நிகழ்ச்சியைச் செய்வதாக இருந்தாலும், அதற்கு அவர்களின் இசைவு வேண்டும். இவற்றிலிருந்து அவர்களின் ஏகபோக அதிகாரத்தை உணரலாம். இப்போது அவையெல்லாம் பெரிதும் ஒழிந்துவிட்டன. கோயில் திருவிழா, உற்சவம், சமயத் திருவிழாக்கள் போன்றவற்றில் மட்டுமே அவை அதிகாரம் செலுத்துகின்றன. சிங்காரவேலர், சின்னப்பட்டின வரைச் சேர்ந்த பெண்ணை மணக்க விரும்பியதால், பெரிய பட்டினவரை சேர்ந்த அவருடைய குடும்பம் அக்காதல் மணத்திற்கு இசைவு அளிக்கவில்லை. குறிப்பாக, அவருடைய தந்தையாருக்கு அத்திருமணத்தில் விருப்பமில்லை. சின்னப்பட்டினவரைச் சேர்ந்த அங்கம்மையாரின் பெற்றோரும் இதில் தயக்கம் காட்டினர். ஆனால், அங்கம்மையாரின் அண்ணண்களாகிய சுந்தரமூர்த்தியும், ஜம்புலிங்கமும் பெரிதும் ஆர்வம் காட்டினர்.

அக்காலத்தில் பெரியபட்டினவர், சின்னப்பட்டினவர் ஆகியோர் இடையில் மணஉறவு பெரிதும் அருகியே இருந்தது. இராயபுரத்தில் அங்கம்மையாரின் குடும்பம் புகழ் பெற்ற குடும்பமாக இருந்ததால், அங்கிருந்த சிலர் வேறுவிதமாகத் தூண்டிவிட்டு அக்காதல் மணத்திற்கு மறைமுகமாகத் தடை ஏற்படுத்தினர். சிங்காரவேலர் அங்கம்மையாரை மணப்பதில் உறுதியாக இருந்து, தம் குடும்பத்தினரை இசைய வைத்துவிட்டார். அவ்வாறே, தம் தங்கையைச் சிங்காரவேலருக்கு மணம் செய்விக்கச் சுந்தர மூர்த்தியும் ஐம்புலிங்கமும் விரும்பினர். ஆனால், குடும்பங்களுக்கு அப்பாற்பட்ட ஊர் மக்கள் இருபிரிவுகளிலும் வேண்டாத எதிர்ப்பைத் தெரிவித்தனர். அதாவது பற்பல ஆண்டுகளாகக் கடைப் பிடித்து வரும் பழக்கத்தை எப்படிக் கைவிடுவது என்பதுதான் அவர்களின் எண்ணம். இருபிரிவினரும் பிரிந்திருந்தால், தன்னலவாதிகளாகிய பலர்க்கு அதில் இலாபம் உண்டு; அந்த இலாப வேட்டைக்காரர்கள் தாம் ஏதேதோ சொல்லித் திருமணத்திற்குத் தடையை ஏற்படுத்திக் கொண்டிருந்தனர். திருமணத்தைப் பற்றி இரு குடும்பத்தினரும் ஒத்துப்போக நினைத்தாலும், வெளியில் உள்ளவர்கள் அதற்குப் பெரும் எதிர்ப்பைக் காட்டிப் பிரச்சினையைத் திசை திருப்பினர்.

பெருஞ்செல்வரான சிங்காரவேலர், நடுத்தரக் குடும்பத்தில் பிறந்த அங்கம்மையாரை வற்புறுத்தி மணக்கிறார் என்று குற்றம் சாட்டினர்; மற்றொரு குற்றச்சாட்டையும் அவர்கள் கூறினர். அதாவது, இந்த மணத்தில் அங்கம்மையாருக்கு விருப்பம் இல்லையென்றும் ஒரு கதையைக் கட்டிவிட்டனர். பொய்க் குற்றச்சாட்டு, கிளம்பும்போது புயல் போல் கிளம்பும்; ஆனால் அதன் வாழ்வு சின்னாட்களே! சிங்காரவேலரின் திருமணத்திற்குத் தடை ஏற்பட வேறு சில காரணங்களும் உண்டு; பெரியபட்டினவர் சிறிது உயர்ந்தவர் என்ற போலியான நம்பிக்கை மீனவர்களிடத்தில் இருந்தது. பெருஞ் செல்வரும் பெரியபட்டினத்தைச் சார்ந்தவருமான சிங்காரவேலர் சின்னப்பட்டினப் பெண்ணை நன்றாகப்

பார்த்துக்கொள்வாரா? என்ற எண்ணமும் பெண் வீட்டைச் சார்ந்தவர்களுக்கு இருந்திருக்கக்கூடும். மேலும் சிங்காரவேலர் ஒரு நாத்திகர். நாத்திகரும், பெரிய பட்டினவருமான ஒருவருக்குப் பெண் கொடுத்துத்தான் ஆக வேண்டுமா? என்ற எண்ணமும் பெண் வீட்டைச் சார்ந்தவர்களுக்கும், அவ்வூர் மக்களுக்கும் இருந்திருக்கக் கூடும். இவற்றாலெல்லாம் மறைமுகமாகத் தடைகள் எழுந்திருக்கக்கூடும். எனவே இவையும் காரணமாகும் எனலாம்.

இத் திருமணத்துக்கு இவ்வாறெல்லாம் குடும்பத்திலிருந்தும் வெளியிலிருந்தும் எதிர்ப்புகளும், முணு முணுப்புகளும் தோன்றியதால் பஞ்சாயத்தைக் கூட்டி முடிவெடுக்கலாமென்று பெரியோர் முடிவெடுத்தனர். பெண் (அங்கம்மையார்) வாழும் ஊரைச் சேர்ந்தவர்களே இம் முடிவை எடுத்தனர். சிங்காரவேலர் அங்கம்மையை மணக்க உறுதி பூண்டு இருந்ததால் அவர் எதற்கும் ஆயத்தமாக இருந்தார். ஆதலின், பஞ்சாயத்து, இராயபுரக் கடற்கரையிலிருந்த தென்னந்தோப்பில் கூடியதாகத் திருமதி இராஜேசுவரி கூறியதாக முத்து. குணசேகரன் தம் நூலில் குறித்துள்ளார்.[4] பஞ்சாயத்து, கூடி ஆலோசனை செய்தது. சிங்காரவேலர் அங்கம்மையாரை வற்புறுத்தி மணக்கிறார் எனச் சிலர் கூறவே, அங்கம்மையாரின் அண்ணன்கள் அதனை மறுத்து அந்த அம்மையாருக்கு இந்தத் திருமணத்தில் உடன்பாடு உண்டென்றும், தங்களுக்கும் அதில் விருப்பமுண்டென்றும் கூறவே, அந்த முதல் குற்றச்சாட்டைப் பஞ்சாயத்து தள்ளுபடி செய்தது. அடுத்து, அங்கம்மையாருக்கு இத்திருமணத்தில் உண்மையில் விருப்பம் உள்ளதை எப்படி உறுதி செய்வது என்ற வினா எழவே மீண்டும் பஞ்சாயத்தினருக்குத் தயக்கம் ஏற்பட்டது. பின்னர் எல்லோரும் கூடி ஒரு முடிவை எடுத்தனர். அதாவது அங்கம்மையாரின் இசைவை அறிவதற்குப் பஞ்சாயத்தார் அவர் வீட்டிற்குச் செல்வதென்றும், சிங்காரவேலரை மணப்பதில் உண்மையில் அவருக்கு ஆர்வம் இருந்தால், அந்த அம்மையார் எல்லோருக்கும் தண்ணீர் வழங்க வேண்டுமென்றும், ஆர்வமில்லையென்றால் அவர்களுக்குத் தண்ணீர் வழங்கக்கூடாதென்றும் கூறி, அதனை முன்னதாகவே

மணமகளின் குடும்பத்தாரிடம் கூறிவிட்டனர். பின்னர், பஞ்சாயத்தார் அங்கம்மையார் இல்லத்துக்குச் சென்று அவரது முடிவை அறிய விரும்பினர். பஞ்சாயத்தார் வீட்டிற்குச் சென்றதும், அங்கம்மையார் அவர்களுக்குத் தண்ணீர் முகந்து கொடுத்தார். இதனால், சிங்காரவேலரை மணப்பதில் அவருக்கு உண்மையான விருப்பம் உள்ளதை உணர்ந்து திருமணத்திற்குப் பஞ்சாயத்தார் இசைவு அளித்தனர். ஒரே சமுதாயத்தில் (சாதியில்) உள்ளவரிடையே இருந்த பிரிவினருக்குள் நடந்த இந்த மணத்தைக் கலப்பு மணமாகக் கொள்ள முடியாது. ஆனால், அக்காலத்தில் இத்தனை எதிர்ப்புகளிடையே நடந்த இந்தத் திருமணம் புதுமைத் திருமணம், முற்போக்குத் திருமணம் எனக் கூறுவதே பொருத்தமானது. சரியானது.

குடும்ப வாழ்க்கை

சிங்காரவேலர், அங்கம்மையார் மண வாழ்க்கை சிறப்பாக இருந்தது; ஒருவரையொருவர் நன்கு புரிந்து கொண்டு வாழ்ந்தனர். சிங்காரவேலர் பொதுப் பணியில் இடையறாது தொடர்ந்து ஈடுபட்டு வந்தார். சிங்காரவேலர் அதிகம் படித்தவராக இருந்ததோடு மட்டுமன்றி, அரசியல் மற்றும் தொழிற்சங்கப் பணிகளுக்காக அடிக்கடி வெளி மாவட்டங்களுக்கும் வெளி மாநிலங்களுக்கும் சென்று வருபவராக இருந்தார். ஒரு நாளின் பெரும் பகுதியை அவர் பொதுத் தொண்டிற்காகவே செலவழித்து வந்தார். சிங்காரவேலர், சிறிதும் கவலையின்றிப் பொதுப்பணியில் ஈடுபட்டிருக்கிறாரெனில் அதற்கு முழுமுதற் காரணம் அவருடைய துணைவியாரே ஆவர். சிங்காரவேலரின் எழுத்துப் பணியையும், நாட்டுப்பணியையும் நாம் போற்றுகிறோமென்றால் அதற்கு நாம் முதலில் அவருடைய துணைவியாருக்கே நன்றி கூறியாக வேண்டும். அந்த அம்மையாரின் பெருமையைப் பின்னர் பார்ப்போம். அவர்களுடைய மக்கட் பேற்றைச் சற்று நோக்குவோம். 1899-ஆம் ஆண்டில் திருமணம் நடந்ததும், அந்த ஆண்டிலேயே அவர்களுக்கு ஆண் குழந்தை பிறந்தது. பிறந்தவுடன் அக்குழந்தை

இறந்துவிட்டது. இதனால் அவர்கள் பெரிதும் துயருற்றனர். அங்கம்மையாரும் அடிக்கடி நோய்வாய்ப் பட்டுள்ளார். இருப்பினும் தம் கணவருக்கும் செய்ய வேண்டிய உதவியை அவர் எந்நிலையிலும் சிறிதும் தளராது செய்து வந்தார். அதனால் அந்த அம்மையார் மீது சிங்காரவேருக்குப் பெரும் மதிப்பு இருந்து வந்தது. குழந்தை பிறந்தவுடன் இறந்து விட்டதால், தம் துணைவியாரின் உடல்நலம் கருதி, தம்முடைய மூத்த அண்ணனான சுப்புராயசெட்டியாரின் மூன்றாம் மகளான சிவகாமியின் பெண்குழந்தைகளான ஜெயபாய், சீத்தா ஆகிய இருவரையும் தத்துப்பிள்ளையாக ஏற்றுத் தாமே வளர்த்து வந்தார். ஜெயபாய், சீத்தா ஆகியோரின் தந்தையான ஜலகண்டி என்பவர் சிங்காரவேலருக்குப் பெரும் துணையாக இருந்துள்ளார்.

சிங்காரவேலரின் பொதுநலப் பணிக்கு ஜலகண்டி ஒரு நேர்முக உதவியாளர் போன்று உதவியுள்ளார். குடும்பவெளி வேலைகளை அவர்தான் கவனித்து வந்தார். சிங்காரவேலரின் நம்பிக்கைக்கு உரிய மனிதராக அவர் இருந்துள்ளார். ஜெயபாய், சீத்தா ஆகியோரின் எ்ல்லா வளர்ச்சிகளுக்கும் வேண்டியனவற்றைச் சிங்காரவேலர் செய்துவந்தார். தம் மருமகனான ஜலகண்டி காலமடைந்ததும், அவர் வாய்மொழியாகக் கூறுவதை எழுதுபவராக ஜெயபாய் இருந்துள்ளார். இந்த அம்மையாரே பின்னாளில் ஆங்கிலப் பேராசிரியராக விளங்கியவர். அண்ணன் பேத்திகளைத் தத்து எடுத்த பின்னர், நாளடைவில் சிங்காரவேலருக்கு ஒரு பெண் குழந்தை பிறந்தது; அக்குழந்தைக்குக் கமலா எனப் பெயரிட்டனர். அக்குழந்தைக்கு ஆசிரியரை வரவழைத்து வீட்டிலேயே கல்வி புகட்டினர். ஜெயபாய், சீத்தாவைப் போலக் கமலா மேற்கல்வி பெறவில்லை. அவர் அடிக்கடி நோய்க்கு ஆட்பட்டதே அதற்குக் காரணமென்று கூறப்படுகிறது. பின்னாளில் வேற்றுச் சாதியைச் சேர்ந்த கனகசபைக்குத் தம் மகள் கமலாவை மணம் செய்வித்துத் தம் வீட்டிலேயே அவர் வைத்துக்கொண்டார். கமலா- கனக சபை இணையருக்கு நாளடைவில் இரு ஆண் மக்களும், ஒரு பெண் மகளும் பிறந்தனர். அவர்கள் முறையே சத்தியன்,

நித்தியன், லட்சுமி ஆவர். இவர்களே சிங்காரவேலரின் நேர் வாரிசுகள் ஆவர்.

சிங்காரவேலருக்கு அருந்துணையாக இருந்த அங்கம்மையார் அடிக்கடி நோயில் விழுந்ததால் 1920-ஆம் ஆண்டில் காலமானார். அவர் காலமானது சிங்காரவேலரின் வாழ்க்கையில் பேரிடியாகும். எனினும் அவர் துன்பத்திலேயே மூழ்கிவிடாமல், முன்னிலும் வேகமாக அரசியல் பணியில் ஈடுபடலானார். அவருக்குப் பரந்த வாசிப்பும், விரிவான நோக்கும் இருந்ததால் தொடக்கத் திலிருந்தே இந்திய அரசியலையும் உலக அரசியலையும் உற்று நோக்கி வந்திருந்தார். 1890-ஆம் ஆண்டில் அவர் புத்த சிந்தனைகளையும் மேலை நாட்டுச் சிந்தனைகளையும் மகாபோதி சங்க வாயிலாக அறிமுகப் படுத்தியதோடு, சாதிமற்றும் வருண வேறுபாடுகளையும் எதிர்த்துப் பிரச்சாரம் செய்து வந்தார். இவற்றிற்கு அயோத்திதாஸ் பண்டிதரும், பேராசிரியர் இலட்சுமி நரசுவும் துணைநின்று பிரச்சாரம் செய்து வந்தனர்.

தம் மனைவி இறப்பதற்குச் சில ஆண்டுகளுக்கு முன்னர் தான் தேசிய விடுதலை இயக்கத்தில் தீவிரப் பங்கு பெறத் தொடங்கினார். மனைவி இறந்த பின்னர் அந்த வருத்தத்தில் முடங்கி விடாமல் மேலும் தீவிரமாக ஈடுபடலானார். இதற்கு அவரது பிற்காலத்திய போராட்டமே நல்ல சான்று; அதனைப் பின்னர்ப் பார்ப்போம். அங்கம்மையாரைப் பற்றி மேலும் சில கூற வேண்டியது மிக முக்கியம். சிங்காரவேலர் பொதுநலப் பணி காரணமாக இரவில் மிகக் காலம் கடந்து வருவார்; அவர் காலம் கடந்து வருவார் என்பதை அறிந்தும் அந்த அம்மையார் தூங்கச் செல்லாமல் விழித்துக் கொண்டே காத்திருப்பாராம். அப்படிக் காத்திருக்கும் வேளையில் புத்தகங்களைப் படித்துகொண்டு தூக்கம் வராமல் பார்த்து கொள்வாராம். அவர் உடல்நலம் குன்றிப் படுக்கையில் இருந்தாலும், வீட்டிற்கு அவர் வந்ததும் தம் கணவருக்கு இருமல் வந்தால், தம் இயலாமையைச் சிறிதும் கருதாமல், எழுந்து வந்து அவர் மார்பைத் தடவிக் கொடுப்பாராம். சில நேரங்களில் ஏக காலத்தில் இருவரும் நோய்க்கு ஆட்பட்டுத் துன்புற்றுள்ளனர். அங்கம்மையார்

தம் நலனைக்காட்டிலும், தம் கணவர் நலத்தில்தான் மிகுந்த ஈடுபாடு காட்டியுள்ளார். அங்கம்மையாரின் பண்புநலன்களைப் போற்றும் முறையில், அவர் காலமான பிறகு, அவரது கல்லறையில் சிங்காரவேலர் பொறித்த ஒரு பாடல் அந்த அம்மையாரின் அரிய குண நலத்துக்கு நல்ல எடுத்துக்காட்டாக உள்ளது. அக்காலத்தில் ஆங்கில வழிக் கல்வி கற்ற ஒருவர் அப்பாடலைப் பொறித்திருப்பது விந்தையாக உள்ளது.

"அடிசிற் கினியாளே அன்புடை யாளே
படிசொற் தவறாத பாவாய் - அடிவருடிப்
பின்தூங்கி முன்னெழும் பேதையே- போதியோ
என்தூங்கும் என்கண் இரா."

மனைவி இறந்த பின், கணவன் அவளின் அன்பையும் அருஞ்செயலையும் எண்ணி வருந்துவதாக அமைந்துள்ள பாடல் இது. இப்பாடல், வள்ளுவர், தம்முடைய மனைவியான வாசுகி இறந்தபோது பாடியதாகக் கூறப்படுவது; உண்மையில் இப்பாடல் வள்ளுவர் பாடிய பாடல் அன்று; வள்ளுவரின் மனைவி வாசுகி என்பதெல்லாம் பிற்காலத்தில் எழுந்த கட்டுக்கதை. இக் கதையைப் போன்ற வள்ளுவரைப் பற்றி செய்திகளையெல்லாம் ஆய்வாளர்கள் சிறிதும் ஏற்பதில்லை. இப்பாடல் மிகப் பிற்காலத்தில் ஒரு புலவரால் பாடப் பெற்றதாகும். அதனால்தான் இப்பாடல் "தனிப்பாடல் திரட்டில்" இடம் பெற்றுள்ளது. இப்பாட்லில் வரும் பொருளை நோக்கினால் சிங்காரவேலருக்கு அவருடைய மனைவி எப்படியெல்லாம் பணிவிடை செய்திருக்கிறார் என்பதை நன்கு உணரலாம்.

"அறுசுவை உணவை ஆக்குவதில் வல்லவளே; அன்பிற்குரியாளே! கணவனின் சொற்படி நடக்கும் நங்கையே; கணவன் உறங்கும்போது அவனது கால்களை மென்மையாக வருடி கணவன் எழுவதற்கு முன் தான் எழும் பேதையே; மறைந்து விட்டாயோ! இனி, என் கண்கள் எப்போது தூங்கும்?"

எனும் பொருளில் அமைந்த பாடல் இது; இப்பாடலில் பெண்ணின் பேரன்பு போற்றப்படுகிறது என்பதில் சிறிதும் ஐயமில்லை. முற்காலத்திற்கு அப்பாடல் ஓரளவு பொருந்தும். ஆனால் இக்காலத்திற்கு அப்பாடல் பொருந்தாது; பெண்ணுரிமை ஓங்கி ஒலிக்கும் இக்காலம் அதனை ஏற்காது. ஆனால், அந்த மென்மையான பாராட்டின் மூலம் பெண் மூளைக்கு ஆணாதிக்கம் அவள் இசைவுடேனே அவள் மூளைக்கு விலங்கிடுகிறது, என்பதையும் நாம் புரிந்துகொள்ள வேண்டும்.

அப்பாடல் தோன்றிய காலத்தில் அஃது ஓரளவு ஏற்கத் தக்கதாக இருக்கலாம். பெண்ணுரிமையும் சமத்துவ நோக்கும் ஓங்கி ஒலிக்கும் இந்நாளில் அதனை அப்படியே ஏற்க முடியாது. அப்படியேன்றால் சிங்காரவேலர் எப்படி ஏற்றார் என்ற ஐயம் நமக்கு எற்படலாம். இஃது உண்மையே! சிங்காரவேலரின் மனைவி 1920-இல் காலமாகி உள்ளார். அக்காலத்தில் இப்போதுள்ளது போல் பண்டைய நூல்கள் அக்காலத்தில் வெளிவரவில்லை; இதுவொரு காரணம். சிங்காரவேலரின் துணைவியாரும், இப்பாடலில் கூறப்பட்டிருப்பது போன்று, அவரின் "அடிவருடிப் பின் தூங்கி முன்னெழும் பேதையாகவே" இருந்துள்ளார். அவர் தமக்காகத் தம் துணைவியார் இரவில் விழித்துக்கொண்டு காத்திருக்கத் தேவையில்லையென்று பலகாலும் கூறியும் அந்த அம்மையார் அப்பழக்கத்தை விடவில்லை. அக்காலப் பெண்கள் அவ்வாறுதான் இருந்திருப்பார்கள் என்பதில் ஐயமில்லை. இந்தப் பாடலில் கூறியுள்ள குணங்கள் அப்படியே அந்த அம்மாவிடத்தில் இருந்ததால், அப்பாடலைச் சிங்காரவேலர் பொறித்திருக்கலாம்; இப்பாடலில் மறைவாகப் பெண்ணடிமைத்தனம் இருந்தாலும், வெளியே பெண்ணின் அருங்குணம் நன்கு வெளிப்படுகிறது. இந்தக் குணங்களின் அடையாளமாக அவர்கள் இருந்ததால் சிங்காரவேலர் அப்பாடலைக் கல்லறையில் பொறித்தார் போலும்.

சிங்காரவேலர் தொடக்கக் காலத்தில் தம் குடும்பத்தினரைப் போல வணிகத்தில் ஈடுபட்டு வெளி மாநிலங்களுக்கும், வெளிநாடுகளுக்குச் சென்றவராக

இருந்தாலும், அவர் பொதுநலப்பணியிலேயே நாட்ட முடையவராக இருந்தார். இதனால், 1900 - க்கு முன்னரே தம் சிந்தனைகளைப் பரப்பி வந்தார். இதனால் அவரது வணிக முயற்சி நாளடைவில் குன்றியது. அவருக்கு அம்முயற்சி குன்றியதால், அவருடைய இளைய அண்ணன் முனுசாமி செட்டியார் ஏற்கெனவே தமக்கு இருந்த பொறுப்புகளோடு அதனையும் ஏற்கலானார். மூத்த அண்ணன் வீட்டுப் பொறுப்புகளை முழுக்க முழுக்கக் கவனித்து வந்தார். இரு அண்ணன்களும் வீட்டுப் பொறுப்பையும், வணிகப் பொறுப்பையும் ஏற்றுக் கொண்டதால், சிங்காரவேலர் பெரிதும் படிப்பதிலும் சிந்திப்பதிலும், பொதுப் பணியாற்றுவதிலும் ஆர்வம்கொண்டு உழைத்துவரலானார். இந்நிலையே அவரை இறுதியில் தொழிற் சங்கப் பணியிலும், அரசியல் பணியிலும் கொண்டு சென்றது. சிங்காரவேலரின் வீடு அக்காலத்தில் இப்போதுள்ள வெலிங்டன் சீமாட்டி பயிற்சிக்கல்லூரி வளாகத்தில் (மெரினா கடற்கரை எதிரில்) பெரிய வளமனையாக இருந்துள்ளது.

அக் குடும்பத்தினருக்கு அக் கல்லூரியின் பின்புறமுள்ள நடுக்குப்பத்திலுள்ள பெரும் பகுதி நிலம் சொந்தமாக இருந்துள்ளது. சென்னையின் பல பகுதிகளில் அக்குடும்பத் துக்குச் சொத்து இருந்துள்ளது. குறிப்பாக, இராயபுரத்தில் இப்போதுள்ள தூய இராயப்பர் மேனிலைப் பள்ளிக்கு எதிரேயுள்ள காவலர் குடியிருப்பு முதல் வடக்கு நோக்கி பார்சி இனத்தவர் கல்லறை வரை அவர்களுக்கு நிலம் சொந்தமாக இருந்துள்ளது. சிங்காரவேலரின் அண்ணன் முனுசாமி செட்டியார் மாதந்தோறும் அங்கு வந்து. அங்குள்ள கட்டடங்களில் குடிக்கூலி வாங்கிச் செல்வார் என்று இராயபுரத்தில் வாழ்ந்த பெரியவர் ந. சண்முகனார் கூறியுள்ளார். மற்றும், சென்னை, தண்டையார் பேட்டையில் நீண்ட காலி நிலம் இருந்தது. அந்தக் காலி நிலத்தில் வெள்ளைத் தாமரை தொடக்கப் பள்ளி இருந்தது. அந்தப் பள்ளியை 1955-இல் பெரும்புலவர் ஐ. நடேசனார் நடத்தி வந்தார். அந்நிலம் சிங்காரவேலரின் குடும்பத்தினருடையதாம்! அந்தப் பள்ளிக்குப் பின்னர், அந்த இடம் கால் பந்து

விளையாட்டுத் திடலாக மாறியது. இப்போது அந்தத் திடலில் மருத்துவமனையும் (ESI மருத்துவமனை) வேறுபல நிறுவனங்களும் உள்ளன. இதனைப் போன்றே, தண்டையார் பேட்டையில் வ.உ.சி. நகர் பகுதியில், ஒரு பகுதி பெருந்தென்னைத் தோட்டம் இருந்தது. அக்காலத்தில் (1956) இல் 'ப' வடிவில் ஒரு குளம் இருந்தது. அந்தக் குளத்தை பானாகுளமென்று மக்கள் அழைப்பர். அக்குளத்திற்கு அருகில்தான் அந்தத் தோட்டம் இருந்தது. அந்தத் தோட்டப் பகுதியும் அக்குடும்பத்தினருக்குச் சொந்தமானது. இவ்வாறே, திருமயிலை, திருப்போரூர், திருவள்ளூர், திருவண்ணாமலை ஆகிய கோயில்களுக்கு அருகில் அக்குடும்பத்தினரின் அன்ன சத்திரங்கள் இருந்துள்ளன. சிங்காரவேரின் இறப்புக்குப் பின்னர் இந்தச் சொத்துகள் எப்படியோ, பிறர் கைக்கும் அரசு ஆளுகைக்கும் மாறிவிட்டன.

"பொய்யாய்ப் பழங்கதையாய்க் கனவாய்
மெல்லப் போன துவே"

என்று பாரதியார் வேறு சமயத்தில் கூறியது போன்று, சிங்காரவேலர் குடும்பத்தினரின் பெரும் சொத்தும், பொய்யாய், பழங்கதையாய்க் கனவாய் மெள்ளப் போய்விட்டது. அக்குடும்ப வாரிசுகள் அச்சொத்தைச் சிறிதும் அனுபவிக்க முடியாத நிலை உள்ளது. இந்நிலை உடனே மாறவேண்டும். பொருள் திரட்டுவதில் ஆர்வம் காட்டாமல், காலமுழுதும் மக்களுக்காகவும், நாட்டுக்காகவும் உழைத்த அப் பெரியவரின் சொத்தை, அம்மரபினர் அனுபவிக்க, தமிழக அரசு நடவடிக்கை எடுக்க வேண்டும்; அதுவும் விரைந்து எடுக்க வேண்டும். அவ்வாறு நடவடிக்கை எடுப்பது அப்பெருமகனாருக்குச் செய்யும் நன்றியாகும். தமிழக அரசு இதில் மிகுந்த கவனம் செலுத்தவேண்டும்.

சாதி மறுப்புத் திருமணங்கள்

சிங்காரவேலர் இளமைக்காலம் தொட்டே மாந்த நேயமும், எல்லாச் சாதியினரையும் சமமாகக் கருது இயல்பு கொண்டவராகவும் விளங்கியவர். அதனால்தான் தமிழகத்தில் தொன்று தொட்டு வழக்காற்றிலிருந்த சைவத்தையோ

வைணவத்தையோ அவர் விரும்பவில்லை; மாறாக, சாதிகளுக்கு எதிராகவும், வருணங்களுக்கு எதிராகவும், சமத்துவ உணர்வைப் போதித்த பௌத்தத்தையே அவர் விரும்பினார். அச்சமயம் அவரைக் கவர்ந்ததால், அவர் அக்கொள்கையைப் பின்பற்றலானார். இதனால், தம் வீட்டிலேயே மகாபோதி சங்கத்தை நிறுவிப் புதுமைக் கருத்துகளைப் பரப்பி வந்தார்.

பௌத்தக் கொள்கையையும், புத்தரின் தத்துவ உரையாடலையும் நோக்கினால், புத்தரின் கொள்கை எத்துணைச் சமத்துவம் நிறைந்தது என்பதை நன்கு உணரலாம். ஒரு முறை ஆசுவலாயனன் என்ற பார்ப்பனன், புத்தரிடம் விவாதிக்கும் போது, பார்ப்பனர் மற்ற வருணத்தாரைக் காட்டிலும் உயர்ந்தவரென்றும், அவர்கள் பிரம்மாவின் முகத்திலிருந்தும் உதித்தவர்களென்றும், அவர்களுக்கு மட்டுமே முக்தி கிடைக்கும் என்றும் கூறினார். புத்தர் அவற்றை மிகஎளிதாக மறுத்தார். அதாவது, "அந்தணர் பெண்கள் பூப்படைகிறார்கள்; பருவத்தில் மணம் செய்து கொள்கிறார்கள்; கருவுறுகிறார்கள்; குழந்தைகளைப் பெறுகிறார்கள்; பாலூட்டுகிறார்கள்; வளர்க்கிறார்கள்; இவற்றைப் போன்றே, அரசர், வணிகர், வேளாளர் ஆகிய வருணத்துப் பெண்களும் செய்கிறார்கள்; உண்மை இப்படியிருக்கப் பார்ப்பனர்கள் முகத்திலிருந்து பிறக்கிறார்கள் என்று கூறுவது எப்படிப் பொருந்தும்? என்றார் புத்தர்.

புத்தர் கூறியதைக் கேட்ட ஆசுவலாயனன், "என்ன இருந்தாலும் பார்ப்பன வருணத்தாரே உயர்ந்தவர்" என்றார். புத்தர் இதற்கும் இன்னொரு அருமையான உவமையைக் கொண்டு விளக்கினார். அதாவது, "உயர்ந்த மரமான சந்தனமரத்தைப் போன்ற மரங்களின் கடைக் கோலைக் கொண்டு தீயை உண்டாக்கினாலும், ஆமணக்குக் கடைக் கோலைக் கொண்டு தீயை உண்டாக்கினாலும் தீயின் தன்மை ஒன்றே" ஆகும் என்றார். பின்பு புத்தர் ஆசுவலாயனை நோக்கி ஒரு கேள்வி கேட்டார்." ஆசுவலாயனனே! உயர்ந்த மரத்தைக் கொண்டு பார்ப்பனர் கடைந்தால், அதில் எழும் தீ ஒளிரும், ஆனால், கீழான கோலைக்கொண்டு குடைந்தால்

அந்தத் தீ ஒளிராது என்று கருதுகிறாயா?" என்றார். அதற்கு ஆசுவலாயனன் "இரண்டு தீக்களும் ஒளிரும்; இரண்டும் ஒரே மாதிரியாகத்தான் இருக்கும்" என்றான். "அப்படியென்றால், வெவ்வேறு தாய்களிடமிருந்து பிறக்கும் குழந்தைக ளிடத்தில் உயர்வு-தாழ்வு கற்பிக்கலாமா?" என்றார் புத்தர், பார்ப்பனனான ஆசுவலாயனன் இதனைக் கேட்டு வாயடைத்து நின்றான்.

புத்தரின் உண்மையான உறுதியான அரிய கருத்துகளைக் கேட்ட ஆசுவலாயனன் இறுதியில் புத்த சமயத்தில் சேர்ந்து விடுகிறான். இச்செய்தி மஜ்ஜிம நிகாயத்தில் உள்ளது. புத்தரின் இந்த முற்போக்கான சமத்துவச் சிந்தனைகளால், தோட்டியாக வாழ்ந்த **சுனிதாவும்** பறையரான **சோபாகவும்** நாவிதரமான உபாலியும் சங்கத்தில் சேர்ந்து பிட்சுகளாக மாறினர். புத்தர் **தம்மபதத்தில்** கூறியிருப்பது இங்கு நோக்கத்தக்கது.

> "ஒருவன் அந்தணனாவது சடைத்தலையால் அன்று; தன் குலத்தால் அன்று; பிறப்பினால் அன்று; எவனிடமும் சத்தியமும் தருமமும் நிலைத்துள்ளனவோ அவனே பாக்கியவான்; அவனே அந்தணன்" *-391*
>
> "தாயைக் கொண்டோ குலத்தைக் கொண்டோ ஒரு மனிதனை நான் அந்தணன் என்று கூறுவதில்லை"[5] *-394*

புத்தரின் இந்தச் சமத்துவச் சிந்தனைகளால் சிங்காரவேலர் சமத்துவ உணர்வும், பொதுமை நோக்கும் கொண்டு விளங்கினார். சிங்காரவேலரின் திருமணம் முற்போக்குத் திருமணம் என்பதை முன்னரே கண்டோம். அவர், தம் குடும்பத்தில் சிலருக்குச் சாதிமறுப்புத் திருமணங்களைச் செய்துள்ளார். தம் ஒரே மகளான கமலாவுக்கு வேறு சாதியைச் சேர்ந்த கனகசபைக்கு மணம் செய்து கொடுத்துள்ளார். கனகசபை சிறந்த விளையாட்டு வீரர்; இந்த வாழ்க்கை இணையாருக்குச் சத்தியன், நித்தியன், இலட்சுமி எனும் மூன்றுபேர் பிறந்துள்ளனர். இவர்களில் இலட்சுமி அம்மையார் த. வேணுகோபால் என்பவரைச் சாதிமறுப்புத் திருமணம் செய்து கொண்டார். சிங்காரவேலர் தாம் தத்துஎடுத்து வளர்த்து வந்த அண்ணன் மகள்

சீத்தாவை ஆங்கிலேயரான பிலிப்ஸ் ஸ்பிரேட் என்பவர்க்குச் சாதி-இன-மத மறுப்பு மணம் செய்வித்துள்ளார்.

இந்தப் பிலிப்ஸ் ஸ்பிரேட் என்பவர் அன்னிபெசண்ட் அம்மையாரைப் போல் இங்கிலாந்திலிருந்து நம் நாட்டிற்கு வந்தார்; அவர் நம்நாட்டுத் தேசிய விடுதலையில் பங்கேற்றுப் போராடி வந்தார்; இவர் நம் நாட்டுத் தேசிய விடுதலையில் பங்கேற்றுப் போராடி வந்தவர். இவர் சென்னையில் சிங்காரவேலர் வீட்டிலேயே தங்கிப் பற்பல போராட்டங்களில் ஈடுபட்டு வந்தார். அவருடன் பழகியதால். இவரும் பொதுவுடைமை வாதியாக மாறினார். பல போராட்டங்களில் தீவிரமாகப் பங்கேற்றதால், ஆங்கில அரசால் பின்னர் மீரட் சதி வழக்கில் சேர்க்கப்பெற்றுச் சிறையில் அடைக்கப்பட்டார். அவர் சிங்காரவேலர் வீட்டில் தங்கியிருந்தபோது அவருக்கும் சீத்தா அம்மையாருக்கும் காதல் ஏற்பட்டது. இந்தக் காதலை அறிந்த சிங்காரவேலர் பதற்றமடையாமல், மாறாக மகிழ்ந்து, தம் பேத்தியை அந்த ஆங்கிலேயருக்குத் திருமணம் செய்வித்தார். பிலிப்ஸ் ஸ்பிரேட் இறுதிவரை இந்தியாவையே தாயகமாககொண்டு வாழ்ந்து மறைந்தார். ஸ்பிரேட் இணையருக்கு, மோகன் ஸ்பிரேட், ஆர்ஜுன் ஸ்பிரேட், சிவராமன் ஸ்பிரேட் என்ற ஆண் மக்கள் உள்ளனரென்றும் இவர்களின் தந்தையான பிலிப்ஸ் ஸ்பிரேட் தமிழகத்திலேயே இயற்கை எய்தினாரென்றும் அவரது கல்லறை, கீழ்ப்பாக்கத்திலுள்ள கிருத்துவக் கல்லறையில் இப்போதும் இருப்பதாக முத்து. குணசேகரன் தம் நூலில் குறித்துள்ளார்.

பிலிப்ஸ் ஸ்பிரேட் என்பவரைப் போன்றே, தேசியப் பேராட்ட வீரராக விளங்கிய நீலகண்ட பிரம்மச்சாரி திருவல்லிக்கேணியில் (துளசிங்கப் பெருமாள் கோயில் தெரு) வாழ்ந்து கொண்டிருந்தாலும், அவ்வப்போது பலநாட்களாகச் சிங்காரவேலரின் வீட்டிலேயே தங்கி விடுவது வழக்கமாம். நீலகண்ட பிரம்மச்சாரியின் அஞ்சாமையும், போராட்டக் குணமும் சிங்காரவேலரைப் பெரிதும் கவர்ந்திருந்தன. இதனால் நீலகண்ட பிரமச்சாரி பால் அவருக்கு மிகுந்த அன்பு இருந்தது. இந்த அன்பினால், சிங்காரவேலர் பிரம்மச்சாரியை அணுகி, தம் பேத்தியை மணக்குமாறு வெளிப்படையாகக்

கேட்டு அதற்குப் பிரம்மச்சாரி தான் விடுதலைப் போராட்டத்தில் ஆழ்ந்த ஈடுபாடு கொண்டுள்ளதால், திருமணமே செய்து கொள்வதாக இல்லை என்றாராம். சிங்காரவேலரும் அவரை மேலும் வற்புறுத்தாமல், பிரம்மச்சாரியின் கருத்தை ஏற்றாராம். இதனைப் பாரதி ஆய்வாளர் ரா.அ. பத்மநாபன் தாம் எழுதிய நூலில் குறித்துள்ளார்.[6]

சிங்காரவேலர் அக்காலத்திலேயே சாதி மறுப்பு மற்றும் மத-இன மறுப்புத் திருமணத்தில் எத்துணை ஈடுபாடு கொண்டுள்ளார் என்பதை நன்கு உணரலாம். இங்குக் குறிப்பிட்ட திருமணங்களை அடுத்து வேறு சில சாதி மறுப்பு மணங்களும் அவர் குடும்பத்தில் நடந்துள்ளன. இது குறித்து நெ.து. சுந்தரவடிவேலும் தம் நூலில் குறித்துள்ளது ஈண்டு ஒப்பு நோக்கத்தக்கது.[7]

சாதி மறுப்புத் திருமணத்தால் (கலப்பு மணத்தால்) மட்டும் சாதி வேற்றுமையை அடியோடு ஒழித்துவிட முடியாது என்பதில் அவர் தெளிவாக இருந்தார். கலப்புத் திருமணங்களால் புதியவொரு பிரிவும் (சாதி) ஏற்பட்டு, மற்ற சாதிகளிலிருந்து அது அந்நியப்பட்டும் நின்று விடுகிறது. அதாவது கலப்பு மணம் செய்தவர்களுக்குப் பிறக்கும் மக்களை, மற்றச் சாதியிலுள்ளோர் மணக்க அஞ்சுகின்றனர்; தயங்குகின்றனர். இதனால் அம்மக்களுக்குத் திருமணம் நடப்பதில் தடை ஏற்பட்டு விடுகிறது இதனால் மணம் நடைபெற, காலத்தாமதம் ஏற்படும் ஆபத்தும், அதனால் திருமணம் வேண்டவே வேண்டாம் என்ற மனநிலையும் ஏற்பட்டுவிடுகின்றன. சாதி வேற்றுமையை ஒழிப்பதற்கு அவர் எண்ணற்ற அரிய கட்டுரைகளை வரைந்துள்ளார். "சாதியொழிப்புக்குக் கலப்பு மணம் ஒரு மார்க்கம்" எனுந் தலைப்பில் ஒரு கட்டுரையையும் அவர் வரைந்துள்ளார். எனினும் கலப்பு மணத்தோடு மனித சமூகம் நின்றுவிடாமல், பகுத்தறிவுக் கொள்கைகளையும், விஞ்ஞான கருத்துகளையும் பரப்பி, சாதியின் பொய்த் தோற்றத்தை ஒழிக்க வேண்டுமென்றும், சாதியும் தீண்டாமையும், வருணமும் பொருளாதார வேற்றுமையாலும், ஆதிக்க உணர்வாலும் உருவாக்கப்பட்டவை என்றும் அவற்றை யொழிக்க சமதர்ம ஆட்சி ஏற்படல்

வேண்டுமென்றும் அவர் மிகச் சரியாகக் கணித்திருந்தார். அவற்றை அவரது பல கட்டுரைகளில் காணலாம்.[8]

வழக்குரைஞர் தொழில்

சிங்காரவேலர் மிகப் பிற்பட்ட சமூகத்தில் பிறந்தவர். அவர் குடும்பம் செல்வக் குடும்பமாக இருந்தாலும், அவர் பிறந்த மீனவர் சமூகம், கல்வியிலும், பொருளாதாரத்திலும், கலாசாரத்திலும் மிகவும் பின் தங்கிய சமூகம். இக்காலத்திலும் அச்சமூகத்தின் நிலை அதே நிலைதான் உள்ளது. இக்காலத்திலேயே இப்படியென்றால் அக்காலத்தில் எப்படியிருந்திருக்கும் என்பதைக் கூற வேண்டியதில்லை; பொதுவாக, அச்சமூகத்தில் செல்வம் இருக்குமாயின், கல்லூரிப் படிப்பை விரும்பாது, செல்வத்தை அனுபவிக்கவே விரும்புவார்கள். அக்காட்சியை இந்நாளிலும் அச்சமூகத்தில் காணலாம். ஒருகாலத்தில் மீனவர்கள், மீன்பிடிப்பதற்காகக் கட்டுமரங்களையும், நாட்டுப் படகுகளையுமே பயன்படுத்தி வந்தனர். 1960-க்குப் பின்னர்த் தமிழக அரசால் விசைப் படகுகள் அறிமுகப்படுத்தப் பட்டவுடன் அவற்றைக் கொண்டு நிறைய மீன் பிடித்ததால், அவர்களுள் சிலர் செல்வர்களாக மாறினர். ஆனால், அச்செல்வத்தைக் கொண்டு அவர்கள் தங்கள் மரபினரை அத்தொழிலிலேயே ஈடுபடுத்தினர். இவற்றால், அச்சமூகத்தில் பெரும்பாலோர் உயர்நிலைக் கல்வியையோ கல்லூரிக் கல்வியையோ பெற முடியாத சூழல் ஏற்பட்டுவிட்டது. ஆனால், இக்காலத்தில் அந்நிலை சிறிதுசிறிதாக மாறிக் கொண்டிருக்கிறது.

சிங்காரவேலர் காலத்தில் மீனவர் சமூக இளைஞர்கள் வயது வந்ததும் பள்ளிக்குச் செல்லாமல், தம் தந்தையுடன் துணையாக மீன்பிடிப்பதற்கே சென்று விடுவர்; அக்காலத்தில் பள்ளிகளும் குறைவு; அவர்களுக்குப் படிக்கும் ஆர்வமும் குறைவு. தந்தையுடனோ மற்றவர்களுடனோ மீன் பிடிக்கச் சென்றால் அவர்களுக்கு இளம் வயதிலேயே ஓரளவு வருமானம் கிடைத்து விடும். இந்தச் சொற்பவருமானம் குடும்பத்தினருக்கு ஓரளவு ஆதரவாக இருந்ததால், குடும்பத்தினரும் அவர்களைப் பள்ளிக்கு அனுப்புவதில்லை;

இதனால் அச்சமூகத்தில் கல்வி குறைந்தே இருந்தது. சிங்காரவேலரின் இரு அண்ணன்கள்கூட, பட்டப்படிப்புப் படிக்காதவர்களே என்பது குறிப்பிடத்தக்கது. ஏன்-சிங்காரவேலரே கூடப் பள்ளிக் கல்வி முடிந்ததும் உடனே கல்லூரிக் கல்விக்குச் செல்லாமல் தம் குடும்பத் தொழிலில்தான் ஈடுபட்டுள்ளார். ஆனால், எப்படியோ சிலகாலம் கழித்த பிறகு அவர் கல்லூரிக் கல்வியைத் தொடர்ந்துள்ளார். பட்டப்படிப்பை முடித்த பிறகு, சட்டப் படிப்பையும் முடித்துள்ளார். அவர், கல்லூரிக் கல்வியைத் தொடராதிருந்தால், நமக்கு அவர் சிந்தனைச் சிற்பியாகக் கிடைத்திருப்பாரா என்பது ஐயமே.

1907-ஆம் ஆண்டில்தான் அவர் வழக்குரைஞராக உயர்நீதிமன்றத்தில் பதிவுசெய்து கொண்டுள்ளார். 1894-இல் சென்னை மாநிலக் கல்லூரியில் இளங்கலைப் பட்டம் (B.A.,) பெற்ற அவர், எந்த ஆண்டில் பி.எல். பட்டம் பெற்றார் என்பது தெரியவில்லை; அவர் வரலாற்றை எழுதிய கே. முருகேசனும், சி.எஸ். சுப்பிரமணியமும் கூட அந்த ஆண்டை குறிப்பிட வில்லை. சிங்காரவேலர் தமது 47- ஆம் வயதில்தான் சென்னை உயர்நீதி மன்றத்தில் பதிவு செய்துள்ளார். பட்டப் பதிவுக்கும் உயர்நீதிமன்றப் பதிவுக்கும் இடையே 17 ஆண்டுகள் காலத்தாழ்வு ஏற்பட்டுள்ளது. அவரது வணிகமும், பொது நலவாழ்க்கையும்தாம், அதற்குக் காரணமாக இருந்திருக்கக் கூடும்.

அவர் குற்றவியல்துறை வழக்குரைஞராக இருந்துள்ளார். அக்காலத்தில் சிறந்த வழக்குறிஞர்களாகவும், புகழ் பெற்றவர்களுமாகவும் விளங்கிய துரைசாமி அய்யர், வி.என். சர்மா போன்றவர்களால் இவர் பாராட்டப்பட்டிருக்கிறார் சிங்காரவேலரின் பரந்த நூற் பயிற்சியும், கூர்த்த மதியும், பொது அனுபவமும் அவரைச் சிறந்த வழக்குரைஞராக மாற்றியிருக்கும். மூத்த வழக்குரைஞர்களால் அவர் பாராட்டப் பெற்றதற்குக் காரணம் அவையேயாகும். அவரது அலுவலக அறை நேத்தாஜி சுபாஸ் சந்திரபோஸ் சாலையில் அக்காலத்திலிருந்த ஜேக்கப் அண்டு கம்பெனியின் மாடியில் இருந்துள்ளது. அக்கம்பெனி இப்போதுள்ள ஒய்.எம்.சி.ஏ., கட்டடத்துக்குப் பக்கத்தில் சிறந்து விளங்கிய கம்பெனியாகும்.

மேனாட்டு முறையில் விழாக்களுக்கு விருந்து தயாரிப்பதில் அக்கம்பெனி முன்னிலையில் இருந்துள்ளது. சிங்காரவேலர் இயல்பாகவே கூர்த்த மதியுடையவதாக இருந்ததால், சிறந்த வழக்கறிஞராக இருந்துள்ளார். இதனால் இவரிடம் எண்ணற்ற வழக்குகள் வந்துள்ளனவாக கே. முருகேசனும், சி.எஸ். சுப்பிரமணியமும் தங்களுடைய நூலில் குறிப்பிட்டுள்ளனர். சென்னையில் மட்டுமேயன்றி, மதுரை, தஞ்சை, திருச்சி போன்ற பல மாவட்டங்களிலிருந்தும் இவருக்கு வழக்குகள் வந்து குவிந்துள்ளன. குடும்ப வழக்குகள் வந்தபோது அவர் கூட்டுமானவரை இருதரப்பாரையும் அழைத்துப் பேசி சமாதானம் செய்துள்ளார். உள்ளூர் வழக்குகளுக்குப் பஞ்சாயத்து வைத்துத் தீர்த்துள்ளார்.

வழக்குரைஞராக இருந்தபோதும், மனச்சான்றைப் போற்றி வாழும் மனிதராகவே இருந்துள்ளார். சட்டம் பொதுமக்களுக்குப் பயன்பட வேண்டுமென்பதற்காக அத்தொழிலில் அவர் ஈடுபட்டுள்ளார். சில நேரங்களில் குற்றமற்றவர்களும் சட்டத்தால் தண்டிக்கப்படுவதால் அவரது பொதுநல அக்கறை அத்தொழிலில் ஈடுபட வைத்திருக்கும். வழக்குரைஞர் தொழிலில் ஈட்டிய வருமானத்தைக் கொண்டு மயிலையிலுள்ள முண்டகக்கண்ணி அம்மன் கோயில் தெருவில் ஒரு வீட்டையும், திருவான்மியூரில் ஒரு பண்ணை வீட்டையும் வாங்கியுள்ளார். ஒவ்வொரு வாரமும், சனிக்கிழமைதோறும், மாட்டு வண்டியில் புத்தகங்களோடு திருவான்மியூருக்குச் சென்று திங்கட்கிழமை காலை திரும்புவதை அவர் வழக்கமாகக் கொண்டிருந்திருக்கிறார். எண் 22., தெற்குக் கடற்கரைச் சாலையில் (வெலிங்டன் சீமாட்டி கல்லூரி வளாகம்) குடியிருந்தபோது அரசியல் காரணமாக அவருக்கும் அந்நிய அரசுக்கும் இடையே ஏற்பட்ட மாறுபாட்டால் சிங்காரவேலர் அங்கிருந்து வெளியேற்றப்பட்டுள்ளார். பின்னர் அவர் முண்டகக் கண்ணியம்மன் கோயில் தெருவில் தாம் வாங்கிய வீட்டில்தான் இறுதிவரை வாழ்ந்துள்ளார்.

கடற்கரைச் சாலை இல்லம்

தெற்குக் கடற்கரைச் சாலையிலுள்ள சிங்காரவேலரின் வளமனையில் சில குறிப்பிடத்தக்க நிகழ்வுகள் நடந்துள்ளன.

1918-ஆம் ஆண்டில், திருவல்லிக்கேணி, மயிலை ஆகிய ஊர்களில் ப்ளேக் காய்ச்சல் பரவியபோது பலர் மாண்டனர். காய்ச்சல் வேகமாகப் பரவிக்கொண்டிருந்தது; இதனால் மக்களிடத்தில் பெரும் பீதி பரவியது. அக்காலம் முதல்உலகப் போர் நடந்துகொண்டிருந்த காலமாதலால், பற்பலர் சென்னையை விட்டுச் சிற்றூர்களுக்குச் சென்றுவிட்டனர். அவர்களுள் மருத்துவர்களும் அடக்கம். இந்நிலையில், அவர் அரசாங்க உதவியை மட்டும் நம்பியிராமல், தம் இல்லத்திலேயே நோயாளிகளைத் தங்க வைத்து மருத்துவர்களைக் கொண்டு தகுந்த சிகிச்சை அளித்துள்ளார்; அவர்களுக்கு அந்நாளில் வேண்டிய உணவையும் அவர் வழங்கியுள்ளார். பிளேக் காய்ச்சல் குறித்து இந்து ஆங்கில நாளேட்டில் 20-12-1918இல் கட்டுரையும் எழுதியுள்ளார். பல்வேறு தகராறுகளை ஒட்டிப் பஞ்சாயத்துகள் அவ்வீட்டில் நடந்துள்ளன.

நாகப்பட்டினத்திலிருந்து சென்னைக்கு வந்துவிட்ட கே. முருகேசன், அந்த வீட்டில் வளர்ந்தவர் என்பது குறிப்பிடத் தக்கது. அவர் சிங்காரவேலருக்குப் பல்வேறு பணிகளுக்குத் துணையாக இருந்துள்ளார். இவரே பின்னாளில் சென்னை மாவட்ட கம்யூனிஸ்ட் கட்சி செயலாளராகவும் இருந்துள்ளார். இவரே சிங்காரவேலரின் வரலாற்றையும், அவரது அரிய எழுத்துகளையும் நூலாக வெளிக்கொணர்ந்தவர். இந்நூலாக்கத்தில் சி.எஸ். சுப்பிரமணியமும் சிலவேளைகளில் அவருக்குத் துணையாக இருந்துள்ளார். சாமுவேல் ஜான்சனுக்கு பாஸ்வெல் என்ற அரிய மாணவர் கிடைத்ததுபோல், சிங்காரவேலருக்கு கே. முருகேசன் கிடைத்தார் எனலாம். ஜான்சனைப் பற்றிப் பாஸ்வெல் வாழ்க்கை (A Life) என்ற நூலெழுதி ஜான்சனின் புகழை நிலைபெற வைத்தது போல, சிங்காரவேலரின் வரலாற்றை வெளிக்கொணர்ந்ததோடு அவருடைய எழுத்துகளையும் பல நூல்களாக வெளியிட்டு, அவர் புகழை நிலைக்க வைத்தவர் கே. முருகேசனே ஆவர். பின்னாளில் (1980-க்குப் பின்னர்) சிங்காரவேலரைப் பற்றி முனைவர் பட்டத்திற்காக ஆய்வு செய்து “சிங்காரவேலரின் வாழ்வும் பணியும்” எனுந் தலைப்பில் நூலைக் கொணர்ந்தார் பேரா. முத்து. குணசேகரன்.

1927-ஆம் ஆண்டு டிசம்பர் திங்களில், சென்னையில் டாக்டர் அன்சாரி தலைமையில் அகில இந்தியக் காங்கிரசு கட்சி மாநாடு எழும்பூரில் நடந்தது. இந்த மாநாட்டில் பல முக்கிய முடிவுகள் எடுக்கப்பட்டன. 1922-ஆம் ஆண்டில் கயாவில் நடந்த மாநாட்டில் சிங்காரவேலர் முதன் முதலாகப் பூரண சுதந்திரம் குறித்துத் தீர்மானம் கொண்டு வந்தார். அத்தீர்மானம் அங்கு விவாதிக்கப்பட்டதே தவிர முழுமையாக ஏற்கப்படவில்லை. பின்னர் நடைபெறும் மாநாடுகளில் அதைப் பற்றி முடிவெடுக்கலாம் என்று விட்டுவிட்டனர். பின்னர் அந்தத் தீர்மானத்தைச் சென்னை மாநாட்டில் முடிவெடுக்கத் தலைவர்கள் ஒருமனதாக எண்ணியிருந்தனர். இந்நிலையில் அப்போது காங்கிரஸ் கட்சியில் இடதுசாரி தலைவர்களாக இருந்த தோழர்கள் எஸ். ஏ. டாங்கே, முஹபர் முகமது, எஸ்.எஸ். மிராஜ்கர், கே. என் ஜோக்லேகர், ஆர். எஸ். நிம்ப்கார், தரணி கோஸ்சுவாமி எஸ். வி. காட்டே கோபால் பாசக் போன்றோர் சிங்காரவேலர் வீட்டில் தங்கிச் சில முக்கியத் தீர்மானங்களைப் பற்றி முடிவெடுத்துள்ளனர்.[9] இவர்கள் அனைவரும் ஜவர்கலால் நேருடன் தொடர்பு கொண்டு அத்தீர்மானங்களை அவரைக் கொண்டே முன்மொழிய வைத்துள்ளனர். அந்த மாநாட்டில் தான் பூரண சுதந்திரம் பற்றி விவாதிக்கப்பெற்று ஒட்டுமொத்தமாக நிறைவேற்றப்பெற்றது.

இந்த மாநாட்டில்தான் சைமன் கமிசன் புறக்கணிப்புக்கும், பாதுகாப்புக் கைதிகளைச் சிறையிலிருந்து விடுவிக்க வேண்டுமென்றும் தீர்மானங்கள் கொண்டுவரப்பட்டு நிறைவேற்றப்பட்டன. இந்த மாநாட்டில் மற்றொரு புதுமையும் நடந்தது. அதாவது இந்த மாநாட்டில் திரட்டப்பட்ட நிதியைக் கொண்டுதான், தேனாம்பேட்டையில் காங்கிரசு கட்சி அலுவலகத்திற்காகத் தேனாம்பேட்டைத் திடல் வாங்கப்பெற்றது என்பது குறிப்பிடத்தக்கது. 1927-இல் நடந்த காங்கிரசு மாநாட்டில் முக்கியத் தீர்மானங்கள் கொண்டுவர அவரது இல்லம் ஒரு பாசறையாக விளங்கியுள்ளது. சைமன் கமிசன் சென்னைக் கடற்கரை வழியாக வரும்போது இந்த இல்லத்தின் மாடியிலிருந்துதான் சிங்காரவேலர் தடையை

மீறிக் கருப்புக் கொடி காட்டியுள்ளார். எம்.என். ராய் புதிய கட்சியைத் தோற்றுவித்த போது, சென்னைக்கு வருகை புரிந்து சிங்காரவேலரிடம் உரையாடி அவரது ஆதரவைக் கேட்டுள்ளார். ஆனால் சிங்காரவேலர் அதனை மறுத்து விட்டார். அந்தச் சந்திப்பு இந்த இல்லத்தில் தான் நடந்துள்ளது. மேலும் இந்த இல்லத்தில்தான் வரலாற்றுச் சிறப்புமிக்க தொழிலாளர் திருநாளான மே நன்னாளை அவர் சிறப்பாகக் கொண்டாடி உள்ளார். இந்தியாவிலேயே மே தினத்தை முதன்முதலாக அவர்தான் 1.5.1923இல் கொண்டாடினார். அவ்விழாவை அவர் ஆண்டுதோறும் கொண்டாடியுள்ளார். அம்முறையில் 1.5.1927 அன்று கடற்கரைச் சாலையிலுள்ள தம் இல்லத்தில் சக்கரைச் செட்டியார் போன்ற தொழிற்சங்கத் தலைவர்களை அழைத்து மே திருநாளைச் சிறப்பாகக் கொண்டியுள்ள்ார். அவ்விழாவில் எண்ணற்ற தொழிலாளர்களும் பங்கேற்றுள்ளனர். விழாவில் கலந்து கொண்ட அனைவருக்கும் சிற்றுண்டி அளிக்கப்பட்டுள்ளது. வீட்டில் கொண்டாடியதுடன் நிறுத்திக்கொள்ளாமல், அன்று மாலையே சென்னைக் கடற்கரையில் டாக்டர் பி.வரதராசுலு நாயுடு அவர்களின் தலைமையில் எல்லாத் தொழிலாளர்களும் பங்கேற்கும் அளவில் மே நாளை மிகச் சிறப்பாகக் கொண்டாடியுள்ளார். மாமேதை இலெனின் காலமானபோது அந்த இல்லத்தில், கொடி அரைக் கம்பத்தில் பல நாட்களாகத் தொங்கவிடப் பட்டுள்ளது. சிங்காரவேலர் நிறுவிய இந்தியத் தொழிலாளர் - விவசாயி கட்சியின் சார்பாக, இலெனின் மறைவையொட்டி இந்தியா எங்கும் இரங்கற் கூட்டங்களை நடத்தி அவருக்குப் புகழஞ்சலி செலுத்துமாறு கேட்டுக் கொள்ளப்பட்டடுள்ளது. இவ்வாறு பல அரிய நிகழ்வுகள் இந்த வீட்டில் நிகழ்ந்துள்ளன.

இவர் வழக்குரைஞராக இருந்ததால், தமிழகத்தில் சக்கரைச் செட்டியார், சர்சி.பி. இராமசாமி அய்யர் சி. இராஜகோபாலாச்சாரி போன்றவர்கள் நண்பர்களாக இருந்துள்ளனர். 1907- முதல் 1920 - வரைஅவர் பல்வேறு பொதுப்பணிகளுக்குகிடையே வழக்குரைஞராகப் பணியாற்றி யுள்ளார். அதாவது பதினான்காண்டுகள் வழக்குரைஞராக இருந்துள்ளார். ஜாலியன் வாலாபாக் படுகொலை, ரௌலட்

சட்டம் ஆகியவற்றை எதிர்த்து காந்தியடிகள் ஒத்துழையாமை இயக்கத்தைத் தொடங்கினார். அரசின் அநியாய சட்டங்களை எதிர்த்துப் போராட வேண்டுமென்றும், அந்த ஆட்சிக்கு எந்நிலையிலும் ஒத்துழைப்புக் கொடுக்ககூடாதென்றும், அதன் பொருட்டு 1920-ஏப்ரல் 6-முதல் 13-வரை ஒத்துழையாமைத் தேசியவாரம் கொண்டாடப் பெற வேண்டுமென முடிவெடுக்கப்பட்டது. அம்முடிவுடன் ஆங்கில ஆட்சி வழங்கிய பதவிகள், பட்டங்கள், துறத்தல், உள்ளாட்சி அமைப்புகளிலிருந்து விலகல், அரசாங்க அலுவல்களைப் புறக்கணித்தல், அரசுக்குச் சொந்தமான கல்லூரிகளையும், பள்ளிகளையும் புறக்கணித்தல், அயல்நாட்டுப் பொருள்களைப் புறக்கணித்தல், ஆங்கில ஆட்சியின் கீழுள்ள நீதிமன்றங்களையும், வழக்குகளையும் புறக்கணித்தல் ஆகியவற்றை உறுதியாகக் கடைபிடிக்க வேண்டி காந்தியடிகள் அறிவித்தபோது, சிங்காரவேலர் உடனே ஒத்துழையாமையைக் கடைபிடிக்க வேண்டியே சென்னைக் கடற்கரையில் தம் வழக்கறிஞர் அங்கியைத் தீயிட்டுக் கொளுத்தினார். அன்றிலிருந்து வழக்குரைஞர் தொழிலைத் துறந்தவர், அதனை இறுதிவரை கடைபிடித்தார். எனினும், சில முக்கிய வழக்குகளுக்காக அவர் சில போழ்து வழக்காடியுள்ளார். அவ்வழக்குகளுக்காக அவர் நீதிமன்றம் சென்றது வருவாய்க்காக அன்று; அநீதிக்கு எதிராகவும், விடுதலைப் போராட்டத்திற்காகவும் அவர் உயர்நீதிமன்றத்தில் மீண்டும் வாதாடி உள்ளார். எடுத்துக் காட்டிற்காக ஒன்றை நோக்குவது ஏற்றது.

நீல் சிலையை அகற்ற வேண்டுமென்று விடுதலைப் போராட்ட வீரர்கள் தொடர்ந்து போராடியபோது, அந்நிய ஆங்கில ஆதிக்கம் அவர்களைச் சிறையில் அடைத்தது. சிறையில் அடைக்கப்பெற்ற வீரர்கள் சிறையில் இருந்தார்களே அல்லாமல், தங்களின் தண்டனையை எதிர்த்து அவர்கள் வழக்காட விரும்பவில்லை; அது தேவையில்லையென்றும் அவர்கள் கருதினர். ஆனால், வெளியே இருந்த காங்கிரசு காரர்களில் ஒரு பகுதியினர், சிறைத் தண்டனையை எதிர்த்து வழக்காட வேண்டுமென்று எண்ணினரேயன்றி அதனைத்

துணிவாக வெளியே கூறவில்லை. ஒரு பகுதியினர் சிறைத்தண்டனையை எதிர்த்து வழக்காடத் தேவையில்லை யென்று வெளியே பிரச்சாரம் செய்து கொண்டிருந்தனர். இந்நிலையில், சிங்காரவேலர், இவ்வாறு எல்லோரும் சிறைக்குச் சென்றுவிட்டால் வெளியில் நடத்தும் போராட்டத்திற்கு நாளடைவில் வீரர்கள் கிடைக்க மாட்டார்களென்றும், மற்றப் போராட்டத்திற்கும் தேவையான வீரர்கள் இருக்க மாட்டார்களென்றும், கருதினார். மேலும், நியாயமான போராட்டத்தில் ஈடுபட்டவர்களைச் சிறை செய்தது ஆங்கில அரசின் குற்றமாகும் என்றார். ஆயிரமாயிரம் இந்தியர்களைச் சுட்டுக் கொன்றும், உயிரோடு கொளுத்தியும், கொலைப் பாதகம் புரிந்ததோடன்றி, பிணங்களை மரங்களில் தொங்கவிட்டு மக்களை அச்சுறுத்தியவன் நீல் என்பவனாவான்.

அந்த நீல் சிலையை அகற்ற தேசிய வீரர்கள் போராடுவதில் நியாயம் உள்ளது. அந்த நியாயத்தை உணர்ந்து அச்சிலையை ஆங்கில அரசு அகற்றுவதுதான் சரியானது. ஆனால் அந்த அரசு போராட்ட வீரர்களைத் தொடர்ந்து சிறையில் அடைப்பது நியாயத்திற்கும் சட்டத்துக்கும் புறம்பானதென்று எண்ணியவர் சிங்காரவேலர். நீதிமன்றத்துக்குச் செல்வதை நிறுத்தியிருந்த சிங்காரவேலர், சிறையிலிருந்த வீரர்களை விடுதலை செய்வதற்காகத் தாமே வலியச் சென்று அவர்களுக்காக வாதாட உயர்நீதிமன்றம் சென்று வாதாடி உள்ளார். அப்படி அவர் வாதாடியதற்காக எவரிடமும் வழக்குக்குப் பணம் பெறாமல் வாதாடியுள்ளார் என்பது குறிப்பிடத்தக்கது. இதிலிருந்து அவரது சமூக அக்கறையையும், பொதுநல நாட்டத்தையும் நன்கு உணரலாம். தாம் படித்த சட்டத்தையும், தம் வழக்குரைஞர் தொழிலையும் அவர் எவ்வாறு பயன்படுத்தியுள்ளார் என்பவற்றை இதன்வழி உணரலாம். இந்தச் சிந்தனையின் செயற்பாட்டின் நல் உருவம்தான் சிங்காரவேலர்.

2
புத்தமத ஈடுபாடும் வேறுபாடும்

சிங்காரவேலரின் குடும்பம் முருகப் பக்தியுடைய குடும்பம்; திருமயிலை, திருப்போரூர், திருவள்ளூர், திருவண்ணாமலை போன்ற ஊர்களில் கோயில்கள், அறக்கட்டளைகளை அக் குடும்பத்தினர் நிறுவியதுடன் அங்குப் பக்தர்கள் தங்குவதற்குச் சத்திரங்களையும் கட்டியுள்ளனர். இவற்றிலிருந்து அக்குடும்பத்தினர் சைவ சமயப்பற்றாளர் என்பதை உணரலாம். அக்குடும்பத்தில், பின்னாளில் புத்த சமயப் பற்றாளராக மாறியவர் சிங்காரவேலர் ஒருவரே ஆவர். சிங்காரவேலர் ஒருவர் மட்டும் இப்படி மாறுவதற்குக் காரணம் என்ன? எப்படி அது நிகழ்ந்தது? இவற்றை நாம் சிந்தித்துப் பார்க்கவேண்டும். சிங்காரவேலரின் பரந்த வாசிப்பும், புதுநோக்கும், சமத்துவ உணர்வும் அவரைப் புத்த சமயத்தின்பால் ஈடுபாடுகொள்ள வைத்திருக்கும் எனலாம். சிங்காரவேலரின் சம நீதியுணர்வும், முற்போக்குச் சிந்தனையும் அதற்குத் துணையாக இருந்திருக்கும். புத்தம் கடவுளையும் ஆன்மாவையும் மறுப்பது. அதனால்தான் அச்சமயத்தை அனாத்ம வாதம் என்பர் அறிஞர். புத்தத்திலுள்ள வர்ண மறுப்பு, சாதி மறுப்பு, கடவுள் மறுப்பு, மூடநம்பிக்கை எதிர்ப்பு, தீண்டாமை எதிர்ப்பு, சமத்துவ உணர்வு, மாந்த நேயம் போன்றவை சிங்காரவேலரைக் கவர்ந்திருக்கும். இவற்றால் சிங்காரவேலர் புத்தத்தில் ஈடுபாடு கொண்டிருக்கலாம். மற்றொரு காரணமும் இதற்குத் துணை செய்திருக்கலாம்.

அந்நிய ஆதிக்கமான வெள்ளையர்கள் ஆதிக்கத்தின் சுரண்டலையும் கொடுமையையும் எதிர்த்து இந்திய மக்கள் போராட முனைந்தபோது சாதி, இனம், மதம் கடந்து எல்லோரும் ஒன்றுபட்டு ஒரு தாயின் பிள்ளைகளாக

இணைந்து போராடினர். இதன் காரணமாக ஏற்கெனவே இருந்த வேறுபாடுகள் குறைந்து, அவர்களுக்கிடையே நட்பு நேயமும் மலர்ந்து சகோதரத்தன்மை வளர்ந்து ஒற்றுமை பெருகியது. இந்த ஒற்றுமையால் மதவேறுபாடு சிறிது சிறிதாக அகலும் சூழல் ஏற்பட்டது.

இந்த மதவேறுபாடு விலகிக் கொண்டிருந்த போது, ஒவ்வொரு சமயத்தினரும் பிறசமயத்து உண்மைகளை நட்புணர்வுடன் அறியத் தொடங்கினர். இந்தப் புரிதலில் பலர், பல சமயங்களைப் பற்றி அறியத் தொடங்கினர் எனலாம். இவர்களுள் பரந்த நூலறிவும், புதிய தேடலும் உள்ளவர்கள் மிகுந்த ஈடுபாடுடன் பிற சமயங்களை அறிய முற்பட்டிருப்பர். அதுவும் புத்தம் போன்ற பிற்போக்குச் சமயம் பலரைக் கவர்ந்து இழுத்திருக்கும். புத்தத்தின் வருண வேறுபாடற்ற சமத்துவ உணர்வும், சமுதாய சமநீதியும், உயிர்இரக்கமும், பரந்தநோக்கும் எல்லோரையும் கவர்வதில் வியப்பில்லை; சமய முன்னோடிகளில் பிற சமயத்தவரும் போற்றும் வகையில் ஈர்க்கத் தக்கவராக இருந்தவர் புத்தரே ஆவர். இதற்கு நாமொரு எடுத்துக்காட்டை நோக்குவது ஏற்றது.

தர்மானந்த கோஸாம்பி என்பவர் 1876-ஆம் ஆண்டில் கோவாவில் ஒரு சிற்றூரில் பிறந்தவர். கோவாவில் அப்போது சரியான பள்ளிகள் இல்லாத காரணத்தால், ஊரிலுள்ளவர்களை அணுகி, மராத்தி, சமஸ்கிருதம் ஆகிய மொழிகளைக் கற்றார். அவர் பார்ப்பனர் சமூகத்தில் பிறந்தவர். சமஸ்கிருதத்தில் பல இலக்கியங்களைக் கற்றவராக இருந்தாலும், பாலபோதம் என்ற மராட்டிய இதழில் புத்தரின் வரலாறு வெளிவந்த போது அதில் ஆழ்ந்த ஈடுபாடு கொண்டு கற்கலானார். அந்த ஈடுபாடு அவரைப் புத்தரைப் பின்பற்றத் தொடங்கியது. வேதங்களையும் பிற வைதிக இலங்கியங்களைக் கற்ற அவர், புத்தரில் ஈடுபாடு கொண்டதற்கு அவரது மாந்த நேயமும், புதுமை காணும் நோக்கமே காரணமாகும். அவர் பௌத்தத்தை நன்கு அறிவதற்காகப் பூனாவுக்குச் சென்று பௌத்தத்தில் வல்லுநரான பண்டார்கரைச் சந்தித்தார். பின்னர் குவாலியருக்கும், காசிக்கும் சென்று சமஸ்கிருதத்தை மேலும் கற்றுப் புலமை எய்தினார். புத்தர் பிறந்த ஊரான

நேபாளத்துக்குச் சென்று புத்தத்தைக் கற்றதோடு, திரிபிடக நூல்களைப் பாலிமொழியில் கற்க இலங்கை சென்று பல ஆண்டுகள் தங்கிக் கற்கலானார். பின்பு பர்மா சென்று பௌத்த தியான் முறையையும் கற்றார்.

கல்கத்தா பல்கலைக்கழகத்தில் பின்னர் பேராசிரியராகப் பொறுப்பேற்றுப் பௌத்த தர்மத்தைக் கற்றுக் கொடுத்தார். அமெரிக்காவில் டாக்டர் **ஜேம்ஸ்வுட்** என்பவர் கேட்டுக் கொண்டதற்கிணங்க ஹார்வர்டு பல்கலைக் கழகத்தில் தங்கி, பௌத்த நூலான விஸூத்தி மக்கம் என்ற நூலை ஆங்கிலத்தில் பதிப்பித்துக் கொடுத்தார். 1929-ஆம் ஆண்டில் ரஷ்ய நாட்டுப் பௌத்த அறிஞரான **ஸ்ட்செர்பெட்ஸ்கியின்** அழைப்பை ஏற்று அந்நாட்டுக்குச் சென்று பௌத்தத்தைப் பற்றி விரிவுரையாற்றினார். நாளடைவில் பொதுவுடைமைக் கொள்கையில் அசையா நம்பிக்கையுடையவராக விளங்கினார், காந்தியடிகள் அவர் மீது பெரு மதிப்புக் கொண்டிருந்தார். காந்தியடிகளின் விருப்பத்தின்படி அவர் குஜராத் வித்யா பீடத்தில் பொறுப்பேற்று, சமண அறிஞர்களுடன் இணைந்து சமண - பௌத்த இலக்கியங்களை ஒப்பிட்டு ஆய்ந்து நூல்கள் சிலவற்றை வெளியிட்டார். இந்தியாவின் முக்கிய இடங்களுக்குச் சென்று பௌத்த தர்மத்தைப் பரப்பிய அவர் 4-6- 1947-இல் காலமானார். காந்தியடிகள், தர்மானந்தரின் நினைவாக ஒரு திட்டத்தை ஏற்படுத்தி, அவருடைய நூல்களை வெளியிடவும், மாணவர்கள் பலர் இலங்கைக்குச் சென்று பாலி மொழி கற்கவும் ஏற்பாடு செய்தார்.

தர்மானந்தர் பார்ப்பனர் சமூகத்தில் பிறந்திருந்தாலும், அவர் வைதிகக் கொள்கைகளையும் நூல்களையும் வெறுத்துள்ளார். தம் நண்பர்களிடம் பார்ப்பனர் சமூகப் பழக்கவழக்கங்களைப் பெரிதும் வெறுத்துப் பேசியும் உள்ளார்[1]

இங்கு, நாம் ஒன்றைச் சிந்தித்துப் பார்க்கவேண்டும் அதாவது, வேறு சாதிகளில் பிறந்தவர்கள் பௌத்தத்தை ஏற்பதில் வியப்பில்லை; ஆனால் பார்ப்பனர் சமூகத்தில் பிறந்தவர்கள் பௌத்தத்தை ஏற்பதுதான் பெரும் விந்தை. அதுவும் பௌத்தத்தை ஏற்றதுடன் நின்றுவிடாமல், பார்ப்பனிய

வைதிகக் கொள்கைகளைக் கேள்விக்கு உட்படுத்தி அவற்றைக் கடுமையாக விமர்சிப்பதுதான் விந்தை. இவற்றிலிருந்து நாம் ஒன்றை நன்கு அறிந்துகொள்ளலாம். அதாவது, பார்ப்பனர்களாகக் பிறந்தவர்களாலேயே பார்ப்பனியம் வெறுக்கப்படுகிறது; மறுக்கப்படுகிறது என்பதுதான் அது. இப்படி வெறுப்பவர்கள் சாதாரணமானவர்கள் அல்லர்; அவர்களே மனிதகுல மாணிக்கங்கள்; மனிதஇன முன்னோடிகள். அவர்கள் போற்றத்தக்கவர்கள்; பின்பற்றத்தக்கவர்கள். தயானந்த கோஸாம்பி பௌத்தராக மாறியதற்குக் முக்கியக் காரணம், அவரது பரந்துவிரிந்த மானுடநேயமேயாகும். இதனை நாம் மறந்துவிடக் கூடாது.

டாக்டர் அம்பேத்கர் போன்றவர்கள் பௌத்தத்தைத் தழுவியதில் வியப்பில்லை. அம்பேத்கரும் அவருடைய சமூகத்தினரும் மேற் சாதிக்காரர்களால் வஞ்சிக்கப்பட்டவர்கள். ஏமாற்றப்பட்டவர்கள்; ஆதலால் அவர் பௌத்தத்தைத் தழுவியதில் புதுமையில்லை. யாராலும் வஞ்சிக்கப்படாமல், யாராலும் அவமதிக்கப்படாமல், உயர்சாதியின் கௌரவத்தை அனுபவித்த ஒருவர் சமூக நீதி கருதி, அந்தக் கௌரவத்தைப் புறந்தள்ளி, சமத்துவத்துக்காக ஒருவர் போராடுகிறாரெனில், அவரை எண்ணி வியக்காமல் இருக்க முடியாது. உண்மையில் அவர்கள் மாமனிதர்கள்; அவர்கள்தாம் வாராது போல் வந்த மாமணிகள் எனலாம். அவர்களில் தலையாயவர்தான் தர்மானந்த கோஸாம்பி.

இவரைப் போன்றே பார்ப்பனர் சமூகத்தில் தோன்றிப் பின்னர் பௌத்தத்தை ஏற்ற மற்றொரு பேரறிஞரும் நம் சிந்தனைக்கு உரியவர். அவர்தான் கேதாரிநாத் என்ற இயற்பெயரிலிருந்து பின்னர் இராகுல சாங்கிருத்தியாயன் என்று மாறியவர். இவர் உத்தரப்பிரதேசத்தின் அரம்கார் மாவட்டத்திலுள்ள பண்டகா என்ற சிற்றூரில் 1893-இல் பிறந்தவர். இவர் வைதிகப் பார்ப்பனர் சமூகத்தைச் சேர்ந்தவர். வேலைதேடி கல்கத்தா சென்றபோது வங்க மொழியைக் கற்றார். இவர் வேலையைத் தேடி அலைந்தாலும் அவர் மனம் கற்றலிலேயே ஈடுபாடும் ஆர்வமும் கொண்டது. இதன் காரணமாகப் பிரயாகை, கங்கோத்திரி, கேதார்நாத்

ஆகிய இடங்களில் வட மொழியை நன்கு கற்றார். பின்னர் பார்கா வைணவ மடத்தின் தலைவரான மகந்தி அவர்களின் சீடராகி ராமோதர்தாஸ் என்ற வைணவப் பெயரை ஏற்றார். வைணவத்தில் ஆழ்ந்த பற்றுக்கொண்டு, மேலும் புலமை பெறத் தமிழகம் நண்ணிப் பல வைணவ திருத்தலங்களைத் தரிசித்து, பின்னர்ப் பெரும்புதூர், திருமழிசை ஆகிய ஊர்களில் நீண்ட காலம் தங்கி, அங்குள்ள வைணவப் பெரியார்களிடத்தில் வைணவத்தை நன்கு கற்றுள்ளார். இவர்தான் பின்னாளில் வைணவத்தை விடுவித்து, பௌத்தத்தை ஏற்று, அதிலும் சிறந்த வல்லுநராக விளங்கினவர்.

இவரது சிந்தனை மாற்றம், நாளடைவில், உலகத் தத்துவங்களையும், அறிவியல் கொள்கைகளையும் நன்குணர இவருக்குத் துணை புரிந்தது. அதனால், அவர் பிற்காலத்தில் அவற்றைப் பற்றிப் பல அரிய நூல்களையும் எழுதிக் குவித்தார். இவர் பௌத்தத்தில் ஈடுபாடு கொண்டதற்கான காரணம் சுவையானது; விந்தையானது. வைணவத்தில் ஈடுபாடு கொண்ட இவர் இராமானுஜரின் பல நூல்களை ஆழ்ந்து கற்றுள்ளார். அவ்வாறு கற்கும்போது, இராமானுஜரும் அவர் மரபினரும் சங்கரரை மறுக்கு மிடங்களில், அவரை "மறைமுக பௌத்தர்" என்று குற்றம் சாட்டியுள்ளனர். இந்தக் குற்றச்சாட்டு வைணவ விளக்கவுரைகளில் பல இடங்களில் உள்ளதைக் கண்ட சாங்கிருத்தியாயன், சங்கரர் அப்படியென்ன மறைமுக பௌத்தராக இருந்துள்ளார் என்பதை ஆராயத் தொடங்கியுள்ளார். இதனைக் குறித்த தேடலும் ஆராய்ச்சியுமே அவரைப் பின்னாளில் சிறந்த பௌத்த சிந்தனையாளராக மாற்றியுள்ளது. இளமையிலிருந்தே அவர் எதிலும் உண்மை காணும் நோக்குடையவராகவே இருந்துள்ளார். இந்த உண்மை காணும் நோக்கே அவரைப் பௌத்தராகவும் பின்னர் மார்க்சிய சிந்தனையாளராகவும், உயர்த்தி உள்ளது. இது நம்மால் உய்த்துணர வேண்டிய உண்மையாகும். இந்திய மொழிகளில் பலவற்றையும், உலகமொழிகளில் சிலவற்றையும் கற்ற அவர் பௌத்தத்தில் ஆழ்ந்த புலமை பெற விழைந்து இலங்கைக்குச் சென்று பல ஆண்டுகள் தங்கிப் பல அரிய நூல்களைக் கற்றுள்ளார். இலங்கைப் பௌத்த

சங்கத்தினர் அவரது புலமையைப் போற்றும் முறையில் "திரிபிடகாசார்ய மகாபண்டிதர் ராகுல் சாங்கிருத்தியாயன்" எனும் விருதினை அவருக்கு வழங்கியுள்ளனர். இப் பெயரே அவருக்கு வாழ்நாள் முழுவதும் நிலைத்து நின்றது.

பௌத்த சங்கத்தினர் அளித்த சிறப்புக்கேற்ப, அவர் இலங்கையிலிருந்து திரும்பியதும் நேபாளம், திபெத்து ஆகிய நாடுகளுக்குச் சென்று காணக்கிடைக்காத அரிய பௌத்தச் சுவடிகளைத் திரட்டி அவற்றை (பாலி மற்றும் திபெத்திய மொழிகளில் உள்ளவை)[22] மட்டக் குதிரைகளில் சுமக்க வைத்து இந்தியாவுக்குக் கொண்டு வந்துள்ளார். அவற்றில் வஜ்ரதகதந்திரம், சத்தர்ம புண்டர்கம், பிராமண வார்த்திகம் போன்ற மூலநூல்கள் இருந்துள்ளன. பௌத்த சமயப் பேராசான்களாகிய நாகர்ஜுனர், அசங்கர் வசுபந்து, பவ்வியர், தருமகீர்த்தி, ஞானரூ, ஜிதாரி, தாரநாதர் ஆகியோரின் தருக்க நூல்களை அவர் பதிப்பித்துள்ளார். மேலும் திரிபிடகங்களை முழுமையாக இந்தியில் மொழி பெயர்த்துள்ளார். பௌத்தத்தில் இத்துணைப் புலமை பெற்ற இவர் நாளடைவில் உறுதியான மார்க்சியப் பேரறிஞராகத் திகழ்ந்தாரென்பது மிகவும் குறிப்பிடத்தக்கது. இந்தி மொழியில் அரிய மார்க்சிய நூல்களை எழுதினார். கம்யூனிட் கட்சி அறிக்கையை இந்தியில் முதன்முதலாக மொழிபெயர்த்து வழங்கினார். இறுதிக் காலத்தில் லெனின் கிராடு பல்கலைக் கழகத்திலும், (1945) இலங்கைப் பல்கலைக் கழகத்திலும் (1959) தத்துவப் பேராசிரியராகப் பணியாற்றியுள்ளார். பௌத்தத் தத்துவப் பேரறிஞராக விளங்கிய தர்மானந்த கோஸாம்பி பின்னர் எவ்வாறு மார்க்சியராக மாறினாரோ அவ்வாறே சாங்கிருத்தியாயனும் மாறியுள்ளார். இஃது ஆழ்ந்து சிந்திக்கத்தக்கது. வைதிகப் பார்ப்பனர் குடும்பத்தில் பிறந்திருக்கும் இவ்விரு அறிஞர்களும் பௌத்தத்தை ஏற்றது ஏன்? இது மிக முக்கியக் கேள்வியாகும்.

இந்தியச் சமுதாயத்தில் மண்டியிருக்கும் சாதி - வருண ஏற்றத்தாழ்வுகளும், சமய மூடநம்பிக்கைகளும், சமுதாய இழிவுகளும் அவர்களைச் சிந்திக்க வைத்திருக்கும். இந்த இழிவுகளுக்குப் பௌத்தம் சரியான தீர்வாகவும், அரு

மருந்தாகவும் இருந்ததால் அதனை அவர்கள் ஏற்றனர் எனலாம். வைதிகச் சமயத்தால் இந்தியச் சமுதாயம் எப்படி இருந்துள்ளது என்பதைப் பற்றி இராகுல் சாய்கிருத்தியாயன் அவர்கள் கூறியிருப்பது இங்கு நோக்கத்தக்கது.

> "அக்காலத்தில் வைதிக மதம் சமுதாய நிலையை அப்படியே பாதுகாத்துக் கொண்டிருந்தது. அது செல்வர்களைக் காக்கவும், உழைப்பாளர்கள் அடிமைகள் போன்ற வர்க்கத்தினரை அடக்கியாளவும் இரத்த வெள்ளத்தில் மக்களை ஆழ்த்தி, நிறுவப்பட்ட அரசுகளுக்கு உதவிபுரிந்து கொண்டும் இருந்தது. இதற்கு ஆதரவாக மதத் தலைவர்களுக்குச் (புரோகிதர்களுக்கு) சுரண்டலில் பங்கு கிடைத்து வந்தது. சுரண்டப்பட்ட மக்கள் தமது புராதனமான சுதந்திர வாழ்க்கையை., வர்க்க பேதமற்ற பொருளாதார ஏற்றத் தாழ்வுகளில்லாத காலத்தை மறந்து விட்டிருந்தனர். மதத்தின் மோச வலையில் சிக்குண்டு அவர்கள் தங்களது தற்கால நிலைமையைக் "கடவுளர்கள் வழங்கிய நீதி" என்று நினைத்துக் கொண்டிருந்தனர்"[2]

இம் மேற்கோளை நோக்கினால், அக்காலத்து மக்கள் வைதிகச் சமயத்தால் எவ்வாறு தன்னுணர்வின்றி வீழ்ந்து கிடந்துள்ளனர் என்பதையும், தன்னுணர்வு இல்லாத சமுதாயத்தைப் புரோகிதர்கள் எவ்வாறு பயன்படுத்தி வந்தனர் என்பதையும், இதற்காக அவர்களுக்கு அரசுகள் கூலி கொடுத்து வந்ததையும் அறிகிறோம். சமுதாயத்திலுள்ள இந்த அவல நிலையை உணர்ந்துதான், தர்மானந்த கோஸாம்பி, சாங்கிருத்தியாயன் போன்றோர் சமூக அக்கறைகொண்டு பௌத்தத்தைத் தழுவியுள்ளனர். டாக்டர் அம்பேத்காரும் பௌத்தத்தைத் தழுவியதற்கான காரணத்தைக் கூறியுள்ளார். அதுவும் நம் சிந்தனைக்குரியது. 1956 - மே - திங்களில் பி.பி.சி.க்குப் பேட்டி கொடுத்தபோது அவர் கீழ்வருமாறு கூறியுள்ளார்.

"நான் பௌத்தத்தைத் தேர்ந்தெடுத்ததற்குக் காரணம், அதில் மூன்று கொள்கைகள் ஒருசேர இணைந்திருப்பதேயாகும். பௌத்தம் மூடநம்பிக்கைகளுக்கு எதிரான பிரஜ்னாவை (PRAJNA - மூடநம்பிக்கைக்கும், தெய்வநம்பிக்கைக்கும்

எதிரான கருத்தியல்)யும், கருணையையும், சமாத்தாவையும் (சமத்துவம்) போதிக்கிறது. வேறு எந்த மதத்திலும் இதுபோல் இக் கொள்கைகள் இணைந்திருக்கவில்லை. ஒரு மனிதன் சிறந்த மகிழ்ச்சியான வாழ்க்கையை நடத்துவதற்குத் தேவையானவை இவையே யாகும். கடவுளோ ஆன்மாவோ சமூகத்தைக் காப்பாற்றப் பயன்பட மாட்டா."[3]

இதுகாறும் நோக்கியவற்றான், பௌத்தம் பலரைக் கவர்ந்ததற்கான சமூகக் காரணத்தை நன்கு உணரலாம். சிங்காரவேலரையும் பௌத்தம் கவர்ந்ததற்கான காரணம் அதுவேயாகும். சிங்காரவேலர் முற்கூறிய பௌத்தப் பேரறிஞர்களைக் காட்டிலும் மூத்தவர். அவர்களுக்கு முன்பாகவே பௌத்த சிந்தனைகளைப் பரப்பியவர். சென்னைக் கடற்கரையிலுள்ள வெலிங்டன் சீமாட்டி ஆசிரியர் பயிற்சிக் கல்லூரி வளாகத்தில் அக்காலத்தில் (1890-இல்) சிங்காரவேலரின் இல்லம் இருந்தது. அந்த இல்லம் எண்: 23, தெற்குக் கடற்கரைச் சாலை என்ற முகவரியில் இருந்தது. அந்நாளில் ஐஸ்அவுஸ் அங்கேதான் இருந்தது. அந்த இல்லத்தில் சிங்காரவேலர் "மகாபோதி சங்கம்" என்ற பெயரில் பௌத்த சங்கத்தை நிறுவி அடிக்கடி பௌத்த சிந்தனைகளையும், மேலை நாட்டுத் தத்துவங்களையும் விளக்கி வந்துள்ளார். அச்சங்கத்தில், அயோத்திதாஸ் பண்டிதரும், பேராசிரியர் இலட்சுமிநரசு அவர்களும் (பச்சையப்பன் கல்லூரியில் தத்துவப் பேராசிரியராக இருந்தவர்) சிங்காரவேலருடன் இணைந்து பணியாற்றி வந்துள்ளனர். இவர்கள் மூவரும் இச்சங்கத்தில் அடிக்கடி சொற்பொழிவாற்றியுள்ளனர். இது குறித்துத் தமிழ்த் தென்றல் திரு.வி.க, தம் நூலில் பதிவு செய்துள்ளார்.

"யான் மாணாக்கனாயிருந்தபோது கடலோரத்தில் விளையாடச் செல்வது வழக்கம். ஐஸ்அவுஸுக்குப் பக்கத்திலேயுள்ள ஒரு கட்டடத்திலே, "மகாபோதி சங்கம்" என்று தீட்டப்பெற்ற ஒரு நீண்ட பலகையைக் காண்பேன். ஒரு நாள் அங்கே கூட்டங் கூடியிருந்ததைப் பார்த்தேன். அக்கூட்டம் என்னை ஈர்த்தது. ஒருவர் புத்தர் பிறப்பைப் பற்றிப் பேசினர். இன்னொருவர் நன்றி கூறினர். அவர்

இலட்சுமி நரசு நாயுடு என்றும், இவர் சிங்காரவேல் செட்டியார் என்றும் தெரியலானேன்."[4]

"புத்த மத கண்டனம்" என்றொரு நூல் கதிரைவேற் பிள்ளையால் இயற்றப்பட்டது. அதற்கு மறுப்புக் கூட்டங்கள் பல இடங்களில் கூடின. இராயப்பேட்டையில் கூடிற்று. அக் கூட்டங்கள் எனக்கு வெறியூட்டின. வெறி கொண்டு சில மாணாக்கரைச் சேர்த்து ஒரு நாள் பௌத்த சங்கக் கூட்டத்துள் நுழைந்தேன். அப்போது சிங்காரவேல் செட்டியார் பைபிள் சரித்திர சம்பந்தமான நூலாகாது என்று பேசி முடித்தார். மறுவாரம் யான் பெருங் கூட்டம் திரட்டிச் சென்றேன். அயோத்திதாஸ் பண்டிதர் அருங்கலைச் செப்பினின்றும் ஓரிரு பாட்டுகளை எடுத்துக்காட்டி உரை கூறினார். இலட்சுமிநரசு நாயுடு ஸ்ரீரங்கம் பௌத்த கோயிலென்று பேசினர். சிங்காரவேல் செட்டியார், திருஞான சம்பந்தர் எலும்பைப் பெண்ணாக்கிய சரித்திரத்தை மறுத்து வந்தார்."

இக்கூற்றை நோக்கினால் சிங்காரவேலரும், அயோத்திதாஸ் பண்டிதரும், இலட்சுமிநரசு நாயுடுவும் அக்காலத்தில் எப்படி இயங்கியுள்ளார்கள் என்பதை உணரலாம். சிங்காரவேலரின் இல்லத்திலிருந்த மகாபோதி சங்கத்தைப் பற்றி இன்னொரு அரிய செய்தியும் உள்ளது. "இந்தியச் செய்தித்தாள்களில் விவேகானந்தர்" என்ற ஆங்கில நூலில் கீழ்வருமாறு செய்தி உள்ளது.

"சென்ற வியாழக்கிழமை அன்று புத்தர் பிரான் மறைவின் 2443- ஆம் ஆண்டுவிழா ம. சிங்காரவேலு அவர்கள் இல்லத்தில் நடந்தது. நிகழ்ச்சியை ஸ்வாமி இராமகிருஷ்ணானந்தா அவர்கள் துவக்கி வைத்தார். பின்னர் ம. சிங்காரவேலு பேசினார். ஸ்வாமி விவேகானந்தரின் படைப்புகளினின்று பல பகுதிகளை எடுத்துரைத்தார். அத்துடன் பர்கிலி, அடால்ப் தாமஸ், மோனியர் வில்லியம்ஸ் ஆகியோர் நூல்களிலிருந்தும் சில விஷயங்களை எடுத்துரைத்தார். புத்தர் பிரானின் வாழ்வைப் பற்றியும், அவரது போதனைகளைப் பற்றியும் தமிழில்தான் எழுதிப் படித்தார். நூல்களின் பிரதிகளும் தரப்பட்டன. பண்டித அயோத்திதாஸ்

அவர்களும் பேராசிரியர் லட்சுமி நரசு அவர்களும் பேசினார்கள்."[5]

பௌத்த சங்கத்தில் பௌத்த சிந்தனைகளை மட்டுமேயின்றி, மேலைநாட்டுச் சிந்தனைகளையும் சிங்காரவேலர் விளக்கியுள்ளார் என்பதை இக்குறிப்பிலிருந்து அறியலாம். இதிலிருந்து சிங்காரவேலரின் பல்துறை அறிவையும், முற்போக்குணர்வையும் உணரலாம். அயோத்திதாஸ் பண்டிதரும் பேராசிரியர் இலட்சுமி நரசுவும் சாதாரணமானவர்கள் அல்லர்; இருவரும் மேதைகள். தமிழகத்தின் முதல் பௌத்த முன்னோடி அயோத்திதாசரே ஆவர். இவர்தான் சென்னை, இராயப்பேட்டையில் முதன்முதலாக 1898-ல் "தென்னிந்தியர் சாக்கிய பௌத்த சங்கம்" என்ற பெயரில் புத்த சங்கத்தைத் தொடங்கியவர். இவர் கனிந்த மனிதநேய வாதியாகவும், சிறந்த வைத்தியராகவும் விளங்கியவர். திரு.வி.க., தொடக்கப் பள்ளியில் படிக்கும் போது அவருக்கு முடக்குவாதம் வந்ததாகவும், சூரணம், தைலம் போன்றவற்றைக் கொடுத்து அவ்வாதத்தை நீக்கியவர் அயோத்திதாசர் என்றும், திரு.வி.க. தம் வாழ்க்கைக் குறிப்பில் எழுதியிருப்பது எண்ணத்தக்கது. பண்டிதர் புத்தரைப் பற்றி "புத்தரெனும் இரவு பகலற்ற ஒளி" எனும் நூலையும் எழுதியுள்ளார். பேராசிரியர் இலட்சுமி நரசுவும் பௌத்தத்தில் துறைபோகியவர். ஆங்கிலத்தில் சிறந்த எழுத்தாளர். இவர் பௌத்தத்தைப் பற்றிப் "பௌத்தத்தின் சாரம்" எனும் அரிய (Essence of Bhuddism) ஆங்கில நூலை எழுதியுள்ளார். இந்நூல் ஓர் அரிய பெட்டகம். இந்நூலின் பெருமைக்கு ஒன்றைச் சான்றாகக் கூறலாம். டாக்டர் அம்பேத்கர் அவர்களே "பௌத்தத்தைப் பற்றி இந்தியாவில் வெளிவந்த நூல்களிலேயே என் உள்ளத்தைக் கவர்ந்தது இலட்சுமிநரசு எழுதிய பௌத்தத்தின் சாரம் எனும் நூலே யாகும்" எனக் கூறியுள்ளார். இதிலிருந்து அவரது ஆற்றலை உணரலாம். இத்துணைச் சிறந்த பேரறிஞர்களுடன் இணைந்து தான் சிங்காரவேலர் அக்காலத்தில் பௌத்த பணியாற்றியுள்ளார்.

அயோத்திதாசரைப் பின்பற்றிச் சிங்காரவேலரும் தமது இல்லத்தில் 1899-இல் மாகபோதி சங்கத்தைத் தொடங்கியுள்ளார்.

இந்தச் செய்தி அக்காலத்திய இதழான ஞானபோதினியில் (1899)-இல் வெளிவந்துள்ளதாகப் பெ.சு.மணி ஒரு கட்டுரையில் குறிப்பிட்டுள்ளார். அவர் ஆண்டைக் குறிப்பிட்டுள்ளாரேயன்றி, தேதியையோ, மாதத்தையோ குறிப்பிடவில்லை. சிங்காரவேலர் சங்கம் தொடங்கிய நாளில் பௌத்தத்தைப் பற்றிப் பேசியவையும் எழுதியவையும் இன்று கிடைப்பது மிக அரிதாக உள்ளன. சிங்காரவேலரின் எழுத்துகள் 1919-ஆம் ஆண்டிலிருந்துதான் கிடைத்துள்ளன வேயன்றி அதற்கு முன்னர் எழுதியவை இன்னும் கிடைத்தில. சிங்காரவேலரின் பௌத்தப்பணி 1998முதல் தொடங்கப் பெற்றுள்ளது. பௌத்தச் சங்கத்தில் 22-8-1909-இல் அவர் பௌத்தத்தைப் பற்றி உரையாற்றியுள்ளார். அவ்வுரை "ஆதிவாரப் பிரசங்கம்" எனும் தலைப்பில் 1-9-1909 -இல் தமிழன் இதழில் வெளிவந்துள்ளது. இக் குறிப்புகளிலிருந்து அக்காலத்தில் பௌத்தப் பிரச்சாரம் எவ்வாறு நிகழ்த்தப் பெற்றுள்ளது என்பதை உணரலாம்.

சிங்காரவேலர் எந்தக் காலச் சூழலில் பௌத்தத்தில் ஈடுபாடு கொண்டுள்ளார் என்பது ஒப்பிட்டு நோக்கத்தக்கது. சிங்காரவேலர் பௌத்தத்தில் ஈடுபட்டபோது அக்காலத்திய சமூக-சமயச் சூழல் எவ்வாறிருந்தது என்பதை அடையாளம் கண்டால்தான் அவரின் தொலைநோக்குச் சிந்தனை நன்கு விளங்கும். அதன்னை ஒருவாறு நோக்குவது மிக முக்கியமானது. பௌத்தத்தையும், சமணத்தையும் எதிர்த்துச் சைவத்தை நிலைநிறுத்த வேண்டி நாயன்மார்கள் பெரிதும் சமயப் பணியாற்றினர். சைவத்தைத் தொடர்ந்து வைணவமும் வளர்ந்தது. இவ்வளர்ச்சி பல நூற்றாண்டுகளாகத் தொடர்ந்து அந்நிலை 19-ஆம் நூற்றாண்டு வரை தொடர்ந்தது. சைவ சமய வளர்ச்சியில் ஆறுமுக நாவலர்க்கும் (1822-1879) பெரும் பங்கு உண்டு; ஈழத்தில் கிறித்துவச் சமயப் பரவலிலிருந்து காத்துக்கொள்ள, சைவ சமயத்தில் சில சீர்திருத்தங்களை உருவாக்கவும். அதனைப் பரப்பவும் அவர் பெரிதும் உழைத்தார். சைவப் பணிக்காகவே அவர் பிரம்மசரியம் பூண்டு உழைத்தவர். சைவத்தைப் பரப்ப, சிறுசிறு வெளியீடுகளையும், நூல்களையும் வெளியிட்டவர் அவர். அவர் தமிழகத்திலும் சைவத்தைப்

பரப்பினார். அவருடைய தொண்டால், மடங்களிலிருந்த சமயம், நடுத்தர மக்களை ஈர்த்தது; இந்த ஈர்ப்பினால், மடங்களுக்கு வெளியேயும் சைவ சபைகள் தோன்றின. அச்சபைகள் சைவத்தை வளர்த்தன. குறிப்பாக, பாலசுப்பிரமணிய பக்தஜன சபை (1903) சைவ சித்தாந்த மகா சமாஜம் (1905) திருவல்லிக்கேணி சிவனடியார் திருக்கூடம் (1908) சிவசுப்பிரமணிய பக்த ஜன சபை (1915) தூத்துக்குடி சைவ சித்தாந்த சபை (இச்சபை 1900-க்கு முன்னால் நிறுவப்பட்டது; ஆண்டு தெரியவில்லை) பூவாளூர் சைவ சித்தாந்த சபை போன்ற பற்பல சபைகள் சைவப் பணியாற்றியுள்ளன. அக்காலத்தில் சைவமும் தமிழும் இரு கண்களாகக் கருதப்பட்டன.

தமிழகத்தில் அந்நாளில் அரசியல் சங்கங்களைக் காட்டிலும், சமயச் சங்கங்களே மிகுதி; விடுதலைப் போராட்டம் கனன்று கொண்டிருந்த காலகட்டத்திலேயே அரசியல் சங்கங்களைக் காட்டிலும் சமயச் சங்கங்களின் எண்ணிக்கையே மிகுதி என்றால், அந்நாளைய மக்களின் மனநிலையை நன்கு உணரலாம். இச் சபைகளின் வாயிலாக அடிக்கடி கூட்டங்களும் மாநாடுகளும் நடந்தேறின. சைவ சித்தாந்த சண்ட மாருதம் **சோமசுந்தர நாயகர், பாம்பன் சுவாமிகள், மறைமலையடிகள், நா.கதிரைவேற் பிள்ளை, தணிகாசலம்பிள்ளை, நல்லுசாமிப்பிள்ளை** போன்றோர் சைவ சமயப்பணியில் பெருந்தொண்டாற்றினர். சைவத்தைப் போன்றே வைணவ சமயத்திற்கும் பற்பல சபைகள் இருந்தன. இச்சமயத் தொண்டில் ஏகாங்கி சாமிகள், திருவேங்கடநாயகர் போன்ற பெரியார்கள் உழைத்துவரலாயினர். சென்னையில் அந்நாளில் சில ஜைன சபைகளும் இருந்தன. பார்சுநாத நயினார். அ. சக்கரவர்த்தி நயினார் போன்றோர் சமணப் பணியாற்றி வந்தனர். இவற்றைப் போன்றே வேதாந்த சபைகளும் இருந்தன. சென்னையிலுள்ள இராயப்பேட்டை, புதுப்பேட்டை, சிந்தாதிரிப் பேட்டை ஆகிய இடங்களிலுள்ள வேதாந்த சபைகளில் சுப்புராய செட்டியார், கோ. வடிவேலு செட்டியார், நாரராயணசாமி நாயகர் போன்றோர் வேதாந்தப் பணியாற்றியுள்ளனர். ஏறக்குறைய இந்தக் கால கட்டத்தில் 1907 -இல் மேடம் ப்ளாவட்ஸ்கி, அன்னிபெசண்ட், வால்காட்

போன்றோரால் இறையாண்மைக் கழகம் (Theosophical Society) தொடங்கப் பெற்றது. இவ்வாறு தமிழகத்தில் பற்பல சமயச் சபைகள் இயங்கிக் கொண்டிருந்தன.

இச்சபைகளின் செயல்பாடுகளை ஆய்ந்து பார்த்தால், அனைத்தும் இறைப்பணியிலும் சமயப்பணியிலுமே முழுக் கவனம் செலுத்தியதை உணரலாம். இச்சபைகளில், சற்று விலக்காகச் சைவ சபைகளிலிருந்த சிலரும், இறையாண்மைக் கழகத்திலிருந்த அன்னிபெசண்டும், வேறு சிலரும் (இவர்கள் ஏற்கெனவே காங்கிரசு கட்சியில் இருந்தவர்கள்.) அரசியல் பணியில் ஈடுபட்டு வந்தார்கள்; மற்ற சமயச் சபைகளில் இருந்தவர்கள் தத்தம் சமயக் கொள்கைகளைப் பரப்பி வந்தார்களே அல்லாமல், அரசியலிலோ, விடுதலைப் போராட்டத்திலோ சிறிதும் கவனம் செலுத்தினார் அல்லர்; இவர்களின் மனப்போக்குப் இராமன் ஆண்டால் என்ன? இராணவன் ஆண்டால் என்ன? என்ற நிலையில்தான் இருந்தது; சுருங்கக்கூற வேண்டுமாயின் இவர்கள் கண்ணெதிரே நடந்து கொண்டிருந்த அரசியல் செயல்பாடுகளையும், நடைமுறை உண்மைகளையும் பார்க்கத் தவறி, கற்பனை உலகத்தில் உலாவிக் கொண்டிருந்தார்கள் என்பதே உண்மையாகும். அவர்களின் சமயப்பணிகள் இவற்றைத்தான் நமக்கு உணர்த்துகின்றன; இச்சமயச் சபைகளில் ஓரளவு சமணச் சபையைத் தவிர ஏனைய சபைகள், சமயச் சடங்குகளிலும் சமய மூடநம்பிக்கையிலும் மூழ்கியே இருந்தன. இச்சபைகளில் இருந்தவர்களுக்கு அரசியல் சிந்தனையோ சமூதாயச் சிந்தனையோ இல்லை; குறிப்பாகச் சைவ சபைகளிலும், இறையாண்மைக் கழகத்திலும் இருந்தவர்கள், தங்களை மேட்டுக்குடி மக்களாகவே கருதி வாழ்ந்தனர். இந்த மேட்டிமைத்தனத்தால் மற்றவரைக் கீழானவராகவே கருதி வாழ்ந்து வந்தனர்.

இறையாண்மைக் கழகத்தினர் உலகிலேயே ஆரிய மக்களே உயர்ந்தவரென்றும், அவர்களின் தாய்நாடு இந்தியாவின் வடபுலமேயென்றும், உலகின் உயர்ந்த மொழி வட மொழியே என்றும் பலகாலும் பேசிவந்தனர். இந்த முயற்சிக்குத் தேசிய இயக்கமான காங்கிரசு கட்சியிலுள்ள

பார்ப்பனர்கள் பேராதரவு அளித்து அந்த இயக்கத்துக்குக் தூணாக இருந்து வந்தார்கள். இந்த நிலை காங்கிரசு கட்சியிலுள்ளும், தமிழகத்திலுள்ள மற்ற சாதியினரிடத்திலும் ஒருவேறுபாட்டை வளர்த்து வந்தது. குறிப்பாக, தென்னிந்திய நலவுரிமைச் சங்கமும் தோன்றுவதற்குரிய காரணங்களுள் இறையாண்மைக் கழகத்தின் செயற்பாடும் ஒரு காரணமாகும். இறையாண்மைக் கழகம் 1907-ஆம் ஆண்டு முதற்கொண்டே ஆரியப் பண்பாட்டையும், வடமொழியின் மேன்மையையும் மீட்டுருவாக்கம் செய்வதில் பெரிதும் கவனம் செலுத்தி வந்தது. இந்த நிலை, தமிழ்ச் சமூகத்தில் ஒரு எதிர்வினை தோன்றுவதற்குக் காரணமாகி விட்டது.

இறையாண்மைக் கழகத்தினரைப் போன்றே, வேறு முறையில் சைவ சமயத்தினரும் (உயர்சாதியினர்) பிற சாதியினரைத் தாழ்வாகவே கருதி வந்தனர். சென்ற நூற்றாண்டில் சைவ சமயத்தை வளர்ப்பதில் பெரும் பங்காற்றிய நாவலர், சமயங்கடந்து பல பணிகளையாற்றிய மாந்த நேயராக விளங்கினாலும், சாதி - ஏற்றத்தாழ்வுகளையும், வருண வேறுபாட்டையும் ஆதரித்தே வந்துள்ளார். 1876-ஆம் ஆண்டில் இலங்கையில் கொடிய பஞ்சம் நிலவிய போது (தாது விருடப் பஞ்சம்) கிறித்துவர், இசுலாமியர் ஆகியோருடன் இணைந்து சமயம் கடந்து, மக்களின் பஞ்சத்தையும் பசிப்பிணியையும் நீக்கும் பல பணிகளில் ஈடுபட்டதோடு மட்டுமன்றி, ஆங்காங்கே கஞ்சித் தொட்டிகளை அமைத்து, அனைத்து மக்களுக்கும் பசியாற்றி உள்ளார். அக்காலத்திய இவரது தொண்டைக் கிறித்துவ மிசினரிகள் பெரிதும் பாராட்டியதுடன், அவர்களுடைய செய்தியிதழான "கத்தோலிக்கப் பாதுகாவலனில் அவரைப் பாராட்டியும் எழுதியுள்ளனர். நாவலர் பல நிலைகளில், சமுதாயச் சிந்தனையாளராக இருந்தும், எப்படியோ சாதி- ஏற்றத்தாழ்வில் நம்பிக்கையுடையராக இருந்திருப்பது வியப்பாகவே உள்ளது.

தமிழகத்திலிருந்த சைவ சமயத்தினருள் பெரும் பாலோரும் நாவலரைப் போன்றே சாதி- ஏற்றத்தாழ்வுகளில் நம்பிக்கையுடையவராகவே இருந்துள்ளனர். சாதி

வேறுபாடுகளை நன்கு காத்துவருவதே சைவ சமய தர்மமாகும் என்ற கண்ணோட்டமே அவர்களிடத்தில் மிகுந்திருந்தது. தமிழகத்தில் சைவத்தை வளர்த்ததில் மறைமலையடிகளுக்கும் பெரும் பங்கு உண்டு; அதனைப் போன்றே ஆரிய ஆதிக்கத்தை எதிர்த்துப் போர் புரிந்ததிலும் அவருக்குப் பெரும் பங்கு உண்டு; அனைத்துக்கும் ஆதி மூலம் சைவ சமயமே என்று நம்பியவர், அவர். அதனால்தான் அவர் "பழந்தமிழ்க் கொள்கையே சைவ சமயம்" என்ற நூலை எழுதினார். வேற்றுமையைக் கண்டித்து "சாதிவேற்றுமையும் போலிச் சைவரும்" எனும் நூலையும் எழுதியுள்ளார். எனினும், தந்தை பெரியார் தலித் மக்களுக்காகக் கோயில் நுழைவுப் போராட்டம் நடத்திய போது அதனைக் கண்டித்து மறைமலையடிகள் எழுதியது நம்மால் சிறிதும் மறக்க முடியாது.

"இக்காலத்தில் தாழ்த்தப்பட்ட வகுப்பார் சிலர் கோயில்களுக்குப் போக இடம் பெறுகின்றார்களில்லை; இதற்குக் காரணம், அவ்வகுப்பாரிடத்தில் துப்புரவான நடை, உடை ஒழுக்கங்கள் இல்லாமையே யாகும். ஒரு வகுப்பார் உயர்ந்த நிலையை அடைய வேண்டுமானால் அவர்களே அதற்காக மிகவும் முயலவேண்டும். பிறர் எவ்வளவு உயர்த்தினாலும், தாமே உயர மாட்டாதவர்கள் வளர்ச்சியடைவது இயலாது. அதனால் தாழ்ந்த வகுப்பார் கொலையால் வரும் புலால் உண்ணுதலையும், கட்குடியையும், நீக்கித் துப்புரவான நடை, உடை வாய்ந்தவர்களாதலுடன், தாழ்ந்த ஒழுக்கத்தில் தாம்நின்ற காலத்துத் தமக்கு வழங்கிய தாழ்ந்த சாதிப் பெயர்களையும் விட்டுத் தாம் உயர்ந்த ஒழுக்கத்தை மேற்கொண்டதற்கு ஏற்ப, உயர்ந்த ஒழுக்கத்திக்கு உரியவராகக் கருதப்படும் பார்ப்பனர், வேளாளர் முதலிய பேர்களால் வழங்கிக் கொள்ளுதலும் வேண்டுமெனவும், இவ்வாறு தாழ்ந்த வகுப்பினர் உயர்ந்து விடுவார்களாயின், அவர்களைக் கோயில்களினுட் செல்ல வேண்டுமென்று தடை செய்வார் யாருமிலராவர்."[6]

இக்கூற்று நமக்கு அதிர்ச்சியையே தருகிறது. ஆரிய மோலாதிக்கத்தையும், சாதி வேற்றுமையையும் எதிர்த்து

எழுதியும், பேசியும் வந்த ஒரு முன்னோடி இவ்வாறு எழுதியிப்பது நமக்குப் பேரதிர்ச்சியையே தருகிறது. உடல் தூய்மையும், புலால் உண்ணாமையும் மது அருந்தாமையும் கோயில் நுழைவுக்கு அத்துணை முக்கியமானவையா? மற்ற மேற்சாதியினர் அனைவரும் இவற்றை அடியோடு நீக்கியவரா? அடிகளாரின் கூற்று நகைப்புக்கே இடம் தருகிறது. இது குறித்துத் தந்தை பெரியார் சரியான கேள்வி கேட்டுள்ளார். அதாவது, "அடிக்கடி புலால் உண்பவராகவும், வாரத்திற்கு ஒரு முறை குளிப்பவராகவும் உள்ள தன்னை மட்டும் கோயிலில் அனுமதிக்கிறார்களே, அது சரியா?" என்றார். அதாவது தாழ்த்தப்பட்டவர்க்கு ஒருநீதி! பிற்படுத்தப்பட்டவருக்கு ஒரு நீதியா? என்றார். நோய்த் தோற்றை உண்டுபண்ணும் நாய்களும் எலிகளும் கோயில்களில் சுதந்திரமாக வலம் வருகின்றன; ஆனால் மனிதர்களுக்கு கோயில்களில் அனுமதியில்லை. இது என்ன நீதி? என்ன நியாயம்? ஆம்; இதுதான் சைவ சமய வாதிகளின் சமநீதி! சிறந்த கல்விமானாகவும் மும்மொழிப் புலவராகவும் விளங்கிய "மறைமலை அடிகளிடத்தே இந்தச் சாதியிறுக்கம் இருந்திருக்கிறதெனில் மற்றச் சைவ சமயவாதிகளைப் பற்றிக் கூற வேண்டியதில்லை. இதுதான் அக்காலத்திய நிலை; சைவ சமயத்தைப் போற்றியவர்களுள் பெரும்பாலோர் சமயக் கொள்கைகளில் உழன்று கொண்டிருந்தார்களேயல்லாமல், நாட்டு விடுதலைப் போராட்டத்தில் ஈடுபாட்டினைக் காட்டினார் அல்லர்.[7] இவர்களுள் **வ.உ.சி., திரு.வி.க., சொ. முருகப்பா, ராய. சொ.** போன்ற மிகச் சிலரே தேசியப் போராட்டத்தில் ஈடுபட்டனர். இவர்கள் அனைவரும் சைவத்தைத் துறவாமலேயே விடுதலைப் போராட்டத்தில் ஈடுபட்டவராவர். இவர்களுள் வ.உ.சியும் திரு.வி.கவும் சீர்திருத்தச் சமயத்தினராகவும் பொதுமை நோக்குக் கொண்டவராகவும் விளங்கினர். இதில் திரு.வி.க.வைக் காட்டிலும் 11 வயது மூத்தவரான வ.உ.சி., திரு.வி.க. வைக் காட்டிலும் சைவ சமயத்தில் முற்போக்குச் சிந்தனையுடையவராக விளங்கியுள்ளார். இது நம்மால் ஒப்பிட்டு நோக்கத்தக்கதாகும் வ.உ.சி. 1935-ஆம் ஆண்டில் அதாவது இறப்பதற்கு

ஓராண்டிற்கு முன் மெய்கண்ட தேவர் எழுதிய சிவஞான போதத்திற்கு அரியவுரை இயற்றியுள்ளார். இவ்வுரையில் சிவஞான முனிவரைப் பல இடங்களில் அவர் மறுத்துள்ளார். இதிலிருந்து அவர் இறுதிவரை சைவப் பற்றாளராகவும் சிறந்த ஆராய்ச்சியாளராகவும் இருந்துள்ளார் என்பதை உணரலாம். இத்துணைச் சமய உறுதியுள்ளவராக இருந்தாலும் அவர் சிந்தனை எதிலும் மாற்றத்தை விரும்புவதாகவே இருந்துள்ளது. கீழுள்ள அவரது கூற்றை நோக்கினால் அவருள்ளத்தை நாம் நன்கு உணரலாம்.

"கடவுளே எழுதினார் என்று கூறப்படும் நூலிலும் பிழையிருக்குமானால் அதனையும் தள்ள வேண்டியதுதான். பெரியபுராணத்தில் கூறப்பட்டிருக்கும் மனுஸ்மிருதி இப்போது உள்ளதுதான் என்று கூறினால், சேக்கிழாருக்கும் பிராமணருக்கும் சம்பந்தமுண்டென்று கூறுவதைத் தவிர வேறென்ன சொல்வது? வேதத்தில் பிழையிருக்கலாம்; திருத்த வேண்டியதுதான்; சைவத்திலும் அப்படியேதான்."[8]

இவ்வளவு சரியாக வேகமாக எழுதுபவரை, சைவ உலகில் நம் காலத்தில்கூடக் காணமுடியாது; சைவ சமயத்தைக் குறித்து 1928 ஆண்டிலேயே அவர் இத்துணைப் புரட்சிகரமாக எழுதியுள்ளாரெனில், அவரது உண்மை நெஞ்சம் நன்கு விளங்குகிறதன்றோ! இந்த நெஞ்சம் அவருக்கு இருந்தால்தான், அக்காலத்திலேயே மறைமலையடிகளைப் போல் அல்லாமல், தீண்டப்படாதவர்களுக்குக் கோயிலில் நுழைய அனுமதி அளித்தாகவே வேண்டும் என்றார். திரு.வி.க.வும் இதே கருத்துடையவர்தான். இந்த நோக்கு இவர்களிருவருக்கும் இருந்ததால்தான், சைவத்தில் ஆழ்ந்த பற்றுடையவர்களாக இருந்தும், உறுதிவாய்ந்த தேசத்தொண்டர்களாக இருந்துள்ளார்கள். விடுதலைப் போராட்டம் கனன்று கொண்டிருந்த அக் கால கட்டத்தில், அனைத்துச் சமய வாதிகளும் சமயத்தில் மூழ்கியிருந்தார்களே அல்லாமல், விடுதலைப்போராட்டத்தில் பங்கு கொண்டார் அல்லர். மாறாக வேடிக்கை பார்த்துக் கொண்டுதான் இருந்தனர். அக்காலத்தில் சமயவாதிகள் எப்படி இருந்தனர் என்பதைக் கீழுள்ள திரு.வி.க.வின் கூற்றிலிருந்து நன்கு உணரலாம்.

“இப்பொழுது வேதாந்திகளென வெளிவரவோருள் பலர் இராஜாங்க காரியத்தில் தலையிடக் கூடாது என்று சொல்கின்றனர். இராஜங்க காரியம் இன்னதென்று அவர்கள் உணர்ந்து கொள்ளவில்லை என்றே கூறுவோம். இராஜாங்க முறை ஒழுங்காக இருப்பின் குடிமக்களுக்குத் துன்பமிராது. அது முறைதவறி நடப்பின் குடிமக்களுக்குத் துன்பம் மிகும். குடிமக்கள் துன்பத்தைக் கண்டு மனம் சகியாத ஜீவகாருண்ய முடையோர், இராஜாங்க முறையைச் சீர்திருத்த முயல்வது வழக்கம். அரச தருமம் வழுவுங்காலத்து அதை நெறிபடுத்த வேண்டுவது வேதாந்த ஞானங் கைவரப் பெற்ற சந்நியாசிகளின் கடமை. இல்லாவிடின் உலகத்துள்ள எல்லா உயிரும் வருந்த நேரும். குடிமக்கள் துன்பத்தைக் கண்டு அதை ஒழிக்க முயலாத வேதாந்தி பெரும் பாவத்துக்கு உள்ளாவான். நானே கடவுள் என்று வாயால் பேசித் தேகத்தையும், பொன்னையும் மண்ணையும் பொருளாகக்கொண்டு வாழ்வோர் சுயநலத்தை முன்னிட்டு “இராஜாங்க காரியத்தில் தலையிடக்கூடாது” என்று கூறிக்கொண்டு ஊரைக் கெடுத்து வருகின்றனர். பொது ஜனங்களின் சோற்றையும் பொருளையும் தின்று வாழ்ந்து வருவோர், அவர்களுக்குத் துன்பம் நேர்ந்த காலத்து அத்துன்பத்தையொழிக்க ஏன் முன்வரலாகாது?

முப்பது முக்கோடி ஜனங்களையும் பாதிக்கப் பெருங்காரிருள் மலைபோல் உருண்டு வருகிறது. முப்பது முக்கோடி ஜனங்களின் பந்தத்தைப் போக்க முயலாது திண்ணை வேதாந்தம் பேசும் வேதாந்த சந்நியாசியை என்னவென்று கூறுவது? வட இந்தியாவிலுள்ள சந்நியாசிகளில் பெரும்பாலோர் ரௌலட் சட்டத்தை ஒழிக்க முன் வந்திருக்கின்றனர். **மகாத்மா முன்சிராம்** ரௌலட் சட்டத்தை நீறுபடுத்த நிட்டை கூடியுள்ள சந்நியாசிகளையும் கூப்பிடுகிறார். அவரல்லரோ வேதாந்த சந்நியாசி.

காட்டிலிலுள்ள சந்தியாசிகளே! தவத்திலுள்ள சந்தியாசிகளே! சமாதியிலுள்ள சந்தியாசிகளே! எழுந்து வாருங்கள்; காந்தியடிகளுக்குத் துணை புரியுங்கள்.”

இம் மேற்கோளிலிருந்து அக்காலத்திய சமயவாதிகள் தேசவிடுதலைப் போராட்டத்தில் எவ்வாறு அக்கறையற்று இருந்தனர் என்பதை நன்கு உணரலாம். இதுதான் அக்காலத்திய சமூக- சமயநிலை. இவர்கள் அரசியலில் ஆர்வம் காட்டாததில் வியப்பில்லை. சாதி வேற்றுமையைப் பாராட்டித் தீண்டாமையை நிலைநிறுத்த முயன்றதுதான் கொடுமை இதற்குப் பெரும்புலவர்களும், கல்விமான்களும் ஆதரவு அளித்தது. அதனினும் கொடுமை. சைவர்கள் இவ்வாறு சாதி வேற்றுமையைப் பாராட்டியதற்குக் காரணம், கி.பி. ஆறாம் நூற்றாண்டு முதல் (பல்லவர் காலம்) அவர்கள் தமிழகத்தில் மட்டுமன்றி, இந்தியா முழுவதும் பெரு நிலக் கிழார்களாகவும், கொழுஞ் செல்வர்களாகவும் இருந்ததே ஆகும்.[10] இந்தச் செல்வச் செருக்கு அன்று தொட்டுப் பத்தொன்பதாம் நூற்றாண்டுவரை தொடர்ந்துள்ளது. இதைத்தான் நம்காலத்தில் சைவர்களிடத்தில் காண்கிறோம். இந்தச் செருக்கினால்தான், சிவநேசன் என்ற சைவ வாரஇதழ், தாழ்த்தப்பட்டோரைக் கோயிலுக்குள் அனுமதிக்காதது சிவபெருமான் கட்டளையென்று பச்சைப் பொய் கூறியுள்ளது. இவை போன்ற சாதி வேற்றுமையும், சாதி அவமதிப்பும், தீண்டாமைக் கொடுமையும் நிலவிக் கொண்டிருந்த அக்காலத்தில்தான், சாதி வேற்றுமைக்கும் தீண்டாமைக்கும் எதிரான கொள்கையுடைய பௌத்தத்தில் சிங்காரவேலர் ஈடுபாடு காட்டலானார்.

மனித சமூகத்தில் நட்பும் ஒற்றுமையும் ஏற்பட்டு எல்லோரும் சமத்துவம்கொண்டு வாழவே அவர் ஏனைய சமயங்களை ஒதுக்கிப் பௌத்தத்தைப் பிரச்சாரம் செய்தார். சமய வேற்றுமையும் தீண்டாமையும் பழகியிருந்த காலகட்டத்தில் சிங்காரவேலர் பௌத்தத்தில் ஈடுபாடு காட்டியது எத்துணை முக்கியத்துவம் வாய்ந்தது என்பதை உணரலாம். இதிலிருந்து அவரது முற்போக்குச் சிந்தனையை அறியலாம். சிங்காரவேலர் பௌத்தத்தில் ஈடுபாடுடையவராக இருந்தாலும், பௌத்த கோட்பாடான கண பங்கவாதத்திற் கேற்ப (எல்லாம் விநாடிக்கு விநாடி மாறிக் கொண்டிருக்கிறது) நாளடைவில் பௌத்தத்திலிருந்து ஒருவாறு வேறுபட்டார்.

சிங்காரவேலருக்கு, எதனையும் கூர்ந்து நோக்கும் திறனும், எதனையும் விமர்சனக் கண்ணோட்டத்தோடு பார்க்கும் பார்வையும் இருந்ததால் நாளடைவில் அவர் சிந்தனையில் மாற்றம் ஏற்பட்டுள்ளது. சிங்காரவேலருக்கு இருந்த விமர்சனக் கண்ணோட்டம் அவரது மார்க்சிய ஞானத்தால் மேலும் வளர்ந்தது. இந்தக் கண்ணோட்டத்தால் பிற்காலத்தில் பௌத்தத்தை விமர்சனம் செய்தார். இந்த விமர்சனம் நாம் அடையாளம் காணவேண்டிய ஒன்றாகும். இதுவொரு அடிப்படை உண்மையாகும். பௌத்தத்தை அவர் எப்படி விமர்சனம் செய்தார் என்பதை இனிநோக்குவோம்.

புத்த மதத்தில் ஒருவர் செய்யும் வினைக்கேற்ப (கன்மம்) மறுபிறவி ஏற்படுகிறது என்பர். அதாவது ஒருவர் முற்பிறவியில் செய்த வினைகளின் பலனுக்கேற்ப மறுபிறவியிலும் அது தொடர்கிறதெனப் புத்தம் கூறுகிறது. பௌத்தத்தால் கூறப்படும் இந்தக் கன்மம் உண்மையா? என்பதை அவர் ஆராய்கிறார். அப்படி ஆராய்வதற்கு முன்னர் அந்தக் கோட்பாடு எப்படி வந்தது என்பதைச் சுருக்கமாக் கூறியுள்ளார். அதனை அவரது எழுத்திலேயே காண்போம்.

“உலகில் சிலர் தனவந்தர்களாகவும், சிலர் தரித்திரர்களாகவும் சிலர் நோயற்றவர்களாவும், சிலர் நோயாளிகளாகவும், சிலர் சுகபோகிகளாகவும், சிலர் சுகமற்றவர்களாகவும், சிலர் அரசர்களாகவும், சிலர் தாழ்த்தப்பட்டவர்களாகவும் இருந்து வருவதை நம் முன்னோர்கள் கண்டார்கள். இந்தச் சமூக வித்தியாசங்களுக்கு எது காரணமாக இருக்கக் கூடுமென நம் முன்னோர்கள் சிந்தித்தார்கள். சிலர் இந்தப் பிறப்பில் அனுபவிக்கும் சுகதுக்கங்களை முன்பிறவியில் செய்த வினையின் பயன் என்றார்கள். இந்த யோசனை இந்துக்களுடைய மறுபிறப்புக் கற்பனைக்கு ஆதாரமாய் நின்றது. இந்தக் கற்பனையே புத்தர்களுடைய கர்ம சித்தாந்தத்திற்கும் ஆதாரமாய் விட்டது. இன்னும் சிலர் அவனவன் தலைவிதிப்படி நடக்கிற தென்கிறார்கள். பிரமன் சிருஷ்டிக்கும் போது அவனவன் தலையில் எழுதியபடி சித்திக்குமென்றார்கள்; இதுதான் ஸ்மார்த்தர்களுடைய தலைவிதி சித்தாந்தம் என்பர்.”[11]

பௌத்தம் கூறும் கன்மக் கோட்பாடு வைதிக சமயத்தைப் (வேத மதம்) பின்பற்றி வந்ததேயாகும் என்கிறார் அவர். ஒரு கோட்பாட்டைப் பற்றி ஆயும்போது அதனை அப்படியே நின்றவாறு நோக்குவதைக் காட்டிலும், அக்கோட்பாடு எப்படி வந்திருக்கக் கூடும் என்பதை அடையாளம் காண்பதும் மிக இன்றியமையாதது. எந்தச் சிந்தனையையும் அதன் தோற்றத்தைக் கண்டு ஆய்ந்தால்தான் சரியான முடிவுக்கு வர முடியும். அக்கோட்பாட்டின் உள்ளடக்கத்தையும் நன்கு அறிந்துகொள்ள முடியும். கன்மக் கோட்பாடு எப்படி வந்திருக்கக்கூடும் என்பதை அடையாளம் காட்டிய அவர், கன்மத்தை எப்படி மறுக்கிறார் என்பதைச் சற்று நோக்குவோம்.

"கன்மம் என்ற சொல் எப்படிப் புத்தமதத்தில் நுழைந்ததென்பதைச் சற்று விசாரிப்போம், கன்மம் (Kanma) என்பது இந்து தேசத்தின் புராதன சொல்லாகும். இந்தச் சொல்லின் விஷயமாக இந்துக்கள் செய்துள்ள கற்பனை என்னவெனில் மனிதனுக்குள் ஓர் ஆன்மா உண்டு; அந்த ஆன்மா இந்த ஜன்மத்தில் செய்துவரும் நற்கருமத்தையோ துர்கர்மத்தையோ பின்ஜன்மத்தில் அனுபவிக்கிறது. அந்தந்த ஆன்மாக்களின் வினைக்கீடாக மறுஜன்மத்தில் பலன் அனுபவிக்கவேண்டும். இந்த ஜன்மத்தில் ஆன்மாக்களுக்குள்ள வித்தியாசம், முன் ஜன்மத்தில் செய்த வினைப் பயனாகும் என்ற கதை கட்டினார்கள். இந்தக் கதையைப் புத்தர்களும் தங்கள் மத சித்தாந்தமாக்கிக் கொண்டார்கள். ஆனால் புத்தர்கள் அனாத்மாவாதிகளாதலால்-அதாவது ஆத்மா இல்லாமலே கன்மம் ஒரு ஜென்மத்திலிருந்து மற்றொரு ஜென்மத்திற்குப் பலனளிப்பதாக உத்தேசித்தார்கள். இது வெறும் உத்தேசமே ஒழிய இந்தக் கற்பனைக்கு ஒரு ஆதாரமும் கிடையாது.[12]

கன்மம் தோன்றுவதற்கான சமூகக் காரணத்தையும், அது எங்கிருந்து வந்தது என்பதையும் மிகச் சுருக்கமாக எனினும் சரியாக அடையாளம் காட்டியுள்ளார்.

"ஆன்மா இல்லாமல் கருமத்திற்கு ஈடாகப் பலன் யார் அனுபவிப்பது? புத்தர்களின் சித்தாந்தப்படிப் பஞ்சபூத சையோகத்தினாலும், பஞ்சபூத சையோகத்தினாலும்

ஆக்கப்பட்ட திரேகம் சுடலையோடு அழிந்து போவதால், இறந்த பிறகு எதுபோய் மறுபிறப்பில் வினையை அனுபவிப்பது?

“மதச் சித்தாந்தங்களுக்கும் (Religious Doctrines) விஞ்ஞான சித்தாங்களுக்குமுள்ள (Scientific Doctrines) வித்தியாசம் என்னவெனில், மதச் சித்தாந்தங்கள் வெறும் கற்பனைகளாகவே ருசுவற்று இருக்கப் பார்க்கிறோம். விஞ்ஞான சித்தாந்தங்களோவெனில் முதலில் கற்பனையாகச் சிந்திக்கப்பட்டு ருசுவடைய ருசுவடைய நிரூபிக்கப்படும் சித்தாந்தங்களாகக் கருதப்படுகின்றன. மதக் கோட்போடுகளோ ருசுவற்ற கற்பனைகளாகும். அதாவது சோதனைக்கு உட்படுத்தப்படாத கற்பனைகளாகும். விஞ்ஞான உத்தேசங்களோ ருசுவுள்ள கற்பனைகள் (Verified Hypothesis) ருசுப்பெற ருசுப்பெறக் கற்பனையிலிருந்து சித்தாந்தப்படுகின்றன. இதுதான் மதக் கோட்பாடுகளுக்கும் விஞ்ஞானக் கோட்பாடுகளுக்கும் உள்ள வித்தியாசம். இதனைத் தெரிந்துகொள்ளாமல் மதக்கோட்பாடுகள் விஞ்ஞான முறைப்படி பெறப்பட்டதென்று சொல்வது பாமரமக்கள் உளறுதலை ஒக்கும். தண்ணீர் நீராவியாகி மீண்டும் மழையாகப் பெய்வதை யாரும் பார்க்கலாம். ஜலத்தை நீராவியாக்கி மழையாகப் பெய்யும்படியாகச் செய்யலாம் . ஆனால் கொலையாளி ஒருவன் இறந்த பிறகு அவன் கர்மத்துக்கு தக்காவாறு எந்தப் பிறப்பை அடைந்தவன் என்று யார் செல்லமுடியும்?

கன்மம் என்ற சொல்லை ஆய்வோம். கன்மம் என்றால் செய்கை; கையாலும், காலாலும் திரேக உறுப்புகளாலும் செய்யும் வேலைகளை கன்மம் என்று சொல்லவேண்டும். நாம் செய்யும் செய்கைகள் போலவே மக்களும் மற்ற ஜீவன்களும் கன்மத்தைச் செய்கின்றன. ஆனால் மதத்தின் கன்மம், பட்சிகளின் கன்மம், நாய், நரி போன்ற மிருகங்களின் கன்மம் என்று சொல்வதில்லையே! எந்த நடத்தைக்கீடாக எந்தப் பலன் கிடைக்கிறதென்று சொல்லக்கூடுமா? இந்த ஜென்மத்தில் நாம் செய்யும் காரியங்களுக்கெல்லாம் தக்கபடி இன்னபலன் கிடைப்பதென்பது என்ன நிச்சயம்?. சிலவற்றிற்குப் பலன் கிடைக்கின்றது. சிலவற்றிற்கில்லை.

கிடைத்தாலும் உழைப்புக்குத் தகுந்த பலன் கிடைக்கவில்லை. ஆதலின் கன்மத்திற்குத் தகுந்தபடி அனுபவிப்பான் என்பதில் என்ன அர்த்தம்?[12]

ஆத்மாதான் ஒரு பிறப்பிலிருந்து மற்றொரு பிறவி எடுப்பதாக வேதமதம் கூறுகிறது. கீதையும் அதைத்தான் கூறுகிறது. ஆத்மாவை நாம் நம்பவில்லை; ஏற்கவில்லை. ஆத்மா என்றவொரு பொருள் இல்லவே இல்லையென்பது தான் பொருள்முதல் வாதிகளின் முடிவு. ஆத்மாவையே ஏற்காத நாம், எந்தப் பொருளின் உதவியும் இல்லாமல் ஒருவனுடைய கன்மம் மற்றொரு பிறவியில் தொடர்வது என்பதை எவ்வாறு ஏற்றுக்கொள்ள முடியும்? எடுத்துக்காட்டாகக் கடலையோ ஆற்றையோ கடக்க வேண்டுமானால் மனிதனின் நீச்சலினாலோ, படகினாலோ தான் கடக்க முடியும். இங்குக் கடப்பதற்கு ஒரு பொருளோ சக்தியோ தேவைப்படுகிறது. அந்தப் பொருளையும், சக்தியையும் (மனிதனின் நீச்சல்) கண்ணால் காண முடிகிறது. ஆனால், கன்மம் அடுத்த பிறவியில் சேருகிறது என்பதை யாராலும் பார்க்க முடிவதில்லை; பார்க்கவும் முடியாது. அடுத்து, இயற்கை சையோகங்களிலான இவ்வுடல் எரியூட்டப்பட்டால் சாம்பலாகவும், புதைக்கப் பட்டால் மண்ணாகவும் மாறிவிடுகிறது.

சாம்பலாகவும் மண்ணாகவும் மாறிவிட்ட போது, கன்மம் ஏது?. அது எப்படி மற்றொரு பிறவி எடுக்கும்? இதுவே சிங்காரவேலரின் கேள்வி. இதற்கு எந்த விடையும் கூறமுடியாது. ஆனால் இது வெறும் நம்பிக்கையே என்கிறார் அவர். அதாவது உறுதி செய்யப்படாத பொய் நம்பிக்கை என்கிறார் அவர். அதனை விஞ்ஞான நம்பிக்கையோடு ஒப்பிட்டு, அதனை அவர் மறுக்கவும் செய்கிறார். கடல் நீர் அதிக வெப்பத்தால் சூடேறி நீராவியாக மாறிப் பின்னர் குளிர்ந்து மழையாகப் பெய்கிறது. இதனைச் சோதனை மூலம் நம்மால் உண்மையென உறுதிசெய்ய முடியும். கண்ணெதிரே பார்த்து ஒரு பொருள் இன்னொரு பொருளாக மாறுவதைக் காண்கிறோம். எனவே இதனை அறிவியல் நம்பிக்கையாக கோட்பாடாகக் கொள்கிறோம். ஆனால், ஒருவன் செய்த வினை அடுத்த பிறப்பில் தொடர்கிறதென்றால், அதனைப்

பார்க்கவும் முடியவில்லை; சோதனை மூலம் உறுதி செய்யவும் முடியவில்லை அப்படியென்றால் அது பொய் நம்பிக்கை தானே என்கிறார். இது சரியான கேள்வி; யாராலும் விடையளிக்க முடியாது.

நடைமுறை உலகில், உயிர்வாழும் போது நாம் செய்யும் பணிகளுக்கோ, வேலைகளுக்கோ அவற்றின் மதிப்புக்கேற்ற பயன் கிடைக்காதபோது இறந்தபோது கன்மத்திற்கேற்பப் பலன் கிட்டும் என்பதை எப்படி நம்மால் ஏற்றுக் கொள்ள முடியும் என்கிறார். உண்மைதானே!

வாழும்போது, நம் எண்ணம் உள்ளபோதே பயன்கிட்டாத போது இறப்புக்குப் பின்னர் கன்மப்பலன் கிடைத்து என்ன பயன்? சிந்தையும், செயலும் செல்லாதவொரு நிலையைப் பற்றி உயிர்வாழும் காலத்தில் ஏன் கவலைப்பட வேண்டும்? உயிர் வாழுங்காலத்தில் நாம் ஆற்ற வேண்டிய கடமைகளும் பணிகளும் ஏராளமாக உள்ளன. நம் ஆயுள் காலத்தில் அவற்றில் சிலவற்றைத்தான் நம்மால் ஆற்றமுடியும்; எவ்வளவு திட்டமிட்டாலும் எவ்வளவு உழைத்தாலும் நம்மால் சிலவற்றைதான் நிறைவேற்ற முடியும்; அதற்குக் காரணம் நமக்கு ஏற்படும் தடைகள் பல; நம் ஆயுள் காலமும் குறைவு. வாழுங் காலத்தில் வெற்றிக்காக போராடிக் கொண்டிருக்கும் நாம், அடுத்த பிறவியின் கன்மப் பலனைச் சிந்திக்க முடியுமா? சிங்காரவேலர் மிக நகைச்சுவையோடு இன்னொன்றையும் கூறுகிறார். மனிதனைப் போன்று, நாய், பூனைப் போன்ற விலங்குகளும் ஒன்றையொன்று கடிக்கின்றன; மிரட்டுகின்றன; அவற்றுக்கெல்லாம் கன்ம பலன் கிடையாதா? மனிதனுக்கு மட்டும்தான் கன்மப் பலனா? விலங்குகளெல்லாம் அதனைப் பற்றிக் கவலை கொள்வதில்லையே! மனிதன் மட்டும் ஏன் கவலைகொள்ள வேண்டும்? அதற்குக் காரணம் அவன் படைத்த மதம்தான். அதன் வலைப்பின்னல்தான் அவனைச் சிக்கவைக்கிறது. நெருக்குகிறது.

கன்மத்தைச் சிங்காரவேலர் மறுத்ததைப் போன்றே பௌத்தம் கூறும் மறுபிறப்பையும், நிர்வாணத்தையும் மறுத்துள்ளார். அவற்றையும் சிறிது நோக்குவோம். ஆத்மாவை

மறுத்த அனாத்மாகவாதமாகிய பௌத்தம் எப்படியோ மறுபிறவியையும் போதித்தது.

“மறுபிறப்பு - புத்தர்களுடைய கோட்பாடு மனிதர்கள் கற்பித்துக் கொண்ட ஒரு யுக்தியாகும். புத்தருடைய மறுபிறப்புச் சித்தாந்தத்தில் உயிரோ அல்லது சீவனோ அல்லது ஆன்மாவோ புனர்ஜன்மம் எடுப்பதில்லையாம். ஆனால் புத்த மதத்தில் மறுபிறப்பு முக்கியமான சித்தாந்தமாகும்.

உயிரோ சீவனோ ஆன்மாவோ மனிதனுக்கு இல்லாமற் போமாகின், எது புனர்ஜன்மம் எடுப்பதென்பதைக் கடந்த 2500 வருடமாக எந்தப் புத்தனும் விளங்கவைக்கவில்லை. மறுஜென்மம் எடுப்பதைப் பற்றி நானாவிதமாக உளறுகின்றார்கள்; ஒருவருக்கும் தெளிவாகத் தெரிந்தபாடில்லை; மலிந்த பிரச்சினை என்ற நூலில் (Questions of Kingmilanda) மறுபிறப்பைப் பற்றிப் பேசும்போது, மறு ஜனனத்தை, ஒருவிளக்கு மற்றொரு விளக்கிலிருந்து பெறப்படுவது போலவும், உபாத்தியாயர் பாடத்தை மாணக்கரிடம் கற்பிக்கப்படுவது போலவும், ஒரு படத்திலிருந்து பல காப்பிப் படங்கள் பெறுவது போலவும், ஒருவனுடைய சொற்களைப் பிறர் கேட்பது போலவும், ஒரு மனிதன் இறந்த பிறகு அவனுடைய செய்கையும், குணாதிசயங்களும் பிறரிடம் தோன்று கின்றனவாம். இதைத்தான் புத்தர்கள் மறுபிறப்பு என்று வாதிக்கின்றார்கள்.

புத்தர்கள் கூறும் மறுபிறப்பைக் குறித்த வியா கியானம் நமக்கு விளங்கவில்லை. வாத்தியார் சொல்லை மாணாக்கர் கேட்டால் அவருடைய சொல் மாணாக்கரிடம் மறுபிறப்பை அடைந்தது என்று சொல்லுவது யாருக்கும் விளங்காது. இதை மறுபிறப்பென்று யாரும் அழைப்பதில்லை.

இறந்தவனுக்கும் பிறந்தவனுக்கும் மறுபிறப்பில் ஒற்றுமை அதாவது அவர்தான் என்று அடையாளம் காட்ட வேண்டும். இறந்தவன்தான் பிறந்தவன் என்று ருசுப்படுத்தும் வரை மறுபிறப்பென்பது வெறுஞ்சொல்லேயொழிய வேறில்லை. ஆனால் புத்தர்கள் இந்த வாதத்திற்கு ஒரு நியாயம் சொல்லுகின்றார்கள். அதாவது உயிருடன் இருக்கும்போதே

ஒருவன் க்ஷணத்திற்கு க்ஷணம் மாறுவதால் அவன்தான் எந்தக் காலத்திலும் இருப்பதாகச் சொல்ல முடியாதே என்பார்கள்.

ஒருவன் க்ஷணத்திற்குச் க்ஷணம் மாறுவது வாஸ்தவந்தான். அவன் திரேகம் மாறுவதைப் போல், அவன் செய்கைகளும் மாறுவது உண்மை. ஆனால் எந்தச் செய்கை அவன் இறந்த போது வேறு உடலைப் பெறுகிறது? என்று கேட்கின்றோம். புத்தர்கள் மறு ஜன்மம் விஷயமாகக் கூறும் வாதம் அதாவது குதர்க்கவாதமென்றே கூறவேண்டும். மறு ஜென்மம் என்ற கற்பிதம் புராதன கற்பிதமாகும்.

நமது நாட்டில் தற்காலப் புதிய புத்தர்கள் இந்தப் புராதன புத்தக் கோட்பாட்டை ஒரு போக்காக வியாக்கியானம் செய்கின்றார்கள். புத்தர்கள் நம்பும் புனர் ஜனனத்திற்கு ஆதாரம் ஒன்றுமில்லை.[13]

மறு ஜென்மம் எப்படி ஏற்படுகிறதென்பதைப் பௌத்தம் விளக்க முனையும் போது, சில உதாரணங்கள் மூலம் அதை விளக்குகிறது. அதாவது ஒரு விளக்கிலிருந்து ஒளியை மற்றொரு விளக்குக்கு ஏற்படுத்துவதைப் போன்றும், ஆசிரியனின் விளக்கம் மாணவரிடம் சென்று சேருவதைப் போன்றும், ஒரு படத்திலிருந்து இன்னொரு படத்தை எடுப்பது போன்றும், ஒருவர் கூறுவது மற்றவர் மனத்தில் பதிவது போன்றும், ஒரு பிறவி மற்றொரு பிறவியாக மாறுகிறதெனப் பௌத்தம் கூறுகிறது. இவ்வாறு கூறுவதை ஏற்க முடியாது என்கிறார் சிங்காரவேலர். அதாவது ஒரு தீபத்திலிருந்து மற்றொரு தீபத்தை ஏற்றுவதையும், ஆசிரியர் விளக்கம் மாணாக்கரிடத்தில் பதிவதையும் நாம் எதிரிலிருந்து அறிகிறோம். அதாவது மூன்றாம் மனிதராகிய நாம், ஆசிரியர் கூறுவதையும், கேட்கிறோம். மாணாக்கர் அதனைச் செவிமடுத்துக் கேட்பதையும் காண்கிறோம். மற்றும் தாம் கூறுவதையும், அதனை மாணாக்கர் கேட்பதையும் ஆசிரியர் உணருகிறார். அவ்வாறே ஆசிரியரிடமிருந்து விளக்கம் வருகிறதென்பதையும், அதனால் தாம் தெளிவு பெறுகிறோம் என்பதையும் மாணாக்கரும் உணர்கின்றனர். அங்கு மூன்றாம் மனிதன் இருப்பானாயின் , அவனும் அதனை உணருகிறான்.

ஆனால். ஒரு பிறவி மறுஜன்மம் எடுக்கிறதென்பதை அந்தப் பிறவியும் உணருவதில்லை; மறு ஜன்மமும் உணருவதில்லை. அப்படியென்றால் பௌத்தம் கூறுகிற உதாரணங்கள் ஏற்க முடியாதவையல்லவோ! ஆம் அதுதான் உண்மை. அதனால்தான் "அது யாருக்கும் விளங்காது" என்கிறார்.

சிங்காரவேலர் அத்வைதத்தை மறுக்கும் போதும் இவ்வாறே மறுத்துள்ளார். அதனை உணர்ந்தால், பௌத்த உதாரணத்தை மிக எளிதாக உணர்ந்து கொள்ளலாம். அத்வைதம், இந்த உலகத்தை மாயையென்று கூறும். நாம் காணுகிற உலகம் உண்மையன்று என்றும், எங்கும் நிறைந்திருப்பது பிரம்மமேயென்றும், அந்தப் பிரம்மத்தை நாம் அறியாமையால் உலகமாகக் காண்கிறோமென்றும் அது கூறும். அதாவது அறியாமை நீங்கி (அவித்தை) உண்மையான அறிவு ஏற்படும் வரை, பிரம்மம் நமக்குப் பொய்யான உலகமாக உணர்வதை அத்வைதம் ஓர் எடுத்துக்காட்டின் மூலம் விளக்கும். அதாவது, மருளால் கயிற்றைப் பாம்பாகவும், கிளிஞ்சலை வெள்ளியாகவும் சில நேரங்களில் நாம் உணர்வதைப் போன்று, அறியாமையால் பிரம்மத்தை நாம் உலகமாகப் பாவிக்கிறோம் என்பர். இதனைச் சங்கர் முதல் நமது கால விவேகானந்தர் வரை காலங்காலமாகக் கூறி வருகின்றனர். இவர்கள் கூறிவரும் எடுத்துக்காட்டை மிகச் சரியாகச் சிங்காரவேலர் பொருளற்றதாக ஆக்கிக் காட்டுகிறார். அவர் கூறும் மொழியிலேயே அதனை நோக்குவதே ஏற்றது.

"இந்த வாதத்தில் (Arguments of Analogy) ஒரு பிழை இருந்து வருகிறது. அதாவது 'பிரம்மம்' என்ற சொல்லில் அடங்கிய பொருள்களை யாரும் கண்களால் பார்த்ததில்லை. ஆனால், காட்டும் திருஷ்டாந்தத்தில் கிளிஞ்சல், வெள்ளி, கயிறு, பாம்பு முதலிய திருஷ்டாந்திர பொருள்களைக் கண்களால் பார்த்து வருகின்றோம். இப்பொருள்களைப் பார்த்திராதவனுக்கு ஒன்றை மற்றொன்றாகப் பார்க்கும் மருள் எழாது. பார்ப்பதில் மருள் ஒன்றுமில்லை. கண்களால் மருள் எழுவதில்லை. கண்கள் ஏதோ பொருள் இருப்பதைக் காட்டுகின்றன. ஆனால் மருள் எப்படி எழுகிறதென்றால் அவ்விரண்டு வஸ்துக்களையும் பார்த்தவன் ஒன்றை

மற்றொன்றாக அர்த்தப்படுத்துகிறான். பார்த்த பொருள் ஏதோவொன்று; ஆனால் அதனை அர்த்தப்படுத்துவதில் தான் மருள் உண்டாயிற்று.

இரண்டு பொருள்களில் ஒன்றை மாத்திரம் பார்த்தவனுக்கு வெள்ளியென்றாகிலும், பாம்பென்றாகிலும் எண்ண முடியாது. பாம்பைப் பார்த்திராதவன் கயிற்றைப் பார்த்து எவ்வாறு பாம்பு என்று எண்ணுவான்? நாம் உலகமொன்றைத் தான் பார்க்கிறோம். பார்த்த பொருளைத்தான் ஒன்றை மற்றொன்றாகப் பாவிக்க முடியும். பாராத பிரம்மத்தை உண்மையென்று கூறி, பார்க்கும் உலகை மித்தை, மாயை மருள் என்று கூறுவது, குருடன் பார்க்கும் பார்வையாகும். மலடி, மக்களைப் பெற்ற கதையென ஒக்கும். வேதாந்திகள் தங்கள் வாதத்தில் மறைந்துள்ள இந்த வழுவைக் கவனியாமல் வேதாந்தம் பேசுவது விசனிக்கத்தக்கதே."[14]

இக்கூற்றை நோக்கினால், சிங்காரவேலர் எத்துணை ஆழமாகச் சிந்தித்துள்ளரர் என்பதை நன்கு உணரலாம். கயிற்றையும் பாம்பையும் ஏற்கெனவே பலமுறை பார்த்திருப் பவனால்தான், கயிற்றைப் பாம்பாகவோ, பாம்பைக் கயிற்றாகவோ காணமுடியும். இரண்டில் ஒன்றை மட்டும் (கயிற்றை) பார்த்தவனுக்கு அதனை மற்றொன்றாகக் (பாம்பு) காண முடியாது. அப்படியானால் பிரம்மத்தைப் பார்க்காதவன், இவ்வுலகை எப்படிப் பிரம்மமாக உணர முடியும்? இதுதான் சிங்காரவேலரின் கேள்வி. இக்கேள்வி, அவர்களின் அஸ்திவாரத்தை ஆட்டங்காணச் செய்கிறது. இந்த விளக்கத்தை நாம், பௌத்தத்தோடு பொருத்திப் பார்க்கவேண்டும். ஒரு தீபத்திலிருந்து மற்றொரு தீபத்தை ஏற்றலாமெனப் பௌத்தம் கூறுவது ஏற்கத்தக்கது. ஒரு தீபம் மற்றொரு தீபத்தை ஏற்றுவதை நாம் நேரடியாகக் காண்கிறோம். இரண்டாவது தீபத்தை ஏற்றும்போது முதல் தீபம் அணைந்துவிட்டதா? என்ன ஆயிற்று? என்பதைப் பௌத்தம் கூறவில்லை. சரி அது இருக்கட்டும். ஒரு பிறவி மறு ஜன்மமாக ஜனிப்பதை யாராலும் பார்க்கவோ உணரவோ முடியவில்லையே. உண்மை இவ்வாறு இருக்க ஒரு தீபத்தைக்கொண்டு மற்றொரு தீபத்தை ஏற்றுவதைப்

போன்று ஒரு பிறவி மறுபிறவி எடுக்கிறது என்று கூறுவது எவ்வாறு பொருந்தும்? மேலும், தீபத்தை ஏற்றுவதற்கு யாரோ ஒருவன் தேவைப்படுகிறான். ஒருவன் செயலின்றித் தீபத்தை ஏற்ற முடியாது. அப்படியாயின், கடவுளையும், ஆத்மாவையும் மறுக்கும் பௌத்தம், மறுபிறவிக்குக் காரணம் யார்? அல்லது எது என்பதைக் கூறவில்லை. எல்லாவற்றிற்கும் கன்மமே காரணம் என்கிறது. இதனை நம்மால் ஏற்க முடியவில்லை. மறுபிறவியை உணராதபோது கன்மத்தை எவ்வாறு ஏற்க முடியும்? சிங்காரவேலர் இதனையும் கேட்கிறார்.

"இறந்தவனுக்கும் பிறந்தவனுக்கும் மறுபிறப்பில் ஒற்றுமை அதாவது அவன்தான் (Identity) என்று கருதப்பட வேண்டும். இறந்தவன்தான் பிறந்தவன் என்று ருசுப்படுத்தும் வரை மறுபிறப்பென்பது வெறுஞ்சொல்லேயொழிய வேறில்லை.[15]

ஒரு தீபத்திலிருந்து மற்றொரு தீபத்தை ஏற்றிய பிறகு, இரண்டாம் தீபத்தை நாம் பார்க்கிறோம்; பார்க்கமுடிகிறது. ஆனால் மறு பிறவி எடுத்ததை, யாராலும் உணரமுடியாது; காணவும் முடியாது. ஆதலின், ஒரு தீபத்தைக் கொண்டு மற்றொரு தீபத்தை ஏற்றுவதைப்போன்று, ஒரு பிறவி நாளடைவில் மறுபிறவி எடுக்கிறது என்பதை ஏற்க முடியவில்லை. பௌத்தத்தின் பின்னாளைய பிரிவான மகாயானம், இந்த மறுபிறவியைப் பற்றிப் பல கதைகளைக் கூறியுள்ளது. அவை நம்ப முடியாதவை; ஏற்க முடியாதவை. அதன்பால்தான், சிங்காரவேலரும் புதிய புத்தர்கள் இந்தப் புராதன கோட்பாட்டை ஒரு போக்காக வியாக்கியானம் செய்கிறார்கள் என்கிறார். இது குறித்து, இந்தியத் தத்துவப் பேராசிரியரும், மார்க்சிய சிந்தனையாளருமான தேவிபிரசாத் சட்டோபத்யாயா தம் நூலில் எழுதியிருப்பது சிந்திக்கத்தக்கது.

"இந்தியாவில் பிற்காலப் புத்தமதம் கடுமையான கட்டுப்பாடுகளிலிருந்து விடுபட்டு, யோகப் பயிற்சிகள், பௌதிக மாந்திரகக் செயல்பாடுகளில் ஈடுபட்டது.

மகாயான சூத்திரத்தில் எல்லாவிதமான சமய மூடநம்பிக்கைகளும் இருந்தன. அபௌதிகப் பார்வையும்

இருந்தது. உபநிடதங்கள் போலவே யதார்த்த உலகை நிராகரித்தது. அனுபவ பூர்வமான யதார்த்தம் (சம்விருத்தி சத்யம்) என்பது நாம் இருக்கும்வரைதான். அதற்கு இறுதி உண்மை (பரமார்த்திக சத்யம்) கிடையாது. உலகை மறுக்கும் இந்த மகாயான சூத்திரத்திலிருந்து இருவகையான கருத்து முதல் வாத தத்துவங்கள் முளைத்தன. அவை மாத்யாத்மிகம்; யோககாரம் என்பன".16

இதனை நோக்கினால், பகுத்தறிவுச் சிந்தனையுடைய பௌத்தம் பின்னாளில் எப்படி உருமாறிப் போயிற்று என்பதை நன்கு உணரலாம். அடுத்துப் பௌத்தர்கள் வலியுறுத்தும் நிர்வாணத்தைப் பற்றிச் சிங்காரவேலர் எவ்வாறு நோக்கியுள்ளார் என்பதை இனி நோக்குவோம்.

"நிர்வாணமென்பது சமஸ்கிருத வார்த்தை; பாலி பாறையில் நிப்பாணா (Nibbana) என்று வழங்குவார்கள். ஆதியில் (Originally) நிர்வாணமென்றால் அவிந்துபோவதென்று பொருள். எரியும் தீபம் (Fire) அவிந்துபோவது போல் மனிதனும் அவிந்து போகின்றான் என்ற கருத்தை விளக்க நிர்வாணமென்ற சொல்லைப் புத்தர்கள் உபயோகித்ததாகத் தெரிகிறது. ஆனால், கால அளவில் இந்தச் சொல் பல பொருள்பட உபயோகிக்கப்பட்டு வருகிறது. கவுதமபுத்தர் இந்தச் சொல்லுக்கு எந்தப் பொருள் கொடுத்தார் என்று நிச்சயமாகச் சொல்ல முடியாது.

சில புத்த நூல்களில் ராக, துவேச போகங்களை ஒழிப்பதே நிர்வாணமென்று சொல்லப்பட்டுள்ளது. இன்னுஞ் சில நூல்களில் தான, சீல, சமாதி மூன்றையும் தட்சசீலத்தையும் அஷ்டாங்க மார்க்கத்தையும் கைக் கொண்டவர்கள் நிர்வாணத்திற்குத் தகுதியென்று சொல்லப்படுகிறது. சிலர் நிர்வாணமென்றால் இறந்து போவதென்றும் சொல்லுகிறார்கள். இதைப் பரிநிவாரண மென்றும் கூறுவர். புத்த நூல்களில் அந்தந்தச் சமயத்திற்கு ஒத்தவாறு நிர்வாணத்திற்கு அர்த்தம் கொடுக்கப்பட்டு இருக்கின்றது. உண்மையாகவே இது நமக்கு விளங்கவில்லை. வேதாந்திகள் தங்கள் பூரணநிலை புத்தர்களும் தங்கள் பூரண

நிலையை நிர்வாணம் என்கிறார்கள். இரண்டு நிலைகளையும் இந்த ஜன்மத்தில் அடையக் கூடுமாம். ஆனால் வேதாந்தத்தில் தனது "ஆன்மா" ஜீவன் முக்தி நிலையை அடைவதாகக் கூற, புத்தர்கள் அநாத்ம நிலையே நிர்வாணமென்கிறார்கள் போலும்! ஆனால், ஜீவன் முக்தியும் நிர்வாணமும் இரண்டும் மூடநம்பிக்கைகளெனத் தோன்றுகிறது."[17]

நிர்வாணத்தைப் பற்றிப். பௌத்த நூல்களில் பல்வேறுபட்ட கருத்துகள் இருப்பனவற்றைச் சிங்காரவேலர் இங்குச் சுட்டிக்காட்டியுள்ளார். எரியும் தீ அணைந்து போவதே நிர்வாணம். அதாவது, புலனுணர்வு எனும் தீயை (பேராசை, வெறுப்பு, மோகம்) அணைந்து போவச் செய்வதே நிர்வாணமென்று புத்தர் கூறியதாகக் கூறப்படும். புலனுணர்வை அறுத்து ஞான நிலையெனப் பெற்றுப் பிறவியை அறுப்பதே நிர்வாணமாகும். அதாவது, மனிதப் பிறவி துன்பமயமானதால் மறுபிறவி எடுக்காமல் இருக்க உதவுவதே நிர்வாணம் என்பர். இந்த நிர்வாணம் நாளடைவில் வேறுவேறு பொருள்களைப் பெற்று விட்டதால், நிர்வாணம் என்பதைத் தவறாகப் புரிந்துகொள்ளும் நிலை ஏற்பட்டு விட்டது என்கிறார் அவர். சிலர் ராக, துவேச, போகங்களை ஒழிப்பதே நிர்வாணமென்றும், வேறுசிலர் தக்ஷச் சீலத்தையும் அஷ்டாங்க மார்க்கத்தையும் கடைபிடிப்பதே நிர்வாண மென்றும், மற்றுஞ்சிலர் இறந்து போவதை நிர்வாணமென்றும் கூறுகின்றனர். இவ்வாறு கூறுவதால் நிர்வாணம் என்பதற்கு உண்மைப் பொருளை உணரமுடியாமல் குழப்பநிலை ஏற்பட்டு விடுகிறதே என்கிறார் அவர். ஒரே மதத்தைச் சார்ந்தவர்கள் இவ்வாறு ஏன் மாறுபட்ட விளக்கங்களைத் தந்து கொண்டிருக்கிறார்கள் என்பதுதான் அவர் கேள்வி.

சிங்காரவேலர் எழுப்பிய கேள்வியில் பொருளுண்டு; புத்தர் மறைந்து சில நூற்றாண்டுகளுக்குப் பின்னர் பௌத்தர்கள் இரு பெரும் பிரிவுகளாகவும், பதினெட்டு உட்பிரிவுகளாகவும் பிரிந்து விட்டனரென்றும், அவர்கள் தத்தம் கருத்துகளுக்கேற்ப விநய பிடகத்தையும், வேறுபல சூத்திரங்களையும் கூட்டியும் குறைத்தும் திரித்துவிட்டன வென்றும், இவற்றைத் திருத்த அசோகர் காலத்தில்

முயற்சியெடுக்கப்பட்டதென்றும் ஆனால் அது தோல்வியுற்றதாகவும், ராகுல சாங்கிருத்தியாயன் "பௌத்தத் தத்துவம்" எனும் நூலில் குறிப்பிட்டுள்ளது ஒப்பிட்டு நோக்கத்தக்கது.[18] இதிலிருந்து அசோகர் காலத்திலேயே பௌத்தத்தில் பல மாற்றங்கள் ஏற்பட்டு விட்டதை நன்கு உணரலாம். அப்படியென்றால் நம் காலத்துவரை எத்தனை மாற்றங்கள் ஏற்பட்டிருக்கும் என்பதைக் கூற வேண்டியதில்லை. சிங்காரவேலர் இன்னொரு வேறுபாட்டையும் சுட்டிக் காட்டுகிறார். ஒருவன் இறக்கும் போது எதனை நினைக்கின்றானோ அதனையே மறுபிறப்பில் அடைகிறான் என்பர். தத்துவப் பேராசிரியர் எஸ். என். தாஸ்குப்தா அவர்களும் இதனைக் குறிப்பிட்டுள்ளார்.

"The Buddhists believed that the last thought of the dying man determined the nature of his next birth."[19]

இவ்வாறு பௌத்தத்தில் கூறப்பட்டது பின்னாளில் எவ்வாறெல்லாம் மாற்றம் பெற்றுள்ளதென்பதையும் அவர் சுட்டிக் காட்டியுள்ளார். "புத்தர்களில் ஒரு வகுப்பார் இறக்குங்காலை எண்ணிய கோரிக்கை மறுபிறப்பை அடைவதாகச் சொல்லுகின்றார்கள். (சம்யுக்த நிகாயம் iv - 302) மற்றொருவர் சொல்வதாவது: நாம் உயிர்வாழுங்காலை எந்த எண்ணத்தை விசேடமாகக் கொள்கிறோமோ அந்த எண்ணமே மறுபிறப்பை அடைகிறது. (மஜ்ஜிமநிகாயம் - III -90) பேதவத்து, விமானவத்து என்ற புத்தகங்களில் ஏதாகிலும் ஒரு காரியம் மறுபிறப்பை அடைவதாகக் குறிப்பிடப் பட்டுள்ளது. தம்ம சங்கினி (Dhumma Sangini) என்ற புத்தர்களுடைய மானவநூல் (Mental Disposition) மறு ஜனனம் எடுப்பதாகக் கூறுகிறது."[20]

இம்மேற்கோளை நோக்கினால், பௌத்தத்தின் நூல்களுள் ஒவ்வொன்றும் மறுபிறவியைப் பற்றி வெவ்வேறான கருத்துகளைக் கூறியிருப்பதை உணலாம். தமிழகத்தில் சிங்காரவேலருக்கு முன்னர் வேறுயாரும் இவ்வாறு பௌத்தத்திலுள்ள முரணான செய்திகளைச் சுட்டிக் காட்டவில்லை என்பது உளங்கொளத்தக்கது. பௌத்தத்தில் ஈடுபாடுடையவராக அவர் இருந்தும் விருப்பு- வெறுப்பற்ற

நிலையில் பௌத்தத்தை அவர் ஆராய்ந்துள்ளார். இதிலிருந்து அவரது ஆராய்ச்சி நேர்மையை நன்கு உணரலாம். பௌத்தத்தை ஆராய்கின்றவர்களில் பலர், பௌத்தத்தில் இருப்பனவற்றுள் இக்காலத்திற்கு ஏலாதனவற்றையோ குறைகளையோ சுட்டிக்காட்டத் தயங்குகின்றனர். இரண்டாயிரம் ஆண்டுகளுக்கு முன்னர்த் தோன்றிய ஒரு தத்துவம் இக்காலத்திற்கும் அப்படியே பொருந்துமென்று யாரும் கூறமுடியாது. அப்படிக் கூறுவது உண்மைக்குப் புறம்பானது. பண்டைக் காலத்திலிருந்த சமூக- அரசியல் - சமயச் சூழல்வேறு; இக்காலச் சூழல்வேறு; இக்காலத்திய தேவையும் சிந்தனையும் வேறு. மனிதச் சமூக வளர்ச்சிக் கேற்பச் சிந்தனைகள் மாறும்; வளரும். இந்த மாற்றத்தை நாம் புரிந்து கொள்ளாமல், அக்காலத் தத்துவத்தை மறுபரிசீலனைச் செய்யாமல் முழுமையாக ஏற்று இக்காலத்திலும் உடன்பாட்டு நிலையில் விளக்கம் தருவது அறிவுடைமையாகாது. அப்படி விளக்கம் தருவோமாயின், நாம் தவறான வழியைக் காட்டியவர்களாவோம். எதனையும் மறு ஆய்வு செய்யவில்லையாயின் சிந்தனை வளராது. சமூகம் மாறாத தேங்கிய குட்டையாக மாறிவிடும். பழமைப் பித்தே எங்கும் ஆட்சி செய்யும். இதனை நாம் மறந்துவிடக் கூடாது.

இங்கு நாம் ஓர் எடுத்துக்காட்டை நோக்குவது நலம். திருக்குறளை நாம், பொதுமறை உலக மறையென்று இன்றும் போற்றுகிறோம். உண்மைதான். மனிதச் சமுதாயத்திற்குத் தேவையான பெரும்பாலானவற்றை அந்நூல் கூறியிருக்கிற தென்பதும் உண்மைதான். அதன் பெருமையைப் போற்றிய பண்டைப் புலவரொருவர்,

"எல்லாப் பொருளும் இதன்பால் உள; இதன்பால்
இல்லாத எப்பொருளும் இல்லையால்"

என்றார். மனித சமுதாயத்திற்குத் தேவையான அனைத்துக் கருத்துகளையும் திருக்குறள் கூறிவிட்டதாகக் கூறமுடியாது. பல்வேறு கருத்துகளை ஏனைய நூல்களைக்காட்டிலும் திருக்குறள் கூறியிருக்கிறதென்பது உண்மைதான். ஆனால் அதற்காக அதில் இல்லாத எக்கருத்தும் உலகில் இல்லையெனக்

கூறமுடியாது. பண்டைய புலவர் திருக்குறளை வியந்து உயர்வுநவிற்சியாக கூறியிருக்கிறாரெனக் கூறமுடியுமேயன்றி, அதனை முழுஉண்மையாக ஏற்க முடியாது. இந்த விமர்சனக் கண்ணோட்டத்தில் புலவரின் கூற்றை நாம் நோக்கவேண்டும். மேலும், திருக்குறளில் கூறியுள்ள கருத்துகள் அனைத்தும் அப்படியே நம் காலத்துக்கும் பயன்படுமெனப் பெரும்பாலோர் கூறுவர். ஆனால் அதனையும் நம்மால் ஏற்க முடியாது. வள்ளுவர் காலம் இரண்டாயிரம் ஆண்டுகளுக்கு முற்பட்ட நிலவுடைமைச் சமூகம். அச் சமூகத் தேவைகளுக்கேற்ப அவர் அந்நாளில் பல அரிய கருத்துகளைக் கூறினார். அவற்றுள் சில இக்காலத்துக்கும் பொருந்துபவை. சிலவற்றை அவர் தொலைநோக்குப் பார்வையில் கூறியிருக்கிறார் என்பது உண்மையே. ஆனால் எல்லாமும் இன்றும் பொருந்துமெனக் கூறமுடியாது.

இங்கு நாம் ஒன்றை ஆய்வுக்கு எடுத்துக்கொள்வோம். வள்ளுவர், பகைவர்களிடமிருந்து நாட்டைக் காக்க அரண் பற்றிக்கூறுகிறார். அதற்கு அவர் ஓர் அதிகாரத்தையே வகுத்துள்ளார்.

> மணிநீரும் மண்ணும் மலையும் அணிநிழற்
> காடும் உடையது அரண் -742

> உயர்வகலம் திண்மை அருமை இந் நான்கின்
> அமைவரண் என்றுரைக்கும் நூல் -743

பகைவர்களின் படைத் தாக்குதலிருந்து காத்துக் கொள்ள அரண் மிக இன்றியமையாதது. இவ்வரண் இயற்கை அரண், செயற்கை அரண் என இருவகைப்படும். நிலவரண், நீரரண், மலையரண், காட்டரண் ஆகிய இயற்கை அரணைக் குறிப்பிடுவது முதற்குறட்பா. செயற்கையில் எழுப்பப்படும் நெடிய மதிலைப் பற்றிக் குறிப்பிடுவது இரண்டாம் குறட்பா. இந்த இருவகை அரண்களும், இக்காலத்தில் சிறிதும் பயன்படா. வள்ளுவர் காலத்தில் அவை சிறந்த அரண்களாகப் பயன்பட்டிருக்கலாம். இன்றைய அறிவியல் உலகில் அவ்வரண்கள் பயன்படா. உலக அதிசயங்களுள் ஒன்றான

சீன நெடுஞ்சுவரும், பகை மன்னர்களிடமிருந்து காத்துக் கொள்ளவே கட்டப்பட்டது. அந்த நெடுஞ்சுவரும் இக்காலத்திய போருக்குப் பாதுகாப்பாக இருக்க முடியாது. காரணம், ராக்கெட்டுகளிலிருந்தும் ஏவுகணைகளிலிருந்தும் அணுகுண்டுகளை ஏவும் நிலைக்கு இன்று நாம் வந்துவிட்டோம்.

இப்போதைய நிலையில், ஒரு நாட்டின் படை, பகை நாட்டில் நுழைந்துதான் அழிக்க வேண்டுமென்பதில்லை. இருக்கும் இடத்தில் இருந்து கொண்டே ஏவுகணைகளை ஏவித் துல்லியமாக ஒரு நாட்டை அழித்து விடலாம். நொடிப்பொழுதில் பற்பல ஊர்களையும், நகரங்களையும் அழிக்கவல்ல ஏவுகணைகளும், அணுகுண்டுகளும் பெருகியிருக்கும் காலம் இக்காலம். ஆதலின் வள்ளுவர் கூறியுள்ள நிலவரண், நீரரண், மலையரண், காட்டு அரண் இக்காலத்தில் சிறிதும் பயன்படா. பல பொருள்களைத் தொலைநோக்குப் பார்வையில் சிந்தித்த அவர், அரணை அவ்வடிப்படையில் சிந்திக்க முடியாமல் போனார். காரணம், பறவைகள் போல மனிதனும் வானில் (விமானங்களிலும் ராக்கெட்டுகளிலும்) பறந்து திரிவான் என்பதை அவர் நினைத்திருக்க மாட்டார். அறிவியல் வளர்ச்சியால், மனிதன் வானுக்குமேல் பறந்து சந்திரனுக்கும் பிறகோள்களுக்கும் சென்று வந்துகொண்டிருக்கிறான். அறிவியல் வளர்ச்சியால் மனிதன் வானையும் மண்ணையும் தம்வசமாக ஆக்கிக் கொண்டு வருகிறான். இந்த வளர்ச்சியை வள்ளுவர் எதிர்பார்த்திருக்க மாட்டார். இது வள்ளுவரின் குறை அன்று; உண்மையில் அது காலத்தின் குறை; நம் மாக்கவி பாரதியார் "சந்திர மண்டலத்தியல் கண்டு தெளிவோம்" என்றார். இந்தத் தெளிவு அவருக்கு இருந்ததற்குக் காரணம், அவர் அறிவியல் யுகத்தில் வாழ்ந்தவர். சிந்தனைத் தெளிவுக்குக் காலச்சூழல் எவ்வாறு துணை புரிகிறதென்பதை இதன் மூலம் நன்கு உணரலாம்.

வள்ளுவர் கூறும் அரண் இக்காலத்துக்கு எவ்வாறு பொருந்தாதோ அவ்வாறே அவர் கூறும் நரகம், சொர்க்கம், தேவர், சீதேவி மூதேவி போன்றவையும் பொருந்தா. வள்ளுவர் எத்துணைத் தொலைநோக்குச் சிந்தனையாளராக இருந்தாலும் அவர் காலத்திய தவறான நம்பிக்கைகள் அவர்

நூலிலும் ஓரளவு இடம் பெற்றே உள்ளன. இவற்றை நாம் அடையாளம் காணவேண்டும். அப்படி அடையாளம் காண வேண்டுமாயின் விருப்பு-வெறுப்பற்ற உண்மை ஆராய்ச்சியை நாம் செய்யவேண்டும். இப்படிப்பட்ட மறு ஆய்வினால் வள்ளுவத்துக்கு குறைநேர்ந்து விடுமோவெனச் சிலர் கருதலாம். அப்படிக் கருதத்தேவையில்லை. வள்ளுவர் பெருமானே இதற்கு வழியமைத்திருக்கிறார். அதனை அவர் நமக்கு நன்கு அறிவுறுத்துவது போன்றே.

எப்பொருள் யார்யார்வாய்க் கேட்பினும் அப்பொருள்
மெய்ப்பொருள் காண்ப தறிவு-

என்றார். கல்வியிலோ, அனுபவத்திலோ, வயதிலோ, ஒழுக்கத்திலோ பொறுப்பிலோ உயர்ந்தவர் எவராக இருப்பினும், அவர் கூறும் முடிவை ஆராயாமல் அப்படியே ஏற்றுக் கொள்ளக்கூடாது என்பதற்காகவே "யார் யார் வாய்க் கேட்பினும்" என்றார். இது ஆராய்ச்சிக்கு மிக இன்றியமையாத அடிப்படை விதியாகும். அறிவியல் ஆராய்ச்சியாயினும், இலக்கிய ஆராய்ச்சியாயினும் இது தவிர்க்க முடியாததாகும். ஒரு காலத்தில் அணுவைப் பிளக்க முடியாது என்றனர். பின்னாளில் மேலும் மேலும் ஆய்ந்ததால் பிளக்க முடியும் என்றனர். அணு ஆராய்ச்சியில் டால்டனின் ஆராய்ச்சிக்குப் பின்னர் ரூதர்போர்டு, ஐன்ஸ்டீன் போன்றோர் அணுவில் பல புதிய ஆற்றல்களைக் கண்டுபிடித்தனர். இஃது எதனால் முடிந்தது? அணுவைப் பிளக்க முடியாதென்று ஒரு விஞ்ஞானியே கூறியதால், விஞ்ஞானியே கூறிவிட்டாரென்று வாளாதிருந்தால் புதிய முடிபுகளைக் கண்டிருக்க முடியுமா? முடியாது. யார் கூறியிருந்தாலும், அதனை மேலும் மீளாய்வு செய்யவேண்டும். அவ்வாறு செய்யவே வள்ளுவர் நமக்கு அறிவுறுத்துகிறார். வள்ளுவர் கூறிய விதிக்கேற்ப அவரது சிந்தனைகளையும் மீளாய்வு செய்தே ஆகவேண்டும். இது தவிர்க்க முடியாதது. வள்ளுவரை மீளாய்வு செய்கிற நாம் புத்தருடைய சிந்தனைகளையும் மீளாய்வு செய்தேயாக வேண்டும். அதுதான் உண்மை ஆராய்ச்சி; அதனை நாம் எந்நிலையிலும் மறக்கக்கூடாது.

பௌத்தம் நாளடைவில் அடைந்த மாற்றத்தைக் குறித்துப் பௌத்தத்தில் தலைசிறந்த தத்துவ ஆசிரியராக விளங்கிய ஸ்ட்செர்பாட்ஸ்கி (Stcherbatsky) கூறியிருப்பது நம் கவனத்திற்கு உரியது.

"புத்தர் இறந்த சில நூற்றாண்டுகளுக்குள், அவர் பெயரில் வழங்கும் மதச் சார்பான கோட்பாடுகள் திடீரென திசைமாறிப் போயின. இந்த மாற்றத்தின் ஓர் அம்சம் மனப்பூர்வமாகவே மூடநம்பிக்கைகளை வளர்த்துக் கொண்டதாகும். அதைக் காலப்போக்கில் பௌத்த மதமென்றே புரிந்துகொள்ள முடியாத அளவுக்கு அவ்வளவு பெரிய மூடநம்பிக்கைகள் மூடிக் கவிந்துவிட்டன."[21]

இவ்வாறு, தேவிபிரசாத் சட்டோபாத்யாயாவும் பௌத்தத்தின் பின்னாளைய தன்மையை மிகச்சரியாக விமர்சனம் செய்துள்ளனர். ஸ்ட்செர்பாட்ஸ்கி, சட்டோபாத்யாயா ஆகியோர் பௌத்தத்தை விமர்சனம் செய்வதற்கு முன்னரே சிங்காரவேலர் விமர்சனம் செய்துள்ளார். அவ்விருவரைப் போலச் சிங்காரவேலர் அறிவுத்துறைப் பேராசிரியர் அல்லர்; அவர் காலமெல்லாம் அரசியலிலும், தொழிற்சங்கத்திலும் உழன்றவர். அந்தப் பணிகளின் சுமைகளில் மூழ்கியிருந்தும், தத்துவங்களைப் படிப்பதோடு மட்டுமன்றி, வள்ளுவரின் "மெய்ப்பொருள் காண்பதறிவு" என்பதற்கேற்பக் காலத்திற்கேற்ற விமர்சனமும் செய்துள்ளார். பௌத்தத்தில் ஈடுபாடு கொண்டிருந்தும்கூட, அதன் பற்றிலோ பக்தியிலோ மூழ்கிவிடாமல் உண்மையைக் காணும் நோக்கோடு அதனை மறுஆய்வுக்கு உட்படுத்தியுள்ளார். மனித சமுதாயத்தின் பால் கொண்ட ஆழ்ந்த ஈடுபாடே அவரை இவ்வாறெல்லாம் விமர்சனம் செய்யத் தூண்டியுள்ளது எனலாம். எதனையும் மறுபரிசீலனை செய்யும் அவரது நோக்கமே அவரைப் பௌத்தத்திலிருந்து மார்க்சியராக மாற்றியுள்ளது. தர்மானந்த கோஸாம்பி, சாங்கிருத்தியாயன் ஆகியோரும் மார்க்சியராக மாறியதற்குக் காரணம் அதுவேயாகும்.

3
சிங்காரவேலர் என்றொரு மானுடர்

தேசிய இயக்கத்தினராலும் பொதுவுடைமை இயக்கத்தினராலும் பகுத்தறிவு இயக்கத்தினராலும் மதிக்கத்தக்க மாமனிதராக விளங்கியவர் சிங்காரவேலர். 1920-ஆம் ஆண்டுகளிலேயே பௌத்தம் குறித்தும் டார்வினிசம் குறித்தும் மார்க்சியம் குறித்தும் ஆழமாக எழுதியும் பேசியும் வந்தவர் அவர். உலகின் மூலை முடுக்குகளிலிருந்து வெளிவரும் புத்தம் புது நூல்களை அப்போதைக்கு அப்போது உடனே வருவித்து அவற்றை ஆழ்ந்து படித்து மக்களுக்கு எளிமையாக விளக்குவதை அவர் தம் வாழ்க்கையின் குறிக்கோளாகக் கொண்டிருந்தார். 1925-ஆம் ஆண்டில் கான்பூரில் நடந்த பொதுவுடைமை மாநாட்டில் ஆற்றிய பெருமைக்கு உரியவர் அவர். அக்காலத்திலேயே மார்க்சின் மூலதனம் என்ற நூலை சுருங்கிய அளவில் மிக எளிமையாகத் தமிழக மக்களுக்கு அறிமுகப்படுத்தியதுடன், தமிழகத்தில் முதன் முதலாக வரலாற்றுப் பொருள்முதல் வாதத்தையும் கம்யூனிஸ்ட் அறிக்கையையும் மிக எளிமையாக விளக்கிய பெருமையும் அவருக்கு உண்டு. இவ்வாறே ஐன்ஸ்டினின் கால-இடக்கோட்பாட்டையும் (Theory of Relativity) லாப்லசின் வெண்மேகச் சித்தாந்தத்தையும் (Nebular hypothesis) அறிமுகப்படுத்திய பெருமையும் அவரையே சாரும். அறிவியல்துறைப் பேராசிரியர்களால் மட்டுமே புரிந்து கொள்ளத்தக்க விஞ்ஞான மூல நூல்களை அக்காலத்திலேயே கற்றவராக அவர் இருந்துள்ளார். எடுத்துக்காட்டாக,

1. Stars and Atoms (விண்மீன்களும் அணுக்களும்)
2. God and Universe (கடவுளும் பிரபஞ்சமும்)
3. Universe Around Us (நம்மைச் சுற்றியுள்ள பிரபஞ்சம்)

4. Elements and Electrons (மூலக்கூறுகளும் எலக்ட்ரான் அணுக்களும்)

5. Beyond the Atom (அணுவுக்கு அப்பால்)

ஆகிய நூல்களைக் குறிப்பிடலாம். இந்நூல்களைப் படித்ததன் விளைவாகவே அவர் தமிழில் கடவுளும் பிரபஞ்சமும் என்ற நூலையும், வேறு பல அறிவியல் கட்டுரைகளையும் எழுதினார். அரசியல் போராட்டங்க்ளிலும், தொழிற்சங்கப் போராட்டங்களிலும் ஈடுபட்டுப் பலமுறை சிறை சென்றவராக இருந்தாலும், படிப்பதையும் எழுதுவதையும் தம் வாழ்நாள் இறுதிவரை ஒரு பெருந் தவமாகவே அவர் மேற்கொண்டிருந்தார். விஞ்ஞான நூல்களை மட்டுமே யல்லாமல் தத்துவம், மானிடவியல், உளவியல், வானியல், உடலியல் ஆகிய பல்துறை நூல்களையும் அவர் ஆழ்ந்து கற்றுள்ளார். அரசியலிலும் தொழிற்சங்கத்திலும் தலைவராக விளங்கி உழைத்துக்கொண்டிருந்தாலும் அவற்றிற்கு ஈடாக விஞ்ஞானச் சிந்தனைகளையும் மக்களிடத்துப் பரக்கப் பரப்ப வேண்டுமென்று கால முழுதும் எழுதியும் பேசியும் வந்தார். எண்பது வயதைக் கடந்து கண்பார்வை குன்றியிருந்த போதும், உடல் நலிவுற்றிருந்த போதும் அவர் படிப்பதை நிறுத்தவே இல்லை. குறிப்பாகக் கண்பார்வை குன்றியிருந்த போது அவர் தம் கைகளால் இமைகளை விரித்தும், பூதக் கண்ணாடியைக் கொண்டும் படித்துக் கொண்டே இருந்தார். "பாடை ஏறினும் ஏடது கைவிடல்" என்ற முதுமொழிக்கு இலக்கணமாக விளங்கியவர் அவர். காலம் முழுதும் படித்துக் கொண்டும் சிந்தித்துக் கொண்டும் இருந்ததனால்தான், அவரை அண்ணா அவர்கள் "சிந்தனைச் சிற்பி" என்று போற்றிப் புகழ்ந்தார். சிங்கார வேலரின் எல்லையற்ற கல்வியைப் போற்றும் வகையில் புரட்சிக் கவிஞர் பாரதிதாசன்,

> "சிங்காரவேலரைப் போல் சிந்தனைச் சிற்பி
> எங்கேனும் கண்ட துண்டோ?
>
> ....

கடல்வான் ஆழ்அகல் கல்வியைக் கற்றவன்
கண்ணாய் உயிர்ராய்த் தமிழர்க் குற்றவன்"

என்று பாட்டிசைத்தார். ஆழ்ந்த சிந்தனை கொண்ட சிறந்த போராளியாக அவர் விளங்கினாலும், மாந்த நேயத்திலும் மானுட நெறியிலும், தன்னிகரற்ற முன்னோடியாக அவர் விளங்கியுள்ளார். இக்கட்டுரையில் அவருடைய மாந்த நேயத்தை இனி ஒவ்வொன்றாகக் காண்போம். அறிவின் முற்றிய பயனே, சக மனிதனை, உயிரை நேசிப்பதும் உதவுவதும் தான் என்றார் வள்ளுவர் பெருந்தகை. அதனால்தான் அவர்

அறிவினான் ஆகுவ துண்டோ பிறிதின்நோய்
தந்நோய்போல் போற்றாக் கடை - என்றார்

பெருஞ்செல்வக் குடும்பத்தில் சிங்காரவேலர் பிறந்தவராக இருப்பினும், காலமுழுதும் ஏழை மக்களைப் பற்றிச் சிந்திப்பதும், அவர்களுக்குத் தொண்டாற்றுவதையுமே தம் கடமையாகக் கொண்டிருந்தார். அதனால்தான் 1922-ஆம் ஆண்டில் கயாவில் நடந்த அகில இந்தியக் காங்கிரஸ் மாநாட்டில், முதன் முதலில் பூரண விடுதலை குறித்தும் அவ்விடுதலை ஏழை-எளிய மக்களுக்கும், உழவர்கள் மற்றும் தொழிலாளர்களுக்கும் பயன்படுவதாக இருக்க வேண்டுமென்றும் வலியுறுத்தினார். 1918-ஆம் ஆண்டில் சென்னையில் ப்ளேக் என்னும் விஷக் காய்ச்சல் பரவியபோது எண்ணற்றோர் மாண்டனர். இதனால் பெரும்பாலோர் சென்னையை விட்டு வெளியேறினர். இந்நிலையில், சிங்காரவேலர் மாளிகை போன்ற தமது இல்லத்தில் (எண்.22, தெற்குக் கடற்கரைச் சாலை) விஷக் காய்ச்சலால் பாதிக்கப்பட்டோருக்குத் தங்க இடம் வழங்கி இலவச மருத்துவ சிகிச்சை அளித்துள்ளார். மீண்டும் விஷக் காய்ச்சல் சென்னையைப் பெரிதும் தாக்கியபோது அவர் சென்னை நகராண்மைக் கழகத்தில் காங்கிரஸ் உறுப்பினராக இருந்தார். இவ்வேளையில் சென்னையில் விஷக் காய்ச்சலையும் அம்மை, காலரா போன்ற நோய்களையும், அடியோடு ஒழிக்கப் பெருந்தொகை ஒதுக்கவும் மருத்துவ வசதியைப் பெருக்கவும், ஏற்பாடு செய்ததுடன் ஊர் தோறும்,

முதன் முதலாக உடனடி மருத்துவக் குழுவை (Stand by Medical Squard) அமைத்து மக்களைக் காப்பாற்ற அரிய ஏற்பாட்டையும் செய்தார்.

பொங்கல், தீபாவளி போன்ற பண்டிகை நாள்களில் சென்னை மெரினா கடற்கரையில், மக்கள் குளிக்கும்போது கடல் அலைகளால் அவர்கள் அடித்துச் செல்லப்படுவது வழக்கமாக இருந்தது. இதற்கு முடிவுகட்ட சிங்காரவேலர் நகராண்மைக் கழகச் சார்பாக அவர்களுக்குப் பாதுகாப்பு வழங்க மருத்துவ உதவியுடன் கூடிய இரு ஆம்புலன்ஸ் வண்டிகளை அங்கு ஆயத்தநிலையில் வைக்க எற்பாடு செய்தார். மற்றும் வெள்ளை ஆதிக்கக் காலத்தில் திருவல்லிக்கேணி கடற்கரையிலுள்ள மீனவர் கிராமங்களை அப்புறப்படுத்த நடவடிக்கை எடுத்தபோது, அவ்வாறு அப்புறப்படுத்துவது நியாயமற்றது என்று எச்சரித்ததுடன் இலண்டன் பாராளுமன்றத்தில் தொழிலாளர் கட்சியின் உறுப்பினராக இருந்த சக்லத்வாலாவை (சிங்காரவேலரின் நண்பரான மார்க்சிய அறிஞர் : டாட்டாவின் அக்காள் மகன்; இந்தியாவிலிருந்து குடியேறி இங்கிலாந்தின் குடிமகனாக மாறியவர்) பாராளுமன்றத்தில் பேச வைத்து அந் நடவடிக்கையை அவர் தடுத்து நிறுத்தினார். மேலும் கடும்புயலால் கொங்கணக் கடற்கரை மக்கள் உடைமைகளையும் இருப்பிடங்களையும் இழந்து பெருந்துன்பத்திற்கு உட்பட்டபோது, அவர்களுக்கு உதவிடும் முறையில், நகராண்மைக் கழகத்தில் ஒரு தீர்மானத்தைக் கொண்டு வந்து, நகராண்மைக் கழகம் சார்பில் அவர்களுக்கு ஒரு தொகை அனுப்பியும் உதவியுள்ளார்.

பள்ளிகளில் மாணவ-மாணவியர்க்கு இலவச நடுப்பகல் உணவை முதலில் வழங்கியவர் பெருந்தலைவர் காமராசர் என்றே நம்மில் பலர் கருதுகிறோம். ஆனால் அது உண்மையன்று. சிங்காரவேலர் 1925 முதல் 1927 வரை நகராண்மைக் கழக உறுப்பினராக இருந்தபோதுதான், ஒரு தீர்மானத்தைக் கொண்டுவந்து நிறைவேற்றி நகராண்மைக் கழகப் பள்ளிகளில் நடுப்பகல் உணவு வழங்கும் வரலாற்றுப் பணியைச் செய்து முடித்தார். இத்திட்டம் ஏற்கெனவே 1921 -ஆம் ஆண்டில் நகராண்மைக் கழகத்தால் தொடங்கப்பெற்று

இருந்தாலும் இடையில் நிறுத்தப்பட்டுவிட்டது. அத்திட்டத்தை மீண்டும் புதுப்பித்து விரிவாக்கிய பெருமை சிங்காரவேலரையே சாரும். ஏழைக் குழந்தைகளுக்குப் பால் வழங்க வேண்டுமென்றும், ஏழைகள் வசிக்க நகராண்மைக் கழகம், வீடுகளைக் கட்டித்தர வேண்டுமென்றும் தொலைபேசி, டிராம் போக்குவரத்து, தனியார் பள்ளிகள் ஆகியவற்றை நகராண்மைக் கழகமே ஏற்கவேண்டுமென்று எழுதியும் பேசியும் வந்தார் அவர். சாக்கடைக் கழிவுநீர், குப்பைகள், மனிதக் கழிவுகள் ஆகியவற்றை உடனுக்குடன் அகற்றவும், பாதாளச் சாக்கடையை விரிவுபடுத்தவும், இறப்பு விகிதத்தைக் குறைக்கவும், சுகாதார வசதியைப் பெருக்கவும் நகராண்மைக் கழகம் பெருந்தொகையைச் செலவிட வேண்டுமென்றும் அவர் அடிக்கடி வலியுறுத்தி வந்துள்ளார். நகராண்மைக் கழகத்தின் நிரந்தரக் கல்விக்குழுவின் தலைவராகத் தேர்ந்தெடுக்கப் பெற்ற அவர், தம் காலத்தில் 78 பள்ளிகளாக இருந்த எண்ணிக்கையை 94 பள்ளிகளாக இரண்டாண்டுக் காலத்தில் பெருக்கிக் காட்டினார்.

எல்லோரும் எல்லாம் பெறவேண்டும் என்று எண்ணியவர்; செயல்பட்டவர் சிங்காரவேலர். எல்லாத் தேவைகளும் உரிமைகளும் அனைவர்க்கும் பொதுப்படக் கிடைக்க வேண்டுமென்று கருதியவர் அவர். வாய்ப்புகளும் வசதிகளும் அனைவருக்கும் சமமாக வழங்கத்தக்க பொதுவுடைமை அரசை நிறுவ எண்ணியவர் அவர். சென்னை நகராண்மைக் கழகத்தில் உறுப்பினராகப் பொறுப்பு ஏற்கும்போது "கடவுளின் பெயரால் பொறுப்பு ஏற்கிறேன்" என்று கூறாமல், "மனச்சான்றின் அடிப்படையில் பொறுப்பு ஏற்கிறேன்" என்றார். தமிழகத்திலேயே இப்படி முதன் முதலில் பொறுப்பேற்றவர் அவரே. மேலும் நகராண்மைக் கழக அவைக் கூட்டத்தில் அக்காலத்தில் எல்லோரும் ஆங்கிலத்தில்தான் பேசினர். அதனைப் பெருமையாகவும் கருதினர். ஆங்கிலத்தில் புலமையும், வேறுசில மொழிகளில் அறிவும் கொண்ட சிங்காரவேலர் அவைக் கூட்டத்தில் தமிழில் முதன் முதலாகப் பேசியதுடன் மற்றவர்களையும் அவரவர் தாய் மொழியில் பேசவும் அறிவுறுத்தினார்.

இந்நிகழ்வுக்குப் பின்னரே தெலுங்கைத் தாய்மொழியாகக் கொண்டவர்களும் தெலுங்கில் பேச முற்பட்டனர்.

"முழுமையான மாந்த நேயமே பொதுவுடைமையாகும்" (Communism as Completed Humanism) என்றார் மார்க்ஸ். சிங்காரவேலர் ஒரு முழுமையான மாந்த நேயம் உடையவர் என்பதை இதுகாறும் கூறியவற்றானும், இன்னும் பல நிகழ்வுகளாலும் இனிது உணரலாம். மாமண்டூரிலுள்ள உழவர்கள் தினக் கூலியை உயர்த்த நிலவுடைமையாளரை எதிர்த்துப் பேராட்டம் நடத்தினர். இப்போராட்டம் சில மாதங்களாக நீடித்தபோது ஏழை உழவர்கள் பெருந்துன்பத்திற்கு உட்பட்டபோது அந்நிலையை விளக்கி அவர் கட்டுரை வரைந்ததுடன், அந்த உழவர்களுக்கு மக்கள் பொருள் வழங்க அறிக்கை விட்டுப் பொருள் வழங்க வைத்ததுடன், தானும் பொருள் வழங்கி உதவியது இங்குக் குறிப்பிடத்தக்கது. இங்கு இன்னொரு நிகழ்வும் சுட்டிக்காட்டத்தக்கது.

ஆங்கில ஆதிக்கத்தின்போது ஜெனரல் நீல் என்பவன் படைத்தளபதியாக இருந்தான். வடநாட்டில் ஆங்கில ஆதிக்கத்தை எதிர்த்து ஆங்காங்கே போராட்டமும் கலகமும் நடந்து கொண்டிருந்தன. அப்போராட்டத்தையும் கலகத்தையும் அடக்க ஜெனரல் நீல் (Neil) எண்ணற்ற இந்திய மக்களைப் பல இடங்களில் சுட்டுக்கொன்றான். ஈவிரக்கமின்றி அவர்களைக் குடிசைகளுடன் கொளுத்தியும் கொன்றான். பின்பு, வேறொரு காலத்தில் புரட்சிக்காரர்களால் நீல் சுட்டுக் கொல்லப் பெற்றான். அந்த நீல் மீது ஆங்கில அரசாங்கம் மதிப்புக் கொண்டிருந்தால், அவனுக்குச் சென்னையில் சிலை வைத்தது. இந்தியச் சுதந்திரப் போராட்டவீரர்கள் அதனைப் பெரும் அவமானமாகக் கருதி, அந்தச் சிலையை அகற்ற, தொடர்ந்து போராட்டம் நடத்தினர். போராட்டம் நடத்தியவர்களை ஆங்கில ஆதிக்கம் கைது செய்தது. கைது செய்யப்பட்டவர்களுக்காக வழக்காட எந்த வழக்குரைஞரும் முன்வரவில்லை. பலர் அஞ்சி ஒதுங்கினர். இந்த நேரத்தில் அவர்களுக்காகச் சிறு ஊதியமும் பெறாமல் வழக்காடியவர் (1927) சிங்காரவேலரே ஆவர். ஒரு முறை தொழிலாளர் போராட்டத்தின்போது காவலர்கள் எதிரில் நின்று

"சுடுவதாக இருந்தால் முதலில் என்னைச் சுடுங்கள்" என்று தம் மார்பைத் திறந்து காட்டிய துணிவுமிக்க வீரர்தான் சிங்காரவேலர். அதனாற்றான் பாரதிதாசன் அவரைப் "போர்க் குணம் மிகுந்த செயல் முன்னோடி" என மிகச் சரியாகவே பாராட்டிக் கூறினார்.

சிங்காரவேலர் எதிலும் மிகக் கண்டிப்பானவர், 'வெட்டு ஒன்று துண்டு இரண்டு' எனும் முறையில் பேசியவர். எல்லோரும் நிமிர்ந்து நடக்க விரும்பியவர். மழுப்பலோ, மூடி மறைப்பதோ அவருக்குச் சிறிதும் பிடிக்காது. எதனையும் வெளிப்படையாகவும் நேர்மையாகவும் பேசியவர். அவற்றையே தம் வாழ்க்கையின் ஒழுக்கமாகக் கொண்டிருந்தவர்.

"He was a man; but stern to view

Yet he was kind"

(அவன் ஒரு மனிதன்; ஆனால், அவன் நோக்கத்தில் கண்டிப்பானவன். எனினும் இனிமையானவன்) என்றார் ஆலிவர் கோல்ட் ஸ்மித். இவ்கவிதைப் பொருளுக்கு முற்றிலும் உரித்தானவர் சிங்காரவேலர். சிங்காரவேலர் தம் கொள்கையிலும், செயற்பாட்டிலும் உறுதியும் கண்டிப்பும் மிக்கவர். காலத்தைப் பொன்னைப்போலப் போற்றுபவர். காலத்தாழ்வைச் சிறிதும் ஏற்காதவர். வங்காளத்திலிருந்து ஒரு தொழிற்சங்கத் தலைவர் குறித்த நேரத்தில் வராமல், காலம் கடந்து வந்ததால் அவரைக் கண்டிப்புடன் சிங்காரவேலர் கடிந்து கொண்டாராம். கண்டிப்பு உடையவராக இருந்தாலும், அவரிடத்தில் கனிவும் இருந்தது. குழந்தைகள் என்றால் உள்ளம் உருகி விடுவார். குழந்தை மீது அவருக்கு அத்துணை அன்பு.

ஒருமுறை ஆசிரியர் சங்கம், அடங்காது குறும்பு செய்யும் மாணவ-மாணவியரைப் பிரம்பால் அடிக்கலாம் என்று முடிவு எடுத்தது. அம்முடிவைச் செய்தித்தாளில் கண்ட சிங்காரவேலர் பெரிதும் வெகுண்டார். நகராண்மைக் கழகத்தில், உடனே ஒரு தீர்மானத்தைக் கொண்டுவந்து, ஆசிரியர்கள் எக்காரணத்தைக் கொண்டும் பிரம்பாலோ, கரத்தாலோ அடிக்கக்கூடாதெனத்

தடை ஏற்படுத்தி அவர்களை எச்சரித்தார். பெற்றோர்களானாலும் ஆசிரியர்களானாலும், குழந்தைகளுக்கு அச்சத்தையோ பீதியையோ ஏற்படுத்தக் கூடாதென்றார். அவர்களுக்கு ஊக்கத்தையும், உற்சாகத்தையும், மகிழ்ச்சியையுமே வழங்கவேண்டும் என்றார். சிங்காரவேலர் நடத்தையியல் (Behaviourism), உளவியல் (Psychology) ஆகியவற்றை நன்கு கற்றிருந்தார். Psychology என்பதற்கு அக்காலத்தில் அவர் மானதசாத்திரம் என்று மொழிபெயர்த்தார். பிற்காலத்தில் 1946 இல் உளவியலை அறிமுகப்படுத்தி நூல் எழுதிய பன்மொழிப் புலவர் தெ. பொ. மீனாட்சி சுந்தரனாரும் சிங்காரவேலரைப் பின்பற்றியே Psychology என்பதற்கு மானத சாத்திரம் என்றே பெயரிட்டார். சிங்காரவேலர் நகராண்மைக் கழகத்தில் உறுப்பினராக இருந்தபோது, குழந்தைகளுக்காக அழகிய தனிப் பூங்காக்களை அமைக்கவும் ஏற்பாடு செய்தார்.

வெள்ளையர் ஆதிக்கத்தின்போது ஒவ்வோர் ஆண்டும் பூங்கா கண்காட்சி நடைபெறும் அக்கண்காட்சியில் சூதாட்டங்கள் நடைபெறுவது வழக்கம். அச்சூதாட்டங்களில் பெரிதும் பாதிக்கப்படுவர்களாக ஏழைகள் இருந்துள்ளனர். இப்படி ஏழைகள் பாதிக்கப்படுவதாலும் சூதாட்டம் தவறான நடைமுறைக்கும், பேராசைக்கும் ஒழுக்கக்கேட்டிற்குமான, இடமாக இருப்பதாலும், சிங்காரவேலர் நகராண்மைக் கழகத்தில் ஒரு தீர்மானத்தைக் கொண்டுவந்து பூங்கா கண்காட்சிகளில் நடைபெறும் சூதாட்டங்களை அடியோடு ஒழித்தார். மேலும் சூதாட்டத்திற்குப் பெருங்களமாக இருக்கும் குதிரைப் பந்தயத்தையும் ஒழிக்க அவர் தீர்மானம் கொண்டுவந்தார். அந்தத் தீர்மானம் வெற்றிபெறவில்லை. அவர் தொடர்ந்து முயற்சி செய்தார். ஆனால் அதில் அவர் வெற்றிபெறவில்லை.

நகராண்மைக் கழக அலுவலகங்களிலும், பள்ளிகளிலும் அதற்கு உரித்தான முக்கிய இடங்களிலும், அண்ணல் காந்தியடிகளின் படத்தை நிறுவவேண்டுமென்று முதன் முதலில் அறிவுறுத்தி, அந்த ஏற்பாட்டினை அவர் செய்து முடித்தார். தொழிலாளர்கள் மீது பேரன்பு கொண்டவர் அவர். அவர்களின் வாழ்வில் விடியல் ஏற்பட வேண்டுமென

நாளும் உழைத்தவர் அவர். சில நிகழ்ச்சிகளை நினைவு கூர்வோம்.

சென்னை பர்மா செல் எண்ணெய்க் கம்பெனியில் தொழிலாளர்கள் வேலை நிறுத்தம் செய்தபோது நிர்வாகத்தினர் 105 தொழிலாளர்களை வேலை நீக்கம் செய்ததுடன் போராடிய ஒன்றுபட்ட தொழிலாளர் மீது நிர்வாகத்தினர் காவலரைக் கொண்டு துப்பாக்கிச்சூட்டையும் நிகழ்த்தினர். சிங்காரவேலர் இப்போராட்டத்தைத் தொடர்ந்து நடத்தியதுடன் மட்டுமின்றி, அகில இந்தியக் காங்கிரசின் செயற்குழு, இப்போராட்டத்துக்கு ஆதரவு தெரிவிக்க 1.5.1927 அன்று மேதினக் கூட்டத்தில் முடிவெடுத்து, அம்முடிவை அகில இந்தியக் காங்கிரஸ் செயற்குழுவுக்கு அனுப்பி வைத்தார். பர்மா செல் போராட்டத்தைக் கூர்ந்து கவனித்து வந்த அவர்களும், பம்பாயில் 27.5.1927 அன்று கூடிய அகில இந்தியக் காங்கிரஸ் மாநாடு துப்பாக்கிச் சூட்டைக் கடுமையாகக் கண்டித்தும், போராட்டத்துக்கு முற்றுப்புள்ளி வைக்க வேண்டுமென்றும், போராட்டம் தொடர நிர்வாகம் வழிவகுக்குமானால் சென்னையிலுள்ள சட்டமன்ற உறுப்பினர்கள் சட்டமறுப்பு இயக்கத்தை நடத்த வேண்டு மென்றும், அறிக்கை விட்டு ஆதரவு அளித்தது.

1921-ஆம் ஆண்டில் பி ஆண்டு சி மில்லை வெள்ளையர்கள் நடத்தி வந்தபோது மிகப்பெரும் கதவடைப்பு நடந்தது. இதனால் தொழிலாளர்களின் வேலைநிறுத்தம் மாதக்கணக்கில் நீடித்தது. தொழிலாளர்கள் பெருந்துன்பத்துக்கும் வறுமைக்கும் ஆளாயினர். தொழிற்சங்கத்துப் பணியுடன் மட்டும் சிங்காரவேலர் நின்றுவிடாமல், காங்கிரஸ் கட்சி, தொழிலாளர்களுக்கு ஆதரவும் உதவியும் நல்கவேண்டு மென்றும் கட்டாயப்படுத்தினார். திருச்சியில் நடைபெற்ற காங்கிரஸ் மாநாட்டில் வேலை நிறுத்தத்தில் பாதிக்கப்பட்டுள்ள தொழிலாளர்களுக்கு காங்கிரஸ் நிதியுதவி அளிக்க வேண்டுமென்று அவர் போராடினார். அப்போராட்டத்துக்குத் திரு.வி.க.வும் துணை நின்றார். இதன் விளைவாகக் காங்கிரஸ் கட்சி தொழிலாளர்களுக்கு ரூ.10,000 வழங்கி உதவியது.

அமெரிக்காவில் தொழிலாளர் நலனுக்காகப் போராடிய சாக்கோ மற்றும் வான்சிட்டி என்னும் இருவரை அமெரிக்க ஆதிக்க அரசு, மின்சார நாற்காலியில் அமரவைத்து ஈவிரக்கமற்ற முறையில் கொன்றது. அந்தச் செயலை இந்தியாவிலேயே முதன்முதலாகக் கண்டிக்கும் வகையில் நேப்பியர் பூங்காவில், அமெரிக்காவின் தொழிலாளர் விரோத கொள்கையைக் கடுமையாகச் சாடியவர் சிங்காரவேலரே. தொழிலாளர்களின் திருநாளான மேதினத்தை இந்தியாவில் முதன்முதலாக 1.5.1923 அன்று கொண்டாடிய முன்னோடியும் அவரே. தொழிலாளர்கள் தங்களின் இழிநிலையை உணர்ந்து அரசியல் தெளிவுபெற லேபர் அண்டு கிஸான் கெஜட் (Labour and Kissan Gazette) என்ற மாதமிருமுறை ஆங்கில இதழையும் தொழிலாளன் என்ற வார இதழையும் தொடங்கி நடத்தியது அவர்தம் பேருழைப்பையும், தொழிலாளர்கள் மேல் அவர் கொண்ட அக்கறையையும் புலப்படுத்துவனவாகும்.

தொழிலாளர்கள்பால் கொண்ட அக்கறையைப் போன்றே உழவர்கள் மீதும் அவர் அக்கறை கொண்டிருந்தார். அதனால்தான் ஆங்கில இதழுக்கு லேபர் அண்டு கிசான் கெசட் எனும் பெயரைச் சூட்டினார். உழவர்களைப் பற்றிச் சிங்காரவேலர் அக்காலத்திலேயே கூறியது நம் சிந்தனைக்கு உரியது. நியூ இந்தியா என்ற ஆங்கில இதழில் 15-1-1921 அன்று ஒரு சிறு குறிப்பை அனுப்பிவைத்தார். அக்குறிப்பில் தொழிலாளர்களுக்கு ஊதிய உயர்வு, இலாபத்தில் பங்கு என்பவை மட்டும் முக்கிய மல்ல வென்றும், நாட்டு நலன் கருதித் தொழில் உற்பத்தியில் கட்டுப்பாட்டை நிலை நிறுத்துவதிலும், நிலங்களை நாட்டுடைமையாக்குவதிலும், தொழிலாளர்களும் உழவர்களும் மிகுந்த கவனம் செலுத்த வேண்டுமென்றும் கூறினார். அப்போது பிரிட்டனின் தொழிற்கட்சியின் சார்பாக இந்தியாவுக்கு வந்திருந்த கர்னல் வெட்ஜ்வுட் (Wedge Wood) சிங்காரவேலரின் குறிப்பைப் பார்த்து "இத்தகு உண்மையும் உணர்ச்சியும் வாய்ந்த குரல் இதுவரை இந்தியாவில் எழுந்த தில்லை" என்று பாராட்டினார்.

தொழிலாளர்களுக்காகப் போராடியதைப் போன்றே அவர் தேசிய விடுதலைப் போராட்டத்திலும் பெரும் பங்கு ஆற்றியுள்ளார். குறிப்பாகப் பஞ்சாப் படுகொலையின் போதும், (ஜாலியன் வாலாபாக் படுகொலை) ஒத்துழையாமை இயக்கத்தின் போதும் வேல்ஸ் இளவரசரின் வருகையின் போதும் அவர் மிகத் தீவிரமாகக் செயல்பட்டுள்ளார். அக்காலத்தில் அவர் தொண்டர் படையின் தலைவராக இருந்து, அனைத்து மக்களையும் ஒன்று திரட்டிப் போராட்டங்களையும், ஊர்வலங்களையும், கூட்டங்களையும் நிகழ்த்தியுள்ளார். "போராட்டங்கள் அவருக்கு நிலாச்சோறு" என்று அண்ணா அவர்கள் குறிப்பிட்டிருப்பது இங்கு ஒப்பு நோக்கத்தக்கது. குறிப்பாக ஜாலியன் வாலாபாக் படுகொலையைக் கண்டித்துக் கடுமையாகப் போராட்டத்தை அவர் நடத்தியது, சென்னை மாநகரையே கலக்கியது. சிங்காரவேலரின் இப்போராட்டத்தைக் கண்டு நியூ இண்டியா என்ற ஆங்கில இதழ் அவரை எச்சரித்துள்ளது. மெட்ராஸ் மெயில் என்ற ஆங்கில நாளேடும் "தேசிய இயக்கத்தில் ஒரு ரஷ்ய போல்ஸ்விக் உள்ளார்" என்று திமிரியது. இவ்விரு ஏடுகளின் குறிப்பிலிருந்தே சிங்காரவேலரின் போராட்ட உணர்வையும் மக்கள் பால் அவர் கொண்டிருந்த மனித நேயத்தையும் நன்கு உணரலாம்.

மதங்கள் மனித சமுதாயத்தைக் கூறுபோடுகின்றன. மூட நம்பிக்கைகளையும், அறிவுக்கு ஒவ்வாத சடங்குகளையும் புகுத்தி, சமுதாயத்தை அவை இழிநிலைக்குத் தள்ளுகின்றன. அவற்றால் நடத்த போர்களும் அழிவுகளும் உலக வரலாற்றில் ஏராளம். இவற்றைச் சிங்காரவேலர் அக்காலத்திலேயே நன்கு உணர்ந்திருந்தார். நகராண்மைக் கழகத்தில் அவர் உறுப்பினராக இருந்தபோது மதம் பற்றிய பாடங்கள் பாடத்திட்டத்தில் இருக்கக்கூடாதெனத் தீர்மானம் கொண்டு வந்தார். இந்தத் தீர்மானம் தொலைநோக்குச் சிந்தனை உடையது. இந்தத் தீர்மானம் அவையில் வந்தபோது ஒரு சுவையான நிகழ்ச்சி நடந்தது. சிங்காரவேலர் உறுப்பினராக இருந்தபோது பல்கலைச் செல்வர் தெ. பொ. மீனாட்சி சுந்தரனாரும் உறுப்பினராக இருந்தார். அப்போது அவருக்கு வயது 25.

சிங்காரவேலருக்கோ வயது 67. தெ. பொ. மீ. அவர்கள் இளமையிலேயே சில சமயச் சித்தாந்தங்களைத் தக்காரிடம் நன்கு கற்றிருந்தார். குறிப்பாக, வேதாந்த சூறாவளி கோ. வடிவேலு செட்டியாரிடம் வேதாந்தம் கற்று, அவருக்கு அணுக்கச் சீடராகவும் விளங்கினார்.

தெ.பொ.மீ. இளமையிலும் வாழ்வின் இறுதியிலும், சமய நம்பிக்கையுடையவராகவே இருந்தார். சிங்காரவேலர் பள்ளிப் பாடங்களில் சமயக் கருத்துகள் இடம் பெறக் கூடாதென விளக்கிப் பேசித் தீர்மானம் கொண்டு வந்தபோது முதலில் அது தோல்வியுற்றது. மீண்டும் இரண்டாம் முறை விரிவாக விளக்கிப் பேசித் தீர்மானத்தைக் கொண்டுவந்தார். வேதாந்தத்தை உணர்ந்திருந்த தெ.பொ.மீ. சிங்காரவேலரின் உரையில் உள்ள நியாயத்தையும் உண்மையையும், உணர்ந்து அந்தத் தீர்மானத்தை ஆதரித்தும் பேசியுள்ளார். பின்பு தீர்மானம் நிறைவேறுவதற்கு ஆதரவு அளித்துள்ளார். 1926 - லேயே சமயம் பற்றிய பாடங்கள் பாடத்திட்டத்தில் இருக்கக்கூடாதென அவர் தீர்மானம் கொண்டுவந்ததும் அதற்கு முன்னாலேயே 12.2.1920 அன்று இந்து நாளேட்டில் **மத அரசியலும் சீர்திருத்தச் சட்டமும்** எனும் தலைப்பில் மதத்தால் ஏற்படும் கொடுமையை விளக்கி அவர் எழுதியிருப்பதும் பெரிதும் வியக்கத்தக்கன.

சென்னை மாநகராட்சி அலுவலகத்தின் முன்பு (ரிப்பன் மாளிகையின் முன்பு) பீரங்கி வைக்கப்பட்டிருப்பதைக் கண்டு சிங்காரவேலர் ஒரு தீர்மானத்தைக் கொண்டுவந்து, மனித இனத்தை அழிக்கும் போரின் கொடுங்கருவியாகவும் அதன் நினைவாகவும் உள்ள பீரங்கியை அப்புறப்படுத்தியே ஆகவேண்டும் என்றார். தமிழகத்தில் முதன் முதலாக இப்படியொரு தீர்மானத்தை முன்மொழிந்தவரும் அவரே ஆவார். இந்தியாவில் அக்காலத்தில் (1926-இல்) வேறு எவராவது இப்படிப்பட்ட தீர்மானத்தை முன் மொழிந்துள்ளாரா? என்பது ஆயத் தக்கது. அக்காலத்தில் போரின் கொடுமையை உள்ளவாறு உணர்ந்த இவரைப் போல் வேறொருவரைக் காணமுடியாது. மற்றும் போரைப் பற்றிய பாடங்களையும், பாடத்திட்டத்தில் சேர்க்கக் கூடாதென இன்னொரு

தீர்மானத்தையும் அவர் கொண்டுவந்துள்ளார்: இந்தத் தீர்மானம் மிகப்பெரும் முக்கியத்துவம் வாய்ந்தது.

இந்திய நாட்டிலுள்ள வரலாற்று ஆசிரியர்களும் எழுத்தாளர்களும், பலகாலமாகத் தொடர்ந்து போரைப் பெருமைப்படுத்தியே எழுதி வருகிறார்கள். இதன் காரணமாக நம் மக்களுள் பெரும்பாலோர், போரின் கொடுமையை உணராதவர்களாகவே உள்ளனர். இரண்டாம் உலகப்போருக்குப் பின்னரே உலகத்தில் பல நாடுகள் போரின் பேராபத்தை உணர்ந்தன எனலாம். ஆனால் இந்தியத் திருநாடோ இக்காலத்திலும் போரின் அழிவை உள்ளவாறு உணராததாகவே உள்ளது. நம்நாட்டில் ஓரளவு போரின் அபாயத்தை உணர்ந்திருக்கிறார்கள் எனில் அதற்கு 1970-க்குப் பின்னால் சோவியத் யூனியன் வெளியிட்ட நூல்களும் நடத்திய உலகசமாதான மாநாடுகளும் முக்கியக் காரணங்களாகும். இந்தியப் பொதுவுடைமைக் கட்சிகள் நடத்திய பிரச்சாரமும் கருத்தரங்குகளும் அடுத்த காரணங்களாகும். இந்நிலையிலும் நம்மக்கள் போருக்கும் தமக்கும் ஏதோ தொடர்பு இல்லாதது போலும் கருதுகின்றனர். இதில் நன்கு கற்றவர்களும் விலக்கு அல்லர். இந்நிலையோடு அக்காலத்திய சிங்காரவேலரின் தீர்மானத்தை ஒப்பிட்டு நோக்கினால், சிங்காரவேலரின் ஆழ்ந்த தொலைநோக்கை அடையாளம் காணலாம்.

1917-ஆம் ஆண்டில் மாமேதை லெனின் சோவியத் ஆட்சியை அமைத்தபோது, பொதுவுடைமையும், உலக சமாதானமும் சோவியத்துகளின் பிரிக்கமுடியாத கொள்கையாகும் என்று பிரகடனம் செய்தார். அதற்குக் காரணம் மூவகைப்பட்டது எனலாம். இரண்டாம் உலகப்போரில் சோவியத் யூனியன் இரண்டு கோடி மக்களை இழந்தது முதற்காரணமாகும். அப்போரில் உலக மக்கள் பலகோடிப்பேர் இறந்தது இரண்டாம் காரணமாகும். அடுத்து இப்படிப்பட்ட பேரழிவு மனித குலத்துக்கு இனி ஏற்பட்டுவிடக் கூடாது என்பது மூன்றாம் காரணமாகும். இதன்பொருட்டு உலக நாடுகளிடையே படை பலக் குறைப்பைப் பற்றியும், ஆயுதக் குறைப்பைப்பற்றியும்,

அணு ஆயுதங்களை அழிப்பது குறித்தும், அந்நாடு பல உடன்படிக்கைகளை ஏற்படுத்திக்கொண்டு உலக சமாதானத்தைப் பேணி வளர்த்தது.

சோவியத் யூனியன் மட்டும் அன்று இல்லையென்றால், இன்னொரு பெரும்போர் நிகழ்ந்து உலகத்துக்குப் பேரழிவை ஏற்படுத்தியிருக்கும். இதனை நம்மவர்கள் சிந்திக்கவேண்டும். போர்களின் பேரழிவைப் பற்றிப் பெரும் ஆய்வை நடத்திப் பல வெளியீடுகளை வெளியிட்டது அந்நாடேயாகும். அவ்வெளியீடுகளில் அந்நாடு குறிப்பிட்டுள்ள அரிய செய்திகளும், சீரிய புள்ளி விவரங்களும் பற்பல; அவற்றில் ஒன்றைப் பார்ப்போம். அவ்வெளியீடு குறிப்பிட்ட ஒரு செய்தி, வரலாற்றுக் காலந்தொட்டு, 1970-வரை போர்களால் இறந்த மக்களின் எண்ணிக்கை 320 கோடியாகும் என்றது. இந்த எண்ணிக்கை இப்போதைய மக்கள் தொகையின் சரிபாதியாகும். அவற்றால் இழந்த பொருளின் மதிப்போ அளவிடற் கரியது. இப்படிப்பட்ட பேரழிவை ஏற்படுத்தும் போர்கள் மனித சமுதாயத்துக்குத் தேவையா? தேவையற்றவை. போர்களை உண்டாக்குவது முதலாளித்துவப் போட்டியும் வல்லாதிக்கமுமே ஆகும். பொருளாதார ஏற்றத்தாழ்வையும், சுரண்டலையும் ஏற்படுத்தி, மக்களை இழிநிலைக்கு உள்ளாக்குவதும், வறுமைக்கு உட்படுத்தி அவர்களை அடிமைகளாக, நடைப்பிணங்களாக மாற்றுவதும் முதலாளித்துவமே யாகும். முதலாளித்துவத்தின் கோரத் தாண்டவம் இத்துடன் நின்று விடாமல், அது தன் சுயநலத்துக்காகப் போர்களையும் ஈவு இரக்கமின்றி உண்டாக்கிப் பேரழிவை ஏற்படுத்துகிறது. இதற்கு அமெரிக்கா, ஈராக்கின் மீதுதொடுத்த போர் நம் காலத்திய சான்றாகும். முதலாளித்துவம் வறுமையை உண்டாக்கிச் சிறுகச் சிறுக மனித குலத்தை அழிப்பதை மட்டுமின்றி, மனிதகுலத்தைப் போரின் மூலம் பூண்டின்றி அழிப்பதும் அதுவேயாகும் என்பதை நன்கு உணர்ந்த சிந்தனையாளராகச் சிங்காரவேலர் இருந்ததால்தான், போரைப் பற்றிய பாடங்களுக்கு அவர் இடம் கொடுக்கக்கூடாது என்றார்.

மற்றும் வீரம், ஆண்மை, புகழ் எனும் பெயரில் வன்மத்தை, வன்முறையை, அழிவை, உயிர்ப்பலியைப் போர் ஏற்படுத்துவதால்தான் அவர் போரை வெறுத்தார்.

போரின் அழிவைக் குறித்து "யுத்தம் யுத்தம் யுத்தம், யுத்த நினைவுகள், ஆயுத பரிகரணம், போர்க்கோலம் போன்ற கட்டுரைகளை அவர் எழுதியுள்ளார். அவரின் இந்தக் கட்டுரைகளும் மற்றக் கட்டுரைகளும் ஆலமரத்தைத் தன்னுள் கொண்ட ஆலவிதையைப் போன்று பெருஞ் சிந்தனையை உள்ளடக்கியவை. உலக சமாதானம், அத்துணை அளவுக்குப் பரவாத காலத்தில் எத்துணை விழிப்புடன் சிங்காரவேலர் இருந்துள்ளார் என்பதை இதனால் உணரலாம். மேலும் மனித சமூகத்தின் சரிபாதியினரான பெண்களின் உரிமை குறித்து, சமத்துவம் குறித்து, அவர் எழுதியதும், 1925-ஆம் ஆண்டிலேயே அவர் பொதுவுடமை இயக்கத்தினைத் தோற்றுவிக்கும் போதே தீண்டாமையை ஒழிப்பது குறித்துப் பேசியதும், அக் காலத்திலேயே தனி ஒதுக்கீட்டை ஆதரித்ததற்கும், தலித்துகளின் மேம்பாடு குறித்துப் பல அரிய கட்டுரைகளை வரைந்ததற்கும் காரணம், அவரின் மாந்த நேயமே யாகும். இதுகாறும் விளக்கியவற்றால், அவரது பரந்த வாசிப்புத்திறனும், துணிவுமிக்க போராட்டத் திறனும், சிறந்த சிந்தனைத் திறனும் செயல் திறனும் வெளிப்பட்டபோதும் அவற்றிற்கு மேலாக மாந்த நேயமிக்க மாமனிதராக இருந்துள்ளார் என்பதையும் உணரலாம். அந்த மாந்த நேயமே அவரைப் பொதுவுடைமையாளராக உருவாக்கியது எனலாம். இத்துணைச் சிறந்த அவரை சிறந்த மானுடன் என்று அழைப்பதே ஏற்றது.

தமிழகமும் இந்தியத் துணைக்கண்டமும் மறக்க முடியாத ஒரு மாமனிதர் சிங்காரவேலர். பலதுறைகளிலும், பல செயல்பாடுகளிலும், தமிழகத்துக்கும், இந்தியாவுக்கும் அவர் சிறந்த முன்னோடி. அவர்தம் தனிப்பெரும் ஆற்றலை நன்கு உணர்ந்ததால்தான் பாரதிதாசன், அவரை

"போர்க்குணம் மிகுந்த செயல் முன்னோடி
பொதுவுடைக்கு ஏகுக அவன்பின் னோடி"

என்று மிகச் சரியாகவே நமக்கு அவரை அடையாளம் காட்டினார். சிந்தனையாலும், அருந் தொண்டாலும் பொழுதளந்த அப்பெருமகனை இந்திய மக்கள் தம் நெஞ்சில் நிறுத்த வேண்டும்.

சிங்காரவேலரின் சிந்தனைகளும், செயல்பாடுகளும் பொதுவுடைமைத் தோழர்களுக்கு ஓர் அரிய கலங்கரை விளக்கு ஆகும். வரலாறாக வாழ்ந்து, வரலாற்றைப் படைத்த அம்மனிதரை வரலாறு மறந்துவிடக்கூடாது. பொதுவுடைமைத் தோழர்கள் அந்த வரலாற்றுக்கு ஒளி பாய்ச்ச வேண்டும்.

உலகம் போற்றும் மாமேதை மார்க்ஸ் காலமானபோது ஏங்கெல்ஸ் "அவர் பெயர் (புகழ்) காலந்தோறும் நிலைத்து நிற்கும், அவரின் தொண்டும் அவ்வாறே நிலைத்து நிற்கும்" என்றார். இந்தப் பொன்மொழி சிந்தனைச்சிற்பி சிங்காரவேலருக்கும் பொருந்தும்.

4

சிங்காரவேலரின் மாந்தநேயம்

சிந்தனைச் சிற்பி சிங்காரவேலர் விடுதலைப் போராட்ட வீரர்; பொதுவுடைமை இயக்க முன்னோடி; பகுத்தறிவுச் சிந்தனையாளர்; உறுதியான நாத்திகர்; தொழிற்சங்கத் தலைவர்; பல்வேறு அறிவுத்துறைகளைத் தமிழில் எழுதிக் காட்டிய முனைவர்; நல்ல பேச்சாளர்; சிறந்த எழுத்தாளர்; எதற்கும் அஞ்சாத உறுதி நெஞ்சர்; எனினும் இவற்றிற்கு மேலாக, அவரிடம் இயல்பாக ஒரு தனி ஆளுமைப் பண்பு இருந்தது. அந்த ஆளுமைப் பண்பு எது? அதுதான் அவரின் மாந்தநேயம் ஆகும். மனித குலத்தின் மீது அவர் கொண்டிருந்த மாந்தநேயம்தான், அவரைப் பொதுவுடைமை இயக்க முன்னோடியாகவும், தொழிற்சங்கத் தலைவராகவும் ஆக்கியது. இந்த மாந்தநேயம்தான், 1922-ஆம் ஆண்டில் கயாவில் அகில இந்தியக் காங்கிரசு மாநாட்டில், காங்கிரஸ் இயக்கம் தொழிலாளர் மற்றும் உழவர் வாழ்க்கை நலம் குறித்து ஒரு வேலைத் திட்டத்தை உருவாக்க வேண்டுமென முதல் முதலில் கோரியது. இந்த மாந்தநோயம்தான், 1-5-1923 - ஆண்டில் இந்தியாவில் முதன் முதலாக மேதினத்தைக் கொண்டாடக் காரணமாக இருந்தது.

தமிழகத்தில் முதன்முதலாக (1-5-1923) தொழிலாளர்-விவசாயி கட்சியைத் தோற்றுவிக்கவும், தொழிலாளர், விவசாயிகள் உலக ஞானம் பெற "லேபர் அண்ட் கிசான் கெசட்" எனும் ஆங்கில திங்கள் இதழையும், "தொழிலாளி" என்ற தமிழ்த் திங்களிதழையும் வெளியிட இந்த மாந்தநேயமே காரணமாகும். 1925-ஆம் ஆண்டில், கர்நாடக மாநிலத்தில், கொங்கணக் கடற்கரையிலுள்ள சிற்றூர்கள் கடும் புயலால் பாதிக்கப்பட்ட போது, அந்நாளில் சென்னை நகராண்மைக்

கழகச் சார்பாக ஒரு தொகையை அவர்களுக்கு அனுப்புவதற்குக் காரணமாக இருந்தது அந்த மாந்தநேயமேயாகும்.

1918-ஆம் ஆண்டில் சென்னையில் ப்ளேக் எனும் நச்சுக் காய்ச்சல் பரவியபோது ஆயிரக்கணக்கானோர் மாண்டனர். இதனால் மக்கள் சென்னையை விட்டுப் பக்கத்துச் சிற்றூர்களுக்குச் சென்று குடியேறினர். அக்காலத்தில், சிங்காரவேலர் மாளிகை போன்ற தம் வீட்டில் (எண் 22, தெற்குக் கடற்கரைச் சாலை, வெலிங்டன் பயிற்சிக் கல்லூரி உள்ள இடம்) நச்சுக் காய்ச்சலில் பாதிக்கப்பட்டோருக்கு மருத்துவர்களைக் கொண்டு தம் செலவில் இலவச மருத்துவ வசதி செய்துள்ளார். காய்ச்சலால் பாதிக்கப்பட்டோருக்குச் சிகிச்சை அளிக்க அவர் இல்லத்தில் ஒரு மருத்துவ முகாம் பன்னாட்களாக இயங்கியுள்ளது. இந்த் வகையான காய்ச்சல் மீண்டும் சென்னையில் 1925-ஆண்டில் பரவி எண்ணற்ற உயிர்களைப் பலிவாங்கியது.

அக்காலத்தில் சிங்காரவேலர் சென்னை, நகராண்மைக் கழக உறுப்பினராக இருந்தார். அக்காலத்தில் அம்மை, காலரா (விஷப்பேதி) போன்ற நோய்களும் பரவிக் கொண்டிருந்தன. சிங்காரவேலர் நகராண்மைக் கழகத்தில் நோய் ஒழிப்பின் முக்கியத்துவத்தை அடிக்கடிப் பேசியதோடு மட்டுமன்றி, அந்நோய்களை ஒழிக்கவும், மருத்துவ வசதியைப் பெருக்கவும், நகராண்மைக் கழகம் பெருந்தொகை ஒதுக்க ஏற்பாடு செய்துள்ளார். சென்னை, நகராண்மைக் கழகம் ஊர்தோறும் சென்று சிகிச்சை அளிக்க, இயங்கும் மருத்துவக் குழுவை; (Stand By Medical Squard) முதன் முதலாக அமைக்கக் காரணமாக இருந்தவரும் அவரே. அந்நாளில், சென்னையில் சில இடங்களில் மட்டுமே பாதாளச்சாக்கடை (Drainage) இருந்துள்ளது. இந்த இழிநிலையைப் போக்க, பல்வேறு இடங்களில் பாதாளச் சாக்கடையை விரிவாக்குவதற்குச் சிங்காரவேலருடன் சேர்ந்து போராடியவர் பன்மொழிப்புலவர் தெ. பொ. மீனாட்சி சுந்தரனார் ஆவர் அக்காலத்தில் இருவரும் காங்கிரசு கட்சியின் உறுப்பினர்களாக நகராண்மைக் கழகத்தில் இருந்தனர் என்பது குறிப்பிடத்தக்கது.

சிங்காரவேலர் இவ்வாறு சுகாதாரம் குறித்தும், நோய் ஒழிப்புக் குறித்தும் பற்பல பணிகளில் ஈடுபட்டுள்ளார். இப்பணிக்ளோடு அவர் அமைதி கொள்ளவில்லை. மூடநம்பிக்கையை ஒழிக்கவும், பகுத்தறிவை வளர்க்கவும் அவர் எத்துணை ஈடுபாடு கொண்டிருந்தாரோ அத்துணை ஈடுபாடு, மக்களின் பொதுச் சுகாதாரத்திலும், நோயற்ற வாழ்விலும் கொண்டிருந்தார். அரசியல் தலைவராகவும், தொழிற்சங்கத் தலைவராகவும் உள்ள ஒருவர் இவ்வாறெல்லாம் பணியாற்றுவது மிகக் கடினம். ஆனால், சிங்காரவேலர் இவ்வாறெல்லாம் பணியாற்றியுள்ளார். இஃது அவரின் பன்முக ஆளுமையையே காட்டுகிறது.

சிங்காரவேலர்தம் அரசியல் பணிகளோடு, பொதுச் சுகாதாரம் குறித்து, மக்களிடையே ஒரு விழிப்புணர்வை ஏற்படுத்துவதற்காக, அவ்வப்போது சுகாதாரம் குறித்துக் கட்டுரைகளை எழுதுவதையும் தம் கடனாகக் கொண்டிருந்தார். இது குறித்து, அவர், உயிர், மூப்பு, மரணம் போன்ற தலைப்புகளில் பல கட்டுரைகளை எளிய முறையில் எழுதியுள்ளார். அக்கட்டுரைகள் அளவில் சிறியவையாயினும் நுட்பம் மிக்கவை. அவரது பிறந்த நாளான இன்று, அவர் எழுதிய மூப்பு எனுங் கட்டுரையைச் சற்று நோக்கினால் அவருடைய பொதுநல அக்கறையை நன்கு உணரலாம். அந்தக் கட்டுரையில் மனிதனின் மூப்பை எப்படித் தள்ளிப் போடலாம் என்பதை மூல நூலைக் கொண்டு விளக்குகிறார்.

எந்தப் பொருளைப் பற்றி எழுதினாலும், அப்பொருளைப் பற்றி மூல மருத்துவ நூலையும், அதைப்பற்றி அண்மையில் வெளிவந்த முடிபையும் நோக்கி எழுதுவதையே அவர் குறிக்கோளாகக் கொண்டிருந்துள்ளார். (மூப்பைப் பற்றிக் குறிப்பிடும்போது, ரஷியநாட்டு மருத்துவ விஞ்ஞானியாக விளங்கிய மெட்சினி காப் (Matchinikoff) எழுதிய மனிதனின் இயற்கை (Nature of man) மற்றும் வாழ்க்கையின் நீட்டிப்பு (Prolongation of life) என்ற இரு நூல்களைக் குறிப்பிட்டுள்ளார். மெட்சினிகாப்புக்கு முன்னர் இருந்த மருத்துவ நூலோர், வயது முதிர்ச்சியின் காரணமாக உடலின் உறுப்புகள் பலமிழந்து, தள்ளாமையையும், மூப்பையும் அடைகின்றன

என்றனர். இது உண்மை என்றாலும், உடலிலுள்ள (Health Microbes) சுகாதார அணுக்களைத் தளர்ச்சியடைய விடாமல், நன்முறையில் பேணினால், உறுப்புகளுக்கு ஏற்படும் மூப்பைத் தவிர்க்கலாம் என்றார் மெட்சினிகாப். அதாவது, நமது உடலில் இருவித அணுக்கள் உள்ளன. ஒன்று சுகாதார அணுக்கள் (Health Microbes); மற்றொன்று நச்சுக் கிருமிகள் (Phagocyte). நமது உணவுப் பழக்கத்தாலும், வாழ்க்கை முறையாலும், இவ்விரண்டில் ஏதாவதொன்று வலிமை பெறும். சுகாதார அணுக்கள் வலிமையுடன் இருந்தால் மனிதனுக்கு மூப்பு ஏற்படுவது தள்ளிப் போகும்; ஆயுள் நீளும். ஆனால், நச்சுக் கிருமிகள் உடலில் வலிமைபெற்றால் உடலில் மூப்பு விரைந்து குடிகொள்ளும்; அதனால் மரணமும் முந்தும்.

சுகாதார அணுக்கள் வலிமையுடன் இருந்தால், உடலிலுள்ள நச்சுக் கிருமிகளும், வெளியிலிருந்து உடலுக்குத் தொற்றும் கிருமிகளும் தீமை செய்யா. ஆனால், நச்சுக் கிருமிகள் வலிமையாக இருக்குமாயின், சுகாதார அணுக்கள் பலமிழந்து உறுப்புகள் முதுமை எய்தும். அதாவது, உடலிலுள்ள சுகாதார அணுக்களுக்கும், நச்சுக் கிருமிகளுக்கும் மோதல் ஏற்படும்போது எவை வெல்கின்றனவோ அவற்றின் படியே உடல் இயங்கும். இவற்றைத்தான் மெட்சினிகாப் அறிவியல் அடிப்படையில் தம் நூலில் விளக்கியுள்ளார் என்கிறார் சிங்காரவேலர். குறிப்பாக, நச்சுக் கிருமிகள் தோன்றுவதற்குக் இருப்பிடமாக இருப்பன உணவுக் கழிவுகள் தங்கும் சிறுகுடல் மற்றும் பெருங்குடலே என்கிறார் அவர். இந்தக் குடல்களில்தான் எண்ணற்ற நச்சுக்கிருமிகள் தோன்றுகின்றன. இந்தக் குடல்களைத் தூய்மையாக வைத்துக் கொண்டால், நச்சுக் கிருமிகள் பெரிதும் உருவாகா; நச்சுக் கிருமிகள் உருவாகாவிட்டால், சுகாதார அணுக்கள் வலிமையுடன் இருக்கும். இதனால் தள்ளாமைக்கும் மூப்பிற்கும் காலத்தாழ்வு ஏற்படும்; மனித வாழ்வும் நீடிக்கும். நச்சு அணுக்களை அழிப்பதற்கு மெட்சினிகாப் ஓர் எளிய உணவைப் பரிந்துரைத்து உள்ளார். அந்த உணவைச் சிங்காரவேலர் நமக்கு எடுத்துக்காட்டுகிறார். இந்த உணவுதான் எது? நாம் பரம்பரைப் பரம்பரையாகப் பயன்படுத்தும் எளிய

உணவுதான் அது; அதுதான் நமது எளிய நீர் உணவாகிய மோர் ஆகும். மோரில் (Butter Milk) ஒருவகையான புளிப்பு (Lactic Acid) உள்ளதாம். இந்தப் புளிப்பு நச்சுக்கிருமிகளை அடியோடு ஒழிக்குமாம். அத்துணை ஆற்றல் அந்தப் புளிப்புக்கு உள்ளது. மெட்சினிகாப் பிறந்த ரஷிய நாட்டில் கூட மோரைப் பற்றி ஒரு பழமொழி உள்ளது. "ஒரு குவளை மோர் ஓர் ஆண்டு ஆயுள்" என்கிறது அப் பழமொழி. அதாவது ஒருகுவளை மோரைக் குடித்தால் ஓராண்டு ஆயுள் அதிகரிக்குமாம். நம் கிராமத்து மக்களும் "மோர் குடித்தால் மோகனம் தோன்றும்" என்றனர். இது பெரும் உண்மை அன்றோ!

இக்கட்டுரையையும், சுகாதாரம் பற்றிய அவரது வேறு கட்டுரைகளையும் நோக்கினால், மனித வாழ்வில் அவர் எத்துணை நாட்டமும் அக்கறையும் கொண்டிருந்தார் என்பது நன்கு வெளிப்படும். தொழிலாளர் ஏற்றத்திற்காகவும், சுரண்டலற்ற, பொருளாதார ஏற்றத்தாழ்வற்ற சமத்துவச் சமுதாயத்திற்காகவும் நாளும் உழைத்துக் கொண்டிருந்த அப்பெரியார், அவ்வப்போது நாட்டு நடப்பை அறிந்து பணியாற்றும் ஏழைப் பங்காளராகவும் இருந்துள்ளார். அக்காலத்தில் நடந்த ஒரு நிகழ்ச்சி ஒப்பிட்டு நோக்கினால் அப்பெரியாரின் மாந்தநேயம் எத்துணை உண்மையானது ஆழமானது என்பதை உணரலாம்.

செங்கல்பட்டு மாவட்டத்திலுள்ள மாமண்டூர் எனும் சிற்றூரில், நிலவுடைமை யாளர்க்கும் உழவர்க்குமிடையே ஒரு போராட்டம் நடந்தது. இப்போராட்டம் 1932 -ஆம் ஆண்டில் நிகழ்ந்தது. அச் சிற்றூரின் நிலவுடைமையாளர்களில் பெரும்பாலோர் பார்ப்பனர். அவர்களின் நிலத்தில் பண்ணை யாட்களாக இருந்தவர் ஆயிரம் பேர். நிலவுடைமையாளர் வழங்கும் கூலி குறைவாக இருந்ததால், அவர்கள் அறுவடைக்குச் செல்லாமல் வேலையைப் புறக்கணித்தனர். இந்த வேலை நிறுத்தம் இருபது நாட்களாகத் தொடர்ந்தது. நிலவுடைமையாளர் சிறிதும் அக்கறை கொள்ளாமல் வாளாயிருந்தனர். அவர்கள் சொத்துடையார்களாக இருந்ததால், அவர்களுக்கு எந்தக் குறையும் ஏற்படவில்லை. ஆனால் கூலியாட்களோ

அன்றாடங்காய்ச்சிகள்; கூலியுயர்வு வேண்டிப் போராட்டம் நீண்ட நாள்களாகத் தொடர்ந்ததால், அவர்கள் பசியிலும் பட்டினியிலும் வாடினர். மேலும், காவல்துறையினர் கூலியாட்கள் மீது செக்ஷன் 111-இல் வழக்குத் தொடர்ந்திருந்தது. பசியிலும் பட்டினியிலும் அம் மக்கள் துன்புற்றதைக் கேள்வியுற்றுச் சிங்காரவேலர் தம் தோழர்களுடன் மாமண்டூர்க்கு விரைந்துள்ளார்.

சிங்காரவேலர் தம் நண்பர்களுடன் மாமண்டூரில் என்ன நடந்துள்ளது என்பதை அம்மக்களிடத்து ஆய்வு செய்துள்ளார். நிலவுடைமையாளர்கள், போராட்டத்தை நிறுத்த ஆதரவு வழங்காதவர்களாக இருந்துள்ளனர். கூலியாட்கள் முதலில் வயலில் இறங்கி வேலை செய்தால்தான், அடுத்துப் பேச்சு வார்த்தைக்கு உடன்படுவோம் என்றனர். சிங்காரவேலரின் நண்பர் ஒருவரும் நிலவுடைமையாளராக இருந்துள்ளார். அவர் பெயர் பார்த்தசாரதி ஐயங்கார். அவரும் சிங்காரவேலரின் பேச்சு வார்த்தைக்கு உடன்படவில்லை. எனினும், பேச்சு வார்த்தை தொடர்ந்து கொண்டே இருந்தது. அதனால் ஏழை மக்களின் பட்டினிப் பேராட்டமும் தொடர்ந்து கொண்டே இருந்தது.

இப்போராட்டம் மேலும் தொடர்ந்தால் பண்ணையாட்கள் மேலும் துன்புறுவர்; இதனை உணர்ந்த சிங்காரவேலர், பேச்சுவார்த்தை முடியும்வரை காத்திராமல், அவர்களின் பட்டினியைப் போக்க ஏதாவது செய்வதாக வேண்டுமென எண்ணினார். அதனால் 1000 பேர்க்கு உணவு வழங்க ஒரு வண்டி நெல்லை அனுப்பிவைத்தார். மேலும், காஞ்சிபுரத்திலுள்ள தம் நண்பர்கள் பலரிடத்தும் கூறி அவர்களுக்கு உதவி செய்வித்தார். சென்னையிலுள்ள மக்களும் அவர்களுக்கு உதவவேண்டுமென வேண்டுகோள் விடுத்துள்ளார். அவர்களுக்குப் பொருள் உதவிசெய்ய விரும்புவோர், அரிசியையோ பணத்தையோ தோழர் குப்புசாமி, எண் 40, இராஜவீதி, காஞ்சிபுரம் எனும் முகவரிக்கு அனுப்புமாறு கேட்டுக் கொண்டார். இது குறித்து அவர் எழுதிய ஒரு கட்டுரை குடியரசில் 12-2-1933- அன்று வெளிவந்துள்ளது. சிங்காரவேலருக்கு அப்போது வயது 73.

அக்காலத்தில் அவர் சில நோய்களால் தாக்குற்று இருந்தார். எனினும், மக்கள் பணி செய்வதில் சிறிதும் சளைக்காதவராகவே இருந்துள்ளார். மக்களின் நோயற்ற வாழ்வுக்கும், அவர்களின் பட்டினியைக் களைவதற்கும், அவர் எவ்வளவு ஈடுபாடு கொண்டுள்ளார். என்பதை இவற்றால் நன்கு அறியலாம். இது போன்றே 1921-ஆம் ஆண்டில் பி அண்ட் சி மில் போராட்டம் கதவடைப்பாக மாறிச் சில மாதங்களாக நீடித்தது. இந்தக் கதவடைப்பில் தொழிலாளர்கள் பட்டினிக்கும், பல தொல்லைகளுக்கும் ஆளாயினர். இவற்றை நேரில் கண்டு வருந்தியவர் சிங்காரவேலர். இந்தக் கதவடைப்புக் காலத்தில் ஏதேனும் ஓரளவில் தொழிலாளர்களுக்கு உதவவேண்டுமெனச் சிங்காரவேலர் விரும்பினார். 1921-ஆம் ஆண்டில் திருச்சியில் காங்கிரசு மாநாடு நடந்தது. அம்மாநாட்டில், காங்கிரஸ் கட்சி, வேலை நிறுத்தத்தில் ஈடுபட்டுள்ள தொழிலாளர்களுக்குப் பண் உதவி செய்ய வேண்டுமெனத் தீர்மானத்தைக் கொண்டுவந்தார். அத் தீர்மானத்துக்குத் தமிழ்த் தென்றல் திரு.வி.க.வும் வேறு பலரும் உறுதியாகத் துணை நின்றதால், தீர்மானம் நிறைவேற்றப்பட்டுத் தொழிலாளர்களுக்கு ரூ. 10,000/- வழங்குவதென முடிவெடுக்கப்பட்டது. அம்முடிவின்படி ரூ10,000/- வழங்கப்பட்டது. இப்படி வழங்கப்பட்டதற்கு முழு முதற் காரணமாக இருந்தவர் சிங்காரவேலர். மக்களின் அனைத்து நலன்களுக்கும் பாடுபட்ட ஒரு மக்கள் தலைவர் அவர். அவரின் மாந்தநேயம் ஆழ்ந்து அகன்றது; "முழுமையான மாந்தநேயமே பொதுவுடைமையாகும்" (Communism As Completed Humanism) என்று கார்ல் மார்க்ஸ் கூறியதற்கேற்ப வாழ்ந்த மாந்தநேயர், பொதுவுடைமையர் சிங்காரவேலர் என்பது உண்மை அன்றோ! ஆம் அதுவே உண்மையில் உண்மையாகும்.

"செங்கதிர் ஒளிபோல் அறிவில் தெளிந்தவன்
திங்களின் ஒளிபோல் அன்பில் குளித்தவன்"

- பாரதிதாசன்

5
ஆன்மாவை மறுத்தார்

சிங்காரவேலரின் பெயரைக் கேட்டவுடன் பலருக்கு உடனே நினைவுக்கு வருவது, அவர் பொதுவுடைமை இயக்கத்தின் முன்னோடி என்பதும் தொழிற்சங்கத் தலைவர் என்பதும், சுதந்திரப் போராட்ட வீரர் என்பதும்தாம்; ஆனால், அவர் இவற்றிற்கு அடுத்துப் பல அறிவியல் துறைகளில் ஆழ்ந்த ஞானம் உடையவர் என்பதும், அவற்றைப் பற்றிப் பல அறிவியல் கட்டுரைகள் வரைந்துள்ளார் என்பதும் நம்மில் சிலரே அறிவர். அறிவியல் சிந்தனைகளைப் பரப்புவதில் அவர் மிகுந்த அக்கறை கொண்டவராக இருந்தார். பொது மக்களிடத்தில் மண்டிக்கிடக்கும் மூடநம்பிக்கைகள் ஒழிய வேண்டுமென்றால் அதற்கு அறிவியல் அறிவும், எண்ணமும் மிக இன்றியமையாதன. அறிவியல் அறிவோ எண்ணமோ இருந்தால்தான், எந்தவொன்றையும் சரியாக உணரமுடியும். நம் வாழ்வில் இப்போது அறிவியல் எல்லா நிலைகளிலும் பயன்பட்டு வருகின்றது. எடுத்துக்காட்டாக, நாம் ஓரிடத்தை விட்டு மற்றோர் இடத்திற்குச் செல்ல வேண்டுமென்றால் அறிவியலால் கண்டுபிடிக்கப்பட்ட காரிலோ, ஆட்டோவிலோ சென்று வருகிறோம். நாட்டை விட்டு நாட்டிற்குச் செல்ல வேண்டுமென்றால் விமானத்தில் செல்கிறோம். பகை நாட்டை அழிக்க வேண்டுமென்றால் ராக்கெட்டுகளையும், ஏவுகணைகளையும் பயன்படுத்துகிறோம்.

நாம் உண்ணும் உணவைச் சமைக்க வேண்டுமென்றால் இப்போது விறகைப் பயன்படுத்துவதில்லை; உணவை விரைந்து சமைக்க வேண்டுமென்றால் எரிவாயுவையும், விதவிதமான அடுப்புகளையும் பயன்படுத்துகிறோம். கண்பார்வை பழுதுபடுமானால், லேசர் அறுவைச் சிகிச்சை மூலம் லென்ஸைப் பொருத்தி கண்பார்வை பெற்று

விடுகிறோம். உடலில் ஏற்படும் நோய்களுக்கும், அறிவியலால் கண்டு பிடிக்கப்பட்ட மாத்திரைகளைப் பயன்படுத்தி நலம் அடைகிறோம். இல்லையேல், அறுவை சிகிச்சை செய்து கொள்கிறோம். இவ்வாறு அறிவியல் நம் வாழ்வில் "அங்கிங்கெனாதபடி" எல்லா இடங்களிலும் ஆதிக்கம் செய்து வருகிறது. மனிதன் தோன்றிப் பத்துலட்சம் ஆண்டுகள் ஆயினும், கடந்த முந்நூறு ஆண்டுகளில் அவன் முன்னேற்றம் அடைந்திருப்பதைப் போன்று எந்தக் காலத்திலும் அடைந்ததில்லை யென்றும், அவ்வாறு அவன் முன்னேற்றம் அடைந்ததற்கு அறிவியலே காரணமாகும் என்கிறார் பெர்ட்ராண்ட் ரசல். அறிவியல் வளர்ச்சியால் செயற்கைக் கோள்களையும் கண்டுபிடித்துள்ளோம். அவற்றைக் கொண்டு, 300 கி.மீ. உயரத்திலிருந்தே கடல் வளத்தையும், மண்ணுக்குள் அமிழ்ந்துள்ள கனிம வளத்தையும், தாது வளத்தையும் அறிய முடிகிறது. மழை எப்போது பெய்யும், எங்குப் பெய்யும், எப்படிப் பெய்யும் என்பவற்றையும் நாம் அறிந்து கொள்கிறோம். அவை மட்டுமா? நம் மூளையிலோ மற்ற உறுப்புகளிலோ கண்ணுக்குத் தெரியாத சிறிய கட்டிகளையும், சிறு சதை வளர்ச்சிகளையும்கூட அறிந்து கொள்ள நமக்கு இப்போது நவீன எக்ஸ்ரே மற்றும் ஸ்கேன் போன்றவை பெரிதும் உதவுகின்றன.

அறிவியல் இவ்வளவு வளர்ந்திருந்தும், நம் நாட்டில் இன்றும் ஆன்மா உள்ளதென்றும், அது உடல் அழியும் போது தனியே வெளியேறி விடுகிற தென்றும் சமயவாதிகள் பல நூற்றாண்டுகளாகக் கூறி வருகின்றனர். இதில் பெரிய விந்தை என்னவென்றால், பல நூறு மைல்களுக்கு அப்பாலிருந்து சிறு குண்டூசியையும் தெளிவாகக் காட்டும் செயற்கைக் கோள் பயன்பாட்டுக்கு வந்துவிட்ட காலத்திலும் ஆன்மாவைப் பற்றிய கற்பனை இன்னும் ஒழியவில்லை; சிங்காரவேலர் இதனை எப்படி ஆய்ந்திருக்கிறார் என்பதை இப்போது சற்று நோக்குவோம்.

வாழும்போது உடலில் இருக்கும் ஆன்மா, மனிதன் இறக்கும்போது, பிரிந்து வெளியே சென்று விடுகிறது என்றும், அப்படி வெளியே சென்றே ஆன்மா, அடுத்தடுத்துப் பிறவி எடுக்கிறது என்றும், சமயவாதிகள் கூறிவருகின்றனர்.

இந்த ஆன்மாவைச் சீவனென்றும் சித்தென்றும் கூறுவர். இந்தச் சித்து அல்லது சீவன் என்பதைச் சமயவாதிகள் ஒரு தனிப் பொருள் என்றும் கூறுவர். அப்படியொரு தனிப்பொருள் உடலில் இல்லை என்பது சிங்காரவேலரின் முடிவு; அறிவியலாரின் முடிவும் அதுவே யாகும். அறிவியலாரின் முடிவுவைப் பின்பற்றியே சிங்காரவேலரும் விளக்குகிறார். ஆன்மாகவோ சித்தோ ஒரு தனிப் பொருளன்று; ஒரு பொருளின் நடத்தையை, இயக்கத்தை சமயவாதிகள் ஆன்மா என்று கூறுகின்றனர். ஒரு பொருள் இல்லையெனின் அங்கு ஆன்மாவோ சீவனோ கிடையாது. பொருள் (Matter) என்பது, இரும்பு, பொன், வெள்ளி, முதலிய கடின பொருள்களாலும், பிராணவாயு, கரிமலவாயு, மற்றும் ரசம் போன்ற நீர்மங்களையுடைய மூலப் பொருள்களால் (Elements) ஆனது. இங்குப் பொருள் என்று கூறப்பட்டது மனித உடலாகும். மனித உடலைப் போன்று மற்ற பொருள்களும் அணுக்களால் ஒன்றுதிரண்ட அணுத்திரளாகவும், அந்த அணுத்திரள் (Molecules) கூட்டுப் பொருளாகிக் கலப்புப் பொருளாகவும் (Bodies) மாறுகிறது. இவையே பிரபஞ்சப் பொருள்களாக உள்ளன என்கிறார் அவர். மற்றும் எண்ணமும் நினைவும் ஏற்படுவதற்குச் சித்து, காரணமாக உள்ளதெனச் சமயவாதிகள் கூறுகின்றனர்.

சிங்காரவேலர் அதனை மிக அருமையாக மறுக்கிறார். அதாவது எண்ணம், நினைவு (Memory) ஆகியன ஏற்படுவதற்குப் பொருள் ஒன்று இருக்க வேண்டுமென்றும், பொருள் இல்லையெனில் அங்கு எண்ணமும் தோன்றாது; நினைவும் ஏழாவது என்கிறார் அவர். குறிப்பாக மனித உடல் இல்லையெனில் அங்கு எண்ணமும் தோன்றாது; சிந்தனையும் தோன்றாது; உடல் அழியுமானால், அதனுடன் எண்ணமும் நினைவும் மற்று எல்லாமும் அழிந்துவிடும். உடலின் இயக்கமே எண்ணமும் நினைவும். உடலில் இயக்கம் நின்றுவிடுமாயின் அனைத்தும் அழியும். எதுவும் தோன்றாது. பல்வேறு பௌதிகப் பொருள்களாலான நமது உடல், கட்டுப்பொருள்களின் சேர்க்கையால் இயங்குகிறது. அப்படி இயங்குவதைத்தான் நாம் நம் வசதிக்காக உயிர் என்கிறோம்.

அதாவது உடல் இயங்கிக் கொண்டிருக்கும் வரை (வாழ்கின்ற வரை) உயிர் இருப்பதாகக் கூறுகிறோம்; பொருள்களின் கூட்டுச் சேர்க்கை, நாளடைவில் முதிர்ச்சியடைந்து அழியுமாயின் உடலின் இயக்கம் நின்று விடுகிறது. இப்படி நின்று விடுவதைத்தான் நாம் சாவு அல்லது இறப்பு என்கிறோம். உடல் இயக்கம் நின்று விடுவ்வதைத்தான் நாம் நம் வசதிக்காக உயிர் போய்விட்டது என்கிறோம். உண்மையில் உயிரென்று ஒன்று இல்லை; உடலில் இருப்பது இயக்கம் தான். இயக்கம் நின்று விடுமாயின், பொருள் அழிந்து விடுகிறது. இதைத்தான் நாம் உயிர் போய்விட்டது என்கிறோம்.

இந்த இயக்கத்தைத்தான் உயிரென்றும், சித்தென்றும், சீவனென்றும், ஆன்மாவென்றும் பலர் கூறிவருகிறார்கள். மற்றும், அந்த ஆன்மா தனிப்பொருளென்றும், உடல் அழிந்தவுடன் அது தனியே வெளியேறி விடுகிறதென்றும் பின்னர் அது மறுபிறப்பு எடுக்கிறதென்றும் அறிவியலுக்கு மாறாகப் பலர் கூறி வருகின்றனர்; இது நம் சமயவாதிகளின் கட்டுக்கதையேயன்றி உண்மை அன்று; சிங்காரவேலர் இன்னொரு விளக்கத்தை உவமையின் மூலம் கூறுகிறார். அதாவது மழை பெய்யும் போது உலகில் குளிர்ச்சி தோன்றுகிறது. அந்தக் குளிர்ச்சி தனிப்பொருளன்று; அது மழையின் (பொருளின்) தன்மை என்கிறார். எனவே உடலில் இருக்கும் இயக்கம் ஒரு தனிப் பொருளென்று கூறுவது எவ்வளவு மடமையோ அவ்வளவு மடமை, மழையில் குளிர்ச்சி என்ற தனிப்பொருள் இருக்கின்றதெனக் கூறுவதும் என்கிறார் அவர். அவரது விளக்கம் அசைக்க முடியாத விளக்கம். அவர் மேலும் கீழுள்ளவாறு விளக்கம் அளிக்கிறார்.

“திரேகத்தில் வேறு வஸ்துவொன்று இருந்துகொண்டு, நினைப்பையும், எண்ணத்தையும் காட்டுகிறதென்றாலும், திரேகம் சாகும்போது எண்ணமும் நினைவும் அதனுடன் சாவானேன்? மஞ்சளும், சுண்ணாம்பும் சேர்ந்த மாத்திரத்தில் சிவப்பென்ற வண்ணம், அதாவது குணம் ஒன்று தோன்றுவது போல், ஜடப்பொருள்கள் திரேகமாகப் பரிணமித்த காலை, எண்ணத்தையும் நினைவையும் காட்டுகின்றன.

ஒளி செல்லக்கூடாத (Opaque) ஜடமாகிய மணல், இதர வஸ்துக்களோடு கலந்தபோது, கண்ணாடியாவது போல், சிற்சில ஜடவஸ்துக்கள் சேர்ந்த மாத்திரத்தில் மனமும் எண்ணமும், நினைவும் அவ்வஸ்துக்கள் பெறுகின்ற வென்பதை மறுக்க முடியாது. இதை விட்டு விட்டு ஆன்மா ஒன்றுண்டு; சீவன் ஒன்றுண்டு; உயிர் ஒன்றுண்டு என்று கூறுவது வெறும் துணிவே வொழிய வேறல்ல."

இந்த விளக்கத்தை நோக்கினால், அக் காலத்திலேயே சிங்காரவேலர் எத்துணை ஆழமாகச் சிந்தித்துள்ளார் என்பதை உணரலாம். சிங்காரவேலரின் முடிவே சரியானது; உண்மையானது. மனித உடலில் இருக்கும் கண்ணுக்குத் தெரியாத அணுவைப்போன்ற கட்டியையோ, சதை வளர்ச்சியையோ மிகத் துல்லியமாகக் காட்டுவதற்கு இப்போது எக்ஸ்ரேவும், ஸ்கேனும் உள்ளன; உண்மையில் ஆன்மா ஒன்று இருக்குமாயின் அதனை எக்ஸ்ரேவும், ஸ்கேனும் காட்டாமலா இருக்கும்?

அறிவியல் மிகச் சிறப்பாக வளர்ந்திருக்கும் இக்காலத்திலும், ஆன்மாவைப் பற்றிச் சமயவாதிகள் கதை அளக்கிறார்களெனில், அவர்களைப் பற்றி நாம் என்ன கூறுவது? அதனை இன்றும் நம்புபவர்களை நாம் என்ன செய்வது? மூடநம்பிக்கை கண்களையும் மறைக்கிறது, எண்ணத்தை மறைக்கிறது என்பதற்கு இதுவொரு நற்சான்று அன்றோ! அரசியலிலும், தொழிற்சங்கப் பணியிலும் இடையறாது ஈடுபட்டுக் கொண்டிருந்த அவர், அறிவியலைப் பற்றிப் பற்பல கட்டுரைகளை எழுதியுள்ளார். அவையெல்லாம் மூடநம்பிக்கைகளை ஒழிப்பதற்கு சிறந்த ஆயுதங்களாகும். அந்த ஆயுதங்களை நாம் அடையாளம் காணவேண்டும்; அவற்றை நன்கு பயன்படுத்தவும் நாம் கற்றுக்கொள்ளவேண்டும். பொது மக்களிடத்தில் அறிவியல் கண்ணோட்டத்தை வளர்ப்பதில் அவருக்கு பெரும் அக்கறை இருந்தது. தமிழகத்தில் அறிவியல் கண்ணோட்டத்தை வளர்த்ததில் அவருக்கு முதல் இடம், சிறப்பான இடம் உண்டு.

6

அத்வைதத்தை மறுத்தார்

இந்நூற்றாண்டில் தமிழகம் கண்ட சிந்தனையாளர்களுள் தலைசிறந்தவர் சிந்தனைச் சிற்பி சிங்காரவேலர். தத்துவம், அரசியல், பொருளாதாரம், உளவியல், வரலாறு சட்டம், இயற்கை விஞ்ஞானம் ஆகிய துறைகளில் வல்லமை பெற்றிருந்ததோடு, அவற்றை எல்லோரும் புரிந்துகொள்ளும் வகையில் எளிமையாகத் தமிழில் எழுதியும் வந்தவர். விஞ்ஞானக் கருத்துகளைத் தமிழில் எழுத முடியுமா? என ஐயுறும் இன்றைய பல்கலைக் கழகங்களுக்கும், கல்லூரிகளுக்கும் விடைகூறும் வகையில் 1920-லிருந்தே விஞ்ஞானக் கட்டுரைகளைத் தமிழில் எழுதி வந்தவர் சிங்காரவேலர். டேக்கார்ட், ஸ்பினோசா, இமாணுவேல் காண்ட், லாப்லஸ், ஹெர்பர்ட் ஸ்பென்ஷர், மெட்சினி காப், ஹெகல், சார்லஸ் டார்வின், ஆல்பர்ட் ஐன்ஸ்டின், கார்ல்மார்க்ஸ், ஏங்கல்ஸ் ஆகிய அறிவுலக மேதைகளை முதன்முதலில் தமிழகத்திற்கு அறிமுகப்படுத்தி, அவர்களுடைய கருத்துகளை விளக்கியும் விமர்சனம் செய்தும் வந்தவர் சிங்காரவேலர். இத்தகைய ஆற்றல் பெற்றவராக இருந்ததனால்தான் 1925-ஆம் ஆண்டில் கான்பூரில் கம்யூனிஸ்ட் கட்சியைத் தோற்றுவித்த மாநாட்டிற்குத் தலைமை வகிக்கும் சிறப்பு அவர்க்குக் கிடைத்தது எனலாம். ஒரு சிறந்த பொதுவுடையாளர்க்கு என்னென்ன தகுதிகள் வேண்டுமோ, அவற்றையெல்லாம் நிரம்பப் பெற்றவர் சிங்காரவேலர், தமிழ்ப் பெரியார் திரு. வி.க. அவர்களைத் தொழிற்சங்கத்தில் ஈடுபடுத்தியவர் இவரே. தந்தை பெரியார் பொதுவுடைமைக் கொள்கைகளைப் பரப்புவதற்கு முன்னோடியாக விளங்கித் துணைபுரிந்தவர் இவரே. தேசியக் கவியாக விளங்கிய பாரதியார், பொதுவுடைமைக் கொள்கையிடத்து நாட்டம் கொள்வதற்கு வழிகாட்டியாக

விளங்கியவரும் இவரே. பேரறிஞர் அண்ணாவும், தமிழ்த் தென்றல் திரு.வி.க.வும் அவரைப் பற்றி எழுதியுள்ளதைச் சிறிது நோக்குவோம்.

"இந்தியாவிலேயே விஞ்ஞான அறிவுக்கலை சம்பந்தமாகவும் பொதுவுடைமை சம்பந்தமாகவும் அதிகம் படித்துப் புரிந்துகொண்டு, அந்த அறிவைக் கொண்டு மற்றவர்களுக்குப் புரியும்படியாகச் செய்த பெருமைக்குரிய இடத்தில் முன் வரிசையில் முதலிடம் அவருக்கே அளித்தாக வேண்டும்."

"கூர்தலறத்தை டார்வின் ஆராய்ச்சி கொண்டு முதல் முதல் எனக்கு அறிவுறுத்தியவர் தோழர் எம். சிங்காரவேல் செட்டியார்."[1]

"கோமாளீசுவரன் பேட்டை புதுப்பேட்டையிலே ஒரு பௌத்த சங்கம் கூடிற்று. அதிலே இலட்சுமி நரசு நாயுடு, சிங்காரவேல் செட்டியார் போன்றோர் பேசுகின்றனர் என்று கேள்வியுற்றேன். யான் கூட்டத்துடன் அங்குச் சென்றேன். சிங்காரவேல் செட்டியார் டார்வின் கொள்கையைத் தமிழிலே விளக்கினார். என் உள்ளம் அதில் ஈடுபட்டது. கலகஞ்செய்யப் போந்த யான் டார்வின் வகுப்பு மாணாக்கனானேன். செட்டியார் ஆசிரியரானார்.

"என் வாழ்க்கை தொடக்கத்தில் சமயப் பணியில் ஈடுபட்டது. அதனால் பலசமய ஆராய்ச்சிப் பேறு எனக்குக் கிடைத்தது. அவ்வாராய்ச்சி பொதுமை உணர்ச்சியை உண்டாக்கியது. சமயங்களின் அடிப்படையாயுள்ள பொதுமை + சமரசம் - ஏன் உலகில் பரவவில்லை? என்று யான் எண்ணுவேன். சிற்சிலபோது ஆழ எண்ணுவேன்; என்க்கு ஒன்றும் விளங்குவதில்லை. சிங்காரவேல் செட்டியார் கூட்டுறவு சிறிது விளக்கஞ் செய்தது. அவ்விளக்கம் பொதுமையை உலகில் பரப்பி நிலை நிறுத்த வல்லது காரல்மார்க்ஸ் கொள்கை என்ற எண்ணத்தை என் உள்ளத்தில் இடம்பெறச் செய்தது."[2]

மேற்கண்ட கருத்துக்களால் சிங்காரவேலர் எத்துணை ஆற்றல் வாய்ந்தவர் என்பது நன்கு புலனாகும். சிங்காரவேலர் காரல் மார்க்ஸின் தத்துவத்தில் ஆழ்ந்த ஈடுபாடு உள்ளவர்.

வளர்ந்து வரும் விஞ்ஞானக் கருத்துகளிலும் ஆற்றல் பெற்றவர். மிகச் சிறந்த பொதுவுடைமைவாதியாக உள்ளவர்கள் சமய நூல்களில் " என்ன உள்ளது? ஒன்றுமில்லை" என்று ஒதுக்குவதுதான் இயல்பு. சமய நூல்களில் குறைகள் உள்ளன என்று விளக்குவதற்கும், அவற்றைக் கற்றால்தானே முடியும்; ஆனால், சிங்காரவேலர் அத்வைதம், துவைதம், விசிஷ்டாத் வைதம், கைவல்ய நவநீதம் ஆகியவற்றோடு பைபிள், குரான் ஆகியவற்றையும் நன்கு படித்து விமர்சனம் செய்து இருக்கிறார், என்பதை அவருடைய நூல்களில் காண முடிகிறது.

"You can become a Communist only when you enrich your mind with all knowledge of treasures created by man kind"[3]

"மனிதகுலத்தால் உருவாக்கப்பட்ட அனைத்து அறிவுத் துறைகளிலும் வல்லமை பெறுபவனே ஒரு சிறந்த கம்யூனிஸ்டாக ஆகமுடியும் "என்ற இலெனின் வரையறைக்கு முற்றிலும் தகுதியானவர் சிங்காரவேலர்.

சிங்காரவேலரும், அத்துவைதமும்

இந்தியத் தத்துவஞானத்தில் மிகுந்த செல்வாக்கு உடையது அத்துவைதம். அதனைப் பற்றிப் பேராசிரியர் பலர் நன்கு விளக்கிப் பல நூல்களை எழுதியுள்ளனர். அத்துவைதத்தை விளக்க டாக்டர் இராதா கிருஷ்ணன், டாக்டர் டி.எம்.பி. மகாதேவன் போன்ற பலர் வழிவழியாகக் கூறிவரும் உதாரணத்தைச் சிங்காரவேலர் மிகச்சாதாரணமாக மறுப்பதைக் காணலாம். அத்துவைதம் சங்கரால் உருவாக்கப்பட்டது. "அத்துவைதம் என்றால் இரண்டற்றது" என்பது பொருள். அதாவது பிரும்மமும் ஜீவனும் ஒன்றேயன்றி வேறு அல்ல என்பதே இதன் பொருளாகும். இனி, இத்தத்துவத்தைப் பற்றி மற்ற அறிஞர்கள் எழுதியுள்ளவற்றைக் காண்போம்.

"இவ்வுலகம் பொய்த்தோற்றம் உடையது. மித்தையானது என்று கருவதாகக் கூறப்படுகிறது. இவ்வுலகத்திற்கும் பிரம்மத்திற்கும் இடையே உள்ள உறவுகளை விளக்க சங்கரர் கூறுகின்ற எடுத்துக்காட்டினால் "சங்கரர் இவ்வுலக மித்தை எனக் கொண்டார் என்று கருதத் தூண்டுகிறது. கயிறு ஒன்றே

உள்ள இடத்தில் தோன்றும் பாம்பு உள்ளதுமன்று; இல்லதுமன்று; பாம்பு தோன்றுகின்ற ஒரு காட்சியாகும். நாம் காணத் தோன்றுகின்ற ஒன்றாகும். ஆனால் உள்ளதுமன்று உண்மையுமன்று. நன்கு ஆராய்கிறபோது கயிறு ஒன்றே புலனாகிறது. பாம்பு தோன்றவில்லை. பிழையற்ற, நேரிய அறிவு தோன்றும்வரை பாம்பு தோன்றிக்கொண்டே இருக்கும். பிரம்மத்தில் உலகு ஊன்றியுள்ளதை அறியும்வரை உலகம் உள்ளதாகத் தோன்றும்."[4]

"அத்துவைதம் வேதாந்த மதங்களுள் ஒன்றாகும். பிரம்மம் இரண்டற்ற மூலப்பொருள். "பலவாகக் காணப்படும் உலகம் பொய்த்தோற்றம் உடையது. "ஜீவன் பிரம்மத்தை விட வேறன்று" என்று அத்துவைதம் கூறுகிறது. அத்துவைதம் என்ற சொல்லுக்கு இரண்டற்றது என்று பொருள். பிரம்மத்திடமிருந்து இவ்வுலகம் பிறக்கிறது. பிறந்த பின் அதனிடத்தே நிலைக்கின்றது. இறுதியில் அதனுள்ளே அடங்குகிறது. ஆனால், உலகம் பிறப்பதும் நிலைப்பதும் அடங்குவதும் வாஸ்தவமல்ல. கயிற்றினிடத்தே பாம்பு தோன்றுவது போல், பிரம்மத்தை ஆதாரமாகக் கொண்டு உலகம் தோன்றுகிறது.

அஞ்ஞானத்தினால் ஜீவன், தான்வேறு பிரம்மம் வேறு என்று கருதுகிறான். தானல்லாதவற்றைத் தானாகப் பாவிக்கிறான். ஜீவாத்மாவின் வாஸ்தவ சொரூபம் பிரம்மம். இந்த உண்மையை, தத்+துவம்+அசி ஆகிய மகாவாக்கியங்கள் போதிக்கின்றன. தத்+துவம் +அசி என்ற வாக்கியத்திற்கு "அது நீ" நீ அதுவாய் இருக்கிறாய்"[5] என்று பொருள்.

அத்துவைதத்தைப் பற்றி ஆழ்ந்த புலமை பெற்ற அறிஞர்கள் எழுதியிருப்பதைக் கண்டோம். அதனைச் சிங்காரவேலர் தம் நுண்மாண் நுழைபுலத்தால் எவ்வாறு மறுக்கிறார் என்பதை இனிக் காண்போம்.

"தத்+துவம்+அசி என்ற மூலச் சொற்களுக்குரிய பொருள்களை யாரும் அனுபவத்தில் கண்டதில்லை. அவை வெறும் சங்கல்பங்களே (They are mere assumptions). அவை வெறும் சொற்கள். அது நீஆனாய் என்று பிரித்தபோது

'அது' என்பதை யாரும் அனுபவித்தாரில்லை. 'அது' வென்றால் எது? பிரம்மம் என்றால் எது? அது வென்பார். இவ்விதமாக ஒரு சொல்லுக்கு மற்றொரு சொல்லைக் காட்டி வருகிறார்களேயொழிய அச்சொல்லுக்குரியதைத் தெரியச் செய்தபாடில்லை. இதைத்தான் சங்கர பாஷ்யத்தில் காண்கிறோம். இந்தச் சொல்லின் பேரில் எழுதியுள்ள வியாக்கியானங்களுக்கு அளவு இல்லை. இதுதான் அத் நுவைதம் என்பார்.

இந்த மாயாவாதிகளை எடுத்துக் கொள்வோம். இவர்கள் 'உலகம் மாயை என்று-அதாவது நமது புலன்களுக்குத் தோன்றும் உலகம் உண்மையல்ல. புலன்கள் உலகை உள்ளபடி (பிரம்மத்தின்படி) அறிவிக்கமுடியாது (Senses are all deceptives)-அதாவது புலன்கள் எப்போதும் மோசம். புலன்களால் அறியக்கூடிய உலகம் மெய்யல்ல; உண்மையாக இருப்பது ஆன்மாவே! ஆன்மாவின் மயமே இவ்வுலகமாகும்' என்று வாதிப்பார்கள். உலகை மாயம் என்று நிரூபிக்க சில திருஷ்டாங்களை எடுத்துக் கூறுகின்றனர்.

கிளிஞ்சலை வெள்ளிபோலும், கயிற்றைப் பாம்பு போலும் பாவித்து நடப்பதைப் போல் பிரம்மத்தை உலக சராசரப் பொருள்களாகப் பாவிக்கிறோம்.

ஆனால் இந்த வாதத்தில் (Argument of analogy) ஒருபிழை இருந்து வருகிறது. அதாவது 'பிரம்மம்' என்ற சொல்லில் அடங்கிய பொருளை யாரும் கண்களால் பார்த்ததில்லை. ஆனால், காட்டும் திருஷ்டாந்தத்தில் கிளிஞ்சல், வெள்ளி கயிறு பாம்பு முதலிய திருஷ்டாந்திர பொருள்களை கண்களால் பார்த்து வருகின்றோம். இப்பொருள்களைப் பார்த்திராதவனுக்கு ஒன்று மற்றொன்றாகப் பார்க்கும் மருள் எழாது; பார்ப்பதில் மருள் ஒன்றுமில்லை. கண்களால் மருள் எழுவதில்லை. கண்கள் ஏதோ பொருள் இருப்பதைக் காட்டுகிறது. ஆனால் மருள் எப்படி எழுகிறதென்றால் இவ்விரண்டு வஸ்துக்களையும் பார்த்தவன் ஒன்றை மற்றொன்றாக அர்த்தப்படுத்துகிறான். பார்த்த பொருள் ஏதோவொன்று; ஆனால் அதனை அர்த்தப்படுத்துவதில் தான் மருள் உண்டாகிறது.

இரண்டு பொருள்களில் ஒன்றை மாத்திரம் பார்த்தவனுக்கு வெள்ளியென்றாகிலும் பாம்பென்றாகிலும் எண்ண முடியாது. பாம்பைப் பார்த்திராவன் கட்டையைப் பார்த்து எவ்வாறு பாம்பு என்று எண்ணுவான்? நாம் உலகமொன்றைத் தான் பார்க்கிறோம். பார்த்த பொருளைத்தான் ஒன்றை மற்றொன்றாகப் பாவிக்கமுடியும். பாராத பிரம்மத்தை உண்மை என்று கூறி, பார்க்கும் உலகை, மித்தை, மாயை, மருள் என்று கூறுவது குருடன் பார்க்கும் பார்வையாகும். மலடி, மக்களைப் பெற்றுள்ளதைப் போன்ற கதையை யொக்கும். வேதாந்திகள் தங்கள் வாதத்தில் மறந்துள்ள இந்த வழுவைக் கவனியாமல் வேதாந்தம் பேசுவது விசனிக்கத்தக்கதே."[6]

கயிற்றையும், பாம்பையும் பார்த்தவனுக்குத்தான் கயிற்றைப் பார்க்கும் போது பாம்பாகவும், அதேபோன்று கிளிஞ்சலையும் வெள்ளியையும் பார்த்தவனுக்குத்தான் கிளிஞ்சலைப் பார்க்கும் போது வெள்ளியாகவும் தோன்றுவது இயல்பு. ஆனால்; பிரம்மத்தைக் காணாத ஒருவன் இவ்வுலகை எப்படி பிரம்மமாக உணரமுடியும்? சிங்காரவேலரின் கேள்வி சரியான கேள்வியன்றோ! மேலும் புலன்களால் எதனையும் உள்ளவாறு உணரமுடியாது என்று கூறுகிறது அத்துவைதம். புலன்களின் ஆற்றலின்மையால்தான் இவ்வுலகைப் பிரம்மமாக உணரமுடியவில்லையென்றும் கூறுகிறார்கள். ஆனால், சிங்காரவேலர் இத்னையும் மிக ஆழமாக மறுக்கிறார். கயிற்றைப் பார்க்கும் போது கண்களுக்கு அது கயிறாகத்தான் தெரிகிறது. கயிறாகத் தெரிகிறவொன்று பாம்பாகத் தெரிவதற்குக் காரணம் கண்களின் குறையல்ல. மாறாக, அதனை அர்த்தப்படுத்துகின்ற மனிதனின் சிந்தனையே ஆகும் என்று சிங்காரவேலர் கூறும் வாதம் அசைக்கமுடியாத வாத மல்லவா? மற்றும், டாக்டர் இராதாகிருஷ்ணன் நேரிய அறிவு தோன்றும்வரை இவ்வுலகம் உள்ளதாகத்தான் காட்சியளிக்குமேயன்றி, பிரம்மமாக காட்சியளிக்காது என்கிறார். "புலன்கள் எப்போதும் குறையுடையன" என அத்துவைதம் கூறுகிறபோது குறையுடைய புலன்களால் நேரிய அறிவை எப்படிப் பெற முடியும்! என்று நாம் டாக்டர் ராதாகிருஷ்ணன் அவர்களை கேட்கலாம் அல்லவா?

டாக்டர் இராதாகிருஷ்ணன் கூறுவது பகுத்தறிவுக்கும் விஞ்ஞானத்திற்கும் முற்றிலும் புறம்பாக இருப்பதைச் சற்றுக் காண்போம்.

"உலகம் மெய்யென்பதும், பொய்யென்பதும் நமது புலன்களால் உண்டாகும் அனுபவத்தைக் கொண்டுதான் தெரிந்து கொள்ளமுடியும். உலோகாயுதவாதிகள் புலன்களால் அறியக்கூடிய உலகத்தை முழுமையும் நன்றாக அறிய முடியாவிடினும் அறிந்தவரை உண்மையே என்கிறார்கள். பரிட்சையால் இவ்வுலகத்தை அதிகமாக தினம் தினம் அறிந்து வருகின்றோம். புலன்கள் அன்னியில் உலகைத் தெரிந்து கொள்ள முடியாவிடினும், நெருங்கிப் பார்ப்பார்க்கு தெரிந்துக்கொள்ள இடமுண்டு. புலன்கள் காட்டும் உலகத்தைக் கொண்டே நமது லௌகீக வாழ்க்கையை நடத்தி வருகிறோம். நாம் உணரும் பசியும் துக்கமும் புலன்கள் காட்டும் வழிகளால்தான் நீக்கிக் கொள்கிறோம். இதனைப் பொய்யென்று வாதிப்பது மாயையாகும்."[7]

சிங்காரவேலர் மிக நடுநிலையாகவே தன் கருத்தை விளக்குகிறார். இதுவரை உலகில் உள்ள எல்லாவற்றையும் புலன்களால் அறிந்து விட்டோம் என்று கூறவில்லை. மாறாகப் படிப்படியாகத்தான் அறிந்து வருகிறோம் என்கிறார். குறிப்பாக, மதவாதிகள் முதன்முதலில் எவ்வித ஆதாரமும் இல்லாமல், பூமி தட்டையாக இருக்கிறது என்றார்கள். ஆனால் நாளடைவில் விஞ்ஞான வளர்ச்சியினால் பூமி உருண்டையாக உள்ளது என்பதைத் தெரிந்து கொண்டோம். அதனை எவ்வாறு தெரிந்துகொண்டோம்? சந்திரன் மீது விழும் பூமியின் நிழலைக் கண்டு, பூமி உருண்டை வடிவம்கொண்டது என முதன் முதலில் பிதாகொரஸைப் பின்பற்றி விஞ்ஞானிகள் வாயிலாகத் தெரிந்துகொண்டோம். பின்பு, சீரிய சிந்தனை வளர்ச்சியாலும், புலன்களின் செயற்பாட்டினாலும் உருவாக்கப்பட்ட விண்வெளிக் கலங்களால் எடுக்கப்பட்ட புகைப்படங்களாலும், செயற்கைக் கோள்களில் வலம் வந்த யூரிகாகரின் போன்றவர்கள் கூறிய கூற்றுக்களிலிருந்தும், பூமி உருண்டை வடிவம் உடையதே என்பதை உறுதி செய்தாகி விட்டது.

மேலும், நாம் பூமியிலிருந்து பார்க்கும் போது, விண்ணில் சூரியனும், சந்திரனும், விண்மீன்களும்தாம் காணப்படுகின்றன. ஆனால் கலிலேயோ என்ற விஞ்ஞானி தம் சிந்தனை வளர்ச்சியாலும், தம் புலன்களின் செயற்பாட்டினாலும் கண்டுபிடித்த தொலைநோக்குக் கண்ணாடி மூலமே விண்வெளியில் மிக நீண்ட தூரத்திலுள்ள வியாழனையும், ஏனைய துணைக் கோள்களையும் கண்டறிந்ததை யாரும் மறுக்க முடியாது. சூரியனிலிருந்து விழுந்த துணுக்குதான் பூமியென்றும், அந்தப் பூமியின் அனல் போதுமான அளவிற்குக் குறைய பலகோடி ஆண்டுகள் ஆயினவென்றும், மனிதன் தோன்றிப் பத்துலட்சம் ஆண்டுகளே ஆகியுள்ளன என்பதையும் விஞ்ஞானம்தான் நமக்குப் பறைசாற்றுகிறது. இந்த விஞ்ஞானம்தான் இன்று பூமிக்கடியிலுள்ள நீர், நிலக்கரி, பெட்ரோல், எரிவாயு போன்றவற்றின் அளவையும் துல்லியமாக எடுத்துக்காட்டுகிறது. இத்தகு வளர்ந்த விஞ்ஞானம் வெறும் பூமி ஆராய்ச்சியோடு நின்றுவிடாமல், விண்ணையும் நன்கு ஆய்ந்து வருகிறது. அதன் பயனாக மண்ணும் விண்ணும் நெருங்கி வருவதைக் காண்கிறோம். "கண்ணில் தெரியும் பொருள்களைக் கைகள் கவர்ந்திட மாட்டாவோ" என ஏங்கிய நெஞ்சங்கட்கு "மண்ணில் தெரியுது வானம், அது நம் வசப்படலாகாதோ" என்று நினைக்கும் அளவுக்கு விண்ணை மண்ணோடு நெருங்கவைத்துக் கொண்டிருக்கிறது இன்றைய விஞ்ஞானம்.

இத்தகைய விஞ்ஞானம் வளர்ந்திருப்பதற்குக் காரணம் என்ன? இடையறாத சிந்தனை வளர்ச்சியும், புலன்களின் செயற்பாட்டு வளர்ச்சியும்தானே! அத்தகைய புலன்களை மாயை என்றும், குறையுடையனவென்றும் கூறுவது இக்காலத்திற்குப் பொருந்துமா? இன்னொருஎடுத்துக்காட்டையும் நாம் தெரிந்துகொள்ளவேண்டும். 1979- ஆண்டு ஜூன் 7-ஆம் தேதியன்று சோவியத்து யூனியன் உதவியுடன் விண்ணிலே செலுத்தப்பட்ட "பாஸ்கரா" கோளின் வாயிலாக இதுவரை அறிந்திராத இந்திய நாட்டின் இயற்கை வளங்களை அறிந்திருக்கின்றனர். குறிப்பாக, நம் நாட்டிலுள்ள மலைத் தொடர்கள், ஆறுகள், காடுகள், பாலைவனங்கள் ஆகியவற்றைப்

பற்றியும், பூமிக்கடியுள்ள தாது வளங்களின், அள்வினையும், பருவக் காலங்களின் மாற்றத்தையும், புயல்களையும், சூறாவளிகளையும், முன்னறிவிக்கவும், உதவியிருக்கின்றது எனின் மிகப் பெரும் விந்தையன்றோ! அதுவும் பூமியிலிருந்து 600 கி.மீ. உயரத்திலிருந்து ஒரு செயற்கைக்கோள் பல புதிய தகவல்களைத் தருகின்றது எனில் விந்தையிலும் விந்தையன்றோ! இத்துணைப் பெரும் வளர்ச்சி எவ்வாறு ஏற்பட்டது? உலகம் மாயை என்றும் நம் புலன்கள் குறையுடையனவென்றும் வாளாவிருந்திருந்தால், இத்தகைய பெரும் முன்னேற்றத்தை அடைந்திருக்க முடியுமா?

மேலும் சிங்காரவேலர், "உலகம் மாயை, புலன்கள் மாயை குறையுடையன" எனும் கருத்தை ஆராய்வதோடு நின்றுவிடாமல், உலகத்தை மாயை என்று கருதுவதால் நம் நாட்டிற்கு ஏற்பட்ட இழப்புகளையும் சுட்டிக் காட்டுகிறார். அவற்றையும் சுருக்கமாகப் பார்ப்போம்.

"பார்த்ததைப் பொய்யென்று வழங்கும் வேதாந்த மருளினால் (Idealist Illusions) உலகில் விளைந்த தீமைக்குக் கணக்கே இல்லை. உலகில் பிறந்து வளர்ந்து வாழவேண்டிய மக்களுக்கு இவ்வுலகம் பொய்யென்ற மனப்பாதகத் தத்துவத்தைப் போதித்து வந்தபடியால், இவ்வுலகச் சுக வாழ்விற்கு வேண்டியவற்றைத் தேடாமலும், அதற்கு வழிவகைகளைக் கண்டுபிடிக்காமலும், கற்பனைலோகங்களை நோக்கி வாழ்நாள் முழுமையும் வருந்தலாயிற்று. மக்களின் கண்ணோட்டம் மேலுலகின் மேல் வைக்க வைக்க இவ்வுலக வாழ்வுக்கு வேண்டிய தேவைகளின் மேல் ஆசையில்லாமல் போயிற்று. இம்மாபெரும் மருளால், இவ்வுலகில் உயிரை இனிது வளர்க்கச் செய்யும் விஞ்ஞானத்தைக் கைவிடவும் பழிக்கவும் நேரிட்டது. நமது நாடு விஞ்ஞான ஆராய்ச்சியைக் கைவிட்டதன் முக்கியக் காரணம் என்னவெனில், கற்பனை உலகத்தின் மேல் மக்கள் வைத்துள்ள நோக்கமேயாகும். நாம் வாழவேண்டிய உலகமே பொய்யென்றால் அந்தப் பொய் உலகை ஏன் விசாரித்தறிய வேண்டும்.? இந்த மருளை ஆதாரமாகக்கொண்ட மதங்களால் எத்தனை கோயில்கள், குருக்கள், மௌலானாக்கள், பிஷப்புகள் உயிர் வளர்க்கின்றனர்."[8]

அவர் கூறுவது எத்துணை உண்மை! நமது இலக்கியங்களிளுள்ளும் திருக்குறள், சங்க இலக்கியம் போன்றவற்றைத் தவிர வேறு நூல்களும், பிற்காலத்தியச் சமய இலக்கியங்களும் இடையறாது தொடர்ந்து "உலகம் நிலையாமை", "யாக்கை நிலையாமை", "நரகம்", "சொர்க்கம்" ஆகியவற்றைத்தானே பெரிதும் உணர்த்தி வந்திருக்கின்றன. இதன் காரணமாகத் தானே நமது நாடு விஞ்ஞானத்தில் மிகவும் பின் தங்கியுள்ளது. நமது நாட்டு மக்களும் இன்னும் சாதி-மதப் பேதங்களிலும், மூடநம்பிக்கைகளிலும் மூழ்கியுள்ளதற்குக் காரணம் இதுதானே! சடங்குகளுக்கும், சம்பிரதாயங்களுக்கும் கட்டுப்பட்டவர்களாகத்தானே நம் மக்கள் இன்னும் வாழ்ந்து வருகின்றனர்; ஆயிரக்கணக்காக இன்னும் வாழ்ந்து வருகின்றனர்; ஆயிரக்கணக்கான மருத்துவர்கள் இருந்தும், நோயாளிகளும் அறியாமையில் மூழ்கிய பெண்களும் வேப்ப மரத்தைத்தானே சுற்றி வருகின்றனர். கொடும் நோய்க்கு இரையாகி விஞ்ஞான வளர்ச்சியினால் உயிர்பெற்று வந்தவர்களும், உடல்நலம் தேறியதற்கு மூகாம்பிகை அருள் என்றுதானே கூறுகிறார்கள். ஆண்டி "முதல்" அமைச்சர் வரை பெரும்பாலானவர்கள் இப்படித்தானே இருக்கிறார்கள்! இதற்கெல்லாம் காரணம் உலகம் மாயை, கடவுள் நம்பிக்கை, சொர்க்கம் போன்ற கருத்துக்கள்தாமே! இந்தக் கருத்துக்களினால் தாமே நம் நாட்டு மக்கள் சற்றும் விஞ்ஞானத்தின் மீது பிடிப்பு இல்லாமல் வாழ்ந்து வருகின்றனர். வாழ்க்கை வேறு; விஞ்ஞானம் வேறு; என்னும் கருத்தை மக்களிடையே நிலை நிறுத்தியது இந்த ஐதிகக் கருத்துகளே ஆகும் எனில் மறுப்பார் உண்டோ?

இதுகாறும் கூறியவற்றான், ஆயிரத்துத்தொள்ளாயிரத்து இருபதுகளிலேயே சிங்காரவேலர், அத்துவைதக் கருத்துகளை தருக்க ரீதியாக மறுத்திருக்கிறார் எனில் மிகவும் போற்றத் தக்கதன்றோ!

"ஓயாத படிப்பு உள்ளத்திலே வேதனை தரும் கால பிரச்சினைகளுக்கு அவர் காரணகாரியம் தேடுவதிலேயே

மிகக் கவலை எடுத்துக்கொண்டார். நுனிப்புல் மேய்வது அவருக்குப் பிடிக்காது,"[9] என்று அண்ணா அவர்கள், சிங்காரவேலரைப் பற்றிப் கூறுவது மிகப் பொருத்தமுடையது.

பொதுவுடைமையாளருக்கு வெறும் எழுத்துத்தொண்டும், பேச்சுத்தொண்டும் மட்டும் போதுமானவை அல்ல; மக்கள் இயக்கங்களில் பெரிதும் ஈடுபாடு வேண்டும். தோழர் சிங்காரவேலர் நாட்டு விடுதலைக்காகப் பெரிதும் உழைத்தவர். பின்பு, நாட்டு விடுதலை, டாட்டா-பிர்லாக்களுக்குத்தாம் பயன்படுமேயன்றி ஏழை எளியவர்கள் என்ற நிலையை மாற்ற உதவாது என்று எண்ணி, காலம் முழுதும் பொதுவுடைமை இயக்க வளர்ச்சிக்கும், தொழிலாளர் இயக்க வளர்ச்சிக்கும் தோன்றாத் துணையாக இருந்து உழைத்து வந்தார். இவற்றிடையே, இடையறாமல் மார்க்சிய தத்துவத்தை விளக்கியும், ஏனைய தத்துவங்களை விமர்சித்தும் வாழ்நாள் இறுதிவரைத் தொண்டாற்றினார் என்றால், அவர் ஒரு சிறந்த பொதுவுடைமையாளர் எனில் வியப்பேது!

7

தொழிற்சங்க இயக்க முன்னோடி

தொழிற்சங்க இயக்கத்தின் முன்னோடியாகவும் போராளியாகவும் விளங்கியவர் சிங்காரவேலர். அவர் எவ்வாறு தொழிற்சங்கத்தில் ஈடுபடலானார் என்பதற்கும், எவ்வாறு போராட்டமிக்கத் தலைவராக உருவானார் என்பதற்கும் தொழிற்சங்க வரலாறே கட்டியம் கூறும். தொழிற்சங்க வரலாற்றைக் கடந்த காலத்திலிருந்து நோக்கினால் தான் அதன் உண்மை விளங்கும். தொழிற்சங்கத்தின் முன்னோடியைச் சரியாக உணர விரும்பும் நாம், தொழிற்சங்க இயக்கத் தொடக்கத்தையும் நன்கு அறிய வேண்டும். தொழிற்சங்க இயக்கத்தின் தொடக்க வரலாற்றை அடையாளம் கண்டால்தான், தொழிற்சங்கத் தலைவர்களின் தன்னலமற்ற தொண்டையும், போராட்ட உணர்வையும் நன்கு உணரமுடியும். போராட்டமே மனித வரலாறாகப் பெருகிக் கொண்டிருக்கும் இந்நாளில், தொழிற்சங்கப் போராட்ட வரலாற்றை அறிவது ஒவ்வொருவரின் கடமையாகும். கடந்த கால வரலாறு வருங்காலத்திற்கு வழிகாட்டுவது போன்று, இவ்வரலாறும் நமக்கு வழி காட்டும். முதலாளித்துவம் எவ்வாறு உலகம் முழுவதும் நிலை கொண்டுள்ளதோ அவ்வாறே தொழிலாளர் வர்க்கமும் உலக முழுதும் நிலை கொண்டதாகும்.

தொழிலாளர் தோற்றமும் போராட்ட வரலாறும்

உணவுக்காக வேட்டையாடுவதைத் தொழிலாகக் கொண்ட மனித இனம், நாளடைவில் விலங்குகளை, கால்நடைகளைத் தம் இருப்பிடத்திலேயே வாழ்விக்கக் கற்றுக் கொண்டது. பின்னர் மரத்தின் பயனும் இருப்பின் கண்டு பிடிப்பும் அவன் வாழ்வில் பலபடி பாய்ச்சல் முன்னேற்றத்தை

உருவாக்கின. மனித இனத்தின் அறிவு, பல தேவைகளையும், தொழில்களையும் முன்னிட்டு மேலும் விரிந்து பெருகியது. அவ்வாறு அறிவு விரிந்து பெருகியதே அறிவியலாகும். இந்த அறிவியலே, நாளடைவில் மனிதத் தேவைகளுக்கான புதிய இயந்திரங்களைப் படைத்தது. நிலத்தை உழுது பயிர்களை விளைவித்துப் பல நூற்றாண்டுகளாக வேளாண்மைச் சமுதாயமாக வாழ்ந்து கொண்டிருந்த மனிதச் சமுதாயம், தொழிற்புரட்சிக்குப் பின்னர், பற்பல இயந்திரங்களைக் கண்டுபிடித்தது.

கைகளையும் சிறு கருவிகளையும் கொண்டு நெசவுத் தொழிலைச் செய்துகொண்டிருந்த மனித இனம், 1765-இல் **ஹார்க்ரீவ்ஸ்** (இங்கிலாந்து) என்பவரால் முதன்முதலாக நெசவு இயந்திரம் கண்டுபிடிக்கப்பட்ட பின்னர், இயந்திரத்தைக் கொண்டு நெசவு செய்யும் முறையைக் கற்றுக்கொண்டது. இதன் பின்னர், **சாமுவேல் கிராம்டன்** என்பவர், மேலும் பல புதிய நெசவு இயந்திரங்களைக் கண்டுபிடித்தார். இதனால் பருத்தி-கம்பளி ஆலைத் தொழில்கள் பெருகின. **எலிவிட்னனின்** புதிய கண்டு பிடிப்புகள் இத்துறையில் மேலும் முன்னேற்றத்தை உருவாக்கின. ஜேம்ஸ் வாட் கண்டுபிடித்த நீராவி இயந்திரம், ஃபால்டனின் நீராவிப் படகு, ஜான்குட்டன் பர்க்கின் அச்சு இயந்திரம், ஆகிய கண்டுபிடிப்புகளுக்குப் பின்னர், பற்பல புதிய இயந்திரங்களும், புதிய தொழில்நுட்பக் கருவிகளும் கண்டுபிடிக்கப்பட்டன. இப்புதுமையான கண்டுபிடிப்பு களுக்குப் பின்னர் நிலக்கரி, இரும்பு போன்ற கனிமவளத் தொழில்களிலும், அவற்றைச் சார்ந்த வேறு தொழில்களிலும் பாய்ச்சல் முன்னேற்றம் ஏற்பட்டது. இம் முன்னேற்றத்திற்கு இங்கிலாந்தில் தோன்றிய தொழிற்புரட்சியே காரணமாகும்.

தொழிற்புரட்சி இரு முக்கியச் செயல்களை உருவாக்கியது. ஒன்று, புதிய புதிய இயந்திரங்களைப் படைத்தது; மற்றொன்று நிலவுடைமைச் சமூகத்துக்கு விடை கொடுத்தது. இதனால் புதிய முதலாளித்துவம் பலம் கொண்டதாக எழுந்து நின்றது. முதலாளித்துவ வளர்ச்சியால் ஆலைகளும், தொழிற்சாலைகளும், சுரங்கத்தொழில்களும், தோன்றின

இவற்றால் தொழிலாளர் வர்க்கம் உருவாகியது. அதாவது, முதலாளித்துவம் தோன்றியவுடனே அதனோடு தொழிலாளர் வர்க்கம் தோன்றிவிட்டது. பெருந்தொழிற்சாலைகள் பெருகப் பெருக, அவற்றிற்கு வேண்டிய துணைப் பொருட்களை உற்பத்தி செய்வதற்கான சிறு தொழிற்சாலைகளும் பெருகின. இவற்றால் தொழிலாளர் எண்ணிக்கை மேலும் கூடியது. இயந்திரங்களின் பெருக்கத்தால், தொழிலாளர்களின் கடின உழைப்புக் குறைந்தும் ஓய்வு கூடியும் இருக்க வேண்டும். ஆனால், முதலாளிகளின் ஈவிரக்கமற்ற பேராசையால், முன்னிலும் கூடுதலாக உழைப்பு நேரம் கூடியது. கைத்தொழிலிலும், பயிர்த்தொழிலிலும் ஈடுபட்டிருந்த போது அவர்களுக்குச் சுதந்திரமும் ஓய்வும் நிம்மதியும் இருந்தன. தொழிற்சாலைகளில் புகுந்தபோது அவையெல்லாம் அழிந்தொழிந்தன. அவர்களின் பரம்பரைத் தொழிலும் தொழில் திறனும் நாளடைவில் ம்ங்கி மறைந்தன.

சுதந்திரமாகத் தொழிலில் ஈடுபட்டுக் கொண்டிருந்த அவர்கள், முதலாளிகளின் பொருட்பேராசையால், வேலை நேரம் மிகுதியாக்கப்பெற்று, அமைதியற்றவர்களாவும், புதிய அடிமைகளாகவும் ஆக்கப்பெற்றனர். மிகுதியான வேலை நேரம், மனித நேயமற்ற நடவடிக்கைகள், குறைந்த கூலி, விடுமுறை இல்லாமை ஆகியவற்றால் தொழிலாளர்கள் துன்பமும் சோர்வும் அடைந்தனர். இவற்றைப் பல ஆண்டுகளாகப் பொறுத்துக்கொண்டே இருந்தனர். நாளடைவில், முதலாளிகள் பெரும் லாபம் கருதி ஈவிரக்க மற்ற முறையில் ஆட்குறைப்புச் செய்தனர். இதனால் தொழிலாளர்கள் பொறுமையிழந்து வெகுண்டு எழுந்தனர். குறைந்த கூலியையும், மிகுந்த வேலை நேரத்தையும் பொறுத்துக்கொள்ள முடியவில்லை; பொறுக்கவும் முடியாது.

தொழிலாளர்கள் முதலாளிகளை நோக்கிப் பல கோரிக்கைகளை வைத்தனர். ஆனால் முதலாளிகள் அதனைச் சிறிதும் பொருட்படுத்தவில்லை. முதலாளிகளின் கொள்ளை இலாபத்தையும், கொடுஞ்செயலையும் நன்குணர்ந்த தொழிலாளர்கள், பொங்கியெழுந்து இயந்திரங்களை உடைத்துத் தரைமட்டமாக்கினர். எந்த நாட்டில்

தொழிற்புரட்சி முதன் முதலாகத் தொடங்கியதோ அதே நாட்டில்தான் இந்தப் புரட்சியும் தோன்றியது. 1630-ஆம் ஆண்டிலேயே லண்டனிலிருந்த ஒரு டச்சுத் தொழிலகத்தின் மரம் அறுக்கும் இயந்திரங்கள் தொழிலாளர்களால் அடித்து நொறுக்கப்பட்டன. 1758-ஆம் ஆண்டில் எவரெட் என்ற நிறுவனம் இங்கிலாந்தில் முதன் முதலாகக் கம்பளி நூற்கும் இயந்திரம் கொண்ட தொழிற்சாலையை நிறுவியது. அந்நிறுவனம் ஆட்குறைப்புச் செய்தபோது, வேலையிழந்த தொழிலாளர்கள், இயந்திரங்களைத் தீயிட்டுக் கொளுத்தினர். தொழிலாளர்களின் இந்த வன்முறையைக் கண்ட ஆங்கிலப் பாராளுமன்றம், இயந்திரங்களைக் கொளுத்துவது தூக்குத் தண்டனைக்குரிய குற்றம் எனச் சட்டம் இயற்றியது. இந்தச் சட்டம் கொண்டு வந்த பின்னரும், முதலாளித்துவத்தின் ஆட்குறைப்பால், இயந்திரங்களைக் கொளுத்துவது தொடர்ந்து நடந்துகொண்டே இருந்தது.

இச்செயல் நாளடைவில் குறைந்தாலும் லுத்தியவாதிகள் என்று அழைக்கப் பெற்ற சிறு பிரிவினரால் தீயிட்டுக் கொளுத்துவது தொடர்ந்து நடந்துகொண்டே இருந்தது. குறிப்பாக, இச்செயல்கள் **லங்காஷயர், யார்க்ஷயர், ஷெயர்** ஆகிய மூன்று பகுதிகளில் தொடர்ந்து நிகழ்ந்து கொண்டிருந்தன. தூக்குத் தண்டனையும் தொடர்ந்தது. 1812-ஆம் ஆண்டில் ஆங்கிலப் பெருங்கவிஞரான **லார்டு பைரன்** பிரபுக்கள் சபையில் தூக்குத் தண்டனையை நீக்குமாறு வற்புறுத்தி உள்ளார். எனினும், தூக்குத் தண்டனை தொடர்ந்தது. 1813-ஆம் ஆண்டில் யார்க்ஷயரில் இயந்திரங்களைக் கொளுத்தியதற்காக 18 தொழிலாளர்கள் தூக்கிலிடப்பட்டுள்ளனர். தூக்குத் தண்டனை இருந்தும் மீண்டும் மீண்டும் போராட்டங்கள் நடந்து கொண்டே இருந்தன. இவற்றுக்கிடையில் வன்முறை தவிர்த்த போராட்டங்களும் தொழிலாளர்களால் நடத்தப் பெற்றன.

இங்கிலாந்திலுள்ள **பீட்டர்லூவில்** 1818-ஆம் ஆண்டின் ஆகஸ்ட் 16-ஆம் நாளில் ஆயிரக்கணக்கான தொழிலாளர்கள் அணி திரண்டு தத்தம் அரசியல் - சமூகக் கோரிக்கைகளை வேலை நிறுத்தத்தின் மூலம் அறிவித்தனர். மிக அமைதியான

முறையில் இப்போராட்டம் நடந்தாலும், இப்போராட்டத்தை முளையிலே முறிக்கவும், இது போன்று மீண்டும் போராட்டம் நடவாமல் இருக்கவும், முதலாளிகள் வன்முறை மூலம் படுகொலைகள் செய்து அப்போராட்டத்தைச் சீர் குலைத்தனர். எனினும் தொழிலாளர்கள் இதனைக் கண்டு துவண்டு விடாமல் முன்னிலும் வலிமையாக அணிதிரளத் தொடங்கினர். பீட்டர்லூ போராட்டம் இங்கிலாந்தின் தொழிலாளர் வரலாற்றில் ஓர் எழுச்சியைத் தோற்றுவித்ததாக ஆய்வாளர்கள் குறிப்பிட்டுள்ளனர். பீட்டர்லூ போராட்டத்திற்குப் பின்னர் தொழிற்சங்கங்களை ஒன்றிணைக்கவும், தொழிலாளர்களுக்குப் பாதுகாப்புத் தரவும் 1830-ஆம் ஆண்டில் தொழிலாளர் தேசிய கழகத்தை உருவாக்கினர். இக்கழகத்தின் சார்பாகத் தொழிலாளர்கள், முதலாளிகளை நேருக்குநேர் சந்தித்துத் தத்தம் தேவைகளை எடுத்துக்கூறவும், அவற்றின் வழியே சலுகைகள் பெறவும் முடிவெடுத்தனர். தொழிலாளர் இதிலும் வெற்றி பெறவில்லை.

தொழிற்சாலைகளில் பெறும் பொருளாதார உரிமைகளோடு, நாட்டில் வாக்குரிமை பெறும் போராட்டத்திலும் ஈடுபட்டனர். அக்காலத்தில் இங்கிலாந்தில் பிரபுக்களுக்கு மட்டுமே ஓட்டுரிமை இருந்தது. பின்னர் வளர்ந்துவரும் சக்தியாக விளங்கிய முதலாளிகளும் ஓட்டுரிமை பெற்றனர். இவற்றின் தாக்குரவால் நடுத்தரமக்களும், தொழிலாளர்களும் ஓட்டுரிமைக்காகப் போராடினர். இதன்விளைவாக 1838-ஆம் ஆண்டில் சாசன இயக்கம் (Chartist Movement) தொடங்கப் பெற்றது. சாசன இயக்கம் தொழிலாளர்களிடையே ஒற்றுமையையும் துணிவையும் ஏற்படுத்தியது. இங்கிலாந்தில் அனைத்துத் தொழிலாளர்களுக்கும் 16-மணி நேர வேலை அல்லது 12 மணி நேர வேலை என்ற நிலையை மாற்றி முதலில் பெண்களுக்கும் சிறுவர்களுக்கும் 10-மணி நேர வேலை என்ற நிலையை உருவாக்கியதோடு, நாளடைவில் ஆண்களுக்கும் 10-மணி நேர வேலை என்ற நிலையை ஏற்படுத்தியது. சாசன இயக்கம் குறித்துத் தோழர் **சுகுமால்சென்** கூறுவது நம் கவனத்திற்குரியது.

"சாசன இயக்கமானது இங்கிலாந்தின் தொழிலாளி வர்க்கம் முழுவதையும் தீவிரப்படுத்துவதில் வெற்றியடைந்தது

என்பதோடு மட்டுமன்றி, உலகத் தொழிலாளி வர்க்கத்தின் பாதைக்கு ஆழ்ந்த முக்கியத்துவமிக்க ஒன்றாக அது விளங்கியதோடு, கணக்கிடமுடியாத அளவிற்குச் செல்வாக்கைச் செலுத்துவதாகவும் அமைந்திருந்தது. எனினும் ஒரு தலைமுறைக்குள்ளாகவே சாசன இயக்கத்தின் புகழ்பெற்ற ஆறுகோரிக்கைகள் முழுமையாகக் கிட்டதட்ட சட்ட ரீதியான முறையில் செயல்படுத்தப்பட்டதை இங்கிலாந்து தொழிலாளி வர்க்கத்தால் காணமுடிந்தது."

சாசன இயக்கம் தோன்றுவதற்கு முன் லட்சக்கணக்கான தொழிலாளர்களுக்கு ஓட்டுரிமை இல்லாமல் இருந்தது. அதனால், அவர்களது உரிமைக்குரல் பாராளுமன்றத்தில் ஒலிக்கச் செய்வதற்கு வழியில்லாமல் போயிற்று. இதனால் தங்களுக்கு ஓட்டுரிமை வேண்டுமெனக் கிளர்ச்சி செய்தார்கள். தாங்கள் விரும்பும் கோரிக்கைகளை ஒரு சாசனமாகத் தயாரித்தார்கள். அதுவே "மக்கள் சாசனம்" என்று பெயர் பெற்றது. அதற்காக நடந்த போராட்டமே சாசன இயக்கப் போராட்டமாகும். இந்தச் சாசன இயக்கம் **ஷெல்லியின்** கவிதைகளால் உந்தப்பெற்றதாகும் என்று **கார்ல் மார்க்ஸ்** கூறியுள்ளார். இது பற்றி, ஷெல்லியைப் பற்றி ஆய்ந்த **கென்னத் மூர்** கீழ்வருமாறு கூறியுள்ளார்.

"சாசன இயக்கமானது ஷெல்லியின் கவிதையால் தூண்டிவிடப் பெற்றதே என்று கார்ல் மார்க்ஸ் கூறுவது வழக்கம். ஷெல்லியின் பக்குவ நிறைவில்லாத "ராணிமாப்" தான் சாசன இயக்கத்தின் விலிவிய வேதம் என நிச்சமாகக் கருதப்பட்டது. மேலும் ஷெல்லியின் "இங்கிலாந்தின் மக்கள்", "அராஜகத்தின் முகமூடி" போன்ற கவிதைகளைப் படித்ததன் மூலம், பலபேர் அந்த இயக்கத்தினுள் கவர்ந்திழுக்கப் பெற்றனர். சாசன இயக்கத்தார் தமது கருத்துகளில் சிலவற்றை மட்டும் ஷெல்லியிடமிருந்து உருவாக்கிக் கொள்ளவில்லை; அந்த இயக்கத்தில் பங்கெடுத்த முக்கியத் தலைவர்கள் உட்பட, அவர்களில் சிலர் கவிஞர்களாவும் இருந்தார்கள். அதனை ஓர் இளங்கவிஞர்களின் இயக்கம் என்றுகூடச் சொல்லலாம்."[2]

ஏங்கெல்ஸ்கூட தாம் எழுதிய "1844 இல் இங்கிலாந்திலுள்ள தொழிலாளி வர்க்கம்" என்ற நூலில் ஷெல்லியைப் பற்றிக் குறிப்பிடும் போது "மேதைமையுடைய தொலை நோக்குக் கவிஞன்" என்று குறிப்பிடிருப்பது நாம் உளங்கொளத்தக்கது. சாசன இயக்கம் இங்கிலாந்து நாட்டில் உரிமைக்கும், சுதந்திரத்துக்கும், அடிப்படையான மாற்றங்களைக்கொண்டு வந்தாலும், பல ஆண்டுகளுக்குப் பின்னர் அது செயல் இழந்தது. அதன்பின்னர் பல்வேறு நாடுகளைச் சார்ந்த தொழிலாளர்கள் இயக்க முறையில் ஒன்று திரண்டு, தத்தம் எதிர்காலத்தைப் பற்றியும், வழிமுறை பற்றியும் விவாதிக்கக் கூடினர். இது போன்ற ஒரு தொழிலாளர் மாநாடு இதற்கு முன்னர் நடந்ததில்லை. இம்மாநாட்டிற்கு, ஜெர்மன், இத்தாலி, பிரான்ஸ் போன்ற நாடுகளிலிருந்து பற்பலர் கலந்துகொண்டனர்.

இம்மாநாடு, லண்டனில் 1864-ஆம் ஆண்டு, செப்டம்பர் திங்கள் 28-ஆம் நாளன்று நிகழ்ந்தது. இம் மாநாடே முதல் சர்வதேச அகிலம் எனப்பெயரிடப் பெற்றது. இந்த மாநாட்டின் பெருஞ்சிறப்பு யாதெனில், அதில் கார்ல் மார்க்ஸ் கலந்துகொண்டு சரியான திட்டத்தை வைத்ததுதான். புதிய அமைப்பின் விதிமுறைகளை வரையறுப்பதிலும், மாஜினி போன்றோரின் தவறான திட்டங்களைத் தகர்ப்பதிலும், சரியான அரசியல் திட்டத்தை வகுப்பதிலும் மார்க்ஸ் பெரும் பங்காற்றியுள்ளார். அவர் வைத்த திட்டத்தால் தொழிலாளர் வர்க்கம் ஒரு சரியான பாதையைக் கண்டது. ஐரோப்பாவை ஒருங்கிணைத்த அந்தத் திட்டம் தொழிலாளர்களுக்கான சர்வதேசத் திட்டமாகக் காட்சியளித்தது. அம் மாநாடு முடிவுடையும்போது "உலகத் தொழிலாளர்களே, ஒன்று சேருங்கள்" என்ற எழுச்சிக் குரலோடு முடிவடைந்தது. அம் மாநாட்டின் அறிக்கையின் சிறுபகுதி கீழுள்ளவாறு அமைந்திருந்தது.

"உழைக்கும் வர்க்கங்களின் விடுதலை என்பது உழைக்கும் வர்க்கங்களாலேதான் அடையப்பட வேண்டும். உழைக்கும் வர்க்கங்களின் விடுதலைக்கான போராட்டம் என்பதற்கு வர்க்கங்களுக்கான சலுகைகள் மற்றும் ஏகபோக

உரிமைகளுக்கான போராட்டம் என்பதல்ல. மாறாகச் சமவுரிமைக்கான, கடமைக்கான, அனைத்துவிதமான வர்க்க ஆட்சியை முற்றிலும் ஒழிப்பதற்கான போராட்டமேயாகும்.

எனவே உழைக்கும் வர்க்கங்களின் பொருளாதார விடுதலை என்பதுதான் மகத்தான முடிவாகும். ஒருவழி என்றவகையில் ஒவ்வோர் அரசியல் இயக்கமும் அதற்கு அடிபணிந்ததாகவே இருக்கவேண்டும்.

உழைப்பின் விடுதலை என்பது உள்ளூர் அளவிலானதோ, ஒரு நாடு என்ற அளவிலானதோ அன்று. மாறாக, நவீன சமூகம் இருந்து வருகின்ற அனைத்து நாடுகளையும் தழுவியுள்ள ஒரு சமூகப் பிரச்சினையே யாகும்.

வருங்காலம் அனைத்திலும் உலகம் முழுவதிலுமுள்ள உழைக்கும் வர்க்கங்களின் நடவடிக்கைகளுக்கான தோல்வியுற வொண்ணாததொரு வழிகாட்டியே இது என்பது வரலாற்றில் பதியப்படவேண்டும்."[3]

இந்தியச் சூழலும்-தொழிலாளர் வாழ்நிலையும்

ஆங்கிலேயரின் இந்திய வருகைக்கு முன்னர் இந்தியாவில் கிராம வாழ்க்கை முறையே இருந்து வந்தது. தங்களது பாரம்பரிய தொழில்களான பயிர்த்தொழில், கைத்தொழில், கால்நடை வளர்த்தல் போன்றவற்றில்தாம், அவர்கள் ஈடுபட்டு வந்தனர். ஆங்கிலேயரின் வருகைக்குப் பின்னர் பலநிலைகளில் இயந்திரங்கள் புகுத்தப் பெற்றன. இவற்றால் தொழிற்சாலைகள் பெருகின. இவற்றால் புதிய தொழிலாளர் வர்க்கம் தோன்றியது. **1770-ஆம் அண்டில் இந்தியாவில் நிலக்கரி கண்டுபிடிக்கப்பட்டது.** ரயில்போக்குவரத்திற்கும், வேறு சில தேவைகளுக்கும் நிலக்கரி தேவைப்பட்டதால் சுரங்கத் தொழில் வளர்ந்தது. இதன் காரணமாக 1843-ஆம் ஆண்டில் பெங்கால் நிலக்கரி கம்பெனி நிறுவப்பெற்றது. அடுத்து ஜாரியாவில் பல சுரங்கங்கள் ஏற்படுத்தப் பெற்றன. அவை 1895-ஆம் ஆண்டு முதல் செயல்படத் தொடங்கியது. மேலும் அரிசி ஆலைகள், மாவு ஆலைகள், பருத்தி பதப்படுத்தும் ஆலைகள், நூல் ஆலைகள் போன்றவை

தொடங்கப்பெற்றன. 1775-ஆம் ஆண்டில் கிழக்கிந்தியக் கம்பெனியால் சணல் கண்டுபிடிக்கப்பெற்றது. இங்கிலாந்தின் தண்டி என்னும் இடத்தில் பதப்படுத்தப்பெற்று 1854-ஆம் ஆண்டில் கல்கத்தாவிலுள்ள ரிஷ்ராவில் **ஆக்லண்ட்** எனும் நிறுவனத்தால் சணல் ஆலை தொடங்கப்பட்டது. இதனைப் போன்றே இந்தியாவில் பற்பல இடங்களில் பருத்தி மிக அதிகமாகக் கிடைத்ததால், முதன் முதலில் கல்கத்தாவிலுள்ள **பவுரியா** என்னும் இடத்தில் 1818-ஆம் ஆண்டில் **ஃபோர்ட் க்ளாஸ்டர் மில்ஸ்** தொடங்கப்பெற்றது. அடுத்து மும்பையில் **கோவாஸ்ஜி நானாபாய்**, என்பவர் 1854-ஆம் ஆண்டில் முதல் பருத்தி ஆலையை ஏற்படுத்தினார். பின்னர், அங்குப் பல ஆலைகள் தொடங்கப்பட்டன. குறிப்பாக, 1879முதல் 1880-வரை பம்பாயில் 58 ஆலைகள் ஏற்படுத்தப்பட்டன. அன்று முதல் மகாராஷ்டிர மாநிலம் பருத்தி ஆலையில் முதலிடம் பெற்று வருகிறது. இதில் இந்திய முதலாளித்துவமும் பெருவளர்ச்சி அடைந்தது. மற்றும், சுதேசி இயக்கம் வளரத் தொடங்கிய காலத்தில், இந்திய முதலாளித்துவம் மிகப்பெரும் வளர்ச்சி அடைந்தது.

அஸ்ஸாமில் தேயிலை மிக அதிகமாகக் கிடைத்ததால், 1839-ஆம் ஆண்டில் அஸ்ஸாம் தேயிலைக் கம்பெனி முதன் முதலில் தொடங்கப்பட்டது. அதனையடுத்துத் தேயிலை கிடைக்கும் மலைப் பகுதியில் பிரித்தானிய மூலதனம் குவியத் தொடங்கியது. இவ்வாறு பற்பல பொருள்களும், தொழில்களும் உருவானதால் அவற்றை ஒரு மாநிலத்திலிருந்து மற்றொரு மாநிலத்திற்கு எடுத்துச்செல்வதற்கும், அவற்றை முக்கிய நகரங்களில் குவித்து இங்கிலாந்திற்கு எடுத்துச் செல்லவும் ரயில் போக்குவரத்தும் தேவையாக இருந்தது. ஆங்கிலேய அரசு இவற்றில் முக்கியக் கவனம் செலுத்தியது. மேலும், ஆங்கில ஆதிக்கத்தை எதிர்த்து இந்தியமக்கள் ஆங்காங்கே கிளர்ச்சிசெய்து வந்ததால், அவற்றை உடனடியாக அடக்க இராணுவத்தைக் கொண்டு செல்ல ரயில்போக்குவரத்து மிகத்தேவையாக இருந்தது. இந்நிலையில், இந்தியாவில் ரயில் போக்குவரத்தை ஏற்படுத்துவதில் ஆங்கில அரசு முனைப்பு காட்டியது. சுரண்டலை நிலைநிறுத்தவும் மேலும்

பெருக்கவும் இந்தியாவில் ரயில் போக்குவரத்தைத் தொடங்குவது ஆங்கிலேயருக்குத் தவிர்க்க முடியாத கடனாக இருந்தது. 1853-ஆம் ஆண்டில் இந்தியாவில் வைஸ்ராய் ஆக இருந்த டல்ஹௌசி பிரபு தமது புகழ் பெற்ற குறிப்பில் கல்கத்தா, பம்பாய், சென்னை மற்றும் வட மேற்கு எல்லைப் பகுதிகளை ரயில் போக்குவரத்தால் இணைப்பதில் கிடைக்கும் அபரிதமான வருவாயைப் பற்றி அங்கலாய்ந்து எழுதியுள்ளது சிந்திக்கத் தக்கது. ஆங்கிலேயர்களின் ரயில் போக்குவரத்தைக் குறித்துக் கார்ல்மார்க்ஸ் குறிப்பிட்டிருப்பது நம் கவனத்திற்கு உரியது.

"ஆங்கிலேய நெசவாலை முதலாளிகள் தங்களது உற்பத்திக்காக மிகக் குறைந்த செலவில் பருத்தி மற்றும் இதர மூலப்பொருட்களைக் கவர்ந்து வரவேண்டும் என்ற ஒரே நோக்கத்திற்காகவே ரயில்வே சேவையை ஏற்படுத்தியுள்ளார்கள் என்பதை நான் நன்கு அறிவேன். எனினும் ஒரு நாட்டின் செயல்பாட்டில் இரும்பு மற்றும் நிலக்கரி போன்ற கனிமங்களை ஏராளமாகக் கொண்டுள்ள ஒரு நாட்டில் நீங்கள் ஒரு முறை இயந்திரத்தை அறிமுகப்படுத்திய பிறகு இயந்திரங்களை உற்பத்தி செய்வதிலிருந்து அந்த நாட்டை உங்களால் தடுக்க முடியாது. எனவே. இந்தியாவில் துவங்கியுள்ள ரயில்வே முறையானது நவீன தொழில் துறையின் உண்மையான முன்னோடியாக மாறியுள்ளது."[4]

மார்க்ஸ் கூறியது போன்று ரயில்போக்குவரத்தால் பிரித்தானிய மூலதன வருமானம் பெருகியதுடன், இந்திய முதலாளிகளின் வருமானமும் பெருகியது. இந்திய முதலாளிகள் பருத்தி ஆலைகளில் கொடிகட்டிப் பறந்தது போல இரும்பு உற்பத்தியிலும் கவனம் செலுத்தினர். இதன் காரணமாக **ஜே. ஆர். டாடா** 1908-ஆம் ஆண்டில் முதல் இரும்பாலையை நிறுவினார். இந்தியாவில் ரயில் போக்கு வரத்தைத் தொடங்க நினைத்த ஆங்கில ஆதிக்கம், 1845-ஆம் ஆண்டில் லண்டனில் தோற்றுவிக்கப் பெற்ற **கிரேட் இண்டியன் ரயில்வே கம்பெனி** மற்றும் **கிரேட் பெனிசுலர் ரயில்வே கம்பெனி** ஆகியவைதாம் இந்தியாவில் முதன் முதலாக இரயில் பாதைகள் போட்டன. இந்தியாவில் முதன்

முதலாக 1853-ஆம் ஆண்டில் 20 மைல் தூரம் ரயில்பாதை போடப்பட்டது. பின்னர் 1857-ஆம் ஆண்டில் அது 288 மைல்களாக விரிந்தது. இந்தக் காலத்தில்தான் சென்னை இராயபுரத்தில் ரயில்வே நிலையம் துறைமுகத்தை ஒட்டி அமைக்கப்பட்டது.

இரயில் பாதை போட வேண்டிய தேவை ஏற்பட்டதால், சுரங்கத் தொழிலும், ரயில்பாதை கட்டுமானத் தொழிலும், நிலக்கரிச் சுரங்கத் தொழிலும் வேகமாக உருவாகின. இவற்றில் எண்ணற்ற தொழிலாளர்கள் வேலை பெற்றனர். மேலும், ரயில்பாதை கட்டுமானத் தொழிலுக்கும், இரும்பாலைகளுக்கும் தேவையான துணைப் பொருள்களையும் துணைக் கருவிகளையும் உற்பத்தி செய்யும் தொழில்களும் பெருகின. இவற்றால் மேலும் எண்ணற்ற தொழிலாளர்கள் உருவாயினர். இவர்கள் புதிய தொழிலாளர் வர்க்கமாக வளரத் தொடங்கினர். இயந்திரத் தொழிற்சாலைகளின் பெருக்கத்தால், கிராமப்புறங்களின் பாரம்பரிய தொழில்களும், கைத்தொழில்களும் அழியத் தொடங்கின. குறைந்த கூலியும், அதிக வேலை நேரமும், அ ர்களின் கைத்தொழிலின் திறனை மறக்கச் செய்ததுடன் அவர்களைப் புதிய அடிமைகளாக மாற்றின.

எடுத்துக்காட்டிற்காக இங்கு ஒன்றை நோக்கலாம். இங்கிலாந்து நாட்டிலிருந்து மிகுதியான பொருட்கள் இந்தியாவுக்கு ஏற்றுமதி செய்யப்பட்டன. 1813-ஆம் ஆண்டில் மட்டும் 2,13,000 கஜம் வெள்ளைத் துணியும், 8,00,000 கஜம் வண்ணத்துணியும் இந்தியாவுக்காக இங்கிலாந்திலிருந்து ஏற்றுமதி ஆயின. இந்த ஏற்றுமதி 1826-ஆம் ஆண்டில் 1 கோடியே 60 லட்சம் மற்றும் 2 கோடியே 60 லட்சம் கஜமாக அதிகரித்தது.(5)

அதே வேளையில் இந்தியாவிலிருந்து ஏற்றுமதியாகும். துணி மற்றும் பட்டுப் போன்ற பொருட்களுக்கு ஆங்கில ஆதிக்கம் 70% முதல் 80% வரை ஏற்றுமதிவரி சுமத்தியதால், இந்திய நெசவுத் தொழில் அழிந்தது. உழைப்பாளர்களும் வேலை இழந்தனர். மேலும் தட்டுத்தடுமாறி இந்தியாவிலிருந்து

இங்கிலாந்துக்குச் செல்லும் பொருட்களுக்கு இறக்குமதித் தடைவிதித்ததால், இந்தியத் தொழில் உற்பத்தியை நசியச் செய்து, தம் நாட்டின் வணிகத்தைப் பெருமளவில் வளர்த்துவிட்டனர். இதுவொரு பக்கம். மற்றொரு பக்கம் ஆங்கிலேயரால் நடத்தப்பெற்ற தொழிற்சாலைகளின் சூழல் மிகக் கொடூரமாக இருந்தது. 1908-ஆம் ஆண்டில் ஏற்படுத்தப்பெற்ற இந்தியத் தொழிலாளர் கமிஷன் வேலை நேரத்தைக் குறிப்பிட்டிருந்தது. அந்த அறிக்கையின்படி அகமதாபாத் நகரிலுள்ள நெசவாலைகளில் 12 மணிநேரமும், மின்சாரத்தைப் பயன்படுத்துகின்ற நெசவாலைகளில் 15- மணிநேரமும், பணிநேரம் இருந்துள்ளது. பம்பாயில் நாளொன்றுக்கு 12-மணிநேரமும், மின்சாரத்தைப் பயன்படுத்துகிற தொழிற்சாலைகளுக்கு 13-மணிமுதல் 15-மணி நேரமும், ப்ரோச் நகரில் 13½ மணியிலிருந்து 15½ மணியாகவும், தில்லியில் 13½மணியிலிருந்து 14 ½ மணி நேரமாகவும் ஆக்ராவில் 13½ மணி முதல் 15½ மணிநேரமாகவும், அமிர்தசரஸ் மற்றும் லாகூர் ஆகிய பகுதிகளில் 13 மணிமுதல் 13.40 மணி நேரமாகவும் இருந்துள்ளன.

சூரிய வெளிச்சம் கிடைப்பதைப் பொறுத்து உயர்த்தப்பட்ட வேலை நேரம், மின்சாரம் வந்தபோது மேலும் அதிகமாக்கப்பட்டது. ஆம் இதுதான் காலனியாதிக்கச் சுரண்டல். அதாவது, மின்சாரம் கிடைத்தப் பின்னர் வேலைநேரம் குறைந்திருக்க வேண்டும். ஆனால், குறையாமல் மாறாக அதிகரித்துள்ளது. முதலாளிகளின் கொள்ளை லாபப் பேராசையே அதற்குக் காரணமாகும். தொழிலாளர்களின் வேலை நேரம்தான் இப்படியென்றால், அவர்களின் வாழ்விடமும் அதன் சூழலும் அதனைக்காட்டிலும் கொடுமையாக இருந்துள்ளன. பம்பாயில் தொழிலாளர் குடியிருப்பில் பெண் தொழிலாளர்கள் எப்படி இருந்துள்ளார்கள் என்பதை ஓர் ஆய்வாளர் ஒரு நூலில் எழுதியுள்ளதைத் தோழர் சுகுமால்சென் தம்நூலில் குறித்திருப்பது ஒவ்வொருவரும் அறியத் தக்கது.

"அந்தக் குடியிருப்புப் பகுதியின் இரண்டாவது மாடியிலிருந்து ஓர் அறை 15 அடிக்கு 12 அடி அளவினதாக

இருந்தது. அதில் ஆறு குடும்பங்கள் வசித்து வந்தன. ஆறு அடுப்புகள் தனித்தனியாக இருந்ததை வைத்து அதை என்னால் ஊகிக்க முடிந்தது. எனது விசாரணையின் போது அந்த அறையில் பெரியவர்கள் மற்றும் சிறுவர்கள் என்ற வகையில் முப்பது பேர் வசிக்கிறார்கள் என்பதை அறிந்து கொண்டேன். மேற்கூரையின் ஊடாக மூங்கில் கழிகள் நீட்டிக் கொண்டிருந்தன. இரவு நேரத்தில் ஒவ்வொரு குடும்பத்தையும் பிரிக்கும் வகையில் அந்த மூங்கில்கழிகள் மீது துணிகள் மற்றும் சாக்குகள் வைத்து மறைத்து வைக்கப்பட்டன. ஆறு பெண்களில் மூன்று பெண்கள் வெகுவிரைவில் பிள்ளைப் பேறாகும் நிலையில் இருந்தனர். அதே இடத்தில்தான் மகப்பேறு நடக்கும் என்ற தகவலை அந்த மூன்று பெண்களும் என்னிடம் தெரிவித்தார்கள். என்னுடன் வந்த நர்சிடம் 'எப்படி இந்த இடத்தில் தனியாக ஒதுங்கும் வசதியைச் செய்துதர முடியும்?' என்று நாம் கேட்டபோது, 4-க்கு 3-அடி அகலமுள்ள ஓரிடத்தை என்னிடம் காட்டி இந்த இடம் திரைச்சீலை வைத்து மறைக்கப்பட்டு அதற்காக ஒதுக்கப்பட்டு விடும் என்று என்னிடம் கூறப்பட்டது. இரவு நேரத்தில் அந்த அறை இருந்த சூழ்நிலை, ஆறு அடுப்புகளிலிருந்து அறைக்குள் நிரம்பி வழிந்த புகையும் இதர அசுத்தங்களும், கைக்குழந்தையுடன் உள்ள அந்தப் பெண்ணுக்கும், பிரசவத்திற்கு முன்பும் சரி, பின்னரும் சரி நிச்சயமாக உடல்ரீதியாக ஊறுவிளைவிக்கும் நிலையிலேயே இருந்தது. நான் கண்ட இதுபே ன்ற பல அறைகளில் ஒன்றைப் பற்றித்தான் நான் இங்குக் கூறியிருக்கிறேன்."[6]

தொழில் வளர்ச்சியும், வணிகமும் சிறந்திருந்த பம்பாயில் தொழிலாளர்களின் வாழ்விடங்கள் எவ்வளவு மோசாக இருந்துள்ளன என்பதற்கு இதனைக் காட்டிலும் சான்று வேறொன்றைக் காணமுடியாது.

மும்பையின் மக்கள் தொகைக் கணக்கெடுப்பை நோக்கினால் இந்த அதிர்ச்சி மேலும் விரியும். 1911-ஆம் ஆண்டின் கணக்குப்படி மும்பையின் மொத்த மக்கள் தொகையில் 69% விழுக்காடு மக்கள் ஒரேவொரு அறையில்

மட்டுமே வசித்திருக்கிறார்கள். அதாவது ஒவ்வொரு சிறிய அறையிலும் நான்குபேர் வசித்திருக்கிறார்கள். அதாவது கணக்கின்படி ஏற்கெனவே இருந்த 69% விழுக்காடு 74 % விழுக்காடாக உயர்ந்துள்ளது. இது குறித்துத் தோழர் சுகுமால்சென் எழுதியுள்ளது பின்வருமாறு உள்ளது.

"மும்பை நகரத்தின் மொத்த மக்கள் தொகையான 2,56,379 பேரில் ஓர் அறையில் சராசரியாக 6முதல் 9 பேர் வசிக்கிறார்கள் என்றும், 8,133 பேரில் சராசரியாக 10 முதல் 19 பேரும், 15,490 பேரில் சராசரியாக 30 பேரும் ஒரே அறையில் வசிக்கிறார்கள் என்பதும் தெரியவந்துள்ளது."[7] தொழிலாளர்களின் வாழ்நிலை ஆண்டுக்கு ஆண்டு எவ்வளவு தாழ்நிலைக்குச் சென்றுள்ளது என்பதை இதன் மூலம் நன்கு அறியலாம். உண்மையில் நரகம் என்பது இதுதான். பூமியில்தான் நரகம் உள்ளது; வானுலகில் அன்று. ஆம், தொழிலாளர்களின் வாழ்விடங்கள்தாம் நரகங்களாக இருந்தன. ஏறக்குறைய கல்கத்தா, சென்னை போன்ற இடங்களிலும், தொழிலாளர்களின் வாழ்விடங்கள், பன்றிக் கொட்டகைகளாவும், மாடு கன்றுகளின் தொழுவங்களாகவுமே இருந்துள்ளனன. அவற்றின் மிச்ச சொச்சங்களை அந்நகரங்களில் இப்போதும் காணலாம். இதுதான் இந்தியத் தொழிலாளர் களின் நிலை. தொழிலாளர்களின் போராட்டங்களுக்கு இதுவுமொரு காரணமாகும். அதிக வேலை நேரம், குறைந்த கூலி, வேலை நேரத்தில் அந்நியர்கள் காட்டும் வேறுபாடு, அவமதிப்பு, வார விடுமுறை இன்மை, ஆங்கிலோ இந்தியருக்கும் இந்தியருக்குமுள்ள ஊதிய வேறுபாடு, கடுமையான சட்ட விதிமுறைகள், இனம் மற்றும் மதம், சார்ந்த அவமதிப்புப் போன்றவையோடு, அவர்களின் வாழ்விடம் மற்றும் புறச்சூழல் ஆகியவையும், தொழிலாளர் களின் போராட்டங்களுக்கும், வேலை நிறுத்தங்களுக்கும் காரணங்களாக அமைந்துவிட்டன. இந்தச் சூழலில் பல போராட்டங்களும், வேலை நிறுத்தங்களும் வெடித்துள்ளன. அவற்றைச் சுருங்க நோக்குவது ஏற்றது.

பல்வேறு வேலை நிறுத்தங்களைத் தொகுத்து நோக்குவோமாயின் இரயில்வே துறையில் ஏற்பட்ட வேலை நிறுத்தமே முதல் வேலை நிறுத்தமாக இருந்துள்ளதை

ஆய்வாளர்கள் சுட்டிக்காட்டுகின்றனர். 1862 -ஆம் ஆண்டில் ஏப்ரல் - மே மாதங்களில் ஹவுரா ரயில்வே நிலையத்தைச் சேர்ந்த 12000 தொழிலாளர்கள், 8மணிநேர வேலை வேண்டி வேலைநிறுத்தம் செய்தனர். இந்த வேலைநிறுத்தம் சில நாட்கள் மட்டுமே நடந்ததாக இருப்பினும், வரலாற்றுச் சிறப்புமிக்க போராட்டமாகும். இந்தியாவில் ரயில்வே போக்குவரத்து1853 -ஆம் ஆண்டில்தான் தொடங்கப்பட்டது. இதனைத் தொடங்கிய 9 ஆண்டுகளுக்குள் இவ்வேலை நிறுத்தம் முதன்முதலாக நிகழ்ந்திருக்கிறதென்றால் வியப்படையாமல்இருக்கமுடியாது. சிகாகோ தொழிலாளர்களின் மே தினப் போராட்டம் நடப்பதற்கு 24 ஆண்டுகளுக்கு முன்பாகவே இந்தியத் தொழிலாளர்கள் 8 - மணி நேரம் வேலை வேண்டி வேலைநிறுத்தம் செய்திருப்பது வரலாற்றுச் சாதனையாகும். இந்த ரயில்வே தொழில் நிறுவனத்தின் போராட்டத்திற்கு முன்னரே கல்கத்தாவில் சிறுதொழில் அமைப்புகளில் பல போராட்டங்கள் நிகழ்ந்துள்ளன. சுகுமால் சென் தம் நூலில் பல போராட்டங்களைக் குறிப்பிட்டுள்ளார். அவை பின்வருமாறு.

1882-ஆம் ஆண்டு நவம்பர் 12, 13, மற்றும் நவம்பர் 19, 20 ஆகிய தேதிகளில், சூரத் நகரிலிருந்த குலாம் பாபா ஸ்பின்னிங் நெசவாலையில் தொழிலாளர்கள் வேலைநிறுத்தம் செய்துள்ளனர். இந்த வேலைநிறுத்தம், மேலாளருக்கும், தொழிலாளர்களுக்கும் இடையே ஏற்பட்ட சச்சரவால் நிகழ்ந்துள்ளது.

வார்தாவில் இருந்த ஹிங்கான் கட் ஆலையில் 1881 முதல் 1890 வரையில் நான்கு வேலை நிறுத்தங்கள் நடந்துள்ளன.

1881 முதல் 1890 வரை மும்பையின் நவீரோஸ்ஜி வாடியா அண்ட் சன்ஸ் என்ற ஆலையில் இரண்டு வேலை நிறுத்தங்கள் ஏற்பட்டுள்ளன. இவை, ஊதிய உயர்வைக் கோரி நிகழ்ந்துள்ளன.

சென்னையிலிருந்த தென்னிந்திய நூற்பு மற்றும் நெசவாலையில் 1881 முதல் 1890 வரை தொழிலாளர்களால் 5 வேலைநிறுத்தங்கள் நடத்தப்பட்டுள்ளன.

கோவை ஸ்பின்னிங் நெசவாலையில் 1891-இல், நிருவாகம் தொழிலாளியைத் தாக்கியதால் மே 10 முதல் 12- ஆம் தேதிவரை தொழிலாளர்கள் வேலை நிறுத்தம் செய்துள்ளனர்.

1892 மற்றும் 1893-ஆம் ஆண்டுகளில் மும்பையிலிருந்த கே.எம். ஹீராமானெக் அண்ட் கோ என்ற நிறுவனத்தின் கீழ் இருந்த மூன்று நெசவாலைகளில் ஊதிய குறைப்புக் குறித்துப் பெரும் வேலை நிறுத்தம் நடைபெற்றுள்ளன. இந்த வேலை நிறுத்தத்தால் ஆலைகள் பெரிதும் பாதிக்கப்பட்டதுடன் தொழிலாளரின் ஒற்றுமையைக் கண்டு அஞ்சும் நிலை நிருவாகத்துக்கு ஏற்பட்டுள்ளது.

1895-ஆம் ஆண்டில் பிப்ரவரி மாதத்தில் அகமதாபாத் நகரிலிருந்த அகமதாபாத் நெசவாலையில் ஊதிய முறையை முன்னிட்டு 8,000 தொழிலாளர்கள் வேலைநிறுத்தம் செய்துள்ளனர். இந்த வேலை நிறுத்தம் 10 நாட்கள் தொடர்ந்து நடந்துள்ளது. 1895-96 ஆகிய இரண்டாண்டுகளில் கல்கத்தாவில் பட்ஜ்பட்ஜ் சணல் ஆலையில் இருமுறை வேலைநிறுத்தம் நடைபெற்றுள்ளது. இதில் 7,000 பேர் ஈடுபட்டுள்ளனர். இந்த வேலைநிறுத்தத்தில் போலிஸ் காரர்களுக்கும் தொழிலாளர்களுக்குமிடையே பெரும் கலவரம் நடந்துள்ளது. இதனால் துப்பாக்கிச் சூடும் நிகழ்ந்துள்ளது.

கல்கத்தாவில் நிகழ்ந்த இந்தப் போராட்டங்களினால் தொழிலாளர்களுக்கு ஒற்றுமையும் துணிவும் ஏற்பட்டன. இதன் வாயிலாக நல்ல அனுபவம் பெற்றனர். எனினும் இவர்கள் சிறுசிறு குழுக்களாக இருந்து போராடினார்களே அல்லாமல் வர்க்க உணர்வோடு சங்கம், அமைத்துப் பேராடவில்லை; அந்தக் காலகட்டத்தில் தெளிவான வர்க்கக் கண்ணோட்டம் அவர்களுக்கு இல்லாததால், அவர்களால் வலிமைமிக்க அணிகளாகத் திரள முடியாமல் போயிற்று. எனினும் அவர்களின் சிறுசிறு வேலைநிறுத்தங்கள் அவர்களுக்கு ஒன்றுபட்டுப் போராடும் செயல்திறனைக் கற்றுத்தந்தது. இதன் விளைவாகத் தொழிற்சங்கம் தோன்றுவதற்கான சூழல் ஏற்பட்டது. இந்தியத் தொழிற்சங்க

வரலாற்றை ஆய்ந்தால் தொடக்கக் காலத் தொழிற்சங்கங்கள் தொழிலாளர்களால் உருவாக்கப்பட்டவையாக அல்லாமல், நடுத்தர வர்க்கத்தைச் சார்ந்த அறிவார்ந்த மனித நேயவாதிகளால்தாம் உருவாக்கப் பட்டுள்ளன.

தமிழகத்தில், இந்நிலையில்தான் 1918-இல் ஏப்ரல் திங்கள் 27-ஆம் நாளில் சென்னை மாகாணத் தொழிலாளர் சங்கம் (Madras Labour Union) உருவாக்கப்பெற்றது. இச்சங்கத்தை உருவாக்கியவர்கள் செல்வபதி செட்டியாரும், இராமாஞ்சுலு நாயுடுமே ஆவர். இவர்களுக்குத் தொடக்கக் காலத்தில் துணையாக இருந்து ஒத்துழைத்தவர் திரு.வி.க. பி.பி. வாடியா அவர்கள் தற்செயலாக அச்சங்கத்திற்குத் தேர்ந்தெடுக்கப் பட்டவர். உண்மை இவ்வாறு இருக்க, சுகுமால்சென் அவர்களால் எழுதப்பட்ட நூலில் பி.பி. வாடியாவால் அச்சங்கம் தோற்றுவிக்கப் பட்டதென ஓரிடத்தில் தவறாகக் குறிப்பிடப்பட்டுள்ளது. ஆனால் நூலின் பிறிதொருபகுதியில் அவர் தற்செயலாகத்தான் கொண்டு வரப்பட்டார் என்ற செய்தியும் உள்ளது. மீண்டும் இறுதிப் பகுதியில் அச்சங்கத்தின் நிறுவனராக வாடியா இருந்தாரெனத் தவறாகக் குறிப்பிடப்பட்டுள்ளது. இது கவனக்குறைவால் ஏற்பட்டிருக்கக் கூடும்.

தொழிற்சங்கத்திற்குப் புகழ்பெற்ற ஒருவரைத் தலைவராகத் தேர்ந்தெடுத்தால் நன்றாக இருக்குமென எண்ணி செல்வபதி செட்டியாரும், இராமாஞ்சுலு நாயுடுவும் அந்நாளில் தொழிலாளர் பிரச்சினைகள் குறித்து **இண்டியன் பேட்ரியாட்** என்ற ஆங்கில இதழில் கட்டுரைகள் எழுதிய திவான் பகதூர் **குந்தி கேசவப்பிள்ளை**யை அணுகினர். திரு.வி.க.வும் அவரைச் சந்தித்துப் பேசினார். சென்னையில் நிரந்தரமாக வசிப்பவரே தலைவர் பதவிக்கு ஏற்றவர் என்று அவர்களிடம் கூறி, வேறொருவரைத் தெரிந்தெடுத்தலே ஏற்றது என்றார் கேசவப்பிள்ளை. பின்னர் இது குறித்து யோசனை கேட்க, கேசவப்பிள்ளை, செல்வபதிசெட்டியார், இராமாஞ்சலு நாயுடு ஆகியோர் அன்னிபெசண்டைச் சந்திக்கச் சென்றனர். அன்னிபெசண்ட் அலுவலகத்தில் இல்லாததால், அங்கிருந்த வாடியாவைச் சந்தித்து நோக்கத்தைக்

கூறினர். தொழிலாளர்களின் அவலநிலையை உணர்ந்து அவர் ஈடுபாடு காட்டினார். அடுத்து ஆலைத் தொழிலாளர்களை நேரில் கண்டு உரையாடி உண்மை நிலையை உணர்ந்தார். அன்னிபெசண்டுக்கு வேண்டியவராக அவர் இருந்ததாலும், அவரையே தலைவராகத் தெரிந்தெடுத்தனர். அவர் தலைவராகத் தேர்ந்தெடுக்கப்பட்டவரேயன்றி நிறுவனர் அல்லர். செல்வபதி செட்டியாரும், இராமாஞ்சலு நாயுடுமே நிறுவனர் ஆவர். திரு.வி.க. அதற்குத் துணை நின்றவர். இதுதான் உண்மை வரலாறு.[8]

சென்னைத் தொழிலாளர் சங்கத்தின் தலைவராக பி.பி. வாடியாகவும், துணைத்தலைவராக, கேசவப்பிள்ளையும், திரு. வி. கவும் தேர்ந்தெடுக்கப்பட்டனர். செல்வபதி செட்டியாரும், இராமாஞ்சுலு நாயுடுவும் செயலாளர்களாவும் தெரிந்தெடுக்கப் பட்டனர். இச்சங்கமே இந்தியாவில் முதன் முதலில் தோன்றிய முறையான தொழிற்சங்க மாகும். இதற்கு முன் மும்பையில் 1890-ஆம் ஆண்டில் லோகண்டே என்பவரால் பம்பாய் நெசவுத் தொழிலாளர் சங்கம் நிறுவப்பட்டது. இச்சங்கத்தைப் பலர் இந்தியாவின் முதல் தொழிற்சங்கமென்று கூறுகின்றனர். இச்சங்கத்திற்குத் தொழிற்சங்கத்திற்குரிய அமைப்புச் சட்டமோ வர்க்க உணர்வோ சிறிதும் கிடையாது. இச்சங்கம் குறித்து, சுகுமால்சென் குறிப்பிட்டிருப்பது நோக்கத் தக்கது.

“பம்பாய் நெசவுத் தொழிலாளர் கழகம்தான் இந்தியாவின் முதல் தொழிற்சங்கம் என்றும், லோகண்டே தான் முதலாவது தொழிற்சங்க அமைப்பாளர் என்றும் தவறாகக் கருதி வருகின்றனர். ஒரு தொழிற்சங்க அமைப்பிற்கான குணாதிசயங்கள் எவையும் பம்பாய் நெசவுச் தொழிலாளர் கழகத்திற்கு இருக்கவில்லை. அதற்கென உறுப்பினர் சந்தா அல்லது அமைப்புச் சட்டம் என்று எதுவும் இல்லை. மேலும் லோகண்டே எந்தவித தொழிற்சங்க உணர்வுடனும் தொழிலாளர்களின் பணிக்காக வரவில்லை மாறாக ஒருவித சமூகச் சேவை உணர்வுடனும், தொழிலாளர் மீது அவர் கொண்டிருந்த கருணையினாலும்தான் அவர் இந்தப் பணியைச் செய்யமுன் வந்தார்.”[9]

இக் கூற்றிலிருந்து அச்சங்கத்தின் உண்மை நிலையை உணரலாம். ஆனால், சென்னைத் தொழிலாளர் சங்கமோ, ஆட்சிக்குழு, செயற்குழு, அமைப்புச் சட்டம், நிதி நிறுவாகம். சந்தா, உறுப்பினர் சேர்க்கை போன்றவற்றை முறையாக வைத்திருந்திருந்தது. இவற்றை நோக்கியே இந்தியாவின் முதல் தொழிற்சங்கமென அதனை அனைவரும் ஏற்றுள்ளனர். சுகுமால்சென் அவர்களும் இச்சங்கமே முதற் சங்கமெனச் குறிப்பிட்டுள்ளார். இது தமிழகத்துக்குப் பெருமை தருவது.

சென்னைத் தொழிலாளர் சங்கம் தொடங்கப்பட்ட போது சிங்காரவேலரிடம், திரு.வி.க.வோ மற்றவர்களோ கலந்து ஆலோசித்ததாகக் குறிப்பு ஏதும் இதுகாறும் கிடைத்தில. திரு.வி.க, தம் வாழ்க்கைக் குறிப்புகள் என்ற நூலில், தொழிற்சங்கம் தொடங்கப்பட்டபோது யார் யாரிடம் அவர் விவாதித்துள்ளார் என்பதைக் குறிப்பிட்டுள்ளார். ஆனால் சிங்காரவேலர் பெயர் அதில் இல்லை, பிற்காலத்தில் தொழிற்சங்க வரலாற்றை ஆய்ந்தவர்களும், சென்னைத் தொழிலாளர் சங்கத்தில் சிங்காரவேலர் எந்தப் பொறுப்பிலும் இருந்ததில்லை என்றே குறிப்பிடுகிறார்கள். இதற்கொரு முக்கியக் காரணம் உண்டு.

அந்நாளில் சிங்காரவேலர் காங்கிரஸ் இயக்கத்தில் இருந்தவராக இருந்தாலும், அவர் மார்க்சியவாதியாகவும், தீவிர ரஷிய ஆதரவாளராகவும் இருந்ததால், சென்னைத் தொழிலாளர் சங்கத் தலைவர்கள் அவரை அணுக அஞ்சியிருப்பர். மேலும் அக்காலத்திய அந்நிய ஆங்கில அரசு, பொதுவுடைமையையும் சோவியத்து அரசையும் கடுமையாக எதிர்த்து வந்ததால், தொழிலாளர் சங்கத் தலைவர்கள் சிங்காரவேலரிடம் தொடர்பு கொள்ளவும், சங்கத்தில் அவருக்குப் பொறுப்பு வழங்கவும் தயங்கி இருப்பர். இதில் அவர்கள் நிலையில் நியாயமும் உண்டு; சிங்காரவேலர் எதிலும் வெளிப்படையானவர். எதையும் மறைத்துப் பேசவோ பூசி மெழுகவோ அறியாதவர். “வெட்டு ஒன்று; துண்டு இரண்டு” என்ற வகையில் நடக்கக் கூடியவர். தப்போ, தவறோ கண்டால் உடனே சீறி எழுபவர். எதற்கும் சமரசம் செய்து கொள்ளாதவர். தவறான சிந்தனைக்கும் கொள்கைக்கும்

சிறிதும் அடங்கிப் போகாத இயல்பினர். பிற்போக்குணர்வை எந்நிலையிலும் சாடுபவர். தவறான செயற்பாட்டிற்கோ, வர்க்க சமரசத்திற்கோ சிறிதும் இடம் கொடாதவர். பழுத்த, உறுதியான நாத்திகர். சமயப் பிற்போக்குணர்வையும், சமயத்தையும் நாளும் எதிர்ப்பவர். சமயத்தை எதிர்க்கும் ஒரு பொதுவுடைமையாளரை, அதுவும் ஒரு சோவியத்து ஆதரவாளருக்கு, சமயத்தில் மூழ்கிய சென்னைத் தொழிலாளர் சங்கத் தலைவர்கள் பொறுப்பு வழங்குவார்களா என்பதை நாம் எண்ணிப் பார்க்க வேண்டும். சிங்காரவேலரும் அவர்களோடு உடன்பட்டுப் போக முடியாதவர். வர்க்கக் கண்ணோட்டமுடைய ஒருவர், அக்கண்ணோட்டம் இல்லாதவர்களிடம் ஒருங்கிணைந்து செயலாற்றுவது பெரிதும் இயலாதது. இதுதான் உண்மை நிலை.

சென்னைத் தொழிலாளர் சங்க நிறுவனர்களாகிய செல்வபதி செட்டியாரும், இராமாஞ்சுலு நாயுடுவும், சமயவுணர்வு மிகுந்தவர்கள்; இவர்கள் சங்கத்தைத் தொடங்குவதற்குமுன் பிரம்பூரில் ஸ்ரீவேங்கடேச குணாம்ருத வர்ஷிணி சபா என்ற சமயச் சபையை நடத்தி வந்தனர். இச் சபையில் கதா காலட்சேபங்கள், சமயச் சொற்பொழிவுகள், பஜனைகள் ஆகியவற்றைத் தொடர்ந்து நடத்தி வந்தனர். இச் சபையின் சார்பில் பஜனை ஊர்வலங்களையும் நடத்தி வந்துள்ளனர். இச் சபையில், கண்ணபிரான் முதலியார், திரு. வி. க. போன்றோர் சமயப் பொழிவுகளை நிகழ்த்தியுள்ளனர். இங்குத்தான், செல்வபதி செட்டியார், இராமாஞ்சுலு நாயுடு ஆகியோருக்கும், திரு.வி.க.வுக்கும் நட்பு ஏற்பட்டுள்ளது. இந்நட்பின் காரணமாகவே தொழிற்சங்கத்தில் திரு.வி.க வுக்குத் துணைத்தலைவர் பொறுப்பும் கொடுக்கப்பட்டது. சங்கத்தின் தலைவராக இருந்த பி.பி. வாடியா பிரம்மஞான சபையைச் சேர்ந்தவர். சங்கத் தலைவர்கள் அனைவரும் மிகுந்த சமய நம்பிக்கையுடையவர்கள். இந்தச் சமய நம்பிக்கையால், சங்கம் தொடங்கப்பெற்ற காலத்தில் தொழிலாளர்களின் பிரச்சினைகளில் ஈடுபாடு காட்டாமல் அவர்கள் சமயப் பொழிவுகளையும், பஜனைகளையும் நடத்துவதிலேயே ஈடுபாடுடையவர்களாக இருந்துள்ளார்கள். இது பெரிதும் சிந்திக்கத்தக்கது.

இத்தலைவர்கள் மிகுந்த சமய ஈடுபாடுடையவர்களாக இருந்தாலும், தர்ம சிந்தனையும் மனித நேயமும் மிக்கவர்கள். பிறர் துன்பம் கண்டு இரங்குபவர்கள். பிறருக்காக உழைக்கும் எண்ணம் மிக்கவர்கள். இந்தப் பண்புகளே அவர்களைத் தொழிலாளர்கள்பால் ஈடுபாடு கொள்ள வைத்தன. இவர்கள் தொழிற்சங்கத்தைத் தொடங்குவதற்கு அமைந்த காரணம் மிகச் சுவையானது. பங்கிங்காம் கர்னாடிக் மில் அருகில் செல்வபதி செட்டியாரின் துணிக்கடையும், இராமாஞ்சுலு நாயுடுவின் அரிசி மண்டியும் அருகருகே இருந்தன. இக்கடைகள் ஆலைக்கு அருகில் இருந்ததால் தொழிலாளர்கள் ஆலையில் தாங்கள் அனுபவிக்கும் துன்ப-துயரங்களை அவர்களிடம் அடிக்கடி கூறியுள்ளனர். அவற்றைக் கேட்ட அவர்களும், பெரிதும் வருந்தியுள்ளார்கள். ஒரு முறை ஆலைத் தொழிலாளி ஒருவர் கழிப்பறைக்குச் செல்ல அதிகாரியிடம் அனுமதி கேட்டுள்ளார். ஆனால் அந்த அதிகாரி அனுமதி தர மறுத்ததுடன் கடிந்தும் உள்ளார். சற்று நேரம் ஆகவே, தொழிலாளி அங்கேயே மலம் கழித்துவிட்டார். அதைக் கண்ட அதிகாரி, அந்த மலத்தை அங்கிருந்து அகற்றவும், அவ்விடத்தைக் கழுவவும் அத்தொழிலாளியையே ஏவி உள்ளார். அவரும் அதனைச் செய்து முடித்துள்ளார். இந்தச் செய்தியைத் தொழிலாளர்கள் செல்வபதி செட்டியாரிடம் வருத்தத்துடன் தெரிவித்துள்ளனர். அச்செய்தி செல்வபதி செட்டியாரையும் இராமாஞ்சுலு நாயுடுவையும் பெரிதும் பாதித்துள்ளது. இதனால் தொழிலாளர்களுக்குப் பாதுகாப்பு அளிக்க அவர்கள் முடிவெடுத்தனர். இதன் காரணமாகத் தோன்றியதே சென்னைத் தொழிலாளர் சங்கம்.

சங்கத் தலைவர்கள் இரக்கவுணர்வும், தர்ம சிந்தனையும் மிக்கவர்களாக இருந்தாலும், தெளிவான தொழிலாளர் வர்க்கக் கண்ணோட்டம் அற்றவர்கள். இந்தக் கண்ணோட்டம் இல்லாததால், அவர்கள் தொழிலாளர்களின் அன்றாட பிரச்சினைகளில் ஈடுபாடு கொள்ளாமல், மாறாகத் தொழிலாளர்களுக்கு ஆன்மிக உணர்வை ஏற்படுத்துவதில் விருப்பமுள்ளவர்களாக இருந்துள்ளார்கள். இது குறித்து,

தே. வீரராகவன் தம் நூலில் குறிப்பிட்டுள்ளது நம் சிந்தனைக்கு உரியது.

"சென்னைத் தொழிலாளர் சங்கம் அமைக்கப்பட்ட சிறிது காலம் வரை சங்கம் போர்க்குணமிக்க நடவடிக்கை எதிலும் ஈடுபடவில்லை. முதல் உலகப் போர் நடந்து கொண்டிருந்த சமயத்தில், போர் சார்ந்த உற்பத்தி பாதிக்கும்படியாக எந்தச் செயலிலும் இறங்கக் கூடாது என்பதில் வாடியா கண்டிப்பாக இருந்தார். அரசுடனோ முதலாளிகளுடனோ மோதுவதை இயன்றவரை தவிர்க்க வேண்டும் என்பதில் மிக எச்சரிக்கையுடன் செயற்பட்டார். நியாயவிலை அரிசிமண்டி, படிப்பகம் போன்ற தொழிலாளர் நலப்பணிகளில் மட்டுமே சங்கம் ஈடுபட்டது. வாரந்தோறும் ஆன்மிக எழுச்சிக்காகவும், உணர்வூட்டத்திற்காகவும் கூட்டங்களை நடத்தியது. சாத்துவிக சமூகநல நிறுவனமாகச் சங்கம் செயற்பட்டு வந்தது."(10)

இக் கூற்றிலிருந்து அக்காலத்திய சங்கத்தின் நிலையையும், தலைவர்களின் கண்ணோட்டத்தையும் நன்கு அறியலாம். சங்கத் தலைவர் வாடியா, தொழிலாளர்கள் சாத்துவிகமாகப் போராடவேண்டுமென்று அவர்களுக்கு அறிவுரை கூறி வந்தார். பஞ்சாப் மாநிலத்திலுள்ள கைரா மாவட்டத்தில் விவசாயிகளுக்காகக் காந்தியடிகள் வரிகொடா இயக்கத்தைச் சாத்துவிக முறையில் நடத்தியதைப் போன்று, முதலாளிகளை எதிர்த்துத் தொழிலாளர்களும் சாத்துவிகமாகப் போராட வேண்டும் என்றார். பி. ஆண்டு சி மில்லின் கதவடைப்பின் போதுகூட வாடியா, தொழிலாளர்களை நோக்கி, அவரவர் சமயத்திற்கேற்ப, கோயிலுக்கும், ஆலயத்துக்கும், மசூதிக்கும் சென்று போராட்டம் வெற்றிபெற வழிபாடு செய்யுங்கள் என்று அறிவுறுத்தியுள்ளார். இக் கூற்றுகளிலிருந்து தலைவர்களுக்கு எத்துணைச் சமயவுணர்வு இருந்துள்ளது என்பதை நன்கு உணரலாம். இங்கு நாம் ஒன்றை எண்ணிப் பார்க்க வேண்டும். தொழிற்சாலைகளில் கதவடைப்பு இருக்கும்போது, கதவடைப்பு நீங்க வழிபாடு செய்யுங்கள் என்கிறார் தலைவர். சமயவுணர்வு நிரம்பிய சமுதாயத்தில் இது நிகழக்கூடியதே. சமய நம்பிக்கை உடையவர்கள்

கதவடைப்பு ஏற்படுவதற்கு முன்பே தொழிலாளர்களை நோக்கி அவர்கள், கதவடைப்பு ஏற்படாமல் இருக்கக் கடவுளை நோக்கி வழிபாடு செய்யுங்கள் என்று ஏன் கூறக்கூடாது? அவ்வாறு யாரும் கூறுவதில்லை. அவ்வாறு கூறினால் கதவடைப்பைத் தவிர்க்க முடியாது என்பது அவர்களுக்கே நன்கு தெரியும். கதவடைப்பு நிகழுவதற்குத் ஆலையில் முதலாளிக்கும் தொழிலாளிக்கும் இடையே ஏற்படும் பிரச்சினைதான் காரணம். எனவே கதவடைப்பு ஏற்படாமல் இருக்க உதவுவது முதலாளி, தொழிலாளி நல்லுறவேயன்றி, வழிபாடு அன்று; அதனால்தான் கதவடைப்பு வேண்டாம் என்று வழிபாடு செய்வதில்லை. ஆனால் கதவடைப்பு ஏற்பட்டு விட்டாலோ, மனித முயற்சியோடு கடவுள் துணையையும் வேண்டுகிறோம். இதன்மூலம் சமயவாதிகள் நேரத்திற்கேற்பக் கூறுவதை உணரலாம். கதவடைப்பு ஏற்படாதபோது வழிபாடு பற்றி எண்ணுவதில்லை. கதவடைப்பு ஏற்பட்டு நெருக்கடி ஏற்படும்போது வழிபாடு பற்றி எண்ணம் வந்துவிடுகிறது. அதாவது ஆபத்து ஏற்பட்டவுடன், எண்ணம் கடவுளை நோக்கி நகர்ந்து விடுகிறது. நெருக்கடி ஏற்படாதபோது மனிதன் நடைமுறைவாதியாக இருக்கிறான். நெருக்கடி தாக்கும் போது ஆன்மிகவாதியாக மாறிவிடுகிறான். இதுதான் மனிதன் இயல்பு போலும். இதற்கு வாடியாவும் விலக்கு அல்லர்.

பி. அண்டு. சிமில்லின் கதவடைப்பு முடிந்து தொழிலாளர்கள் வேலைக்குச் சென்றாலும், தொழிலாளர்களின் சில முக்கியக் கோரிக்கைகளை நிருவாகம் ஏற்கவில்லை. அதற்கு வாடியாவின் பலவீனமும் ஒரு காரணமாகும். இது குறித்துச் சுகுமால்சென் சரியாகக் குறிப்பிட்டுள்ளார்.

"பிரிட்டிஷ் ஏகாதிபத்தியத்திற்கு விசுவாசமானவரும், தீவிரமான போராட்டத்திற்கு எதிர்ப்புத் தெரிவிக்கின்ற ஒருவரைத் தங்களுடைய தலைவராக ஏற்றுக்கொண்ட தொழிலாளர்களுக்குக் கிடைத்த நல்லதொரு பரிசாக அது இருந்தது.

சமய நம்பிக்கையும், பிற்போக்குணர்வும் நிரம்பியவர்கள் தொழிலாளர்களின் தலைவர்களாக இருந்தால் தொழிற் சங்கத்திற்குப் பின்னடைவு ஏற்பட்டுள்ளது. இவர்களுள் சிலர் பிரிட்டிஷ் ஏகாதிபத்தியத்திற்கு விசுவாசமுடையர்களாக இருப்பார்களேயானால் கூறவே வேண்டுவதில்லை. திரு.வி.க. செல்வபதி செட்டியார், இராமாஞ்சுலு நாயுடு ஆகியோர் இரக்கவுணர்வு நிரம்பியவர்கள், உண்மையானவர்கள் எனினும் சமயவாதிகள், சமயம் சார்ந்தவர்களின் கூட்டணி யாகவே சென்னைத் தொழிலாளர் சங்கம் இருந்துள்ளது.

இதனால் ஏற்பட்ட பின்னடைவுகள் பல; குறிப்பாக, வாடியாவின் செயற்பாடு தொழிற்சங்கத்தின் போராட்ட உணர்வைக் குன்ற வைத்துள்ளது. இதற்கு ஓர் எடுத்துக்காட்டை நோக்குவது ஏற்றது. தொழிற்சங்கம் தொடங்கிய ஆறு மாதத்தில், தொழிலாளர்கள் அதுவரை அனுபவித்து வந்த துன்பங்களிலிருந்து விடுபெறக் கீழுள்ளவாறு கோரிக்கைகளை நிர்வாகத்திற்கு அளித்தனர்.

1. மதிய உணவு இடைவேளை 40 நிமிடங்களுக்குப் பதிலாக ஒரு மணி நேரமாக்கப்பட வேண்டும்.

2. மிகத் தேவையான பொருள்களின் விலைகள் மிகவும் அதிகரித்து இருப்பதால், 20% விழுக்காடு ஊதிய உயர்வு அளிக்கப்பட வேண்டும்.

3. வெள்ளை அதிகாரிகள் இந்தியத் தொழிலாளர்களிடம் முரட்டுத்தனமாக நடந்துகொள்வதை நிறுத்திவிட்டுப் பரிவுடன் நடந்து கொள்ள வேண்டும்.

4. தொழிலாளர்களை வேலைநீக்கம் செய்யும் அதிகாரத்தை உடனடியாக மேற்பார்வையாளரிடமிருந்து ஆலை மேலாளருக்கு மாற்ற வேண்டும்.

5. மாத ஊதியத்தை மாதந்தோறும் 7-ஆம் தேதிக்குள் வழங்கவேண்டும்.

6. இயந்திரக் கோளாறு காரணமாக வேலை நிகழாவிட்டால் தொழிலாளர்களின் ஊதியம் வெட்டப்படக்கூடாது.

இந்தக் கோரிக்கைகளைப் பெற்றுக் கொண்ட ஆலை மேலாளர் சைமண்ஸ் கோரிக்கைகளைப் பெற்றுக் கொண்டதாகக் கூடத் தொழிலாளர்களுக்கு அறிவிக்கவில்லை. என்றும், வாடியா ஆளுநரின் நேர்முகச் செயலாளரிடம் நேரில் கூறியும் பயன்ஏற்படவில்லை என்றும் தே. வீரராகன் தம் நூலில் குறிப்பிட்டுள்ளார். தொழிலாளர்களின் கோரிக்கைகளை நிருவாகம் ஏற்காததால் பொறுமையிழந்த தொழிலாளர்கள் வேலை நிறுத்தம் செய்ய வேண்டுமென்று வாடியாவுக்கு இருமுறை விண்ணப்பம் அளித்துள்ளார். ஆனால் வாடியாவோ, போரில் நேசநாடுகளின் வெற்றி மிக முக்கியமாதலால், போர் முடியும் வரை வேலைநிறுத்தத்தைத் தவிர்த்துக்கொண்டுள்ள வேண்டுமென்று கூறியுள்ளார். மற்றொரு முறையும் இதே போன்று ஒரு நிகழ்ச்சி நிகழ்ந்துள்ளது. அதாவது ஒவ்வொரு நாளும் தொழிலாளர்கள் 15 நிமிடங்கள் காலம் கடந்து வருவதை நிருவாகம் அனுமதித்து இருந்தது.

நிருவாகத்திற்கும், தொழிலாளர்க்கும் நல்லுறவு இல்லாததால், ஒருமுறை தொழிலாளர்கள் காலம் கடந்து வந்ததற்காகச் நிருவாகம் கதவடைப்புச் செய்தது. சரியான நேரத்திற்கு வருவோமென்று தொழிலாளர்கள் உறுதி கூறும்வரை ஆலை திறக்கப்பட மாட்டாதென நிருவாகம் அறிவித்தது. இதனை எதிர்த்துப் போராட இருந்த தொழிலாளர்களை, வாடியா அமைதிப்படுத்தி, தொழிலாளர் நிருவாகத்தின் ஆணையைச் சுணக்கமின்றி நிறைவேற்ற வேண்டுமென்றும், நிருவாகம் விதிக்கும் நேரத்திற்குத் தொழிலாளர்கள் வேலைக்குச் செல்ல வேண்டுமென்றும் கூறியுள்ளார். தொழிலாளர்கள் சரியான நேரத்திற்கு வேலைக்கு வரவில்லையென்றால், அதற்குத் தக்க நடவடிக்கை எடுக்க எத்தனையோ முறைகள் இருக்க கதவடைப்பு செய்வதில் நியாயமில்லை. ஆனால் வாடியா, நிருவாகத்திற்கு நேரிய யோசனையைக் கூறாமல், தொழிலாளர்கள் நிருவாகத்தின் ஆணைக்குக் கீழ்படிய வேண்டுமென்று கூறியுள்ளார். இதுபோன்ற செயற்பாடுகளால், தொழிலாளர்களின் போராட்ட உணர்வை அவர் குன்றச் செய்ததுடன்

நிருவாகம் ஆணவம் கொள்ளவும் துணையாகி விட்டார். தெளிவான வர்க்கக் கண்ணோட்டம் இல்லாததால் அவருக்கு இதுபோன்ற குறைகள் ஏற்பட்டிருக்கலாம்.

பி.ஆண்டு சி மில் தொழிலாளர்கள் நிருவாகத்தால் தொடக்கக் காலம் முதல் பல்வேறு பழிவாங்கலுக்கு உட்பட்டதால், அவர்கள் நிருவாகத்தை எதிர்க்கும் உணர்வு பெற்றவர்களாகவே இருந்துள்ளார்கள். போதிய கல்வியறிவு பெரும்பாலோர்க்கு இல்லாதிருந்தும், அவர்களுக்குப் போராட்ட உணர்வு இருந்துள்ளது. தொழிற்சங்கம் தோன்றுவதற்கு முன்னரே, பக்கிங்காம் ஆலையில் 1873-ஆம் ஆண்டு ஜூன் 26-இல் (ஆலை தொடங்கிய சில மாதங்களுக்குப் பின்னர்) ஒரு வேலை நிறுத்தமும், 1889-ஆம் ஆண்டின் தொடக்கத்தில் கர்னாட்டிக் ஆலையில் ஒரு வேலை நிறுத்தமும் நடந்துள்ளன. இந்த நிறுத்தங்களுக்கு எந்தத் தலைவரும் வழி காட்டவில்லை. பக்கிங்காம் ஆலையில் ஒருபோது நிருவாகம், உற்பத்தி சரியாக இல்லையெனக் கூறிச் சம்பளத்தைக் குறைத்தது. தறிகளிலுள்ள பழுதுகளும், நூலிலுள்ள குறைகளுமே உற்பத்திக் குறைவுக்குக் காரணமே அன்றித் தொழிலாளர்கள் அல்லரெனத் தொழிலாளர்கள் கூறினர். இதன் காரணமாகத் ஆலையில் பெரும் கலகம் நடந்துள்ளது. நிர்வாகம் தொழிலாளர்கள் ஒற்றுமையைக் கண்டு மிரண்டு போலிசையும் இராணுவத்தையும் ஏவிவிட்டுக் கலகத்தை அடக்கியுள்ளது. இந்நிகழ்வுகளிலிருந்து அத்தொழிலாளர்களின் போராட்டவுணர்வை நன்குணரலாம். பின்னாளில் வாடியா போன்றவர்களால் தொழிலாளர்களின் போராட்டவுணர்வுக்குத் தடை எற்பட்டுள்ளது. இதுதான் உண்மைநிலை. இந்நிலையை வெளியிலிருந்து நன்கு உணர்ந்தவர் சிங்காரவேலர்.

1920-ஆண்டு அக்டோபர் திங்களில் பக்கிங்காம் ஆலையில் “சைடுஜாபர்” பொறுப்பில் இரு இடங்கள் காலியாகின. இப்பொறுப்புக்குப் பணிமுதிர்வு அடிப்படையில் மூத்தவரான நடேசமுதலியாரைப் பணியமர்த்த வேண்டும். ஆனால், ஆலையின் மேலாளரான பென்ட்லி என்பவர், பணியில் இளையவர்களான இருவரை அமர்த்த விரும்பினார்.

ஆனால், அது நியாமற்றதென அவ்விருவரும் மறுத்துவிட்டனர். பென்ட்லி மேலும் பலரை வற்புறுத்தி அப்பொறுப்பை ஏற்க வலியுறுத்தினார். ஆனால் அனைவரும் ஒற்றுமையாக இருந்து அதனை ஏற்க மறுத்தனர். இவ்வாறு ஏற்க மறுத்தவர்களையும், சைடுஜாபர்கள் இல்லாத தறிகளில் வேலை செய்ய மறுத்த தொழிலாளர்களையும் சம்பளம் இல்லா விடுப்பில் செல்லும்படி பென்ட்லி கட்டளையிட்டார். இதன் காரணமாக ஆலையினுள் கொந்தளிப்பு ஏற்பட்டது. தொழிலாளர்சள் பென்ட்லியைக் கண்டு தங்கள் பட்டினிக்கும், வேலையின்மைக்கும் வழிகாணுமாறு வேண்டினர். ஆனால், பென்டிலியோ மிகக்கோபம் அடைந்து நான்கு தொழிலாளரைக் காலால் எட்டி உதைத்துள்ளார். தொழிலாளர்கள் தங்கள் உரிமைக்காக மேலும் முறையிடவே, நிதானம் இழந்த பென்ட்லி துப்பாக்கியை எடுத்து நீட்டிச் சுட்டுவிடுவேன் என்று பயமுறுத்தியுள்ளார். இதனைக் கண்ட ஒரு தொழிலாளர் அச்சமுற்று பென்ட்லியின் கையைப் பிடிக்கவே, பென்ட்லி துப்பாக்கியைக் கீழே போட்டுவிட்டுச் சென்றுவிட்டார்.

நிருவாகமோ இந்த உண்மையை மறைத்து, வேறு விதமாகக் கதைகட்டிக் கதவடைப்புச் செய்தது. அதாவது, தொழிலாளர்கள் பென்ட்லியைச் சூழ்ந்து கொண்டு, அவரது கைத்துப்பாக்கியைப் பறித்துக்கொண்டு அவரைத் தாக்கியுள்ளரெனக் கூறி 21-10-1920 அன்று கதவடைப்புச் செய்தது. இக்கதவடைப்பைத் தொடர்ந்து தொழிலாளர்களின் வேலை நிறுத்தமும் தொடர்ந்தது. இதனால், பல கலவரங்களும் கலகங்களும் நடந்தன. தொழிலாளர்கள் வேலை நிறுத்தம் செய்ததால், நிருவாகத்தினர் தலித் தொழிலாளர்களிடையே பிரிவினையை உண்டாக்கி அவர்களுள் சிலரையும் வெளியிலிருந்து கூலிப் பட்டாளத்தையும் கொண்டுவந்து. ஆலையில் மறைவாக வேலையைத் தொடங்கினர். இவற்றால், ஆத்திரமுற்ற தொழிலாளர்கள், வெளியிலிருந்து வரும் கூலிப் பட்டாளத்தை ஆவேசத்துடன் தடுத்து நிறுத்தினர். இதனால் கலகம் மிகுந்தது. தொழிலாளர்களின் ஒற்றுமையைக் கண்டு ஆத்திரமுற்ற போலிசார், முன்னறிவிப்பின்றித்

துப்பாக்கிச் சூட்டை நிகழ்த்தினர். இந்தத் துப்பாக்கிச் சூடு 9-12-1920 அன்று மூன்று முறை நடந்துள்ளது. இத் துப்பாக்கிச் சூட்டால் 15 பேர்காய முற்றனர். முருகேசன், பாபுராவ் ஆகிய இருவர் உயிரிழந்தனர். இதனால், தொழிலாளர்கள் மட்டுமே யன்றி, சென்னை மாநகரமே கொந்தளித்தது. எங்கும் பயமும் பீதியுமே நிலவிக்கொண்டிருந்தன. தமிழகத்திலும், இந்தியாவிலும் தோன்றிய முதற்தொழிற்சங்கமெனப் பெயரெடுத்த சென்னை மாகாணத் தொழிற்சங்கமே தமிழகத்தில் முதன் முதலாகத் துப்பாக்கிச் சூட்டிற்கும் ஆட்பட்டது. இதுவொரு மறக்க முடியாத வரலாறு போராட்டம் பல வரலாறுகளை உள்ளடக்கியது. இந்த ஆலைப் போராட்டம் ஆறு மாத காலம் தொடர்ந்து நடந்துள்ளது. போராட்டம் மட்டுமேயன்றித் துப்பாக்கிச் சூடும் தொடர்ந்து நிகழ்ந்துள்ளது.

29-8-1921-அன்று நிகழ்ந்த துப்பாக்கிச் சூட்டில் நூற்றுக்கணக்கானவர் காயமுற்றனர். எழுவர் துப்பாக்கிச் சூட்டிற்கு இரையாகி உள்ளனர். இந்தத் துப்பாக்கிச் சூட்டைக் கண்டித்துத் தொழிலாளர்களால் மாபெரும் ஊர்வலம், பெரம்பூரிலிருந்து சிந்தாதிரிப்பேட்டை வழியாகக் கடற்கரையை அடைந்துள்ளது. இந்த ஊர்வலத்தின் மீது கருங்காலிகள் சோடாபாட்டில்களையும் கற்களையும் வீசியுள்ளனர். தொழிலாளர்கள் எந்தத் தாக்குதலுக்கும் சிறிதும் அஞ்சாமல் ஊர்வலத்தைத் தொடர்ந்து நடத்தியுள்ளனர். இந்த ஊர்வலத்தைச் சிங்காரவேலர் துணிவுடன் முன்னின்று நடத்தியுள்ளார். இதுபற்றித் திரு.வி.க. எழுதியிருப்பது நமது கவனத்திற்கு உரியது.

"போலிசாரால் சுட்டு வீழ்த்தப் பெற்றவரின் சவங்கள் ஊர்வலமாக எடுத்துச் செல்லப்பட்டன. அவ்வூர்வலத்தில் தொழிலாளரும் சென்னை வாசிகளும் ஆயிரக்கணக்கில் கலந்தனர். ஊர்வலம் ஒரு பெரிய வெள்ளக் காட்சியை வழங்கியது. சிந்தாதிரிப் பேட்டை வாராவதி இறக்கத்தில் கலகம் மூண்டது. கருங்காலிகட்குத் துணைபோனவராலும், அவரைச் சார்ந்தவராலும் கற்களும் கட்டிகளும் வீசப்பட்டன. ஊர்வல வெள்ளம் தேங்கியது. கைகலந்த பெருஞ்சண்டை நிகழ்ந்தது. ஊர்வலத்தின் முன்னே சென்ற சிங்காரவேல்

செட்டியார் போரிடைச் சிக்கிக்கொண்டார். ஊர்வலத்தின் பின்னே சென்ற யான் வெள்ளத்தைக் கடக்க முயன்றேன். முடியவில்லை. வேறுவழியாகப் புகுந்து செட்டியாரை அணைந்தேன். அன்றைய ஊர்வலம் சென்னையைத் தன்வயப் படுத்தியது."(12)

இந்தத் துப்பாக்கிச் சூட்டிற்குப் பின்னரும் இரு துப்பாக்கிச் சூடுகள் நிகழ்ந்துள்ளன. அவை 19-9-1921 அன்றும் மற்றும் 15-10-1921-அன்றும் நடந்துள்ளன. மேலே குறிப்பிடப் பெற்ற ஊர்வலத்தில், கருங்காலிகளால் கலகம் நடத்தப் பெற்றிருந்தும் சிங்காரவேலர் சிறிதும் பின்வாங்காது சென்றிருப்பது அவரது துணிவையும் அஞ்சாமையையும் காட்டுகிறது. திரு.வி.க. அவரைத் தேடி அவரோடு இணைந்து சென்றிருப்பதால் சிங்காரவேலரின் ஆளுமையை உணரலாம். சிங்காரவேலர் சங்கப் பதவியில் இல்லாவிடினும், தொழிலாளி வர்க்கத்திற்கு நெருக்கடி ஏற்படும்போது அந்நெருக்கடியைக் களைய துணையாக இருந்திருக்கிறார். இதுவே உண்மைத் தலைவரின் இலக்கணமாகும். பொறுப்பில்லை என்பதால் நெருக்கடியையும், அடக்குமுறையையும், துப்பாக்கிச் சூட்டையும் வேடிக்கை பார்த்தவர் அல்லர் அவர். நெருக்கடி ஏற்படும் போது ஓடோடிப் பங்காற்றுவதே தொழிலாளி வர்க்கத்தின் கடமையும் கடனுமாகும். அந்நாளில் இதைத்தான் சிங்காரவேலர் செய்துகொண்டிருந்தார். சிங்காரவேலரின் வாழ்க்கையை நுணுகி ஆய்ந்தால் இவ்வுண்மை நன்கு புலப்படும்.

தீங்கும், தீமையும் எங்கெங்குத் தோன்றுகின்றனவோ அங்கெல்லாம் சிங்காரவேலர் போராடி உள்ளார். இதுவே அவரது இயல்பான குணமாகவும் சமூகக் குறிக்கோளாகவும் இருந்துள்ளது. பி அண்டு சி மில் போராட்டம் பல மாதங்களாக நீடித்ததால், ஆலை நிருவாகமும் ஆங்கில அரசும் சேர்ந்து கொண்டு பல சூழ்ச்சிகளைச் செய்தன. தொழிலாளர்களின் ஒற்றுமையைக் குலைக்க முடியாத ஆலை நிருவாகம் கடைசியில் வேறொரு சூழ்ச்சியை மேற்கொண்டது. வேலை நிறுத்தத்தில் ஈடுபட்ட தொழிலாளர்கள், நிருவாகத்தின் கவர்ச்சியும் சூழ்ச்சியுமிக்க திட்டங்களுக்கு இரையாகாததால், ஆலையைச் சுற்றியுள்ள இடங்களிலிருந்து

தலித் மக்களைப் போலிஸ் பாதுகாப்புடன் ஆலைக்கு அழைத்து வந்து வேலைகளில் ஈடுபடுத்தினர். அக்காலத்தில் தலித் மக்களின் தலைவர்களாக இருந்த எம்.சி.இராஜா, தேசிகானந்தர் ஆகியோர் போராட்டத்தில் ஈடுபட்டிருந்த தொழிலாளர்களுள் தலித்துகளாக இருந்தவர்களை வேலை நிறுத்தத்திலிருந்து விடுபெற்று வேலைக்குத் திரும்பப் பெருமுயற்சி எடுத்தனர். தலித் மக்களுள் சிறுபான்மையினரை அவர்கள் இழுத்துவிட்டனர். இதனால் வேலைநிறுத்தத்தில் ஈடுபட்டவர்களுக்கும், வேலைக்குச் சென்ற தலித் மக்களுக்குமிடையே பெரும் கலகங்கள் நடந்தன. பல இடங்களில் தொழிலாளர்களுக்கிடையே கத்திக்குத்தும், கல்வீச்சும், அடிதடிச் சண்டையும், சோடா பாட்டில் வீச்சும், தீவைப்பும் அடிக்கடி நிகழ்ந்தன. மற்றும் வேலை நிறுத்தத்தில் ஈடுபட்ட முஸ்லிம் மக்களுக்கும், வேலை நிறுத்தத்தை எதிர்த்த தலித் மக்களுக்கும் சண்டைகளும் தீவைப்புகளும், வன் செயல்களும் நடந்துள்ளன. இவை ஆங்காங்கே பெரும் கலவரங்களாக வெடித்ததால், சென்னை நகரத்தின் அமைதி குலைந்தது. நகராண்மைக் கழகத்திலும் வைத்த சட்ட சபையிலும் இது பற்றிய பேச்சுகள் எழுந்தன. செய்தித்தாள்கள் கண்டித்தன. எனினும் கலகங்கள் அடங்கவில்லை.

1921-அக்டோபர் முதல் வாரத்தில் முகமதியரின் சமய ஊர்வலம் ஒரு புறமும், இந்துக்களின் சமய ஊர்வலம் வேறொருபுறமும் நடந்த போது தலித்மக்கள் (**வேலை நிறுத்தவர்கள்**) கல் வீச்சை நடத்தியுள்ளனர். இதனால் பெரும் கலவரம் நிகழவே பலர் காயமுற்றனர். காவல் துறையினருள் ஒரு சார்ஜண்டும், ஒரு காவலரும் உயிரிழந்தனர். இதனையடுத்து அக்டோபர், 29அன்று வேலை நிறுத்தக் காரர்களுக்கும், வேலைக்குச் சென்றுகொண்டிருந்த கருங்காலிகளுக்கிடையேயும் ஸ்டாதம் சாலையில் பெருங்கலவரம் நடந்தது. இந்தக் கலகத்திலும் காவல் படையினர் துப்பாக்கிச் சூட்டை நடத்தினர். இதில் ஐந்து ஆண்களும் ஒரு பெண்ணும் இரையாகினர். இவைபோன்ற தொடர்க் கலகங்களால் சென்னை நகரில் பெரும்பீதி ஏற்பட்டதுடன், வேலை நிறுத்தம் செய்த தொழிலாளர்களின்

ஒற்றுமையும் ஓரளவு குலைந்தது. இதற்குப் பெரும் காரணமாக இருந்தவர்கள் எம்.சி. இராஜாவும் தேசிகானந்தரும் ஆவர். இது குறித்து வீரராகவன் தம் ஆய்வேட்டில் குறித்திருப்பது நம் கவனத்திற்குரியது.

"தேசிகானந்தர், தொழிலாளர் நல ஆணையர் மோயிர் முதலானோரும் ஆதி திராவிடரை வன்முறையில் ஈடுபடத் தூண்டிவிட்டுக் கொண்டிருந்தனர். அரசும், எம்.சி. இராஜா போன்றோரும் அரசியற் காரணங்களுக்காக ஒத்துழையாமை இயக்கத்தினரை ஒடுக்கி ஒழிக்க வேண்டுமென்ற நோக்கத்துடன் வேலை நிறுத்தத்திற்கு எதிராக வெறியுடன் செயற்பட்டனர். முகமதியத் தொழிலாளரைச் சாதி இந்துக்களிடமிருந்து பிரிக்க முயன்றனர். அது முடியாத பொழுது ஆதிதிராவிடர் முகமதியரின் சவ ஊர்வலத்தைக் கூடத் தாக்கவும், அவர்களுடைய இடுகாட்டைக் கேவலப்படுத்தவும் செய்தனர். சாதி இந்துக்களின் குடியிருப்புகளில் புகுந்து தாக்கியுமுள்ளனர். வன்முறையில் ஈடுபட்ட ஆதி திராவிடர்கள் ஆலைகளில் வேலை செய்த கருங்காலிகளேயாவர். காவல்துறையினர் கருங்காலிகளின் காலித்தனங்களுக்குத் துணை போயினர். முதலாளிகள் தங்கள் ஆலைகளில் தாக்குதல்களுக்குத் தேவையான கத்தி வகையறாக்களைத் தயார் செய்வதற்கு உடந்தையாக இருந்தனர். ஒரு தொழிற் தகராறைச் சாதிக் கலவரமாக மாற்றி, அரசியல் ஆதாயம் பெறமுயன்றது அரசு. சங்கத்தை உடைக்க நல்ல உத்தியென்று உடன் போனது நிருவாகம். தூபமிட்டு வளர்க்கப்பட்ட கலவரத்தால் பல சோகச் சம்பவங்கள் நிகழ்ந்தன.

இதுபோன்ற நிகழ்வுகளால் தொழிலாளர்களின் ஒற்றுமை சிறுகச் சிறுகக் குலைந்தது. போராட்டம் பிசு பிசுத்தது. வேலை நிறுத்தம் செய்த தொழிலாளர்களிடையே வேற்றுமை பெருகியது. தொழிலாளர் வர்க்கத்தின் போராட்ட உணர்வு திசை மாறியது. வேலை நிறுத்தத்தில் வெற்றி பெற வேண்டிய தொழிலாளர் வர்க்கம் சாதி வெறி தூண்டியவர்களால் தோல்வியுற்றது. இவற்றைக் கண்டு சிங்காரவேலரும் மற்ற தலைவர்களும் நொந்து வருந்தினர். தொழிலாளர்களின் ஒற்றுமையால் உழைக்கும் மக்களுக்கு

வெற்றி கிடைக்குமென்றும், அவர்களின் போராட்ட வெற்றியில்தான் தலித் தொழிலாளர்களின் விடியலும் அடங்கியுள்ள தென்றும் சிங்காரவேலர் பலகாலும் வலியுறுத்தி வந்தார். தொழிலாளர்களை எந்நிலையிலும் சாதியுணர்வுக்கு இரையாக்கக் கூடாதென்றும் வற்புறுத்தினார். தொழிலாளர்களிடையே சாதியுணர்வை உருவாக்குவது, தொழிலாளர்களின் வருங்காலத்தைச் சூனியமாக்குவதுடன், எந்தச் சாதி சாதியுணர்வைத் தூண்டுகிறதோ அதுவே அதற்குப் பகையாகிவிடும். இதுதான் வரலாறு. இதனைச் சிங்காரவேலர் அக்காலத்திலேயே விளக்கி எழுதியுள்ளார். குறிப்பாக, தலித் மக்களிடையே சாதியுணர்வைத் தூண்டி வேலைநிறுத்தத்திற்கு ஊறுவிளைவித்ததைக் கண்டித்து "இந்து" ஆங்கில நாளிதழில் அவர் கட்டுரை எழுதியுள்ளதை நாகை கே. முருகேசன் தம் நூலில் குறிப்பிட்டுள்ளார். ஆனால் தேதியை அவர் குறிப்பிடவில்லை.

வேலை நிறுத்தத்தை முறியடிப்பதற்காக அந்நாளைய ஆங்கில அரசு ஆயுதப் போலிசையும், இராணுவத் துருப்பையும் ஆலையின் அருகில் நிறுத்தி அச்சுறுத்தலை ஏற்படுத்தியதற்காக அன்றைய கவர்னர் வெலிங்டன் அவர்களுக்குச் சிங்காரவேலர் ஒரு பகிரங்கக் கடிதம் எழுதியுள்ளார். அக்கடிதம் இந்துவில் 7-9-1921 அன்று வெளிவந்துள்ளது. வேலை நிறுத்தத்தைப் பற்றி அவர் எழுதிய மற்ற கட்டுரைகள் இந்துவில் 17-6-1921 அன்றும், அதே கட்டுரை பின்பு சுதேசமித்திரனில் தமிழிலும் வெளியாகி உள்ளது. "சென்னையில் தொழிலாளர் பிரச்சினையில் நெருக்கடி" என்ற தலைப்பில் அவரது மற்றொரு கட்டுரையும் இந்துவில் வெளிவந்துள்ளது. வேறு சில கட்டுரைகள் (வேலை நிறுத்தம் பற்றி) சுதர்மா என்ற ஆங்கில இதழிலும் வெளிவந்துள்ளன. எந்நிலையிலும் அவர் வாளாகிடக்காமல், தொழிலாளர்களின் போராட்ட உணர்வையும், ஒற்றுமையையும் பெருக்க, அவர் தொடர்ந்து எழுதியும் பேசியும் தொண்டாற்றி வந்துள்ளார். பி ஆண்டு சி மில் போராட்டத்தில் துப்பாக்கிச் சூடு நிகழ்ந்தபோது சிங்காரவேலர் எழுதிய கட்டுரையைப் பற்றித் திரு.வி.க. தம் நூலில் குறிப்பிட்டிருப்பது நம் சிந்தனைக்குரியது.

"ஏழைத் தொழிலாளர் மீது துப்பாக்கி பிரயோகஞ் செய்யப்பட்டது. (29-8-1921) எழுவர் இறந்தனர். நூற்றுக் கணக்கானவர் காயமுற்றனர். இறந்தவருள் ஒருவர் பெண்மணி, துப்பாக்கி வேட்டை அவர் புரிந்த வீரச்செயலுக்குரிய நினைவுக்குறி என்று சென்னை அணைக்குமோ அறிகிலேன். ஏழை மக்களின் தியாகம் மறக்கப்படுகிறது. ஏழு பிணங்களும், சென்னையில் ஊர்வலம் வந்த காட்சியைத் தோழர் சிங்காரவேல் செட்டியார் வருணித்து எழுதிய கட்டுரை சரித்திர உலகுக்குரியது."(15)

இக்கட்டுரை திரு.வி.க. நடத்திய நவசக்தியில் வெளி வந்துள்ளது. திரு.வி.க. வே அவரது கட்டுரையைச் சிறப்பாகப் போற்றியிருக்கிறாரெனில் அக்கட்டுரை எத்துணைச் சிறப்பு வாய்ந்ததென்பது சொல்லாமலேயே விளங்கும். அக்கட்டுரை இப்போது கிடைக்கவில்லை. சிங்காரவேலரின் கட்டுரைகளைத் தொகுத்தளித்த நாகை. முருகேசனோ, சி.எஸ். சுப்பிரமணியமும் கூட அதனைத் தேடிப் பெற எப்படியோ தவறிவிட்டனர். சிங்காரவேலரின் அனைத்துக் கட்டுரைகளையும் அண்மையில் மூன்று தொகுதிகளாக வெளிக்கொணர்ந்த பேரா. முத்து. குணசேகரனும், பா. வீரமணியும் பெரிதும் முயன்றும் அக்கட்டுரை கிடைக்கவில்லை. அக்கட்டுரை அவ்வளவு சிறப்பாக அமைந்ததற்கு அவரது சிந்தனைவளம் மட்டும் காரணம் அன்று; தொழிலாளரிடத்து அவர் கொண்டிருந்த ஆழ்ந்த ஈடுபாடே பெருங்காரணம். அந்த ஆழ்ந்த ஈடுபாடுதான், காவல் படையின் துப்பாக்கிச் சூட்டில் இறந்த தொழிலாளரின் சவத்தையும் அவர் தோளில் சுமந்துகொண்டு செல்லும் நிலையை உருவாக்கியது எனலாம். ஒரு தொழிலாளியின் சவத்தைத் தூக்கிச் சென்ற அவரது பேருள்ளத்தை எண்ணி வியக்காமல் இருக்கமுடியாது. அந்தத் துப்பாக்கிச் சூடு நிகழ்ந்தபோது சிங்காரவேலருக்கு 62 வயது. திரு.வி.க.வுக்கு வயது 38. சிங்காரவேலர் மூத்த வயதினராகவும், தலைவராகவும் இருந்தும் கூடத் தொழிலாளரின் சவத்தை முதுமையில் சுமந்திருக்கிறாரெனில் அது அவர் தொழிலாளர் மீது கொண்ட பற்றுறுதியையும், சமூக அக்கறையையுமே காட்டுகின்றது.

பி அண்டு சி ஆலையின் கதவடைப்பும், வேலை நிறுத்தமும் ஏற்பட்டபோது தொழிலாளர்கள் பெரும் பட்டினிக்கும் பஞ்சத்துக்கும் ஆளாகியுள்ளனர். தொழிலாளர்களுள் பலர் சென்னைவிட்டுத் தத்தம் சொந்த ஊருக்குச் சென்றுவிட்டனர். வேறுபலர் வெளி மாநிலங்களிலுள்ள சுரங்கங்களில் வேலை செய்யச் சென்றுவிட்டனர். சமுதாயத்தின் கடைக்கோடி மக்களாகிய தலித் மக்களும், இசுலாமிய மக்களும் பெரும் பட்டினியில் வாடினர். இந்நிலையில் தொழிற்சங்கத் தலைவர்களும், தேசியத் தலைவர்களும் அப்பட்டினியைத் தீர்க்கப் பெரும் பணியாற்றினர்.

சென்னை மாகாணத் தொழிற் சங்கத்தின் தலைவர் **வாடியா** பம்பாய்க்குச் சென்று தம் நண்பர்கள் பலரை அணுகிப் பொருளுதவி பெற்று, அதன்மூலம் தொழிலாளர்களுக்குப் பல நாட்களுக்கு அரிசியும், காய்கறியும் வழங்கியுள்ளார். **சர் பிட்டி தியாகராய செட்டியார்** சென்னைக் கொத்தவால் சாவடியிலிருந்து மூட்டை மூட்டையாக அரிசியையும் காய்கறிகளையும் சங்கத்துக்கு அனுப்பியுள்ளார். காங்கிரசு கட்சியின் தலைவர்களுள் ஒருவரான **என். சீனிவாச ஐயங்காரும், வ.வே.சு. ஐயரும்** திருவல்லிக்கேணி, மயிலை ஆகிய ஊர்களில் மக்களிடமிருந்து அரிசியைத் தண்டித் தொழிலாளருக்கு வழங்கியுள்ளனர். சிங்காரவேலர் தம் சொந்த செலவிலும் நண்பர்கள் வாயிலாகவும் அரிசி மூட்டைகளைச் சங்கத்துக்கு அனுப்பித் தொழிலாளர்களுக்கு வழங்கியதோடு மட்டுமன்றி, 1921-ஆம் ஆண்டு நடந்த திருச்சி காங்கிரசு மாநாட்டில் ஒரு தீர்மானம் கொண்டுவந்து பட்டினி கிடக்கும் தொழிலாளர்களுக்கு ரூ.10,000/- பெற்றுத்தருவதில் சிங்காரவேலரும் திரு.வி.க.வும் பெரும் பங்காற்றியுள்ளனர். சென்னை நகரப் பொது மக்களும் பலவகையில் தொழிலாளர்களுக்கு உதவியுள்ளனர்.

பக்கிங்காம் ஆலை வேலை நிறுத்தப் போராட்டம், தொழிலாளர்களின் ஒற்றுமையையும், போராட்டத்தையும் நன்கு வெளிக்காட்டினாலும், அதற்குப் பொதுமக்களின் ஆதரவு இருந்தும், இறுதியில் அப்போராட்டம் தோல்வியில் தான் முடிந்தது. அத் தோல்விக்கு, அரசும் ஆலை நிருவாகமும்

செய்த சூழ்ச்சியும் அடக்கு முறையும், தலித் தலைவர்கள் உருவாக்கிய பிரிவினையும் பெருங்காரணமாக அமைந்து விட்டன. இதனால் சென்னை மாகாணத் தொழிற் சங்கத்தின் வலிவு குன்றியது. இந்நிலை அந்நாளைய மற்றத் தொழிற் சங்கங்களையும் பாதித்தது. இந்நிலை, அனைத்துத் தொழிற்சங்கங்களுக்கும் ஒரு தோல்வி மனப்பான்மையை உருவாக்கியிருந்தாலும், சிங்காரவேலர் அதனை ஓர் அரிய அனுபவமாகவும், பாடமாகவுமே கருதினார். பல மாதங்களாகத் தொடர்ந்த வேலை நிறுத்தம் பல புறக் காரணங்களால் தோல்வியுற்றாலும், அத்தோல்வி நமக்குப் புதிய படிப்பினையைப் போதித்து வருங்காலத்தில் நாம் வெற்றியடைவதற்கான பாதையைக் காட்டுகிறது என்றார் அவர். இது குறித்து அவர் எழுதிய கட்டுரை தம் கவனத்திற்குரியது.

"சென்னை, பக்கிங்காம் கர்னாடிக் ஆலைகளைச் சார்ந்த 10,000-க்கும் மேற்பட்ட தொழிலாளர்கள் மாபெரும் வேலை நிறுத்தத்தில் ஈடுபட்டனர். இவ்வேலை நிறுத்தம் இன்று வரையிலான இந்தியத் தொழிற்சங்க இயக்க வரலாற்றேடுகளில் ஒப்புயர்வற்றதாக விளங்குகிறது. அரசாங்கத்தின் பெரும் சக்திகளும், கட்சி அரசியல் வாதிகளின் தந்திரமான சூழ்ச்சிகளும் ஈடுபடுத்தப்பட்டுத் தோற்கடிக்கப்பட்டமைக்கு இதுவொரு எடுத்துக்காட்டாகும். ஆசை காட்டல்கள் ஒருபுறம்; இன்னல்களும் நெருக்கடியும் மற்றொரு புறம். இருந்தாலும் சிறப்புமிக்க சங்கத் தலைவர்கள் அஞ்சாது தொழிலாளர்களைச் சார்ந்து நின்றமைக்கும், வலுவுடைமையும் வன்முறையும் உள்ளதன் பக்கம் சார்வதை விடுத்து அமைதி, துன்பம் பொறுக்கும் ஆற்றல், ஆகியவற்றின் பக்கமே அணிவகுத்து நின்றமைக்கும் இது மற்றொரு எடுத்துக் காட்டாகும். இம்மாபெரும் போராட்ட வரலாறு எழுதப்படும் போது, சென்னைத்தொழிலாளரின் இம்மாபெரும் போராட்டம் உலகத் தொழிலாளரின் போராட்டம் என்பதையும், இறுதியில் அப்போராட்டம் வெற்றியடைந்தது என்பதையும், அவ்வெற்றி அவர்களின் பகைவர்களுக்கும் பெரும் எரிச்சலூட்டியது என்பதையும் உலகம் உணரும் வகையில் தொழிலாளி வர்க்கம் ஒன்றாகத் திரண்டு வருகிறது.

நேர்மையற்ற பேராசைபிடித்த முதலாளிகளுக் கெதிராக உறுதிமிக்க எதிர்ப்பைக் காட்ட முயல்கிறது. நாட்டின் அரசாங்கம் முதலாளிகள் பக்கமே பெரிதும் சாய்ந்திருப்பதை அது காண்கிறது. இதற்கு எதிராகவும் அது வெற்றி பெற முடியும் என் அது நம்புகிறது. தம் சொந்த உழைப்பின் பயனாய் உலகில் உருவாகியுள்ள நல்லனவற்றில் தனக்குரிய பங்கினைப் பெற அது விரும்புகிறது.

அந்த வேலை நிறுத்தத்தின் விளைவு தொழிலாளர்களுக்கு ஒரு விஷயத்தைத் தெளிவுபடுத்தியது. 1919-இல் மாபெரும் எஃகுத் தொழிலாளர் போராட்டம் (அமெரிக்கா) என்ற தலைப்பில் வில்லியம் பாஸ்டர் என்பவர் எழுதியுள்ள சொற்களில் கூறுவதானால்,

எந்த நோக்கத்திற்காகத் தொழிலாளர்கள் வேலை நிறுத்தத்தைத் தொடர்ந்து நடத்தினரோ அந்த நோக்கம் நிறைவேறவில்லை என்ற போதிலும், வேலை நிறுத்தங்கள், தொழிலாளர்களுக்கு அவர்கள் எங்கிருந்த போதிலும் நிரந்தரமான ஒரு நம்பக்கூடிய கவசமாகும். **தைரியத்துடன் போராடித் தோற்பது போராடாமல் இருப்பதை விட மேலானது.**

நாட்டில் தற்போது நிலவும் அரசியலுறவுகள் உள்ள நிலைமையில் இச்சிறப்பு மிக்க நம்நாட்டில் வசிக்கும் எல்லாம் உழைக்கும் மக்களின் விடுதலை, நம்பிக்கை ஆகியவற்றின் சின்னமாக விளங்கும் சுயராஜ்ய குறிக்கோள் அதன் நீண்ட நெடுங்கால அடிமைத்தனத்திலிருந்தும், துயரத்திலிருந்தும் விடுதலை பெற அது நம்பியுள்ளது. தொழிலாளரின் குறிக்கோள், இந்திய சுயராஜ்யம்; அரசியலிலும் தொழில் துறையிலும் சுயராஜ்யம்."[16]

இந்தக் கூற்றை நோக்கினால் சிங்காரவேலர் எத்துணை தன்னம்பிக்கையுடைய சிந்தனையாளராக இருந்துள்ளார் என்பதை நன்கு உணரலாம். வேலை நிறுத்தம் பல்வேறு சூழ்ச்சிகளால் தோல்வியுற்றாலும், அந்த வேலை நிறுத்தத்தில் தொழிலாளர்கள் காட்டிய ஒற்றுமை, போராட்டவுணர்வு, அஞ்சாமை, எதையும் தாங்கும் பொறுமை ஆகியவை பெரிதும்

போற்றத்தக்கன. இவையனைத்தையும் அவர்கள் பட்டினிப் போரில் இருந்து கொண்டே வெளிப்படுத்தியுள்ளனர். ஆம் ஒரு நிலையில் பட்டினிப்போர்; மற்றொரு நிலையில் நிருவாக ஆதிக்கத்தை எதிர்த்த போர். இப்போர்கள் தொழிலாளர்களைப் புடம் போட்டுள்ளன. முன்னெப் போதும் கிடைக்காத பாடத்தையும், அனுபவத்தையும் தொழிலாளர்கள் இந்த வேலை நிறுத்தத்தில் பெற்றுள்ளனர். இந்த உறுதியையும் தெளிவையும் முன்னிட்டே சிங்காரவேலர் தொழிலாளர்கள் வெற்றி பெற்றுவிட்டனர் என்கிறார்.

வேலை நிறுத்தம் தோல்வி என்றாலும், அதனால் தொழிலாளர்க்கு விளைந்த பயனைக் கருதியே அவர் வெற்றி என்கிறார். இப்போராட்டத்தில் அவர்கள் பெற்ற உறுதியும் தெளிவும் அவர்களைச் செழுமை படுத்தியுள்ளன. இந்தச் செழுமை வருங்காலப் போராட்டங்களில் அவர்களுக்கு வெற்றியைக் கொடுக்கும் என்பது சிங்காரவேலரின் நம்பிக்கை. அவர்களின் தோல்வி தற்காலிகமானது; வெற்றியோ வருங்காலத்தில் நிரந்தரமானது. தோல்வியுற்றது ஒருமுறை; வெற்றி பெறுவதோ எதிர்காலத்தில் பலமுறை. எதிலும் தேர்ந்த பயிற்சி பெறுவதற்கு இந்த வேலை நிறுத்தம் ஒரு நல்ல களமாக அமைந்து விட்டது. இதனால்தான் 1919-இல் நடந்த அமெரிக்க எஃகுத் தொழிலாளர் போராட்டத்தை அவர் உதாரணம் காட்டுகிறார். அப்போராட்டம் உலகப் புகழ் வாய்ந்தது. அப்போராட்டத்தை முன்னிட்டு வில்லியம் பாஸ்டர் கூறியதை நினைவுபடுத்துகிறார்: அதாவது, "தீமையை எதிர்த்துப் போராடாமல் இருப்பதைவிடப் போராடி தோல்வியுறுவது மேலானது" என்ற கருத்தைச் சுட்டிக் காட்டுகிறார். போராடும் போதுதான் புதிய அனுபவம் கிடைக்கிறது. போராடுபவன் தம் வலிமையையும் உணர்கிறான். எனவே, போராட்டம் மிக இன்றியமையாதது. பாஸ்டர் கூறிய அரிய சிந்தனையைச் சிங்காரவேலர் இங்கு எடுத்துக்காட்டி நம் தொழிலாளர்களுக்கு ஊக்கத்தினை ஊட்டுகிறார். வேலைநிறுத்தம் தோல்வியுற்ற அக்காலத்தில் மற்ற தலைவர்களும், தொழிலாளர்களும் ஊக்கம் குன்றியிந்த நிலையில் சிங்காரவேலர் இவ்வாறு எழுதியிருப்பது

அசாதாரணமானது. புரட்சி நெஞ்சம் உடையவருக்கே இந்நிலை சாத்தியம். சிங்காரவேலர் ஒரு தொலை நோக்குச் சிந்தனையாளர். அதனால்தான் அவரால் இவ்வாறெல்லாம் எழுத முடிடிகிறது.

பிஅண்ட் சி மில்லின் வேலைநிறுத்தத்தின் போது அவர், 19.5-1921-அன்று சூளையில் "தொழிலாளர் நிலை" எனுந் தலைப்பில் பேசியுள்ளார். இப் பேச்சு, பின்னர் ஆங்கிலத்தில் மொழியாக்கம் செய்யப்பெற்று "சுதர்மா" இதழில் வெளிவந்துள்ளது. The Great Mill Strike என்ற தலைப்பில் அவர் எழுதிய கட்டுரைகள் இந்துவில் 17-6-1921-அன்றும் 18-11-1921 அன்றும் வெளிவந்துள்ளன. இக்கட்டுரைகள் தமிழில் மொழியாக்கம் செய்யப்பெற்று சுதேசமித்திரனிலும் வெளிவந்துள்ளன. தொழிலாளர்களின் நிலை குறித்து எழுதியும் பேசியும் வந்த அவர், மேற்குறிப்பிட்ட கட்டுரையின் இறுதியில் ஓர் இன்றியமையாத கொள்கையையும் வலியுறுத்துகிறார். அதாவது, தொழிலாளர்களின் வேலை நிறுத்தம் வெற்றிபெற வேண்டியதையும், அதன்வழி சரியான அரசியல் விடுதலையும், தொழிலாளர் விடுதலையும் ஏற்பட வேண்டியதையும் அவர் வலியுறுத்துகிறார். வேலை நிறுத்தம், ஊதிய உயர்வுக்கும், வேலை நேரம் குறைவுக்கும் முக்கியம் என்றாலும், அவர்கள் முழுமையாகச் சுரண்டலிலிருந்து விடுதலை பெறவேண்டு மென்பதற்காகத் தான் அவர் அரசியல் விடுதலையையும், தொழிலாளர் விடுதலையையும் வலியுறுத்துகிறார். அக்காலத்தில், இத்துணை வர்க்கப் பார்வையுடன் வலியுறுத்திய ஒரு முன்னோடி இவரொருவரே. அதனால்தான் புரட்சிக்கவிஞர் பாரதிதாசன்,

"சங்கம் தொழிலாளர்க் கமைந்ததும் அவனால்
தமிழர்க்குப் புத்தெண்ணம் புகுந்ததும் அவனால்
....
....
பாடுபடுவார்க் குரிமை உயிர்த்ததும் அவனால்
பழமையில் புதுமை மலர்ந்ததும் அவனால்"

என்று போற்றிப் பாடியுள்ளார். இப்பாடல் மூலம் சிங்காரவேலரின் பெருமையை உணரலாம்.

கயா காங்கிரசு மாநாட்டில் சிங்காரவேலர்

பீகார் மாநிலத்திலுள்ள புத்த கயாவில் 1922-ஆம் ஆண்டு டிசம்பர் திங்களில் அகில இந்தியக் காங்கிரசு மாநாடு நடைபெற்றது. அம் மாநாட்டில் வரலாற்றுச் சிறப்புமிக்க தீர்மானம் நிறைவேற சிங்காரவேலர் பெருங்காரணமாக இருந்துள்ளார். தேச விடுதலைப் போரில் மட்டும் பெருங்கவனம் செலுத்திய காங்கிரசு இயக்கத்தைத் தொழிலாளர் - விவசாயி பக்கம் கவனம் செலுத்த அவர் முக்கியக் காரணமாக அமைந்துவிட்டார். இந்தியத் துணைக் கண்டத்தில் தொழிற் சங்கத்தின் முன்னோடியாக விளங்கிய பெருமை தமிழகத் தலைவர்களுக்கே உண்டு. தொழிலாளர்களின் நலனுக்காவும், உரிமைக்காகவும் முதன்முதலில் தொழிலாளர் போராட்டத்தை அரசியல் போராட்டமாக நடத்திய பெருமை தியாகச் செம்மல் வ.உ. சிதம்பரனாரையே சாரும். அவர்தான் 1905-ஆம் ஆண்டில் தூத்துக்குடியில் கோரல் மில் தொழிலாளர்களுக்காக நடத்த இப் போராட்டம், திலகரால் பம்பாயில் 1908-இல் நடத்தப் பெற்ற தொழிலாளர் போராட்டத்தைக் காட்டிலும் மூன்றாண்டுகளுக்கு முந்தியது என்பதை நாம் உணர வேண்டும். இதனைப் போன்றே சட்ட விதிகளின்படி அமைக்கப்பட்ட இந்தியாவின் முதற் தொழிற் சங்கம் சென்னைத் தொழிலாளர் சங்கமேயாகும். இச் சங்கத்தை 27-4-1918-இல் திரு.வி.க.,செல்பதி செட்டியார், இராமாஞ்சலு நாயுடு ஆகியோருடன் இணைந்து தோற்றுவித்துள்ளார். இச்சங்கம் 1921-ஆம் ஆண்டில் நடத்திய பி அண்டு சி மில் போராட்டம் வரலாற்றுப் பெருமைமிக்கது. இவற்றிற்குப் பின்னர் பற்பல போராட்டங்கள் தமிழகத்திலும் ஏனைய இந்திய மாநிலங்களிலும் நிகழ்ந்துள்ளன.

இத்தனை போராட்டங்களும், வேலை நிறுத்தங்களும் நடந்த பின்னருங்கூடக் காங்கிரசு இயக்கம் தொழிலாளர் நலனிலோ தொழிற்சங்க அமைப்பிலோ போதிய கவனம் கொள்ளவில்லை. இந்நிலையை மிகச் சரியாக உணர்ந்திருந்த சிங்காரவேலர் 1921-ஆம் ஆண்டிலேயே அதன் முக்கியத்துவம் குறித்துக் காந்தியடிகளுக்கு ஒரு மடல் வரைந்துள்ளார். அம் மடலில் குறித்தவற்றுள் சிலவற்றைக் கீழே காணலாம்.

"வணக்கத்திற்குரிய ஐயா அவர்களே! 'யங் இந்தியா'வின் (Young India) கடைசி இதழில் விவசாயிகளுக்குத் தாங்கள் அளித்த அறிவுரை எனக்கு ஆழ்ந்த ஏமாற்றத்தை அளிக்கிறது. முதலாளித்துவத் தன்னாதிக்கத்தை எதிர்த்துப் போராடாமல் அரசியல் தனியாதிக்கத்தை எதிர்த்துப் போராட முடியாது. நமக்கு வரவிருக்கும் சுயராஜ்யத்தில் நிலமும் இன்றியமையாத தொழிற்சாலைகளும் நாட்டின் நன்மைக்காகப் பொதுமை யாக்கப்படுமென்றும் எளிய மொழியில் எவ்வகை ஐயத்திற்கிடமின்றி அறிவிக்க வேண்டுமெனத் தங்கள் முன் தாழ்ந்து பணிந்து வேண்டுகிறேன்."(17)

இக்கடிதம் "Open Letter to Mahathma Gandhi" எனுந் தலைப்பில் இந்து நாளிதழில் 24-5-1921-இல் வெளிவந்துள்ளது. அக்காலத்திலேயே நிலமும், தொழிற்சாலையும் எதிர்கால காங்கிரசு அரசில் அரசுடைமையாக ஆக்கப்பட வேண்டுமென்றும் கூறியுள்ளதிலிருந்து அவரது வர்க்கப்பார்வையைத் தெளிவாக உணரலாம். இந்தத் தெளிவான வர்க்கப்பார்வை அவருக்கு இருந்ததால்தான் கயா மாநாட்டில் தொழிலாளர் குறித்துச் சரியான திட்டத்தை அளித்துள்ளார்.

27-12-1922-இல் நடந்த இந்த மாநாட்டிற்கு டாக்டர் வரதராசுலு நாயுடு, எஸ். சீனிவாச ஐயங்கார், இராஜாஜி, பெரியார் ஈ.வே.ரா.,எஸ். சத்தியமூர்த்தி, ஆதிகேசவ நாயக்கர், டாக்டர் டி.எஸ்.எஸ்.ராசன், மதுரை ஜார்ஜ் ஜோசப் போன்ற தலைவர்கள் கலந்துகொண்டு உள்ளனர். தொழிலாளர் நலன் குறித்தும், தொழிற்சங்கத்தின் முக்கியத்துவம் குறித்தும் தொழிலாளர்-விவசாயி ஆகியோரை அரசியல் போராட்டத்தில் இணைப்பது குறித்தும் சிங்காரவேலர் ஒரு திட்ட நகலை மாநாட்டில் கலந்து கொண்டோருக்கு வழங்கியுள்ளார். அதற்குப் பின்னரே தம் பேச்சைத் தொடங்கியுள்ளார். அப்பேச்சை நோக்கினால், அவர்தம் கொள்கையை நன்கு உணரலாம். பேச்சைத் தொடங்கும் போது "அன்புத் தோழர்களே! (Dear Comrades)" என்றுதான் தொடங்கியுள்ளார். தொடங்கியபின்,"உலகக்கம்யூனிஸ்டுகளின் சார்பாகவே நான் இங்கு வந்துள்ளேன்!" என்றார். அக்காலத்தில் தோழர் என்றும், தான் ஒரு கம்யூனிஸ்ட் என்றும் முதன்

முதலில் காங்கிரசு மாநாட்டில் கூறியவர் அவரே ஆவர். தம் பேச்சைத் தொடங்குவதற்கு முன்னர் அவர் வழங்கிய திட்ட நகல் இப்போது கிடைக்கவில்லை. அவரைப் பற்றிய பல செய்திகளை நமக்கு வழங்கிய கே. முருகேசன், சி. எஸ். சுப்பிரமணியன் ஆகியோருக்கும் அது கிடைக்கவில்லை. இனி, அவரது மாநாட்டு உரையில் சில பகுதிகளை நோக்குவோம்.

"தலைவர் அவர்களே; இங்குக் குழுமியுள்ள தோழர்களே! இந்துஸ்தானத்தின் விவசாயப் பெருமக்களே; தொழிலாளிகளே! உங்களையும் சக தொழிலாளி என்ற முறையில் இங்குப் பேச நிற்கிறேன். உலகக் கம்யூனிஸ்டுகள் சார்பாக அதன் பிரதிநிதியாக இங்கு நான் வந்திருக்கிறேன். உலகத் தொழிலாளர்களுக்குக் கம்யூனிசம் வழங்கும் செய்தியை உங்களுக்கு அளிக்க இங்கு நான் வந்திருக்கிறேன். சோசலிஷ ருஷ்யாவிலும், ஜெர்மனிலும் மற்ற உலக நாடுகளிலுமுள்ள கம்யூனிஸ்ட்கள், தொழிலாளர்கள் சார்பாக நான் உங்கள் முன் நிற்கிறேன். உங்களுடைய விடுதலையிலும், உங்கள் உணவு, உடை, இருக்கை ஆகிய உரிமைகளிலும் அவர்களுக்கும் அக்கறை உண்டு.

தோழர்களே, இந்த நாட்டில் நீங்கள் சுதந்திரமான வாழ்க்கையை நடத்தவும், எல்லா உரிமைகளையும் பெறவும் நமது காங்கிரசு பாடுபடுவதை நீங்கள் அறிவீர்கள். ஒரு சிலர் கையில் அதிகாரம் செல்வதை நாம் விரும்பவில்லை. நமக்கு உரிய முறையில் உணவும் உடையும் வீடும் கிடைப்பதற்கான அதிகாரம் நம் கையில் வந்தாக வேண்டும். இவை நமக்கு மிக முக்கியமானவை. நமது காங்கிரசு இயக்கம் இதற்காகவே தன்னை அர்ப்பணித்துக்கொள்ள வேண்டும். இந்த உரிமைகளைப் பெற்றுத் தருவதில் காங்கிரசிற்கு உதவியாக இருக்க உலகக் கம்யூனிஸ்ட்கள் தயாராக இருக்கிறார்கள். உங்களுடைய நியாயமான கோரிக்கை விடுதலை பெறுவதிலும், உரிமை பெறுவதிலும் அவர்கள் உங்களுடன் இருக்கிறார்கள் என்ற செய்தியை நீங்கள் அறிய வேண்டும்.

தோழர்களே, முதல்படியாக நாம் சுதந்திரம் பெற்றாக வேண்டும். இதற்கு மகாத்மா காந்தியின் சீடர்கள் என்ற வகையில் அகிம்சையையும், ஒத்துழையாமையையும் நாம்

கடைபிடிப்போம். இந்த முறையில் எனக்குப் பெருத்த நம்பிக்கை உண்டு. உலகக் கம்யூனிஸ்டுகளிடம் நான் இந்த வழியில் எனக்குள்ள நம்பிக்கையையும், இது நமக்கு நடைமுறை சாத்தியமானது என்பதையும் சொல்லியிருக்கிறேன். இதிலே அவர்கள் நம்மிடமிருந்து வேறுபடுகிறார்கள். நாமும் உலகக் கம்யூனிஸ்டுகளிடமிருந்து இந்த அடிப்படையில் வேறுபடுகிறோம். ஆகவே, அகிம்சை, ஒத்துழையாமை ஆகியவற்றில் தமக்குள்ள ஈடுபாட்டையும், அவற்றின் மூலம்தான், இங்குள்ள பிரிட்டிஷ் ஆதிக்கத்திற்கு எதிராகப் போராடப் போகிறோம் என்பதையும், உலகக் கம்யூனிஸ்டுகளுக்கு நமது செய்தியாகச் சொல்லிக் கொள்கிறோம். உலகத் தொழிலாளர்கள் இதைப் புரிந்துகொள்ள வேண்டும்.

தோழர்களே, காங்கிரசுகாரர்களாகிய நாம் தொழிலாளர் நலனில் அதிக அக்கறை எடுத்துக்கொள்ள வேண்டும். இந்தியத் தொழிலாளர்கள் காங்கிரசு இயக்கத்தில் பங்கு பெற வேண்டும். இதனைச் செய்ய நாம் தவறி விட்டோம். இதனால், பர்தோலியில் நாம் தோல்வியுற்றோம். பர்தோலியில் ஏற்பட்ட தோல்விக்குக் காரணம், விடுதலைப் போரில் தொழிலாளர்களை நாம் முழுமையாக ஈடுபடுத்தாததுதான் என்று தைரியமாக நான் சொல்வேன். இதனால், நாம் பல துன்பங்களை அனுபவித்து விட்டோம். ஆகவே, தேசிய அளவில் வேலைநிறுத்தங்கள் நடைபெற அகிம்சை, ஒத்துழையாமை ஆகிய கருவிகளைக் காங்கிரசின் தலைமை பயன்படுத்த வேண்டும். தேச அளவில் வேலை நிறுத்தங்கள் நடத்துவதன் மூலமாக அல்லாது, பிரிட்டிஷ் ஆதிக்கத்தை மயிரிழை கூட நம்மால் அசைக்க முடியாது. இதற்காக இந்தியத் தொழிற்சங்கக் காங்கிரசுடன் உள்ள உறவைத் தவிர நேரடியாகக் காங்கிரசு இயக்கத்தின் பகுதியாகவே தொழிற்சங்கங்களை நாட்டில் ஏற்படுத்த வேண்டும்.

தோழர்களே; உங்கள் சக்தி உங்களுக்குத் தெரியாது. உங்கள் பலத்தை நீங்கள் அறிந்திருக்கவில்லை. உங்கள் சக்தியை நீங்கள் அறிகின்ற கணத்திலே உங்கள் கண்களை மறைத்திருக்கும் திரை அகலும்; உலகம் உங்களுக்குச் சொந்தமாகும்.

எல்லைகளைத் தாண்டி, மலைகளையும், கடல்களையும் தாண்டி இப்போது தொழிலாளி பார்க்க ஆரம்பித்துவிட்டான். ருஷ்ய தொழிலாளர்கள் மூலமாக, இந்திய, ஆசிய, அமெரிக்க, ஆஸ்திரேலிய தொழிலாளர்கள் இப்போது தோழமை பூண்டு நிற்கிறார்கள். இந்தத் தோழமையைக் காக்க அவர்கள் விரதம் பூண்டிருக்கிறார்கள். மனித இன சகோதரத்துவத்தில் உலகக் கம்யூனிஸ்டுகளுக்கு நம்பிக்கை உண்டு. இந்தியத் தொழிலாளர்கள் இந்த மனித ஒருமைப்பாட்டிற்கு உதவ வேண்டும்.

முதலாளித்துவ சக்திகளே கேளுங்கள்; இந்தியத் தொழிலாளர்கள் விழித்துக் கொண்டு விட்டார்கள். மற்ற உலகத் தொழிலாளர்களைப் போல இந்தியத் தொழிலாளர்களும் கடல், மலை, எல்லை கடந்து உண்மையான தோழமை பூண்டு நிற்கிறார்கள். அவர்களை நீங்கள் இனி அலட்சியப்படுத்த முடியாது. தங்கள் பலத்தை இன்று அவர்கள் உணர ஆரம்பித்து விட்டார்கள்."18

இவ்வுரையை நோக்கினால் அவர் தொழிலாளர் பால் கொண்ட சமூக அக்கறையை நன்கு உணரலாம். இவ்வுரையில் தொழிலாளர்கள் நாளடைவில் தெளிவுபெற்று அதிகார சக்தியாக மாற வேண்டுமென்றும், வளர்கின்ற தொழிலாளர் சக்தி உலகத் தொழிலாளர்களோடு இணைந்து வளரவேண்டு மென்றும், தேசிய அளவில் தொழிலாளர்களைக் கொண்டு வேலை நிறுத்தங்களை நிகழ்த்தாமல், பிரிட்டிஷ் ஆட்சியை எள்ளளவும் அசைக்க முடியாதென்றும், தொழிலாளர்கள் தங்களின் மாபெரும் சக்தியை உணரவேண்டுமென்றும், இந்தியத் தொழிலாளர்களுக்கு உலகத் தொழிலாளர்கள் துணை நிற்பார்களென்றும், உறுதி கூறி, முதலாளிகளை எச்சரிக்கவும் செய்கிறார்.

மற்றும், தொழிலாளர்களைப் பெரும் அளவில் விடுதலைப் போராட்டத்தில் ஈடுபட வைக்காததால்தான் பர்தோலி தீர்மானம் தோல்யுற்றதென்று காங்கிரசு இயக்கத்தையும் எச்சரிக்கிறார். காங்கிரசு இயக்கம் அகில இந்தியத் தொழிலாளர் காங்கிரசை மட்டும் நம்பியிராமல், பரந்த

அளவில் தொழிலாளர்களை ஒன்று திரட்ட வேண்டுமென்றும் இதன் மூலம், தொழிலாளர்களுக்கு மட்டுமல்லாமல், காங்கிரசுக்கும் சரியான பாதையை அவர் காட்டுகிறார். சிங்காரவேலரின் பேச்சு அந்த மாநாட்டில் பெரும் **தாக்குரவை** ஏற்படுத்தியுள்ளது. அங்கேதான் அவர் முதன்முதலில் தோழர் எஸ்.ஏ. டாங்கேவையும் சந்தித்துள்ளார். அவர்களிருவரும் சந்தித்த முதலிடம் இந்த மாநாடுதான். அம் மாநாட்டில் தொழிலாளர் பற்றிய தீர்மானத்தை நிறைவேற்றிய பின்னர், தொழிலாளர்களுக்கும் விவசாயிகளுக்கும் சரியாக வழிகாட்ட இந்தியத் தொழிற்சங்கக் காங்கிரசின் செயற்குழுவிற்குத் துணைபுரிய ஒரு குழுவை அம்மாநாடு அமைக்கிறது. அக்குழுவில் (1) சி.எஃப். ஆண்டருஸ், (2) ஜே. எம். சென்குப்தா, (3) எஸ். என் ஹால்டர், (4) சுவாமி தீனநாத் (5) டாக்டர் டி.டி. சத்யா (6) சிங்காரவேலர் ஆகியோர் நியமிக்கப்பட்டுள்ளனர்.

சிங்காரவேலர் இம்மாநாட்டில் பேசும்போது "உலகக் கம்யூனிஸ்டுகளின் சார்பாக நான் பேசவந்துள்ளேன்" என்று கூறியுள்ளதில் ஒரு வரலாற்றுச் செய்தி அடங்கியுள்ளது. அதனையும் நாம் நோக்கல் வேண்டும். மாஸ்கோவில் 5-11-1922. அன்று கம்யூனிஸ்ட் அகிலத்தின் நான்காவது மாநாடு நடைபெற்றது. இந்த மாநாட்டில் இந்தியாவிலிருந்து தலைவர்கள் கலந்துகொள்ள வேண்டுமென்று பலர் முயன்றனர். ஆனால் அந்நாளைய சூழல் அதற்கு இடம் கொடுக்கவில்லை. ஆனால் இந்தியாவிலிருந்து சில ஆண்டுகளுக்கு முன்னர் வெளிநாடு சென்றிருந்த புரட்சியாளர்களுள் சிலர் கலந்து கொண்டனர். அவர்களின் எம்.என். ராய், நளினிகுப்தா, அமெரிக்காவின் கலிபோர்னியாவைத் தலைமையகமாகக் கொண்டு இயங்கிவந்த "கேதார்" கட்சியைச் சார்ந்த ரத்தன்சிங்கும், சந்தோக்சிங்கும் கலந்துகொண்டனர். அம்மாநாட்டில் "கிழக்கு நாடுகளின் பிரச்சினை பற்றிய ஆய்வுரை" என்ற பொருள் குறித்து விவாதிக்கப்பட்டது. அந்த ஆய்வுரையின்படி ஏகாதிபத்தியத்திற்கு எதிராகக் காலனி நாடுகளிலுள்ள இளம் கம்யூனிஸ்ட் கட்சிகளும், குழுக்களும் ஒரு பரந்த, ஏகாதிபத்திய எதிர்ப்பு அணியை உருவாக்க வேண்டுமென்று தீர்மானிக்கப்பட்டது.

அம்முடிவை அம்மாநாட்டில் எம். என். ராய் ஒரு திட்டமாக வெளியிட்டார். அத்திட்டத்தின் ஒரு பகுதி கீழே குறிப்பிடப் பட்டுள்ளது.

"காலனிநாடுகளிலும் அறைகுறை காலனி நாடுகளிலும் நடைபெறும் ஏகாதிபத்திய எதிர்ப்புமிக்க தேசியப்புரட்சி இயக்கத்தினை அனைத்து வகையிலும் ஆதரிப்பதற்காகக் கம்யூனிஸ்டு குழுக்களை அமைப்பதும், தேசிய விடுதலை இயக்கத்தின் முன்னணிப் படையாகத் திகழும் வகையில் கம்யூனிஸ்டு கட்சிகளை வளர்ப்பதும், அந்த நாடுகளிலுள்ள கம்யூனிஸ்டுகளின் தலையாய கடமையென்று கம்யூனிஸ்டு அகிலம் கருதுகிறது. ஏகாதிபத்தியம் மற்றும் நிலப்பிரபுத்துவ எதிர்ப்புப் போரில் இந்த நாடுகளிலுள்ள தேசிய முதலாளிகளின் மத்தியில் எழும் முற்போக்குச் சிந்தனைகளைக் கம்யூனிஸ்டு கட்சிகள் பயன்படுத்திக் கொள்வது என்பது முக்கியமான பணிகளில் ஒன்றாகும் என அகிலம் கருதுகிறது."

இது குறித்து எம். என். ராய், கடித வாயிலாகச் சிங்காரவேலருடன், டாங்கேவுடனும் விவாதித்துள்ளார். நான்காவது அகிலத்தில் இவர்கள் கலந்து கொள்ளாததால் பெர்லினில், இந்தியாவிலுள்ள கம்யூனிஸ்டு குழுக்களின் மாநாட்டை நடத்தவேண்டும்மென்று எம். என். ராய் விரும்பினார். இதற்காக, அவர் சிங்காரவேலரையும் டாங்கேவையும் தொடர்புகொண்டு அவர்களை அம் மாநாட்டிற்கு வருமாறு கேட்டார். அன்றிருந்த இந்தியச் சூழலில் ராயின் வேண்டுகோளை அவர்களால் நிறைவேற்ற முடியாமல் போயிற்று. இவ்வாறான சூழல்கள் இருந்தாலும், தொடர்ந்து இவர்களுக்கிடையே கடித வாயிலாகச் கருத்துப் பரிமாற்றம் நிகழ்ந்துள்ளது.

இந்தப் பரிமாற்றத்தின் காரணமாகவே சிங்காரவேலர் கயா மாநாட்டில் "உலகக் கம்யூனிஸ்டுகளின் சார்பாக நான் பேசவந்துள்ளேன்" என்றார். மேலும் எம். என். ராய் அவர்களும் கயா காங்கிரசு மாநாட்டிற்கு ஒரு திட்டத்தை அனுப்பியுள்ளார். அத்திட்டத்தை அவர் நடத்திய வேன்கார்டும் (Vanguard) பின்னர், கல்கத்தாவிலுள்ள ராய்டர் செய்தி நிறுவனமும் வெளியிட்டது. "இந்தியத் தேசியக் காங்கிரசுக்கு

ஒரு திட்டம்" எனுந் தலைப்பில் அந்தத் திட்டம் அமைந்திருந்தது. தேசவிடுதலைப் போராட்டத்திற்கு அனைத்துப் பகுதி மக்களையும் திரட்டுவது, விடுதலையிலும், அதற்கான போராட்டத்திலும் தத்தம் நலங்களும் சார்ந்துள்ளன என்பவற்றை ஒவ்வொரு பகுதி மக்களுக்கும் உணர வைப்பது, மற்றும் காங்கிரசு பேரியக்கம் பொது மக்களுக்கான இயக்கம் என்பதை நடைமுறையில் உறுதி செய்து காட்டுவது ஆகியவற்றை உள்ளடக்கியதாக அத்திட்டம் இருந்தது. ஏறக்குறைய சிங்காரவேலரின் திட்டமும் எம்.என். ராயின் திட்டமும் ஒரே தன்மை கொண்டதாகவே இருந்தன. அப்படி இருந்ததற்கு நான்காவது அகிலத்தின் முடிவும், அவ்விருவர்களிடையே அதனைக் குறித்து, நடத்த கடிதத் தொடர்பும் காரணமாகும். சிங்காரவேலரின் மாநாட்டு உரையைக் குறித்து, எம்.என். ராயின் வேன்கார்டு இதழ் (Vanguard of Indian independence) கீழுள்ளவாறு பாராட்டி எழுதியிருந்தது.

"அகில இந்தியக் காங்கிரசு கமிட்டி உறுப்பினர்களுக்கு அவருடைய போர் அறிக்கையின் 400 நகல்கள் வழங்கப்பட்டன. இதன் காரணமாக எடுத்த எடுப்பிலேயே அந்தக் கூட்டத்தில் அவருக்கு உற்சாகமான வரவேற்பு கிடைத்தது. கூட்டத்தின் எல்லாப் பகுதியிலிருந்தும் அவருக்குப் பாராட்டுகள் குவிந்தன. அந்த முழுமையான காங்கிரஸ் கூட்டத்தில் அந்த முதியவர் எழுந்து தன் கன்னிப் பேச்சைத் தொடங்கும் வகையில் "தோழர்களே (காம்ரேட்ஸ்)" என்று விளித்தபோது மிகப்பெரும் கரவொலி எழுந்தது. அதிலிருந்து **அவர் கயாவைவிட்டுப் போகும் வரையில் ஆயிரக்கணக்கான காங்கிரசார்கள் அவரைத் தோழர் என்றே அழைத்தனர். கூட்டத்தில் "தோழர்" அடைமொழி அவரைப் பற்றிக் கொண்டது.** தொழிலாளர் பற்றிய கமிட்டிகளில் "துணிவுள்ள புதியவரான" அவரைச் சேர்க்க வேண்டுமென்று எல்லோரும் எழுந்து நின்று கோரினர். இதுபோன்ற எழுச்சிகள் எவ்வளவு பலவீனமானவை என்பதை அறிந்தவரான சிங்காரவேலர், அமைதியாகத் தம் காரியத்தில் கவனம் செலுத்தினார். கயாவில் அவர் கலந்துகொண்ட நிகழ்ச்சி ஒரு சரித்திரச்

சாதனைதான். கௌரவமான தேசியத் தொண்டர்கள் விரும்பாத அரசாங்க நடவடிக்கைகளுக்குத் தங்களை ஆட்படுத்திவிடும் என்று இளைஞர்களே பயந்த நிலையில், தன்னையொரு கம்யூனிஸ்ட் என்று பகிரங்கமாக பிரகடனப்படுத்திக் கொண்ட அந்த அறுபது வயதைத் தாண்டிய நரைமுடிக்கிழவர் காட்டிய வீரம் கயாவில் கூடியிருந்தவர்களிடையே பெரிய அதிசயமாக இருந்தது."

சிங்காரவேலரின் கயா மாநாட்டுச் பேச்சினைக் குறித்துச் சிலம்புச் செல்வர் ம.பொ.சி. தம் நூலில் குறிப்பிட்டுள்ளதும் நம் சிந்தனைக்குரியது.

"அங்கு கயாவில் உலகத் தொழிலாளர் சார்பில் ஒரு புரட்சிக்குரல் ஒலித்தது. அது தமிழகத்திலிருந்து சென்றிருந்த தோழர் சிங்காரவேலரின் தனிக்குரலாகும்.

இந்திய விடுதலை இயக்கத்தோடு தொழிலாளர் இயக்கத்தைப் பிணைப்பதிலே இந்தியா முழுவதற்கும் வழிகாட்டிய பெருமை தமிழகத்திற்கே உரியதாகும் என்பது முன்னர் பல விடங்களில் சுட்டிக்காட்டப்பட்டது. காங்கிரசு மகாசபைக் கூட்டமொன்றிலே உலகத் தொழிலாளி வர்க்கத்தின் சார்பில் தம்மை ஒரு கம்யூனிஸ்டாக அறிமுகப்படுத்திக் கொண்டு, காந்தியடிகளின் ஒத்துழையாமை சத்தியாக்கிரகம் ஆகியவற்றில் நம்பிக்கை தெரிவித்து முதன் முதலில் குரல் கொடுத்தவர் தமிழரான தோழர் சிங்காரவேலரே யாவர். வாழ்க சிங்கார வேலர் புகழ்!"(21)

கயா மாநாடு, தேசிய இயக்கத் தலைவர்களிடத்தும், இயக்கத்தினரிடத்தும், பெரும் தாக்குரவை ஏற்படுத்தியது. அதாவது இடதுசாரி சிந்தனை பரவுவதற்கு அது பாதை அமைத்தது. 1919-ஆம் ஆண்டில் அமிர்தசரஸ் மாநாட்டில் தொழிலாளர்களைத் திரட்டுவதற்குத் தீர்மானம் நிறைவேற்றினாலும், அதற்கான செயல்திட்டத்தில் ஈடுபாடு காட்டவில்லை. அதற்குக் காரணம், காங்கிரசு இயக்கத்திலிருந்த தலைவர்களுள் பெரும்பாலோருக்குத் தெளிவான வர்க்கக் கண்ணோட்டம் இல்லாததே யாகும். பலர் பத்தாம்பசலி களாகவே இருந்தனர். இந்தக் கயா மாநாட்டில்தான்

மாறுதல் வேண்டுவோருக்கும் (Changers) மாறுதல் வேண்டாதோருக்கும் (Non Changers) பெரும் விவாதம் நடந்தது. மாறுதல் வேண்டுவோர் தேர்தலில் நின்று சட்டசபைக்குச் செல்ல வேண்டுமென வாதித்தனர். மாறுதல் வேண்டாதோர் சட்டசபைக்குச் செல்ல வேண்டுமென வாதித்தனர். இறுதியில் நடந்த வாக்கெடுப்பில் மாறுதல் வேண்டாதோரே வெற்றிபெற்றனர். மோதிலால் நேரு, சித்தரஞ்சன் தாஸ், சிங்காரவேலர் போன்றோர் மாறுதல் வேண்டுவோர் அணியில் இருந்தனர். இராஜாஜி, இராஜேந்திர பிரசாத் போன்றோர் மாறுதல் வேண்டார் அணியில் இருந்தனர். இந்த மாநாட்டில் சிறந்த தத்துவப் பேரறிஞராக விளங்கிய **இராகுல சாங்கிருத்தியாயனும்** கலந்து கொண்டுள்ளார். அப்போது அவருக்கு வயது 28. அவருக்கு மாறுதல் வேண்டுவோரின் கருத்துகளே பிடித்திருந்ததாகவும், பொதுவுடைமையைப் பற்றி அப்போது அவருக்குத் தெளிவாக ஏதும் தெரியாதென்றும் தம் வாழ்க்கை வரலாற்றில் குறித்துள்ளார். ஆனால் சிங்காரவேலரின் பேச்சைக் குறித்து வரலாற்றில் ஏதும் குறிக்கவில்லை; சிங்காரவேலர் உரையாற்றும் நேரத்தில் அவர் அம்மாநாட்டில் இல்லாதிருந்திருக்கலாம். இதுவே அவரைக் குறிப்பிடாதற்குக் காரணமாக இருக்கலாம்.

தொழிலாளர் - விவசாயி குறித்துக் காங்கிரசு இயக்கத் தினர்க்குத் தெளிவான பார்வை அக்காலத்தில் இல்லாதது குறித்து சுகுமால்சென் குறிப்பிட்டிருப்பது மிகவும் சிந்திக்கத்தக்கது. அதனைக் கீழே காணலாம்.

"வர்க்கப்போராட்டம் என்ற கோணத்திலிருந்து தேசியக் காங்கிரசு எப்போதுமே தொழிலாளர் இயக்கத்தை அங்கீகரித்ததில்லை. பாட்டாளி வர்க்கக் கருத்துகள் - என்பவை அவர்களுக்கு முற்றிலும் அந்நியமானவை. காங்கிரசில் இருந்த பல சக்திகளும் நிச்சயமாகத் தொழிலாளர்க்கு எதிர்ப்பு மனோபாவத்தைக் கொண்டவர்களாகக்கூட இருந்தனர். ஒரு சிலர் மனிதநேயக் கண்ணோட்டத்திலிருந்து தொழிலாளர்களை அணுகினார்கள். வேறுபலர் அவர்களது பொருளாதாரப் போராட்டங்களுக்கு அணி திரட்டுவதற்குப்

பதிலாக அவர்களுக்கு நெறிமுறையைப் பற்றி விரிவுரை யாற்றவே விரும்பினர். அவர்களது பொருளாதாரப் போராட்டங்கள், குறிப்பாக உள்நாட்டு முதலாளித்துவ சுரண்டலுக்கு எதிரான போராட்டங்கள், காங்கிரஸ் தலைமையினால் பெரும் அளவிற்கு விரும்பப் படாமலேயே இருந்தன. முதலாளித்துவ தத்துவத்தால் நிரம்பிக்கிடந்த மூலதனத்திற்கும் ஏகாதிபத்தியத்திற்கும் எதிரான சமரசப் போக்கற்ற ஒரே புரட்சிகர சக்தி என்பது தொழிலாளி வர்க்கம்தான் என்று கருத இயலாதவர்களாகவே அவர்கள் இருந்தனர். எனினும் பொதுவாகப் பார்க்கையில் அணி திரட்டப்படாத இந்த மாபெரும் மக்கள்திரளைத் தேசிய இயக்கத்தின் நலன்களுக்காகத் தேவைப்படும்போது பயன்படுத்திக் கொள்ளும் ஒரு பொருளாகவே காங்கிரசு கருதியது"[22]

இந்தச் சூழலில்தான் கயா மாநாட்டில் சிங்காரவேலர் ஒரு சரியான பாதையினைக் காங்கிரசுக்குக் காட்டியுள்ளார். காங்கிரசு இயக்கம் தொழிலாளர் - விவசாயிகளைக் குறித்துச் சரியான திட்டத்தோடு செயலாற்ற வேண்டுமென்பதால் தான், சிங்காரவேலரும், டாங்கேயும் பங்கேற்றனர். எம்.என். ராய் வரமுடியாததால், அவரும் ஒரு சரியான திட்டத்தை அனுப்பிவைத்தார். இவர்கள் மட்டுமே அல்லாமல், கம்யூனிஸ்டு அகிலத்தின் செயலாளரான **ஆம்பர்ட் ட்ராஸ்** என்பவரும் கயா மாநாட்டிற்குக் கீழுள்ளவாறு வாழ்த்துச் செய்தி அனுப்பியுள்ளார்.

"கம்யூனிஸ்ட் அகிலத்தின் நான்காவது மாநாடு உங்கள் மாநாட்டிற்கு தனது இதயங்கனிந்த வாழ்த்துகளைத் தெரிவித்துக்கொள்கிறது. பிரிட்டிஷ் இந்தியாவின் மக்கள் தங்களை விடுவித்துக்கொள்ள நடத்தி வரும் போராட்டத்தின் மீது எங்களுக்கு மிகுந்த ஈடுபாடு உண்டு. வன்முறை மூலம் தான் இந்தியாவில் பிரிட்டிஷ் ஆட்சி அமைக்கப்பட்டது. வன்முறையில் நடத்தப்படும் ஒரு புரட்சியின் மூலம்தான் அதனைத் தூக்கி எறியமுடியும். வன்முறையைத் தவிர்க்க முடியும் என்றால் அதனைப் பயன்படுத்தாமல் இருப்பதை நாங்கள் ஆதரிக்கிறோம்."[23]

இக்கூற்றிலிருந்தும், இது காறும் விளக்கியவற்றானும் பொதுவுடைமையாளர்கள் இந்திய விடுதலையின் பாலும், இந்தியத் தொழிலாளர் பாலும் எத்துணை அக்கறை கொண்டிருந்தனர் என்பதை நன்கு உணரலாம்.

மேதினமும், தொழிலாளி - விவசாயி கட்சியும்

மே நன்னாள் வரலாற்றுச் சிறப்புமிக்க நாள். அமெரிக்காவில் தொழிலாளர்கள் எட்டு மணி நேர வேலை வேண்டி ஒரு பேரியக்கத்தைத் தொடங்கி, அதனை 1-5-1886-இல் சிகாகோ நகரில், வேலை நிறுத்தத்தின் மூலம் தங்கள் கருத்தினை வெளிப்படுத்தினர் இந்த வேலை நிறுத்தம் தொழிலாளர்களின் ஒன்றிணைந்த போராட்டத்தால் உச்சக்கட்டத்தை அடைந்தது. முதலாளிகள் என்றும் அடைந்திராத அச்சத்துக்கு உள்ளாயினர். ஆளுவோரின் ஏவலால் காவல்துறை முரட்டுத்தனமான கொடுந்தாக்குதல்களை நடத்தியது. இந்தத் தாக்குதலில் நான்கு தொழிலாளர்களின் உயிர்கள் பறிக்கப்பட்டன. இதனைத் தொடர்ந்து நடைபெற்ற வழக்கு விசாரணையால் தொழிலாளர்களின் தலைவர்களாகிய பார்சன்ஸ், ஸ்பைபஸ், ஃபாஷர், எங்கெல் ஆகியோருக்குத் தூக்குத்தண்டனை நிறைவேற்றப்பட்டது. இச்சம்பவம் உலகிலுள்ள தொழிலாளர்களிடையே பெரும் கொந்தளிப்பை ஏற்படுத்தியது.

சிகாகோவில் நடந்த அச்சம்பவத்திற்கு பின்னர் (மூன்று ஆண்டுகளுக்கு) உலகின் பல்வேறு நாடுகளைச் சேர்ந்த பொதுவுடைமைத் தலைவர்கள் பாரிஸ் நகரில் 14-7-1889 அன்று ஒன்றுகூடினர். அவர்களின் இந்தக் கூட்டம் பிரான்ஸ் பாஸ்டில் சிறையை உடைத்தெறிந்த வரலாற்று நிகழ்வின் நூற்றாண்டு விழாவை ஒட்டியே நடந்தது. இந்தக் கருத்தரங்கில் கலந்துகொண்ட தலைவர்கள் சிகாகோ தொழிலாளர்களின் போராட்டத்திற்குப் புகழ்சேர்க்கும் வகையில் 1980-ஆம் ஆண்டு முதல் மே நாளைச் சர்வதேச நாளாக ஒவ்வொரு நாட்டிலும் கொண்டாடப்பட வேண்டுமென்று தொழிலாளர்களுக்கு ஒரு தீர்மானம் மூலம்

வேண்டுகோள் விடுத்தனர். இந்த வேண்டுகோளை ஏற்ற ஐரோப்பிய நாடுகள் 1890-ஆண்டு முதல் மே நாளைக் கொண்டாடத் தொடங்கின. அன்றிலிருந்து ஒவ்வோர் ஆண்டும் உலகத் தொழிலாளர்களால், தொழிலாளர்களின் சர்வதேச ஒத்துழைப்பைக் காட்டும் முறையில் மே தினம் கொண்டாடப்பட்டுவருகிறது. ஆனால், இந்தியாவில் இக்கொண்டாட்டம் மிகத் தாமதமாகவே கடைபிடிக்கப்பட்டது.

கான்பூரில் 1927 நவம்பரில் நடைபெற்ற ஏ.ஐ.டி.யு.சி.யின் 8-ஆவது மாநாட்டில் பொதுச்செயலாளரின் அறிக்கைபடி அவ்வாண்டு மே முதல்நாளை பம்பாயிலும் வேறுசில நகரங்களிலும் கொண்டாடப்பட்டதாக அறிவிக்கப்பட்டது. ஆனால் இதற்கு முன்னர் 1926-ஆம் ஆண்டில் என்.எம். ஜோசி, எஸ்.வி. காட்டே, என்.எஸ். மிராஞ்கர் ஆகியோரின் முயற்சியால் பம்பாயில் ஏற்கெனவே கொண்டாடப்பட்டுள்ளது. ஏ.ஐடியுசி. 1927-ஆம் ஆண்டில் மே தினத்தைத் கொண்டாடியதை அறிவிப்பதற்கு முன்பும், பம்பாயில் எஸ். வி. காட்டே என். எம். ஜோசி போன்றோர் 1926-இல் மே தினத்தைக் கொண்டாடுவதற்கு முன்பே அத் தினத்தைக் தமிழகத்தில் 1-5-1923-ஆண்டிலேயே கொண்டாடிய பெருமை சிங்காரவேலரையே சேரும்.

இந்தியாவிலேயே மே தினத்தை முதன்முதலாகக் கொண்டாடிய முதல்வர் அவரே. இந்தத் திருநாளைக் கொண்டாடிய அந்நாளில் அவர் தொழிலாளி - விவசாயி கட்சி (Labour and Kissan Party of Hindustan)யையும் தோற்றுவித்தார். இக்கட்சியின் சார்பாக இரு இடங்களில் மேதினக் கூட்டங்கள் நடந்துள்ளன. ஒரு கூட்டம் சிங்காரவேலர் தலைமையில் சென்னை உயர்நீதி மன்றத்தின் அருகில் உள்ள கடற்கரையில் நடந்துள்ளது. மற்றொரு கூட்டம் அக்கட்சியின் செயலாளரான எம்.பி.எஸ். வேலாயுதம் தலைமையில் திருவல்லிக்கேணிக் கடற்கரையில் நடந்துள்ளது. இக்கூட்டங்களில் சுப்பிரமணியசிவா, கிருஷ்ணசாமி சர்மா மேலும் காங்கிரசு கட்சித் தலைவர்களும் கலந்துகொண்டு உரையாற்றி உள்ளனர். மேதினத்தில் அவர்கள் உரையாற்றிய செய்தி இந்து நாளேட்டிலும், சுதேசமித்திரன் நாளேட்டிலும் 2-5-1923 அன்று வெளியாகியுள்ளது.

சிங்காரவேலர் இம் முயற்சியோடு அமைதி கொள்ளாமல், மே நன்னாளை உலகத் தொழிலாளர்களுடன் சேர்ந்து கொண்டாடும்படி **சுவாமி தீனானந்த்** அவர்கட்குத் தந்தியொன்றை ஜாரியாவுக்கு அனுப்பியுள்ளார். இச்செய்தி சுதேசமித்திரனில் 26-4-1923-இல் வெளியாகியுள்ளது. உண்மை இவ்வாறு இருக்க, தந்தை பெரியார்தான் தமிழகத்தில் முதன் முதலாக 1-5-1933-இல் கொண்டாட கோரியதாக வே. ஆனைமுத்து தான் தொகுத்த "பெரியார் ஈ.வெ.ரா. சிந்தனைகள்" என்ற நூலின் முதல் தொகுதியில் (பக்- IXXXii xc) குறிப்பிட்டுள்ளார். மேதினம் என்றாலே எல்லோர் நினைவுக்கும் முதலில் தோன்றுபவர் சிங்காரவேலரே ஆவார். சிங்காரவேலர் கொண்டாடிய பத்தாண்டுகளுக்குப் பின்னர்தான் தந்தை பெரியார் கொண்டாட கோரிக்கை விடுத்துள்ளார். தந்தை பெரியார் வரலாற்றுச் சாதனைகள் பல புரிந்தவர். அவரொரு வரலாற்று நாயகர். தவறான செய்தியைக் கூறி அவருக்குப் பெருமை சேர்க்க விரும்புவதில் பொருளில்லை.

மேதினக் கொண்டாட்டத்தைப் பற்றி இந்து நாளிதழ் வெளியிட்டுள்ள செய்தி தமிழாக்கம் செய்து கீழே குறிப்பிடப்பட்டுள்ளது.

"தொழிலாளர் - விவசாயிகள் கட்சி சென்னையில் மேதின விழாவைத் தொடங்கி வைத்தது. தோழர் சிங்காரவேலு தலைமையேற்றார். ஆர்ப்பாட்டம் வெற்றி பெற்றது. இனி மேதினத்தை அரசுவிடுமுறை நாளாக அறிவிக்க வேண்டுமெனத் தீர்மானம் நிறைவேற்றப்பட்டது. கட்சியின் வன்முறை நீங்கிய கொள்கையைத் தலைவர் விளக்கினார். பொருளாதார நிவாரணம் வேண்டுமென்று கோரப்பட்டது. தொழிலாளர் சுயராஜ்யம் என்பதைப் பெற உலகத் தொழிலாளரின் ஒற்றுமை வலியுறுத்தப்பட்டது.

இந்து -2-5-1923.

சிங்காரவேலர் கொண்டாடிய மேதினத்தைப் பற்றி எம்.என்.ராய் நடத்திய "இந்திய விடுதலையின் முன்னணிப்படை"

(Van guard of Indian Independence) என்ற இதழிலும் வெளிவந்துள்ளது. அவ்விதழ் ஜெர்மனியிலிருந்து வெளிவந்த இதழாகும். அவ்விதழில் குறிப்பிட்டவற்றில் சில கீழே குறிப்பிடப்பட்டுள்ளன.

"இந்தியாவில் முதன்முதலாகப் பாட்டாளி வர்க்கத்தின் நன்னாளான மே முதல்நாள் கொண்டாடப்பட்டது. பழுத்த இந்தியச் சோசலிஸ்டாகிய எம். சிங்காரவேலு செட்டியாரின் அழைப்பிற்கு இணங்க இரு பொதுக்கூட்டங்கள் சென்னை நகரில் திறந்த வெளியிடங்களில் நடைபெற்றன. தோழர் சிங்காரவேலு அக்கூட்டங்களில் ஒன்றிற்குத் தலைமை தாங்கினார். பிறநாடுகளிலும், உலகத்திலும் ஏற்பட்டதைப் போல் இந்தியாவில் ஏற்பட்ட வர்க்கப் போராட்டத்தின் வளர்ச்சியை விளக்கினார். இந்தியத் தொழிலாளரின் குறிக்கோள் "தொழிலாளர் சுயராஜ்யமாக இருக்க வேண்டுமென்றும் அவர் அறிவித்தார். அனைத்து நாடுகளின் தொழிலாளி வர்க்கத்துடன் சேர்ந்து ஆண்டுதோறும் மே முதல்நாளைப் பாட்டாளி வர்க்கத்தின் விடுமுறை நாளாக அறிவிக்கப்பட வேண்டுமென்றும், தொழிலாளர் சுயராஜ்யத்தை அடைய உலகத்தொழிலாளருடன் சேர்ந்து ஐக்கிய முன்னணி வேண்டுமென்று வலியுறுத்தியும், அரசாங்க அமைப்புகளுக்கு எதிர்ப்பைத் தெரிவிக்கப் பரிந்துரை செய்தும், காங்கிரசுக்குள் ஒரு தனித்த பாட்டாளி வர்க்கக் கட்சியாகப் பணியாற்ற வேண்டுமென்பதை அறிவித்தும் தீர்மானங்கள் நிறைவேற்றப்பட்டன. கூட்டங்களில் தொழிலாளர்கள் பெருமளவில் கலந்துகொண்டனர். ஆர்ப்பாட்டம் வெற்றிகரமாக நடந்தேறியது. இந்தியா முழுவதிலும் மேதினத்தைக் கொண்டாட வேண்டுமென்று வலியுறுத்தி மற்ற மாநிலங்களிலுள்ள ஏடுகளுக்குத் தொழிலாளர் - விவசாயிகள் கட்சியால் தந்தி மூலம் செய்தி அனுப்பப்பட்டது.

(வேன்கார்டு - தொகுதி II - எண் 9, 15-6-1923 ஆங்கில மூலத்தின் தமிழாக்கம்.)

இக் குறிப்புகளை நோக்கினால், இந்தியாவில் மேதினத்தை முதன் முதலில் கொண்டாடியவர் சிங்காரவேலரே என்பது உலகறிந்த செய்தியாகும் என்பதை நன்கு உணரலாம். சிங்காரவேலரின் மேதின உரையைப் பற்றி ஒரு சுருக்க குறிப்பைத் “தென்னிந்தியாவின் முதல் கம்யூனிஸ்ட்” என்ற நூலில் (பக்-290) காணலாம். இந்த நன்னாளில் அவர் தொழிலாளர் - விவசாயிகள் கட்சியொன்றையும் தொடங்கி யுள்ளார்.

அக்கட்சியே தமிழகத்தில் முதன் முதலாகத் தெளிவான வர்க்கப் பார்வையுடன் தொடங்கப்பட்ட முதல் கட்சியாகும். தொழிலாளர்களும் விவசாயிகளும் வெறும் ஊதிய உயர்வைக் கேட்பவர்களாவும், வேலை நேரத்தைக் குறைக்கப் போராடுபவர்களாகவும் மட்டுமல்லாமல், முழுவுரிமையைப் பெறுவதற்கும், சுரண்டலை முற்றும் ஒழிப்பதற்கும் போராடும் முன்னணிப் படையாக உருவாகி, ஆட்சியதிகாரத்தைக் கைப்பற்றும் ஆற்றல்மிகு படையாக விளங்க வேண்டுமென்பதே அக் கட்சியின் குறிக்கோளாகும். சுருங்கக் கூறின், மக்களின் நலவாழ்வுக்கு உறுதி செய்யும் பாட்டாளி வர்க்க ஆட்சிமுறை ஏற்பட வேண்டுமென்பதே அக்கட்சியின் கொள்கையாகும். அக்கட்சியின் கொள்கை விளக்கம் கீழே குறிக்கப்பட்டுள்ளது. அதனை நோக்கினால், அவரது தொலை நோக்குப் பார்வையை உணரலாம்.

இந்தியத் தொழிலாளர் - விவசாயிகள் கட்சியின் செயல் திட்டம்

உழைப்பு (தொழிலாளர்)

1. தங்கள் வர்க்கக் கடமைகளையாற்றும் பொழுது துன்பத்திற்குள்ளான போராடும் தொழிலாளரையும் அவர்கள் குடும்பங்களையும் காப்பாற்ற வழிமுறைகளை வகுத்தல்.

2. சங்கம் அமைக்க உரிமை.

3. தங்கள் சொந்த பாதுகாப்புக்காகத் தொழிலாளர் சட்டப் படி பயன்படுத்தக் கூடிய ஆயத்த வேலை நிறுத்தம் செய்யும் உரிமையை அங்கீகரித்தல்.

4. தொழிலாளர் சச்சரவுகள் குறித்து நடவடிக்கை மேற்கொள்ள தொழிற்சங்கப் பிரதிநிதிகள், முதலாளிகள், அரசு ஊழியர்கள் அல்லது சம எண்ணிக்கையுள்ள நடுநிலையாளர்கள்.

5. சீர் படுத்தப்பட்ட குடியிருப்பு நிலைமை.

6. மாநிலங்களில் வழக்கத்திற்கேற்ப மாதமொன்றிற்கு 350 பவுண்ட் அரிசி அல்லது கோதுமையும் ஆண்டொன்றுக்கு 10 ஜோடி வேட்டிகள் ஆகியவற்றின் மதிப்பாகி குறைந்த பட்ச ஊதியத்தையும் உறுதி செய்தல்.

7. விபத்து, முதுமை, நோய், வேலையின்மை இவற்றிலிருந்து காக்க அரசாங்கக் காப்புறுதி.

8. தொழிலாளர்களுக்கு வருங்கால வைப்பு

9. அரசாங்க ஊழியருக்குள்ளது போன்ற முழுச் சம்பளத்துடன் சிறப்பு விடுப்பும் சாதாரண விடுப்பும்.

10. தொழிலாளருக்கும் ஏழை விவசாயிகளுக்கும் குறைந்த டிராம்வே, ரயில்வே கட்டணம்.

11. எட்டுமணி நேரச் சட்டம், மைனர்களுக்கும் குழந்தை வளர்க்கும் தாய்மார்களுக்கும் 6 மணி நேரம், சிறுவர்களுக்கு மணி நேரம்.

12. இலவச மருத்துவ உதவி.

13. முழுச் சம்பளத்துடன் நான்கு மாதப் பிள்ளைப்பேறு விடுப்பு.

14. தாய்மைக்காலப் பாதுகாப்பு.

15. தொழிலாளர்கள் சர்தார்களின் கீழ் வேலை செய்கின்றனர். சர்தார்கள் அவர்கள் வருவாயில் குறிப்பிட்ட சதவீதத்தைப் பறிக்கின்றனர். அவர்கள் நலன் முதலாளிகள் நலத்தை ஒத்துள்ளது. சர்தார்கள் தொழிலாளரைத் தேர்ந்தெடுப்பதை ஒழித்தல்.

16. தொழிலாளரை எவ்வித நிர்ப்பந்தமுமில்லாத வகையிலோ அல்லது தொழிற்சங்க வாயிலாகத் தேர்ந்தெடுப்பதைக் கடைபிடித்தல்.

விவசாயிகள்

1. வெளியேற்றம் நிகழாது பாதுகாத்தல்.
2. விவசாயிகள் குடியேற்றப் பகுதியில் உள்ள எல்லாக் கட்டடங்களிலும் வரக்கூடிய வாடகையிலும் 20% குறைத்தல்.
3. சொத்துவாரியைப் போன்று ஜமீன்தாரி பகுதியிலும் சிறு நிலக்கிழார்களுக்கு ஒரே தரமான வாடகை.
4. நிரந்தர வரியின் அடிப்படையில் நில உரிமை அளிக்கப்பட்டுள்ள ஜமீன் முறையை இறுதியில் ஒழித்தல்.
5. ஜமீன்தார்களும் அவர்கள் பணியாட்களும், அரசாங்க ஊழியர்களும் பணம், பொருள் அல்லது உழைப்பு ஆகியவற்றை உபரிகளாகப் பிழிந்தெடுத்தல் சட்டப்படி தண்டனைக்குரியது.
6. ஜமீன்தார்களின் அடக்கு முறைகளிலிருந்து பாதுகாத்தல்.
7. நிலத்தை ஒருவரிடத்திலிருந்து மற்ற குத்தகைக்காரர்களுக்கு மாற்றும்போது ஜமீன்தார்களால் வலுக்கட்டாயமாகப் பிடுங்கப்படும் பெருந்தொகை "சலாமி" (Salami) (ஜென்மீக்கள் எனவும் படும்) ஒழித்தல்.
8. இலவச நீர்ப்பாசனம்.
9. வரதட்சணை ஒழிப்பு போன்றவை.

பொது

1. அனைவருக்கும் வாக்குரிமை.
2. அரசாங்க நிறுவனங்களில் உற்பத்தி செய்யும் தொழிலாளர்களுக்கு வாய்ப்பு-அதாவது உள்ளாட்சித் துறை, மாநிலம் அல்லது மத்திய அரசாங்க நிறுவனங்கள் போன்றவற்றுக்கு வேட்பாளர்களாக நிற்பவர்களின் கல்வித் தகுதியைக் குறைத்தல், தொழிற்சங்கங்கள் அல்லது தொழிலாளர் கட்சியில் பதவிவகித்தல், தொழிலாளர், விவசாயிகளின் சின்னங்களாக உள்ள அமைப்புகளில் இடம் பெறுவதற்குப் போதுமான தகுதியென்று கருதப்பட வேண்டும்.
3. 16 வயது வரை இலவசக் கட்டாயக் கல்வி.
4. உப்பு வரி, சுங்கவரி, சாலை வரி, போன்ற வரிகளை ஒழித்தல்.

5. தொழில்துறையில் கிடைத்த இலாபத்தைத் தொழிலாளரும் முதலாளிகளும் சேர்ந்து பங்கிட்டுக் கொள்ளல்.

6. ஏழைத் தொழிலாளர்களுக்கும் விவசாயிகளுக்கும் கடன் கொடுத்துதவவும், வாழ்க்கைக்குத் தேவையான பொருள்களைக் குறைந்த விலையில் வாங்கவும், சிறுஉற்பத்தியாளர் பயன்பெறுமாறு மிகஉயர்ந்த விலையைப் பெற அவர்கள் உற்பத்தி செய்த பண்டங்களைத் திரட்டி, பாதுகாத்துச் சரியான காலத்தில் விற்கவும் கூட்டுறவு நாணயச் சங்கம், நுகர்வோர், பண்டவிற்பனைக் கழகங்கள் ஆகியவற்றை அமைத்தல்.

7. அத்தகைய கூட்டுறவுச் சங்கங்களுக்கு தனிவேறான ரயில்வே காப்பு வரி.

8. தீண்டாதோருக்குச் சம அரசியல் மத உரிமைகளைச் சட்ட வாயிலாகக் கொடுத்துப் பாதுகாப்பளித்தல்.

9. காங்கிரஸ் தேர்தலில் எல்லோருக்கும் வாக்குரிமை.

இந்தத் திட்டங்களில் அனைத்தும் முக்கியமானவை என்றாலும் சிலவற்றைச் சிறிது நோக்குவது ஏற்றது. அக்காலத்திலேயே தொழிலாளர்களுக்குச் சரியான குடியிருப்புகள் வேண்டுமென்றும், அவர்களுக்கு, விபத்து முதுமை, நோய், வேலையின்மை ஏற்பட்டு விட்டால் அரசாங்கமோ ஆலை உரிமையாளரோ அவர்களுக்குக் காப்புறுதி வழங்க வேண்டுமென்றும், தொழிலாளர்களுக்கு வைப்புநிதி அமைக்க வேண்டுமென்றும், இலவச மருந்து வசதி அளிக்க வேண்டுமென்றும், பெண்களுக்குப் பிள்ளைப்பேறு ஏற்படும்போது நான்கு மாத முழுச் சம்பளத்துடன் கூடிய விடுப்பும், தாய்மைக் காலப் பாதுகாப்பும் அளிக்கப் படவேண்டுமென்றும், எல்லோருக்கும் வாக்குரிமை வழங்க வேண்டுமென்றும், எல்லோருக்கும் 16 வயது வரை கட்டாயக் கல்வி அளிக்கப்பட வேண்டுமென்றும், தீண்டப்படாதோருக்குச் சமஅரசியல், சம மத உரிமைகளை அளித்துப் பாதுகாப்பு வழங்க வேண்டுமென்றும் வரையறுத்து இருப்பவை மிக முற்போக்குத் தன்மை வாய்ந்தவை.

இங்குக் கூறப்பட்டவற்றில் தீண்டப்படாதோராகிய தலித் மக்களுக்கு மத சமஉரிமை வழங்க வேண்டுமென்று கூறியிருப்பது ஆய்வுக்குரியது. நாத்திகராகிய சிங்காரவேலர் இப்படிக் கூறலாமா? எனச் சிலர் ஐயுறலாம். நூற்றாண்டு தோறும் மத நம்பிக்கையில் ஊறிவரும் மக்களின் எண்ணங்களுக்கு உடனே கடுந்தடை விதிப்பது ஏற்றதன்று. சட்டத்தின் மூலமோ கடுந்தடையின் மூலமோ அவர்களின் எண்ணங்களைச் சிறை செய்தால் அது வேண்டாத விளைவுகளை ஏற்படுத்தும்; அமைதியைக் குலைக்கும். அவர்களின் இயல்பான எண்ணங்களுக்கு இடந்தந்து, அறிவியல் கண்ணோட்டத்தைச் சரியான முறையில் வளர்ப்பதன் மூலமும், எதிர்காலத்தைப் பற்றிய அச்சம் ஏற்படா வண்ணம் பொருளாதார வாழ்வைச் செம்மை படுத்துவதன் மூலமுமே மத மூடநம்பிக்கைகளை அகற்ற முடியும். இவற்றில் சிங்காரவேலர் தெளிவான கண்ணோட்டம் உடையவர்.

பொருளாதார விடுதலைக்குப் பின்தான் சமூக விடுதலையைக் குறித்த சிந்தனைகளைப் பரப்ப வேண்டு மென்றால் நம் குறிக்கோள் நிறைவேறாது; வெற்றியும் பெறாது. சிங்காரவேலர் இதனை நன்கு உணர்ந்தவராக இருந்ததால்தான், சுரண்டலற்ற பொருளாதார விடுதலை வலியுறுத்திக் கொண்டிருந்த அதே வேளையில் சாதி-மத மூடநம்பிக்கைகள் ஒழிப்புக் குறித்தும் அவர் பிரச்சாரம் செய்து வந்தார். பொதுவுடைமை கொள்கைகளைப் பற்றியும் மூடநம்பிக்கைகள் குறித்தும் எண்ணற்ற கட்டுரைகளை வரைந்த அவர், தந்தை பெரியாருடன் இணைந்து பகுத்தறிவுப் பிரச்சாரம் செய்துவந்தது குறிப்பிடத்தக்கது. பொதுவுடைமையைப் பரப்பும்போதே பகுத்தறிவுச் சிந்தனைகளையும் உடனுக்குடன் பரப்பிய முன்னோடி அவர்.

இந்தியாவில் விடுதலைப் போராட்டத்தின் போதும், தொழிலாளர் போராட்டத்தின் போதும் தலைவர்கள் பலர் மதவுணர்வுகளைப் பரப்புபவர்களாகவே இருந்துள்ளனர். ஆனால், சிங்காரவேலர் தொடக்கக் காலத்திலிருந்தே

அவர்களிடமிருந்து வேறுபட்டவராகவே இருந்துள்ளார். இங்கு நாம் சில வரலாற்று நிகழ்வுகளின் மீது மீள்பார்வை செலுத்துவது சிறந்தது. தேசியத் தலைவர்கள் பலர், தேசியவாதத்தை இந்துப் பழமைவாதத்துடன் இணைத்துப் பிற்போக்குக் கருத்துகளைப் பரப்பினர். மேல்நாட்டுக் கலாசாரத்திற்கு இந்துக் கலாசாரம் குறைந்ததன்று என்பதை நிலைநாட்ட "இந்து நாகரிகம்" அல்லது "ஆரிய நாகரிகம்" என்று மேன்மையைப் பேசத் துணிந்தனர். அதற்காகப் பெருமுயற்சி எடுத்தனர். இம்முயற்சியில் திலகர் "பசு பாதுகாப்புக் கழகம்" என்ற அமைப்பை உருவாக்கியதோடு, "சிவாஜி திரு விழா", "கணபதி திருவிழா" போன்றவற்றையும் அறிமுகப்படுத்தினார். இந்த மத அடிப்படையிலான சிந்தனைகள் மூலம் தேசியவாதத்தைப் பெருக்க அவர் முயன்றார்.

இதனைப் போன்றே வங்காளத்திலும் அரவிந்தர், பிபின் சந்திரபாலர் போன்ற தீவிரவாத தேசியவாதிகள் காளி வழிபாட்டைப் பிரச்சாரம் செய்தனர். இவற்றின் காரணமாகத் தேசிய இயக்கத்தில் முற்போக்குச் சிந்தனைகளை விதைப்பதற்கு மாறாகப் பெருந்தலைவர்கள் தத்தம் செல்வாக்கால் பிற்போக்குச் சிந்தனைகளை விதைத்துவிட்டனர். இதன் காரணமாக மேற்சாதி பற்றி நியாயமற்ற முறையில் உயர்வாகச் செய்திகளைப் பரப்பி வந்தனர். இதனைத் திலகரின் ஆதரவாளர்கள் திட்டமிட்டே பரப்பி வந்தனர். பம்பாயில் ஒரு முறை வேலைநிறுத்தம் ஏற்பட்ட போது, வேலை நிறுத்தத்தில் ஈடுபடாமல், வேலைக்குச் செல்வோரைக் கண்டிப்பதற்காக ஒரு சுவரொட்டி ஒட்டப்பட்டிருந்தது. அந்தச் சுவரொட்டியில் வேலை நிறுத்தத்தை ஆதரிக்காமல் வேலைக்குச் செல்வோர் தோட்டிக்குப் பிறந்தவனாகவோ வெள்ளையனுக்குப் பிறந்தவனாகவோ இருக்க வேண்டுமென்று குறிப்பிடப்பட்டிருந்தது. இதிலிருந்து அவர்களின் மனநிலையை உணரலாம்.

இதனைப் போன்றே மற்றொரு நிகழ்வும் நம் கவனத்திற்கு உரியது. 1907-ஆம் ஆண்டின் மே மாதத்தில் பரேல் ரயில்வே பணிமனையில் ஒரு வேலை நிறுத்தம் நடந்தது. இந்த வேலை

நிறுத்தம் நடந்ததற்கான காரணம் வேடிக்கையானது; விநோதமானது. அந்தப் பணிமனையில் ஒரு முறை தொழிலாளர்களின் வருகைப் பதிவிற்காக டிக்கெட்டுகள் வழங்கும் போது ஆயிரக்கணக்கான தொழிலாளர்கள் ஒருவரை ஒருவர் முண்டியடித்துக் கொண்டு டிக்கெட் வாங்கும் போது மேற்சாதித் தொழிலாளர் மீது கீழ்ச்சாதித் தொழிலாளர் மோதிவிட்டதால் மேற்சாதிக் காரர்களுக்கும், அவர்களின் உணவுக்கும், தீட்டுப்பட்டு விட்டதாக 3500 தொழிலாளர்கள் வேலைநிறுத்தம் செய்துள்ளனர். இந்தச் சாதிப் பாகுபாடும், வருணப் பாகுபாடும் நிலவிய சமுதாயத்தில் தான், நம் தேசிய தலைவர்கள் மேலும் மதவுணர்வை ஏற்படுத்தி அப் பாகுபாட்டை மேன்மேலும் வளர்த்துள்ளனர். அந்நாளைய தேசிய வாதத்தைப் பற்றி ஜவர்கர்லால் நேரு கூறியிருப்பது நம் சிந்தனைக்குரியது.

"1907-ஆம் ஆண்டில் புத்துயிர் பெற்ற இந்தியத் தேசியவாதம் என்பது நிச்சயமாகப் பிற்போக்குத் தனமாகவே இருந்தது என்பதுடன் அதுவொரு மதவாத தேசியவாதமாகும்."

நேருவின் கூற்று இதுகாறும் விளக்கியதற்கு நல்ல சான்றாக அமைந்துவிட்டதை உணரலாம். தேசியத் தலைமை எவ்வாறு மதவாதத்தைத் தூக்கிப் பிடித்தது என்பதை நேருவே வெளிப்படையாகச் கூறியுள்ளார். சிங்காரவேலர் தொடக்கக் காலத்திலேயே சாதி-மதவுணர்வுகளில் தொழிலாளர்கள் மூழ்கிவிடக் கூடாதென எச்சரித்துள்ளார். இதுபற்றி அவர் பல கட்டுரைகள் வரைந்துள்ளார்.

"சாதியும் மதமும் கற்பனைகளெனத் தெளிதல் வேண்டும். இவ்விரண்டு ஜன சமூக வித்தியாசங்களால் தொழிலாளருக்குள் ஒற்றுமை ஏற்படாது. முதலாளிகளையும் வெல்லுதல் அசாத்தியமான காரியம். மேலும் உலக வாழ்க்கைக்கு சாதியும் வேண்டுவதில்லை; மதமும் வேண்டுவதில்லை. இன்றைய தினமே இந்தியத் தேசத்து மக்கள் 35 கோடியும் சாதியையும் மதத்தையும் ஒழித்துவிடும் பட்சத்தில் தேசத்தில் விளைவு குறையப் போவதில்லை. நீதியும் ஒழுங்கும் சுயமரியாதையும், கல்வியும் உலகைவிட்டு ஓடப்போவதில்லை.

இவ்விரண்டு வித்தியாசங்களும் ஒழியும் பட்சத்தில் உலகில் தோன்றியுள்ள வித்தியாசங்கள் ஒழிந்து ஒற்றுமையுடன் வாழமுடியும். மூட மத வைராக்கியத்தால் உண்டாகும் சண்டைகள் ஒழிவதோடு, தீண்டாமையும் சொல்லாமலே ஒழியும். தொழிலாளருக்குள் புத்துயிர் தோன்றி ஒருவருக்கொருவர் யாதொரு வித்தியாசமின்றிக் கூட்டுறவு கொண்டு உழைத்து வருவர். "தொழிலாளர் பொருளாதாரச் சமத்துவம் பெற்றுச் சுகவாழ்வு பெற வேண்டுமானால், மத வைராக்கியத்தையும், சாதி வித்தியாசங்களையும் பற்றறவே ஒழித்தல் வேண்டும். எண்சாண் உடம்புக்கு வேண்டிய எல்லாம் நல்லுணவும், நல்லுடையும், நல்ல வீடும் நாகரிக வசதிகளாகும். இவை மதங்களாலும் சாதிகளாலும் கிடைக்கப்போவதில்லை. இவ்விரண்டு வித்தியாசங்கள் உள்ளவரை இந்திய உலகில் சண்டையும், போரும், மாச்சரியங்களும் உண்டாகிக் கொண்டே வரும். ஆதலால், ஏன் இவ்விரண்டு கற்பனைகளை ஒழிக்கக் கூடாது"?[25]

சிங்காரவேலர் அக்காலத்திலேயே எத்துணைச் சரியாகச் சிந்தித்துள்ளார் என்பதற்கு இதுவொரு சிறந்த எடுத்துக் காட்டாகும். அவர் பெற்றிருந்த மார்க்சிய ஞானமே அதற்குக் காரணமாகும். அரசியல் இயக்கத்திலும், தொழிற்சங்க இயக்கத்திலும் தொடக்கக் காலத்திலிருந்தே முற்போக்குச் சிந்தனைகளைக் கூறுவதற்கு மார்க்சிய ஞானமே அவருக்குத் துணை புரிந்துள்ளது. சிங்காரவேலரின் தொண்டினைப் பற்றிச் சிலம்புச் செல்வர் குறிப்பிட்டிருப்பது ஆய்வாளர்கள் நோக்கத்தக்கது.

"தோழர் சிங்காரவேலு செட்டியார் ரௌலட் சட்ட எதிர்ப்பியக்கத்திலும், ஒத்துழையாமைப் போரிலும் தீவிரமாக ஈடுபடலானார். இவர் அரசியலில் புகுந்த காலந்தொட்டே இடதுசாரிப் போக்கை வெளிப்படுத்தி வரலானார்.

"தமிழ்நாட்டில் தொழிற்சங்க இயக்கத்தைக் கம்யூனிசத்தின் செல்வாக்கில் கொண்டுவர முதன்முதலில் முயன்றவர் தோழர் சிங்காரவேலரே; இந்தியாவின் முதல் கம்யூனிஸ்டு தோழர் செட்டியார்தான் என்றும் கூறப்படுகிறது." [26]

கரக்பூர் ரயில்வே தொழிலாளர் வேலை நிறுத்தம்

வங்காள-நாக்பூர் ரயில்வே பகுதியில், கரக்பூர் மிகப் பெரிய சந்திப்பாகும். மிகப் பெரிய ரயில்வே பணிமனையும் அங்குள்ளது. பல மாநிலங்களைச் சேர்ந்தவரும் பல மொழிகளைப் பேசுகின்றவர்களும், பணிசெய்கின்ற பணிமனையே கரக்பூர் பணிமனையாகும். இந்தியாவில் பல மாநிலத்தவர் பணிபுரியும் இவ்விடத்தைப் போன்று வேறொரு இடத்தை எங்கும் பார்க்க முடியாது. இங்குப் பணி செய்யும் தொழிலாளர்கள் நிருவாகத்தின் கடுமையான சுரண்டலுக்கும், மனிதத் தன்மையற்ற ஒடுக்குமுறைக்கும் உட்பட்டு வந்தனர். இந்திய ஆங்கிலேய ஆட்சியினரும், பிரித்தானிய முதலாளிகளும் இந்த ரயில்வே துறையின் மூலதனக்காரர்களாக இருந்துள்ளனர்.

கரக்பூர் - நாக்பூர் பணிமனைகளில் 1926-ஆம் ஆண்டு முதற் கொண்டே நிருவாகம் அவ்வப்போது ஆள் குறைப்புச் செய்துவந்தது. பணிச்சுமையும் கட்டுப்பாடும் மிகுதியாக இருந்தன. இவற்றால் தொழிலாளர்கள் பெரும் அதிருப்திக்கு ஆளாகி வரலாயினர். கரக்பூர்- நாக்பூர் தொழிலாளர் சங்கம், தத்தம் கஷ்டங்களையும், ஆட்குறைப்பையும் குறிப்பிட்டு, ரயில்வே துறையின் முகவர்களுக்கும் (ஏஜெண்டுகளுக்கும்) இங்கிலாந்திலிருந்த இயக்குநர்களுக்கும் விண்ணப்பங்களை அடுத்தடுத்து அனுப்பினர். ஆனால் அவற்றால் எந்தப் பயனும் ஏற்படவில்லை. இவற்றால் தொழிலாளர்கள் அமைதி இழந்தனர். நிருவாகத்தின் மீது வெறுப்படைந்த அவர்கள் தொழிற்சங்கத்தின்பாலும் கோபம் அடைந்தனர். சங்கத் தலைவர்கள், தொழிலாளர்களை அமைதிகாக்க அறிவுரைகூறி வந்தபோதிலும், தொழிலாளர்கள் வேலை நிறுத்தம் செய்யும் அபாயம் இருந்து கொண்டே இருந்தது.

இந்நிலையில், ஆங்கில அரசு நியமித்த சர். வின்செென்ட் குழு ஆட்குறைப்பு செய்யவேண்டுமென்று அரசுக்கு அறிக்கை கொடுத்தது. அரசு, அந்த அறிக்கையின் மூலம் ஆட்குறைப்பைச் செய்ய இந்த ரயில்வே பணிமனைகளையே தெரிவு செய்தது. சீரமைப்பு என்ற முறையில் ஆட்குறைப்பை நிருவாகம் நியாயப்படுத்தியது. ஏற்கெனவே வேலையில்

பாதுகாப்பின்மை, குறைவான ஊதியம், அதிகாரிகளின் மோசமான நடவடிக்கை, ஆகியவற்றில் துன்புற்ற தொழிலாளர்கள், இரண்டு ஆங்கிலேய ஃபோர்மேன்களின் முறைகேடான செயல்களாலும், தொழிற்சங்கத்தின் கிளைச் செயலாளரான டபிள்யு. வி. ஆர். நாயுடுவைக் கரக்பூரிலிருந்து இடமாற்றம் செய்ததாலும், நிருவாகத்தின் ஆட்குறைப்புக்கு எதிராகத் தொழிலாளர்கள் ஒன்றுதிரண்டு வேலை நிறுத்தத்தைத் தொடங்கினர். வேலை நிறுத்தத்தைக் கண்டு ரயில்வே நிருவாகம் மிரண்டது. வேலை நிறுத்தத்தை உடைப்பதற்கு நியாயமற்ற அச்சுறுத்தல் நடவடிக்கைகளை நிருவாகம் கடைபிடிக்கத் தொடங்கியது. வேலை நிறுத்தம் செய்வோருக்கு எதிராக நிருவாகம் ரயில்வே காவல்படையை ஏவியது. முதலில் தடிகள், சாட்டைகள், துப்பாக்கிக் கட்டைகளைக் கொண்டு தொழிலாளர்களை ஈவிரக்கமின்றித் தாக்கியது. பின்னர்த் துப்பாக்கிச் சூட்டையும் நிகழ்த்தியது. இவற்றால் இந்த வேலைநிறுத்தம் பிற பணியிடங்களிலும் பரவியது. பின்னர் 26,000 பேர் இப்போராட்டத்தில் கலந்து கொண்டனர்.

காவல்படையின் கண்மூடித்தனமான தாக்குதல்களால் ஆயிரக்கணக்கானோர் காயமடைந்தனர். 40 தொழிலாளர்கள் துப்பாக்கிக் குண்டுகளால் தாக்கப்பெற்று எப்படியோ சாவிலிருந்து மீண்டுள்ளனர். இந்தக் கண்மூடித்தனமான தாக்குதலைக் கண்டித்து, நாக்பூர்-கரக்பூர் தொழிற்சங்கத்தின் தலைவராக இருந்த வி.வி. கிரி (முன்னாள் குடியரசுத் தலைவர்) அவர்களின் தந்தையாரான வி. வி. ஜோகுயா அவர்கள் அந்நாளையே மத்திய சட்டமன்றத்தில் ஒத்திவைப்புத் தீர்மானத்தைக் கொண்டு வந்துள்ளார். 23-2-1927 அன்று கல்கத்தா சட்டமன்றக் கவுன்சிலிலும் டாக்டர் பிதான் சந்திரராய் என்பவராலும், ஓர் ஒத்திவைப்புத் தீர்மானம் கொண்டு வரப்பட்டுள்ளது. பல்வேறு தொழிற்சங்கங்களும், வங்காளப் பெருமக்களும், இந்த வேலைநிறுத்தத்திற்குப் பேராதரவு அளித்தனர். தேசிய இயக்கத் தலைவர்களும் இதற்குப் பேராதரவு அளித்துக் கொண்டிருந்தனர். இதனைக் கண்டு மிரண்டு நிருவாகம்

தொழிலாளர்களின் கூட்டங்களைத் தடைசெய்வதற்காக 144 - தடையுத்தரவைக் கொண்டு வந்தது. இந்தத் தடையுத்தரவும், துப்பாக்கிச்சூடும், தொழிலாளர்களின் நியாயமான வேலை நிறுத்தமும் அனைவரையும் ஆதரவு அளிக்க வைத்தன. வங்காளத்திலிருந்து வெளிவரும் பெரிய இதழ்களான **அமிர்த பஜார், தைனிக் பசுமதி, ஃபார்வர்ட், காம்யா, முகமதி** ஆகிய இதழ்களும் வேறு சில இதழ்களும் ஆதரவு அளித்தன. இந்தியாவின் பல்வேறு தொழிற்சங்கங்களும், இடதுசாரித் தலைவர்களும் ஆதரவு அளித்தனர்.

வேலைநிறுத்தம் செய்வோருக்கு ஆதரவு அளிக்கும் வகையில், கல்கத்தாவிலுள்ள ஆல்பர்ட் மண்டபத்தில் நடந்த மாநாட்டில், சென்குப்தா, சரத் சந்திரபோஸ், என்.எம். ஜோசி, கிஷோரிலால் கோஷ் போன்ற தலைவர்களைக் கொண்டு நிவாரணக் குழுவும் அமைக்கப்பட்டது. இங்கு நடந்த மாநாட்டில் அப்போது இந்தியாவிற்கு வருகை புரிந்திருந்த லண்டன் பாராளுமன்ற உறுப்பினரும், சிறந்த பொதுவுடமை வாதியுமான தோழர் **சத்புரி சக்லத்வாலாவும்** கலந்து கொண்டு ஆங்கில அரசைக் கடுமையாக எச்சரித்துள்ளார். மற்றும் தொழிலாளர்கள் கூட்டம் நடத்துவதைத் தடுப்பதற்காக விதித்திருந்த 144 தடைச் சட்டத்தை உடனே விலக்கிக் கொள்ளுமாறு வங்காள கவர்னருக்கு அவர் கடிதமும் எழுதினார். இத்துடன் அமைதி கொள்ளாமல், இந்த வேலை நிறுத்தத்திற்கு எதிராக நிருவாகத்திற்கு ஆதரவு காட்டிய டாடா இரும்பாலை நிருவாகத்தையும் அவர் எச்சரித்துள்ளார். தோழர் சக்லத்வாலாவுக்கு டாடா தாய்மாமனாவர் என்பது இங்குக் குறிப்பிடத்தக்கது. தொழிலாளர் நலனுக்காக, தம் தாய் மாமனும், இந்தியாவின் பெரும் முதலாளியுமான டாடாவையே அவர் எச்சரித்துள்ளார். இதுதான் பொதுவுடைமைவாதியின் இயல்பு. சென்னையிலிருந்து வேலை நிறுத்தச் செய்திகளை அவ்வப்போது கேட்டறிந்து ஆதரவு காட்டிய சிங்காரவேலர், அப்போதைய சென்னை டிராம்வே தொழிலாளர் சங்க சார்பாகக் கரக்பூர் தொழிலாளர்களுக்குக் கணிசமான நிதி அனுப்ப உதவியுள்ளார். இந்தியாவின் பிற பகுதிகளிலிருந்த

இடதுசாரித் தலைவர்கள், வங்காளத் தொழிற்சங்கக் கூட்டமைப்பு, ஜி.ஐ. பி ரயில்வே தொழிலாளர் சங்கம், ஜாரியாவின் சங்கத்தொழிலாளர் சங்கம் ஆகியவற்றின் மூலம் கரக்பூர் தொழிலாளர்களுக்கு நிதியனுப்ப உதவியுள்ளனர்.

தொழிலாளர்களின் அசைவிலா உறுதியையும், போராட்டத்தையும், மக்களின் முழு ஆதரவையும் கண்ட நிருவாகம், தொழிலாளர்களுடன் பேசி வேலைநிறுத்தத்தை முடிவுக்குக் கொண்டுவர முயன்றது. இதன்காரணமாக நிருவாகம் அனுப்பிய முகவர்களுடன் தொழிலாளர் தலைவர்கள் பேசினர். பின்னர் நிருவாகம் அளித்த உறுதிமொழியின் பொருட்டு வேலைநிறுத்தத்தைத் தொழிலாளர்கள் 10-3-1927-அன்று விலக்கிக்கொண்டனர். வேலைநிறுத்தம் ஏறக்குறைய ஒருமாதம் நிகழ்ந்துள்ளது. நிருவாகம் தாம் கொடுத்த வாக்குறுதியை நிறைவேற்றாமல் காலம் தாழ்த்தியது. காலத்தாழ்வுக்காண காரணம் கேட்ட தொழிலாளர்களை நிருவாகம் பழிவாங்கியது. நிருவாகத்தின் வாக்குறுதி பொய்யானது என்பதைத் தொழிலாளர்கள் உணரலாயினர். மேலும் வேலை நிறுத்தத்தில் பங்கேற்றதை முன்னிட்டுப் பலரை நிருவாகம் வேலையிலிருந்து நீக்கியது. இவற்றால் தொழிலாளர்கள் வெகுண்டு எழுந்தனர்.

தொழிலாளர்களின் கொந்தளிப்பை உணர்ந்த நிருவாகம் 7-9-1927-அன்று கரக்பூர் பணிமனையிலிருந்த தொழிலாளர்களில் 1700 பேர்களை ஆட்குறைப்பு செய்தது. இந்த ஆட்குறைப்பினால், தொழிலாளர்கள் பணிமன்னையில் தங்கள் வேலைகளை நிறுத்தி உள்ளிருப்பு வேலைநிறுத்தம் செய்தனர். இந்த வேலைநிறுத்தம் தொடர்ந்ததைக் கண்ட நிருவாகம் செப்டம்பர் 12-ஆம் தேதியன்று பணிமனையை மூடியது. நிருவாகம் இந்த அளவுக்குக் கடுமையாக நடந்து கொண்டதற்குத் தொழிற்சங்கத் தலைவர்கள் (வி.வி.கிரி, நாயுடு போன்றோர்) பாராமுகமாக நடந்து கொண்டதே காரணமாகும் என்கிறார் ஆய்வாளர் சுகுமால்சென். மேலும், தொழிற்சங்கத் தலைவர்களின் ஊசலாட்ட எண்ணமும், சீர்திருத்தவாதப் போக்கும், முக்கியக் காரணம் என்கிறார் அவர். இந்தத் தலைவர்கள் ஒரு கட்டத்தில் தொழிலாளர்களின்

வேலைநிறுத்தத்திற்கும் தொழிற்சங்கத் தலைமைக்கும் தொடர்பில்லை என்றும் கூட அறிவித்தனர். இந்தத் திருத்தல் வாதத்தை ஏற்க முடியாத இடசாரித் தலைவர்களாகிய முகந்தலால் சர்க்கார், கோபன் சக்கரவர்த்தி, ராதாராமன் மித்ரா, காளிதாஸ் பாபு, சிங்காரவேலர் போன்றோர் தொழிலாளர்களுக்கு ஆதரவாக இருந்து வேலை நிறுத்தத்தை நீட்டித்தனர். இது குறித்து ஆய்வாளர் சுகுமால்சென் குறிப்பிட்டிருப்பது நம் கவனத்திற்குரியது.

“வங்காள நாக்பூர் முதல் வேலை நிறுத்தத்தின் போதே அவர்களுக்கு (தொழிலாளர்களுக்கு) ஆதரவாக உறுதியாக நின்ற இளங்கம்யூனிஸ்டுகள் இந்த முறையும் தொழிலாளர்களின் போராட்டத்தில் இணைந்து கொள்வதற்காகக் கரக்பூருக்கு விரைந்தார்கள். **முசபர்அகமது, எஸ்.ஏ. டாங்கே, புபேந்திரநாத், சிவநாத், பேனர்ஜி, தரணி கோஸ்வாமி, கோபேந்திரநாத் சக்ரவர்த்தி, சிங்காரவேலு செட்டியார்** போன்ற குறிப்பிடத்தக்க கம்யூனிஸ்டுகள் கரக்பூரை அடைந்து இந்தப் போராட்டத்தை முன்னெடுத்துச் செல்வதற்கான அமைப்பு ரீதியான நடவடிக்கைகளில் தங்களை ஈடுபடுத்திக் கொண்டனர்.”(27)

இந்தப் போராட்டத்திற்கு மிக தொலைதூரத்திலிருந்து சென்றவர் சிங்காரவேலரே ஆவர். அவருடன் தமிழகத்திலிருந்து காளியப்பாவும் சென்றிருக்கிறார். சிங்காரவேலர், கோபன் சக்கரவர்த்தி, முகந்தலால், சர்க்கார் ஆகியோருடன் இணைந்து தொழிலாளர்களுக்கு ஆதரவு காட்டி, அவர்களை ஒன்று திரட்டுவதிலும், ஏனைய தொழிற்சங்க ஆதரவைப் பெறுவதிலும் பெரிதும் முயன்றுள்ளனர். வேலை நிறுத்தத்தில் ஈடுபட்ட தொழிலாளர்களுக்கு மேலும் நெஞ்சுறுதியை ஏற்படுத்தும் முறையில், தொழிலாளர்களின் வாழ்விடங்களுக்குச் சென்று அவர்களுக்குத் தெளிவு ஏற்படுத்தியுள்ளனர். சிங்காரவேலர் அங்கு நடந்த கூட்டங்களில் இந்தியிலும் உருதுவிலும் பேசியுள்ளார். சிங்காரவேலர் உள்ளிட்ட தலைவர்கள் இந்த வேலை நிறுத்தத்திற்கு அளித்த பேராதரவைக் கண்ட காங்கிரசு இயக்கம் கல்கத்தாவில் *28-10-1927*-இல் அகில இந்திய

மாநாட்டு, கரக்பூர் வேலை நிறுத்தத்திற்கு ஆதரவைக் காட்டி தொழிலாளர்களின் தோளோடு தோள்சேர்ந்து அவர்கள் வெற்றிபெறத் துணை நிற்போம் என்று அறிக்கை விட்டது. இவ்வளவு ஆதரவு இருந்தும் ரயில்வே நிருவாகம் வாளாவிருந்தது. இதனைக் கண்ட இத்தலைவர்கள் நாட்டின் பிற ரயில்வேக்களிலும் வேலை நிறுத்தத்தைத் தொடங்க வேண்டுமென்று முடிவெடுத்து, அனைத்து ரயில்வே பிரதிநிதிகளையும் கொண்ட மாநாடு நடத்த முயன்றனர். இந்த முயற்சிக்குப் பின்னர்க் கரக்பூரில் 29, மற்றும் 30-10-1927 ஆகிய நாட்களில் மாநாடு நடந்தது. ஒரு வாரத்திற்குள் நிருவாகம் சரியான முடிவெடுக்காவிடின் நாட்டிலுள்ள அனைத்து ரயில்வேக்களிலும் பொது வேலை நிறுத்தம் செய்வதென அறுதிப் பெரும்பான்மையுடன் முடிவெடுத்தனர்.

இதன்பின்னர் **வி.வி. கிரியும் சி.எஃப். ஆண்ட்ரூசும்** சமரச அடிப்படையில் உடன்பாடுகளை அதிகாரிகளிடம் பேசவேண்டுமென்ற திட்டத்தை முன்வைத்தனர். இதற்குக் கோபன் சக்கரவர்த்தி உள்ளிட்ட இடது சாரி தலைவர்கள் அத்திட்டத்தை மறுத்துப் போராட்டத்தை மேலும் விரிவுபடுத்துவோம் என்றனர். இந்த முடிவெடுக்கும் கூட்டத்தில் நெருடலான ஒரு நிகழ்வு நடந்துவிட்டது. நிருவாகத்துடன் சமரசப் போக்கை மேற்கொள்வோமென்று கூறிய சி.எஃப். ஆண்ட்ரூசை நோக்கி டாங்கே "ஆண்ட்ரூஸ் அவர்களே! பாட்டாளி வர்க்கத்தின் புனிதப் புரவலர் தாங்கள்தான் என்று நினைக்கிறீர்கள். தொழிற்சங்க இயக்கத்தைத் திசைதிருப்பி அதனைத் தவறான வழியில் நடத்த தொழிற்சங்க இயக்கத்தில் தாங்கள் ஹியூம் ஆக இருக்க விரும்புகிறீர்கள்; அது நடக்காது. தொழிலாளர்கள் இந்நாட்டின் சொந்தக்காரர்கள் ஆவர்" என்றார். இதனைக் கேட்ட ஆண்ட்ரூசின் முகம் சிவந்ததாகவும், அவர் கன்னங்களில் கண்ணீர் வழிந்ததாகவும் செய்தி. அதனை முருகேசனும், சி. எஸ். சுப்பிரமணியமும் தாங்கள் எழுதியுள்ள நூலில் பதிவு செய்துள்ளனர். இந்தப் போராட்டத்தில் சிங்காரவேலரின் உழைப்பைக் குறித்து, கோபன் சக்கரவர்த்தி அவர்கள், "பொதுவுடைமையும் வங்காள விடுதலையும்" எனும் நூலை எழுதிய கௌதம் சட்டோபாத்யாயா என்பவருக்கு

அளித்த பேட்டியில் கூறியிருப்பது எல்லோரும் அறியத் தக்கது. அப்பேட்டியில் அவர் பின்வருமாறு கூறியுள்ளார்.

"நாங்கள் அனைவரும் மாநாடு கூட்டிய இடத்திற்கு வந்துசேர்ந்தோம். வங்க மாகாணத் தொழிற்சங்கத்திலிருந்து முகுந்தலால் சர்க்காரும், ராதாராமன் மித்ராவும், சணல் தொழிலாளர் சங்கத்திலிருந்து காளிதாஸ் பாபு (பாட்டாச்சார்யா)வும், நானும் நாக்பூரிலிருந்து தர்பரே என்பவரும் வந்து சேர்ந்தோம். சென்னையிலிருந்து சிங்காரவேல் செட்டியார் - அக்காலத்தில் அவர்தான் உண்மையான தலைவர்- வந்து சேர்ந்தார். தொழிலாளர்கள் பாதிக்கு மேற்பட்டவர்கள் தென்னிந்தியாவிலிருந்தும், சென்னையிலிருந்தும் வந்தார்கள். எனவே, சிங்காரவேலுவும் காளியப்பாவும் பிரச்சாரத்தில் முக்கியமான பங்கினை ஆற்ற முடிந்தது. நாங்கள் தொழிலாளர்களின் குடிசைப் பகுதிகளில் குழு குழுவாகச் சென்று வேலை செய்வோம்."

வி.வி. கிரியும் சி.எஃப். ஆண்ட்ரூசும் வேலை நிறுத்தத்தை மேலும் தொடர்வது பற்றி ஊசலாட்டத்தில் இருந்தபோது ஆலோசனைக் கூட்டத்தில் நடந்தது பற்றியும் அவர் கீழ்வருமாறு கூறியுள்ளார்.

"தொழிலாளர் பிரதிநிதிகள் எல்லோரும் போராட்டத்தை விரும்பினர். கம்யூனிஸ்ட் தொழிற்சங்க ஊழியர்கள் கிரியின் போக்கை எதிர்த்து வெளிநடப்புச் செய்தனர். எனினும் சிங்காரவேலு வெளியேறாமல் போராட்டத்தை விரிவுபடுத்த வேண்டுமென்ற திட்டத்திற்கு ஆதரவாக வெகு நேர்த்தியாகவும் சிறப்பாகவும் பேசினார். இறுதியில் போராட்டத்தை விரிவுபடுத்த வேண்டுமென்ற தீர்மானம் மிகப் பெரும்பாலான வாக்குகளால் நிறைவேற்றப்பட்டது.

இக்கூற்றை நோக்கினால், கோபன் சக்கரவர்த்தி, சிங்காரவேலரை எத்துணைச் சரியாக மதிப்பிட்டுள்ளார் என்பதை உணரலாம். எந்தவிதமான சமரசப் போக்கும் ஊசலாட்டமும் இல்லாமல் வருங்கால வெற்றியில், தொழிலாளர் போராட்டத்தில், அவர் எவ்வளவு நம்பிக்கையுள்ளவராக இருந்துள்ளார் என்பதை இம்மேற்கோளிலிருந்து உணரலாம்.

அத்தனை தலைவர்களிடையில் "அக்காலத்தில் அவர்தான் உண்மையான தலைவர்" என்று அவர்கூறுவது பொருள் பொதிந்த உண்மை வாசகமாகும். எவ்விதக் கைம்மாறும் எதிர்பார்க்காத நேரிய உழைப்புக்கும் உண்மைக்கும் எடுத்துக்காட்டாக விளங்கியவர் சிங்காரவேலர். அதனால் தான் அவரை "உண்மையான தலைவர்" என்கிறார் கோபன் சக்கரவர்த்தி.

சிங்காரவேலர் உள்ளிட்ட தலைவர்களின் முடிவுபடி இந்தியாவின் பிற ரயில்வேக்களிலும் வேலைநிறுத்தம் செய்யும் நிலை ஏற்பட்டவுடன் நிருவாகம் தொழிலாளர்களுடன் பேச உடன்பட்டது. இதன்பொருட்டு அரசைச் சேர்ந்தவரும், இன்னொருவர் கரக்பூர் ரயில்வேயைச் சேர்ந்தவரும் இருந்தனர். பணிமனை மூடப்பட்டிருந்த காலம்வரை தொழிலாளர்களுக்கு ஊதியம் வழங்கப்பட வேண்டுமென்றும், ஆட்குறைப்பு செய்யப்பெற்ற தொழிலாளர்களை மீண்டும் பணியில் சேர்க்க வேண்டுமென்றும் தொழிலாளர்களால் கூறப்பட்டது. 8-12-1927 அன்று வேலைநிறுத்தம் விலக்கிக்கொள்ளப்பட்டது. பணிமனை மூடப்பட்டிருந்த நாள்களுக்கு ஊதியம் வழங்க ஏற்றுக் கொண்ட நிருவாகம், வேலையிலிருந்து நீக்கப்பட்டோரை மீண்டும் பணியில் எடுத்துக்கொள்ள மறுத்தது. வேலைநிறுத்தம் ஒரு வகையில் தோல்வியில் முடிந்தது. எனினும் அவர்களுக்கு நல்ல அனுபவம் ஏற்பட்டது. எந்த வேலைநிறுத்தத்திலும் கிடைக்காத பேராதரவு இந்தியாவின் பிற ரயில்வே சங்கங்களிலிருந்தும், தேசியத் தலைவர்களிடமிருந்தும், பற்பல பத்திரிகைகளிடமிருந்தும் குறைவறக் கிடைத்தன. பொதுமக்கள் ஆதரவும் கிடைத்தது. ஒன்றுபட்ட தொழிலாளர் பலத்தை மேலும் கூடுதலாக உணர்வதற்கு இந்த வேலைநிறுத்தம் ஒரு வாய்ப்பாக அமைந்துவிட்டது. அம்முறையில் அதுவொரு வெற்றிதான்.

பர்மாசெல் (எண்ணெய் கம்பெனி) வேலை நிறுத்தம்

சென்னைத் தண்டையார்பேட்டையின் மேற்குப் புறத்தில் ஆங்கிலேய வணிகர்களுக்குச் சொந்தமான எண்ணெய்க் கம்பெனி இருந்தது. எண்ணெய்க் கம்பெனியில்

இது முதன்மை வாய்ந்தது. ஆயில் கம்பெனிகளில் இது சற்று முன்பாகவே நிறுவப்பட்டதாகும். இதில் ஆயிரக்கணக்கான தொழிலாளர்கள் பணியாற்றினார்கள். அதிகாரிகள் அனைவரும் ஆங்கிலேயர்கள். தொழிலாளர்கள், மற்றும் கண்காணிப்பாளர்களில் ஆங்கிலோ-இந்தியர்கள் சிலர் இருந்தனர். பணி உயர்வுக்காகவும், பணியிட வசதிக்காகவும் கோரிக்கை வைத்து தொழிலாளர்கள் நீண்ட நாட்களாகக் கேட்டுவந்தனர். அதை நிருவாகம் பொருட்படுத்தாமல் இருந்தது. இதனால் தொழிற்சங்கம் வாயிலாகக் கோரிக்கைகளை நிறைவேற்றாவிட்டால், வேலை நிறுத்தம் செய்வோமென்று தொழிலாளர்கள் எச்சரித்து வந்தனர். அவர்களது கோரிக்கையை நிருவாகம் ஏற்காமல் அவர்களை அச்சுறுத்தும் பொருட்டு, 119 பேரை வேலை நீக்கம் செய்தும் 23 தொழிலாளர்களின் ஊதியத்தைக் குறைத்தும் நடவடிக்கை எடுத்தது. அப்போது, எண்ணெய்க் கம்பெனி தொழிற்சங்கத் தலைவராகச் சிங்காரவேலர் இருந்துள்ளார். சிங்காரவேலர் நிருவாகத்தின் கொடுஞ்செயலை எதிர்த்துத் தொழிலாளர்களை ஒன்று திரட்டி 21-4-1927 அன்று வேலைநிறுத்தத்தைத் தொடங்கினார்.

வேலைநிறுத்தத்தைக் கண்ட நிருவாகம் போலிஸ் படையைக் கொண்டு தொழிலாளர்களை மிரட்டியது. தொழிலாளர்கள் ஒட்டு மொத்தமொத்தமாக வேலைநிறுத்தம் செய்ததால், நிருவாகம் வெளியே இருந்து ஆட்களைக் கொணர்ந்து வேலை செய்ய முயன்றது. வெளியாட்களைக் கம்பெனிக்குள் செல்லவிடாமல் தொழிலாளர்கள் தடுத்தனர். உடனே தொழிலாளர்கள் மீது போலிஸ்படை முதலில் தடியடியைப் பயன்படுத்தியது. தொழிலாளர்கள் அதற்குச் சிறிதும் அஞ்சாமல் எதிர்த்து நின்றனர். அவர்களின் எதிர்ப்பைச் சமாளிக்க முடியாமல் போலிஸ்படை துப்பாக்கிக் காட்டி மிரட்டியது. பின்னர் இரண்டு முறை தொழிலாளர் மீது துப்பாக்கிச் சூட்டை நிகழ்த்தியது. எனினும் உயிரிழப்பு ஏற்படவில்லை. துப்பாக்கிச் சூடு தொழிலாளர் களுக்கிடையே பெரும் ஆத்திரத்தை உருவாக்கியது. தொழிலாளர்கள் சிங்காரவேலர் தலைமையில் அவ்விடத்தில் பொங்கியெழுந்து தங்களின் ஒற்றுமையையும் எதிர்ப்பையும்

காட்டினர். அதைக் கண்டு போலிஸ் படையே அஞ்சிப் பின் வாங்கியது. இந்த நிகழ்வை வடசென்னைத் தொழிலாளர்களும் மக்களும் பல்லாண்டுகள் (1960 வரை) பெருமையுடன் நினைவு கூர்கின்றனர். போலிஸ் மட்டுமேயன்றி, பர்மா ஆயில் கம்பெனியின் அலுவலர் ஒருவரும், தம் ரிவால்வரை எடுத்துச் சுட்டுள்ளார். இதனால், தொழிலாளர்கள் மட்டுமேயல்லாமல் பொதுமக்களும் ஆத்திரமடைந்தனர். இந்தத் துப்பாக்கிச் சூட்டிற்குப் பின்னர் ஏற்பட்ட கலவரத்தால் எண்ணெய் டாங்குகள் தீப்பிடித்து எரிந்தன. இதனால் பல சேதங்கள் ஏற்பட்டன. நிருவாகத்தின் அடாவடித் தனத்தையும், தொழிலாளர்களின் நியாயமான கோரிக்கையையும் உணர்ந்த வேறு கம்பெனி தொழிலாளர்களும் வேலை நிறுத்தத்தில் ஈடுபட்டனர். அதாவது, பர்மாசெல் கம்பெனிக்கு அருகில் பிரித்தானிய முதலாளிகளுக்கு உரிமையான மாஸி பொறியியல் (Massey Engineering & Co) கம்பெனியிலுள்ள தொழிலாளர்களும் வேலைநிறுத்தம் செய்தனர்.

இந்த வேலைநிறுத்தத்தின் போது ஓர் அரிய சம்பவம் ஒன்றும் நிகழ்ந்தது. பர்மாசெல் கம்பெனியின் ஓர் உயர் அதிகாரி தொழிலாளர்களைப் பார்த்து "எண்ணெய் உடனே தீப்பிடித்துக் கொள்ளும்; இங்கே யாரும் வாலாட்ட வேண்டா" என்று கடிந்து கூறியுள்ளார். சிங்காரவேலர் உடனே அந்த வெள்ளை அதிகாரியை நோக்கி "தொழிலாளரின் உணர்ச்சி எண்ணெயைக் காட்டிலும் எளிதில் தீப்பிடித்துக் கொள்ளும். தொழிலாளரிடம் விளையாடாதே" என்று சுடச்சுடப் பதில் அளித்தார். வெள்ளை அதிகாரி இந்தப் பதிலை எதிர்பார்க்காமல் திணறினார். தொழிலாளர்களின் ஒன்றுபட்ட போராட்டமும், மக்களின் ஆதரவும் இறுதியில் வேலைநிறுத்தத்திற்கு வெற்றி தந்தன. 26 நாட்கள் தொடர்ந்து நடந்த வேலை நிறுத்தம் 17-5-1927- இல் முடிவுக்கு வந்தது. நிருவாகம் தொழிலாளர்களின் நான்கு கோரிக்கைகளில் 119 தொழிலாளர்களை மீண்டும் பணியில் அமர்த்தல், 23 தொழிலாளர்களின் ஊதியக் குறைப்பை நீக்குதல், ஊழியர்கள் வேலை செய்ய பெஞ்சுகள் வழங்கல் ஆகிய மூன்று கோரிக்கைகளை ஏற்றது. ஊதியத்தில் ஒரு

நாளைக்கு ஓரணா உயர்த்துவது குறித்து பின்வரும் நாள்களில் தீர்வு செய்யலாம் என்றனர். அதனைத் தொழிலாளர்களும் ஏற்று வேலைக்குத் திரும்பினர். இந்த வேலை நிறுத்தத்தில் சிங்காரவேலரின் உழைப்பும் பங்களிப்பும் பெரிது. அவருடன் சக்கரைச் செட்டியார், ஆதிகேசவலு நாயகர் செல்வபதி செட்டியார் ஆகியோரும் இராப்பகலாக உழைத்துள்ளனர். இந்த வேலை நிலைநிறுத்த வெற்றிக்கு இவர்களின் உழைப்பும் ஒற்றுமையும் காரணமாகும். சிங்காரவேலர், சக்கரைச் செட்டியார் ஆதிசேகவலு நாயகர் ஆகியோர் மீது அரசு தடையுத்தரவு பிறப்பித்தது. தொழிலாளர்கள் வன்செயலில் ஈடுபடச் சிங்காரவேலரின் பேச்சும், செயற்பாடும் தூண்டின என்று அரசு அவர்மீது மட்டும் வழக்குத் தொடர்ந்தது. பின்னர், வன்செயலைத் தூண்டும் வகையில் தாம் பேசவில்லையென்று சிங்காரவேலர் கூறியதும் வழக்குத் திரும்பிப் பெறப்பட்டது. பர்மா செல் வேலைநிறுத்தத்தின் வெற்றி தொழிலாளர்க்கு நம்பிக்கையை ஏற்படுத்தியது. இந்த வேலைநிறுத்தம் நடந்துகொண்டிருந்த போது சிங்காரவேலர் தம்வீட்டில் ஒவ்வோர் ஆண்டும் நடத்துவதுபோல் 1-5-1927-அன்றும் மே நாளைச் சிறப்பாகக் கொண்டாடி உள்ளார். வருகை புரிந்த அனைவருக்கும் இனிப்பு வழங்கியுள்ளார். பிற்பகலில் சங்கத் தலைவர்களுக்கு விருந்தளித்தார். மாலையில் கடற்கரையில் டாக்டர் வரதராசுலு தலைமையில் மே தினக் கூட்டம் சிறப்பாக நடைபெற்றுள்ளது.

கூட்டத்தில் சென்னைத் தொழிலாளர்களுக்கும் இந்தியாவின் பிற பகுதிகளிலுள்ள தொழிலாளர்களுக்கும் நட்புறவு ஏற்பட வேண்டுமெனத் தீர்மானம் நிறைவேற்றப்பட்டது. இந்தத் தீர்மானத்தைச் சிங்காரவேலர் முன்மொழிந்துள்ளார். அதே கூட்டத்தில் பர்மாசெல் வேலைநிறுத்தத்தில் ஈடுபட்டுள்ள தொழிலாளர்களுக்கு ஏனைய தொழிற்சங்கத் தலைவர் முழு ஒத்துழைப்பை அளிக்குமாறு கேட்டுக்கொண்டார். பர்மாசெல் வேலைநிறுத்தம் நிகழ்ந்து கொண்டிருந்தபோது சிங்காரவேலரும், சக்கரைச் செட்டியாரும் நகராண்மைக்கழக உறுப்பினர்களாக இருந்ததால், சென்னை மாநகராட்சியின் சார்பில் வேலைநிறுத்தத் தொழிலாளர்கட்கு நிதி வழங்கத்

தீர்மானத்தை நிறைவேற்றிப் பின்னர் நிதி வழங்கியுள்ளனர். சிங்காரவேலர் நகராண்மைக் கழக உறுப்பினராயிருந்த போது பொதுப் பணிகளுக்கு நகராண்மைக் கழக நிதியை நன்முறையில் பயன்படுத்த உதவியுள்ளார். இது சிங்காரவேலரின் தனிச்சிறப்பாகும்.

தென்னிந்திய ரயில்வே (நாகப்பட்டினம்) வேலை நிறுத்தம்

தமிழகத்தில் நாகப்பட்டினத்தின் ரயில்வே பணிமனை மிகப்பெரிது. அக்காலத்தில் பேர் பெற்ற பணிமனையாக அது இருந்தது. தமிழகத்தில் தோன்றிய சென்னைத் தொழிலாளர் சங்கம் இந்தியாவிலேயே தோன்றிய முதல்தொழிற்சங்கம் என்பர் ஆய்வாளர்கள். அதாவது, அக்காலத்தில் சட்ட விதிகளுக்கு உட்பட்ட சங்கமாக அது இருந்ததால் அதனை முதற்தொழிற்சங்கம் என்பர். நாகப்பட்டினத்தில் 1919-ஆண்டிலேயே முதல் ரயில்வே தொழிற்சங்கம் அமைக்கப் பட்டுள்ளது. அந்த அண்டில் எந்த மாதத்தில் அச்சங்கம் தோற்றுவிக்கப்பட்டது என்ற குறிப்பு இதுகாறும் கிடைக்கவில்லை. எனினும் இந்தியாவில் தோன்றிய பழைய சங்கங்களில் இதுவுமொன்று. இச்சங்கத்தின் தொடக்கக்காலத் தலைவராக டாக்டர் வரதராசுலு நாயுடு இருந்துள்ளார். இவர் அக்காலத்தில் காங்கிரசு கட்சியின் முக்கியத் தலைவராகவும் இருந்தவர். அவருடன் பக்கிரிசாமி பிள்ளை என்பவரும் பொறுப்பில் இருந்துள்ளார். 1919-ஆம் ஆண்டிலேயே இச்சங்கத்திற்கு அண்ணல் காந்தியடிகள் வருகை புரிந்து உரையாற்றியுள்ளார். 1924-ஆம் ஆண்டின் ஏப்ரல் திங்களில் தென்னிந்திய ரயில்வே மாநாடு அங்கு நடந்துள்ளது. அம்மாநாட்டில் நிலக்கரி தள்ளுவோர், எஞ்சின் ஓட்டுவோரின் கோரிக்கைகளை விரைவாகக் கவனிக்கப்பட வேண்டுமென தீர்மானம் நிறைவேற்றப் பட்டுள்ளது.

சிங்காரவேலர் இச்சங்கத்தில் பொறுப்பேற்றதும் அச்சங்கத்தை முன்பைக் காட்டிலும் முற்போக்குத் திசையில் இயக்கச் செய்தார். குறிப்பாக, இரு முக்கிய நிகழ்வுகளைச்

சுட்டிக்காட்டுவது ஏற்றது. 1927-ஆம் ஆண்டில் உப்புவரிக்குச் சென்னைச் சட்டமன்றம் இசைவு அளிக்க மறுத்தது. அப்போது உப்புவரியை எப்படியேனும் கொண்டுவர வேண்டுமென விரும்பிய அந்நிய அரசு வைசிராயின் தனியதிகாரத்தைப் பயன்படுத்தி உப்புவரி விதித்தது. மற்றும் அமெரிக்காவில் தொழிலாளர்களுக்காகப் போராடிய சாக்கோ மற்றும் வான்சிட்டி ஆகியோருக்கு அமெரிக்க அரசு மரணதண்டனை விதித்துக் கொன்றது. இந்த இரண்டையும் மிகக் கடுமையாக எதிர்த்து சங்கச் சார்பாகத் தீர்மானம் நிறைவேற்ற சிங்காரவேலர் துணை புரிந்துள்ளார். இச்சங்கம் உப்புவரியை எதிர்த்தது இயல்பானது. ஆனால் அக்காலத்தில் எங்கோவொரு மூலையில் (அமெரிக்காவில்) தொழிலாளர்களுக்கு ஏற்பட்ட ஒரு மோசமான நிகழ்வைக் கண்டித்துள்ளது சிங்காரவேலரின் வர்க்கக் கண்ணோட்டத்தையும் உலகப் பார்வையையுமே காட்டுகிறது.

1927-ஆம் ஆண்டின் பிப்ரவரி மாதத்தில் கரக்பூரிலும், நாக்பூரிலும் ஆங்கிலேயே ரயில்வே நிருவாக எப்படி ஆட்குறைப்புத் திட்டத்தை அறிவித்ததோ அப்படியே நாகப்பட்டினத்திலும் செயல்படுத்தத் திட்டமிட்டு இருந்தது. சிக்கன சீரமைப்புத் திட்டமென்றும், ஆட்குறைப்புத் திட்டமென்றும் கூறி, நாகப்பட்டினம், போத்தனூர், திருச்சி ஆகிய இடங்களிலுள்ள பணிமனைகளைப் பொன்மலைக்கு (திருச்சி மாவட்டம்) மாற்றி அங்கொரு மையப் பணிமனையை ஏற்படுத்த நிருவாகம் திட்டமிட்டிருந்தது. இத் திட்டத்தைக் கேள்வியுற்ற தொழிலாளர்கள் பெரிதும் அச்சமுற்றனர். ஏற்கெனவே பல்லாண்டுகளாகக் குடும்பங்களுடன் வாழ்ந்து அவ்வூரை வாழ்விடமாகக் கொண்டுவிட்டதாலும், குழந்தைகளின் படிப்பைக் கருதியதாலும், பணிமனை பொன்மலைக்கு மாற்றப்படுவதில் அவர்களுக்குக் கவலை இருந்தது. நிருவாகத்தின் திட்டத்தை அறிந்த தொழிலாளர்கள் பணிமனை மாற்றப்படுவதை எதிர்த்துப் பல கூட்டங்களை நடத்தித் தத்தம் எதிர்ப்பைக் காட்டினர். 1928, ஏப்ரல் மாதத்தில் நிருவாகம் 3500 பணியாளர்கள் நீக்கப்படுவர் என அறிவித்தது. மேலும், பணியிலிருந்து தாமாகவே விருப்ப

ஓய்வு பெற விரும்பும் பணியாளர்களுக்கு நிருவாகம் மிகுதியான ஓய்வூதியத்தை வழங்குமென்றும் ஆசைகாட்டியது. விருப்ப ஓய்வு என்பது இந்தியாவில் வெள்ளை ஆதிக்கத்தின் போதே கடைபிடிக்கப்பட்டுள்ளது. இது முதலாளித்துவத்தின் பிறவிக் குணம்.

நிருவாகம் மற்றொரு சதித் திட்டத்தையும் தீட்டியிருந்தது. அதாவது கணிசமான ஆட்குறைப்பிற்கும், வேண்டாத பணியாளர்களை நீக்குவதற்கும் மறைமுகமாகத் தொழில் தேர்வு (Trade Test) நடத்த இருப்பதாக நிருவாகம் அறிவித்தது. தொழில் தேர்வை நடத்துவதன் மூலம், அதில் தேர்வினைச் சரியாகச் செய்யாத தொழிலாளரை தகுதிக்குறைவு என்று காரணம் காட்டிப் பணிநீக்கம் செய்யலாம்; மற்றும் இதன் மூலம் தொழிலாளர்களை அச்சுறுத்தி மிரட்டலாம் என்பதே நிருவாகத்தின் முடிவு. இவற்றை நன்குணர்ந்த தொழிலாளர்கள், ரயில்வே துறையின் பல்வேறு கிளைகளையும் சிறு பிரிவு சங்கங்களையும் ஒன்றாக இணைத்து ஒரு வலிமையான நடுவணசங்கம் அமைத்தனர். இச்சங்க நிருவாகத்திடம் பேசி, சிக்கல்களைத் தீர்ப்பதற்காக வேலைநிறுத்தக் குழுவை அமைத்தது. அக் குழுவின் தலைவராக **D. கிருஷ்ணசாமி பிள்ளை** தேர்ந்தெடுக்கப்பட்டார். குழுவின் உறுப்பினர்களாகச் சிங்காரவேலரும் **முகந்தலால் சர்க்காரும்** வேறு சிலரும் உறுப்பினர்களாக இருந்தனர். இந்தக் குழு மற்ற ரயில்வே சங்கங்களுடன் தொடர்புகொண்டு அவர்களின் ஆதரவைப் பெற்றது. நிருவாகம் ஆட்குறைப்பைச் செயல்படுத்தினால், அனைத்திந்தியப் போராட்டமாக மாற்ற இக்குழு திட்டமிட்டு இருந்தது.

1927, ஜூன் மாத இறுதியில் நிருவாகம் "தொழில் தேர்வை" நடத்த அறிவித்தது. தொழிலாளர்கள் அனைவரும் அதனை எதிர்த்தனர். தேர்வை விலக்கிக் கொள்ளுமாறு அறிவித்தனர். ஆதிக்கச் சக்தியான நிருவாகமோ அதனைச் சிறிதும் ஏற்கவில்லை. நாகப்பட்டினம், போத்தனூர், திருச்சி ஆகிய பணிமனைகளிலிருந்து அனைத்துத் தொழிலாளர்களும் தொழில் தேர்வை எதிர்த்துப் போராடினர். நிருவாகம் இதனைச் சிறிதும் பொருட்படுத்தாமல் மூன்று ஊர்களிலிருந்த பணிமனைகளில்

கதவடைப்பு செய்தது. இச்செய்தி நாடெங்கும் பரவியது. திருச்சியில் 30-6-1928-இல் முகுந்தலால் சர்க்கார் தலைமையில் மாபெரும்தொழிலாளர் ஊர்வலம் நடைபெற்றது. ஆட்குறைப்பு ஆணையையும், தொழில் தேர்வு நடத்தும் திட்டத்தையும் விலக்கிக்கொள்ளுமாறு நிருவாகத்தைக் கேட்டுக்கொண்டனர். இரு திட்டங்களையும் விலக்கிக்கொள்ளாவிட்டால் 14-7-1928-முதல் ரயில்வேயில் அனைத்துத் துறைகளிலும் பொது வேலைநிறுத்தம் தொடங்கப்பெறுமென்று தொழிலாளர்கள் செயற்குழுவில் முடிவெடுத்து அறிவித்தனர். ரயில்வேயின் தலைமை முகவரான ரோத்ராவுக்கு வேலைநிறுத்தம் பற்றி இறுதி எச்சரிக்கை செய்தார்கள். முகவரிடமிருந்தும், நிருவாகத் திடமிருந்தும், எந்தச் செய்தியும் வராததால், வேலைநிறுத்தக் குழு மேலும் ஒரு வாரம் கெடு விதித்தது. நிருவாகம் எந்தச் செய்தியையும் அறிவிக்காததால், 19-7-1928 அன்று நள்ளிரவு தொழிலாளர்களால் பொது வேலைநிறுத்தம் தொடங்கப் பெற்றது. இந்த வேலைநிறுத்தம் வெற்றிபெற சிங்காரவேலரும் முகுந்தலால் சர்க்காரும் இரவு-பகலாகப் பல இடங்களுக்குச் சென்று தொழிலாளர்களைத் திரட்டியுள்ளனர். அனைத்துப் பிரிவுத் தொழிலாளர்களும் பேராதரவு அளித்தனர். ரயில்வே தொழிலாளர்களின் அனைத்துப் பிரிவினரும், கடைநிலை ஊழியர் முதல் அலுவலர் வரை ஒட்டுமொத்தமாக வேலை நிறுத்தத்தில் ஈடுபட்டுள்ளனர். உயர்பதவியிலுள்ள அதிகாரிகளும், ஆங்கிலோ-இந்திய அலுவலர்களும் மட்டும் வேலை நிறுத்தத்தில் கலந்துகொள்ளவில்லை. தொழிலாளர்களுள் பெரும்பாலோர் கலந்துகொண்டிருந்தும், அதற்கு மக்களின் பேராதரவு இருந்தும்கூட நிருவாகம் ரயில் போக்குவரத்தைச் சில இடங்களில் நடத்தியது.

நிருவாகத்தின் இந்தப் போக்கால் தொழிலாளர்கள் கோபமுற்றனர். தொழிலாளர்கள் ரயிலில் ஏறி இயந்திரங்களை நிறுத்தியும், பெட்டிகளின் இணைப்பைக் கழற்றியும், ரயில் செல்லாமுடியாத அளவில் பாதையில் பாறைகளை வைத்தும் போக்குவரத்தை நிறுத்தியுள்ளனர். போலிஸ் படையின் துணைகொண்டு சில இடங்களில்

ரயிலை ஓட்ட நிருவாகம் முயன்றது. அப்போது தொழிலாளர்கள் அமைதியான முறையில் ரயில்பாதைகளில் படுத்துப் போக்குவரத்தை நிறுத்தியுள்ளனர். இதனைக் கண்ட போலிசார் தடியாலும், துப்பாக்கி முனையாலும் தாக்கினர். பின்னர்த் துப்பாக்கிச் சூட்டையும் நிகழ்த்தியுள்ளனர். எண்ணற்றோர் பெரும் காயம் அடைந்துள்ளனர். தொழிலாளர்களுக்கு மக்கள் ஆதரவு பெரிதும் இருந்ததால் சில இடங்களில் போலிஸ் பின் வாங்கியுள்ளது. எனினும் போலிஸ் ஓரிரு இடங்களில் கண்மூடித்தனமாகத் தாக்குதலை நடத்தியுள்ளது. எந்தத் தாக்குதலுக்கும் தொழிலாளர்கள் பின் வாங்காமல் தொடர்ந்து தங்களின் போராட்டத்தை நிலை நிறுத்தினர். அதனைக் கண்டு எஞ்சிய நிருவாகம் இறுதியில் ரயில் போக்குவரத்தை 21-7-1927 அன்று முழுமையாக நிறுத்தியது. போராட்டம் முன்னிலும் வேகமாகப் பரவவே நிருவாகத்திற்கு ஆதரவாக அரசு, சிங்காரவேலரையும், முகுந்தலால் சர்க்காரையும் 23-7-1928 அன்று கைது செய்து சிறையில் அடைத்தது. இவர்களுக்குப் பின்னர்ச் செயற்குழுவைச் சேர்ந்த அனைத்து உறுப்பினர்களையும், முக்கியத் தொழிலாளர்களையும் ஆங்கிலேய அரசு கைது செய்தது. நூற்றுக்கு மேற்பட்ட தொழிலாளர்கள் சிறையில் அடைக்கப்பட்டனர். இந்த வேலை நிறுத்தத்தின்போது நாகை, போத்தனூர், திருச்சி ஆகிய இடங்கள் போர்க்களப் பூமியாகவே இருந்துள்ளன. வேலைநிறுத்தத்தைப் பற்றி அரசு குறிப்பு பின் வருமாறு குறித்திருந்தது.

"தென்னிந்திய ரயில்வேயில் ஏற்பட்ட கொந்தளிப்பு, 1927-இல் வேலை நிறுத்தம் வருமென அச்சுறுத்தியது. சென்னை, கல்கத்தா நகரங்களிலிருந்து இரு கம்யூனிஸ்டுகள் ஜனவரி 1928-இல் நாகப்பட்டினத்தில் நடந்த ரயில்வே சங்க மாநாட்டில் கலந்து கொண்டனர். கலவரப் பகுதிகளில் சொற்பொழிவாற்றி வேலை நிறுத்தம் செய்யும்படி ரயில்வே தொழிலாளர்களை ஊக்குவித்தவர்களில் இவ்விரண்டு கம்யூனிஸ்டுகளும் (சிங்காரவேலர், முகுந்தலால் சர்க்கார்) இருந்தனர்ழு" (29)

நாகை, திருச்சி, போத்தனூர் ஆகிய இடங்களில் தொழிலாளர்களின் வீரஞ்செறிந்த போராட்டம் மேன்மேலும் தொடரவே தொழிலாளர்களுக்கும் போலிஸ் படைக்கும் மோதல் ஏற்பட்டது.

நிறுவாகத்தின் எடுபிடியாகப் போலிஸார் செயல்பட்டதால், அவர்கள் தொழிலாளர்கள் மீது கடுமையான தாக்குதலை நடத்தியுள்ளனர். சில இடங்களில் துப்பாக்கிச் சூட்டையும் நிகழ்த்தியுள்ளனர். நாகை ரயில்வே போராட்டத்தைப் பற்றி நூல் எழுதிய கே. முருகேசனும், சி.எஸ். சுப்பிரமணியனும் துப்பாக்கிச் சூட்டில் இறந்தோரை எப்படியோ குறிப்பிடத் தவறியுள்ளனர். ஆனால், மேற்கு வங்கத்தைச் சேர்ந்த **சுகுமால்சென்** தம் நூலில் துப்பாக்கிச் சூட்டு மரணத்தைக் குறிப்பிடாததால் மரணம் ஏற்பட்டதா? இல்லையா? என்பதில் ஐயம் ஏற்பட்டு விட்டது. இந்த ஐயத்திற்கு விடைகாண அக்காலத்திய நாளேடுகளைப் புரட்டிப் பார்த்தபோது, **தந்தை பெரியார்** நடத்திய **குடியரசில்** துப்பாக்கிச் சூட்டினால் ஏற்பட்ட மரணம் பற்றிய செய்தியைக் காணமுடிந்தது. இந்த மரண செய்தியைக் காணும்முன் அந்தப் போராட்டத்தின் போது என்னென்ன நிகழ்ந்துள்ளன என்பவை குறித்து குடியரசு இதழ் கீழ்வருமாறு குறிப்பிட்டுள்ளது.

வேலை நிறுத்த விவரம்

சென்னை 20 - காலையில் சென்னைக்கும் எழும்பூருக்கும் வரவேண்டிய வண்டிகள் வரவில்லை.

தாம்பரம் என்னும் இடத்தில் 30 தொழிலாளர்கள் லயனில் படுத்துக் கொண்டு சத்தியாக்கிரகம் செய்தவர்கள் அரஸ்ட் செய்யப்பட்டார்கள்.

சேத்துப்பட்டுக்கும் எழும்பூருக்கும் ஓடும் அபிசியல் டிரெய்ன் ஓடிக் கொண்டிருக்கையில் நெருப்பை அணைத்து விட்டதால் வழியில் நின்றுவிட நேர்ந்தது. எழும்பூர் ஸ்டேசன் கீழ்த்தர சிப்பந்திகள் வேலைக்குப் போகவில்லை.

19 - இரவு எழும்பூரைவிட்டுப் புறப்பட்ட போட்மெயில் முதலியவை விழுப்புறமிருந்து சரியானபடி ஓடாமல் தகராறு பட்டுக் கொண்டிருந்தன.

உயர்தர அதிகாரிகளே வண்டிப் போக்குவரத்துக்கு வேலை செய்து கொண்டிருக்கிறார்கள்.

விழுப்புரத்தில் தோட்டி, போர்ட்டர் எல்லோரும் வேலை நிறுத்தம் செய்துவிட்டார்கள். திருச்சிக்கும் ஈரோட்டுக்கும் செல்லவேண்டிய வண்டிகள் வழியிலேயே நிறுத்தப்பட்டு விட்டன. ஈரோட்டுக்கு வரவேண்டிய வண்டிகள் வரவில்லை.

திருநெல்வேலியில் நடுராத்திரியில் வேலைநிறுத்தம் ஆரம்பிக்கப் பட்டது. அங்கிருந்து செல்ல வேண்டிய வண்டிகளும், தெற்கிலும் வடக்கிலுமிருந்து வரவேண்டி வண்டிகளுக்கும் போக்குவரத்து நடைபெறவில்லை.

மதுரையில் மணியடிக்கும் சிப்பந்திகள், நிலக்கரி வாரும் ஆட்கள் உட்பட பலர் வேலைநிறுத்தம் செய்துவிட்டார்கள். மதுரையிலிருந்து புறப்படவேண்டிய ஷெட்டில் வண்டிகளில் ஒன்றுமே போகவில்லை.

ஈரோடு ஸ்டேஷனில் நடுராத்திரியில் வேலைநிறுத்தம் செய்யப்பட்டது. போத்தனூரிலும் நடுராத்திரியில் வேலைநிறுத்தம் செய்யப்பட்டது. ஆங்கிலோ-இந்தியர், ஸ்டேஷன் மாஸ்டர் முதலியவர்களின் பிரயத்தினங்களினாலே சிற்சில மெயில் வண்டிகள் மாத்திரம் ஆங்காங்கு காலந்தவறிப் போய்க்கொண்டிருப்பதாகத் தெரிகிறது. வேலைநிறுத்தத்தை வெற்றியடையாமற் செய்யப் பலசூழ்ச்சிகள் நடப்பதாகவும் தெரிய வருகிறது.

குடியரசு -7-1928

இந்தச் செய்தியை நோக்கினால், வேலைநிறுத்தம் பல்வேறு இடங்களில் நடத்திருப்பதையும். அந்த வேலை நிறுத்தத்தில் வேலை செய்தவர் எவர் என்பதையும் அறியலாம். குறிப்பாகத் தமிழக முழுவதும் ரயில் போக்குவரத்து சிறிதும் நிகழவில்லை என்பதை நன்கு உணரலாம். இந்த வேலைநிறுத்தம் வெற்றி பெறத் தந்தை பெரியார் முழு ஆதரவு அளித்ததுடன், குடியரசு இதழில் வேலைநிறுத்தத்தை ஆதரித்துக் கட்டுரைகள் எழுதியும், வேலை நிறுத்தத்திற்குப் பொதுமக்கள் ஆதரவு அளிக்க வேண்டுமென்று வேண்டுகோள் விடுத்தும் ஊர்ஊராக நேரில் சென்று தொழிலாளர்கட்கு

ஆதரவாகப் பிரச்சாரமும் செய்துள்ளார். இதனைக் கண்டு வெகுண்ட் ஆங்கில ஆதிக்கம் பெரியாரை அன்று கைதுசெய்து சிறையில் அடைத்தது. தொழிலாளர்களுக்கு ஆதரவாகப் பேசிய திரு.வி.க.வுக்கும் "திராவிடன்" இதழ் ஆசிரியர் கண்ணப்பருக்கும் பிரச்சாரத் தடை விதித்து 144-சட்டத்தை நிறைவேற்றியது. இந்த வேலை நிறுத்தத்தில் தொழிலாளர்களுக்குப் பொதுமக்களின் ஆதரவு மிகுதியாக இருந்ததால் பல இடங்களில் தொழிலாளர்களுக்கும் காவலர்களுக்குமிடையே நெருக்கடி ஏற்பட்டுப் பல உயிர்ச் சேதங்களும் பொருட்சேதங்களும் ஏற்பட்டுவிட்டன. இவற்றைப் பற்றிக் குடியரசு இதழ் பல செய்திகளைப் பதிவு செய்துள்ளது. அவற்றைக் கீழே காணலாம்.

தென்னிந்திய ரயில்வே சம்பவங்கள்

பொருட்சேதங்களும் உயிர்ச்சேதங்களும்

தூத்துக்குடி ஜூலை 20 தேதிக்கு 8-50 க்கு வரவேண்டிய வண்டி 1 1-40 க்கு வந்தது பிளாட்பாரத்துக்குள் வண்டி வந்ததும் பிளாட்பாரத்துக்கு வெளியிலிருந்த ஜனக்கூட்டத்தைக் கலைக்கப் போலிசாருக்கு செய்தி அனுப்பப்பட்டது. இந்தச் செய்தியறிந்த ஜனங்கள் கற்களை ஸ்டேஷனுக்குள் விட்டெறிந்தனர். வண்டிக் கண்ணாடி ஜன்னல்கள் உடைந்து போயின. கார்டுக்குக் காயங்களேற்பட்டன. போலீசார் வந்து கூட்டத்தைக் கலைத்தனர். கூட்டத்தில் பலருக்குக் காயம்.

மேலூர், மேற்குறிப்பிட்ட வண்டி 12-15க்கு மேலூர் போய்ச் சேர்ந்தது. ஜனங்கள் ஸ்டேஷனுக்குள் புகுந்து மேஜை, நாற்காலி, ஜன்னல், விளக்கு போன்றவற்றை உடைத்து விட்டு டிக்கட்டுகளை எடுத்துக்கொண்டு போய்விட்டனர்.

மாயவரம், ஜூலை 21. போலீசார் கூட்டத்தைக் கலைக்க துப்பாக்கிப் பிரயோகம் செய்ய, கல்லடியால் போலிசாரில் 9 பேருக்கு பலத்தகாயம்.

பூதலூர், ஜூலை 21. காலை வழக்கமாய் சென்னை வர வேண்டிய போட்மெயில் பூதலூருக்கருகில் தண்டவாளத்தை விட்டு இறங்கி

விட்டதாயும் அதனைச் சரிப்படுத்தி மீண்டும் நெடுநேரத்திற்குப் பின் புறப்படச் செய்ததாயும் தெரிகிறது.

எழும்பூர், ஜூலை 21. வேலைநிறுத்தக்காரர்கள் வேலை செய்துகொண்டிருந்த தங்கள் தோழரிடத்தில் பேசிக் கொண்டிருந்ததற்காக சிலரைக் கைது செய்து. காவலில் வைத்தார்கள். மற்றத் தொழிலாளர்கள் தங்களையும் காவலில் வைக்கும்படி சத்தியாக்கிரகம் செய்ததற்கு, போலீசார் மோட்டார் லாரிகளில் துப்பாக்கிகளுடன் வந்து தொழிலாளரைத் துப்பாக்கிகளால் அடித்துத் துன்புறுத்தியதாகத் தெரிகிறது.

வேலூரில் ஜூலை 21. போலிசார் துப்பாக்கிப் பிரயோகத்தால் ஒருவர் கொல்லப்பட்டார். பலருக்குக் காயம் ஏற்பட்டது. மேலூர் ஸ்டேஷன் கட்டடத்திற்குச் சேதம் ஏற்பட்டது.

பல்லாவரம், ஜூலை 21. பாசஞ்சர் வண்டியை விடாமல் சத்தியாக்கிரகம் செய்தனர். ஒருமாணவன் உட்பட 12 பேரைக் கைது செய்திருக்கிறார்கள்.

விக்கிரவாண்டி, ஜூலை 21. திருவனந்தபுரம் எக்ஸ்பிரசுக்கு முன்னால் லைனில் படுத்துச் சத்தியாக்கிரகம் செய்ததாக 22 பேரைப் பயணிகளால் தாக்கிக் காயப்படுத்திக் கைது செய்திருக்கிறார்கள்.

பண்ருட்டி, ஜூலை 22. இங்கிருந்து புறப்பட்ட வண்டியை ஒரு கூட்டத்தார் ஓடிப்பிடித்தனர். அவர்களை போலிஸ் சார்ஜன்ட் ரிசர்வ் கான்ஸ்டேபில் ஆறு பேருடன் துப்பாக்கி முனையில் கத்தியுடன் தாக்கினார்.

விழுப்புரம், ஜூலை 22. வண்டிஸ்டேஷனுக்கு வருமுன் பாதையில்படுத்து சத்தியாக்கிரகம் செய்தனர். போலிசார் துப்பாக்கி முனையில் தாக்கியும், அவர்களை அப்புறப்படுத்த முடியவில்லை. பிறகு சுட்டனர், ஜனங்கள் இஞ்சினிலிருந்த நெருப்பை அணைத்து விட்டனர்.

காட்டுப்பாக்கம், ஜூலை 22. போட்மெயில் 11-30 மணிக்குக் கவிழ்ந்துவிட்டது. ஒருவர் இறந்துவிட்டார். பலருக்குக் காயம்.

கொடைக்கானல், ஜூன் 23. என்ஜின்களும் 3. வண்டிகளும் கவிழ்ந்தன. பலருக்கு உயிர்ச்சேதமெனத் தெரிகிறது.

தூத்துக்குடி, ஜூலை 23. ஒரு என்ஜினும், 3 வண்டிகளும் நொறுங்கின. இங்கும் பெருத்த ஜனசேதம்.

ஈரோடு, ஜூலை 23. வேலை நிறுத்தக்காரர்கள் அமைதியாகத் தண்டவாளத்தில் படுத்திருந்தனர். போலிஸ் சூபரிண்டெண்டெண்டு, மாஜிஸ்டிரேட்டு உத்திரவில்லாமலே சுட ஆரம்பித்தனர். நால்வர் காயமடைந்தனர்.

எழும்பூர், ஜூலை 24, தோட்டிகளும் வேலைநிறுத்தம் செய்து விட்டதால் ஸ்டேஷனிலுள்ள கக்கூஸ்களும் சுத்தம்செய்யாமலிருக்கின்றன. அதனால் கோயமுத்தூர் போத்தனூர், சேலம், முதலிய ஸ்டேஷன்களும் S.I.R.-க்குச் சேர்ந்த ப்ராட்கேஜிலுள்ள இன்னும் அனேக ஸ்டேஷன்களும் நாற்றமெடுத்து விட்டன.

எர்ணாகுளத்தில் வேலை நிறுத்தத்தால், பெட்ரோல் பஞ்சத்தால் பஸ்சர்வீஸூம் குறைந்துவிட்டது.

இன்னும், பின்வந்த செய்திகளால் பல அபாய சம்பவங்கள் நிகழ்ந்ததாகவும் பலவிடங்களில் தொழிலாளிகளுக்கும் பொதுமக்களுக்கும் உயிர்ச்சேதமும் பொருட்சேதமும் கொடுமைகளும் நிகழ்ந்ததாகவும் தெரிகிறது.

தடையுத்தரவுகளும் அரெஸ்டுகளும்

மாயவரம் 24-ஆம் தேதி தஞ்சைஜில்லா பார்ப்பனரல்லாதார் சங்கத்தின் ஆதரவில் நேற்று மாலை 5 மணிக்கு திரு. எஸ்.வி. லிங்கம் அவர்கள் தலைமையில் தொழிலாளர் கூட்டம் நடந்த பொழுது தலைவருக்கு 141 ஆவது பிரிவு உத்திரவு அளிக்கப்பட்டது. கூட்டம் அமைதியாகக் கலைந்தது.

பண்ருட்டி திரு. அந்தோணிசாமி, கிருஷ்ணசாமி, ஜெகநாதன், ஆரோக்கியசாமி, இப்ராகிம், கோவிந்தராஜலு, குழந்தைசாமி, ராமசாமி, நடேசபிள்ளை, சின்னய்யா பிள்ளை, கிருஷ்ணசாமி, சந்தானம்பிள்ளை, போன்றவர்கள் அரஸ்ட் செய்யப்பட்டு லாக்கப்பில் வைக்கப் பட்டிருக்கிறார்கள். எனினும் மேற்படியார்கள் உற்சாகத்துடன் தானிருக்கிறார்கள்.

சென்னைத் தொழிலாளர் கூட்டங்கட்குப் போகக் கூடாதென 'திராவிடன்' பத்திராதிபதி திரு. ஜே. எஸ். கண்ணப்பர் அவர்கட்கும், திருவாளர்கள் கல்யாண சுந்தரமுதலியார் தண்டபாணிப்பிள்ளை, குழந்தை போன்றவர்களுக்கும் 144 வது உத்திரவு போடப்பட்டுள்ளது.

நாகைத் தொழிலாளர் திரு. மாணிக்கதாஸ் கைது செய்யப்பட்டுப் போலிஸ் காவலில் இருக்கிறார்.

சென்னைப் பொதுமக்களும், தொழிலாளர் விஷயமாய்க் கூட்டம் கூட்டவோ, ஊர்வலம் செய்யவோ கூடாதென 144வது உத்திரவு இடப்பட்டுள்ளார்கள். **திரு. எம். சிங்கார வேலு செட்டியார் வீடு சோதனை செய்யப்பட்டது.**

மதுரையில் 22 தேதியில் 15 பேரும், பிறகு 41 பேரும் கைது செய்யப்பட்டிருக்கின்றனர். துப்பாக்கிப் பிரயோகத்தால் மூவர் காயமடைந்தனர்.

செங்கல்பட்டு ரயில்வே வேலைநிறுத்தத்தை ஆதரித்துச் செங்கல்பட்டு ஜில்லா முழுவதிலுமுள்ள பொது ஜனங்கள் கூட்டங்கள் கூட்டுவதும் ஊர்வலம் நடத்துவதும் கூடாதென்று ஜில்லா மாஜிஸ்ட் ரேட் 144ஆவது செக்ஷன் தடையுத்தரவு பிறப்பித்திருக்கிறார்.

திருச்சி தொழிலாளர் சென்டர் யூனியன் தலைவரும் வேலைநிறுத்தக் கமிட்டித் தலைவருமாகிய திருவாளர் டி. கிருஷ்ணசாமி பிள்ளை கைது செய்யப்பட்டிருக்கிறார்.

பாலக்கரை திருச்சி ஜங்ஷனிலிருந்து வந்து கொண்டிருந்த லைட் எஞ்சின் ஒன்று பாலக்கரை ஸ்டேஷனுக்கருகில் கைநாட்டிக்குப் பக்கத்தில் ஒரு சர்வீஸ் பஸ்சுடன் மோதிக்கொண்டது. அதில் ஒரு மாதும் இரண்டு குழந்தைகளும் உட்பட உடனே பத்துபேர்கள் இறந்தனர். அவ்விடத்தில் பெரும்கூட்டம் கூடிவிட்டது; போலிசார் அவ்விடத்திற்கு வந்து கூட்டத்தைக் கலைக்க முயன்றனர். முடியவில்லை. எனவே போலிசார் துப்பாக்கிப்பிரயோகம் செய்தனர். அதில் நால்வருக்குக் காயமேற்பட்டதென்று கூறப்படுகின்றது.

மற்றொரு தந்தி மேற்படியிடத்தில் துப்பாக்கிப் பிரயோகத்தால் இரண்டு குழந்தைகள் உள்பட நால்வர் உடனே மாண்டனர் என்றும், மூவர் வைத்தியசாலையில் அபாய நிலையில் கிடக்கின்றனரென்றும் கூறுகின்றது.

சேலம், ஜூலை 25 தேதி சத்தியாக்கிரகம் ஆரம்பிக்கப் போகிறார்கள். ஜனாப் இஸ்மெயில்கான் கைது செய்யப்பட்டார்.

நாகப்பட்டணம் போலிஸார் தொழிலாளர் காரியாலயத்தைப் பரிசோதனை செய்து சிவப்புக் கொடிகளையும் நில ரிகார்டுகளையும் கைப்பற்றியுள்ளார்கள்.

மதுரை, ஜூலை 26. தொழிலாளர் சங்கக் காரியாலயத்தைப் போலிசார் பரிசோதனை செய்து சில கார்டுகளைக் கைவசப்படுத்திக் கொண்டதாய்த் தெரிகிறது. கொடைக்கானல் விபத்தால் பலர் மதுரை ஜெனரல் ஆஸ்பத்திரியில் சிகிச்சை பெற்று வருகின்றனர். அவர்களில் மூவர் இறந்துவிட்டதாய் வருகிறது.

திருச்சி, ஜூலை 26 T.V.K. நாயுடு 109, i.p.a 126, 28 ரயில்வே சட்டப்படி கைது செய்யப்பட்டார்.

செய்தித் திரட்டு.

குடியரசு இதழின் இக்குறிப்பை நோக்கினால் வேலை நிறுத்தத்தின் விளைவுகளைச் சரியாக உணரலாம். இக்குறிப்பிலிருந்து பல்வேறு பொருட்சேதங்களுடன் துப்பாக்கிச் சூட்டினால் வேலூரில் ஒருவரும், பாலக்கரையில் நால்வரும் கொலையுண்டதை உணரலாம். இந்த வேலை நிறுத்தத்தில் தந்தை பெரியாரின் உழைப்பும் அவர் அளித்த ஆதரவும் மிகப் பெரியவை. நாகை வேலைநிறுத்தத்தைப் பற்றி எழுதும் ஆய்வாளர் பலர் தந்தை பெரியாரைக் குறிப்பிடத் தவறி விடுகின்றனர்.

இந்த வேலைநிறுத்தத்தை முன்னிட்டுச் சிங்காரவேலரின் வீடும், அவர் நடத்திய “தொழிலாளி” என்ற பத்திரிகை யாலயமும் சோதனையிடப் பட்டன. இவற்றைப் போன்றே தொழிற்சங்க அலுவலகங்களும் சோதனையிடப்பட்டன. தொழிலாளர்களைத் தேடித் தேடிக் கைது செய்தனர். தலைவர்கள் பலரும், எண்ணற்ற தொழிலாளர் பலரும் சிறையில் அடைக்கப்பட்டதால், வேலைநிறுத்தம் மேலும் நீடிக்கவில்லை. நிருவாகமும், அரசும் இணைந்துகொண்டு கொடும் அடக்குமுறையையும் துப்பாக்கிச் சூட்டையும் நிகழ்த்திக் கூட வேலைநிறுத்தம் பத்து நாள்களாகத் தொடர்ந்தது. தலைவர்கள் வெளியில் இல்லாததால் பத்துநாட்களாகத் தொடர்ந்தது. இறுதியில் வேலை நிறுத்தம் தோல்வியுற்றது. எனினும், வேலைநிறுத்தத்தை ஆதரித்தும், தலைவர்கள் சிறையில் அடைக்கப்பட்டதை எதிர்த்தும் பொதுமக்கள் சென்னையிலும் பிற இடங்களிலும் ஊர்வலம் நடத்தியுள்ளனர். வேலைநிறுத்தத்தில் ஈடுபட்ட

தலைவர்கள் மீதும், தொழிலாளர்கள் மீதும் அரசு சதி வழக்குத் தொடர்ந்தது. அந்த வழக்கே தென்னிந்தியச் சதி வழக்கு எனப் பிரபலமாயிற்று. இந்த வழக்கில் சிங்காரவேலர், முகுந்தலால் சர்க்கார், டி. கிருஷ்ணசாமிப் பிள்ளை ஆகியோருக்கு பத்தாண்டுக் கடுங்காவலும், பெருமாள் என்ற தொழிலாளிக்கு ஆயுள் தண்டனையும் விதிக்கப்பட்டன.

இந்த வேலைநிறுத்தத்தைக் குறித்து மிகக் குறிப்பிடத் தக்க செய்தி ஒன்று உண்டு; அந்தச் செய்தியைப் பலர் வெளியிடத் தயங்கியபோது தந்தை பெரியார்தான் அதனைத் துணிந்து வெளியிட்டார் என்பதைக் காட்டிலும், அச்செய்தி மூலம் ஒரு பெரிய தலைவரைக் கண்டித்தார் என்பதே உண்மையாகும். அச்செய்தி எல்லோரும் அறிய வேண்டிய ஒன்றாகும். நிருவாகமும், ஆங்கில அரசாங்கமும் இணைந்து தொழிலாளர் மீது கடுந்தாக்குதலை நிகழ்த்தியதால், அதனைக் கண்டித்துச் சட்டமன்றத்தில் பேச இருப்பதாகக் கோவையைச் சேர்ந்த சி.எஸ். இரத்தினசபாபதி என்பவர் செய்தித்தாளில் அறிவித்திருந்தார். பின்னர், சட்டமன்றம் கூடிய போது தாம் கொண்டுவரக்கூடிய தீர்மானத்தைப் பற்றிச் சத்தியமூர்த்தி அவர்களிடம் கூறியிருக்கிறார். சத்திய மூர்த்தியோ அதைப் பற்றி தீர்மானத்தைக் கொண்டுவர ஏற்கெனவே தான் அறிவித்துவிட்டதாகக் கூறியுள்ளார். சத்தியமூர்த்தி, தமக்கு முன்பாகவே தீர்மானம் கொண்டுவர உள்ளாரென நம்பி, மீண்டும் நாம் ஏன் அதே தீர்மானத்தைப் பற்றிப் பேச வேண்டுமெனக் கருதி அவர் வாளாவிருந்து விட்டார். ஆனால், சத்தியமூர்த்தியோ அந்தத் தீர்மானத்தை வேறுமுறையில்-எழுதிக் கொடுத்ததற்கு மாறாகப் பேசத் தொடங்கியுள்ளார். அப்போது, அவைத் தலைவர் குறுக்கிட்டு, கொண்டுவரும் தீர்மானத்தை ஆதரித்துப் பேச வேண்டுமேயன்றி, எதிர்த்துப் பேசக் கூடாதெனக் கூறியுள்ளார். உடனே சத்தியமூர்த்தி ஏதும் பேசாமல் உட்கார்ந்துவிட்டார். இதனால் வருத்தமுற்ற இரத்தின சபாபதி, மறுநாள் அந்தத் தீர்மானத்தைப் பற்றிப் பேச அனுமதி கேட்டுள்ளார். அவைத் தலைவரோ, இந்தத் தீர்மானத்தை நேற்றே சத்தியமூர்த்தி விடுவித்துக் (வாபஸ்)

கொண்டதால் அந்த தீர்மானத்தை மீண்டும் கொண்டுவர முடியாது எனக் கூறித் தடுத்துவிட்டார். இதனால், ரயில்வே வேலைநிறுத்த அடக்குமுறையைப் பற்றிப் பேசுவதற்குரிய ஓர் அரிய வாய்ப்பை இரத்தினசபாபதி இழந்து விட்டார். இதனையறிந்த பெரியார், காங்கிரசு தலைவரான சத்தியமூர்த்தி தொழிலாளர்களுக்கெதிராகச் சூழ்ச்சி செய்து விட்டாரே எனக் கடுமையாகக் கண்டித்து விடுதலையில் எழுதியுள்ளார். அக்குறிப்பு விடுதலையில் 9-9-1928-இல் வெளிவந்துள்ளது.

1919-ஆம் ஆண்டில் திருச்சியில் நடந்த காங்கிரசு மாகாண மாநாட்டில் தந்தை பெரியாரும், தியாகச்செம்மல் வ.உ.சி. யும், வகுப்புவாரி தீர்மானத்தை விஷய ஆலோசனைக் குழுவில்கொண்டு அதனை நிறைவேற்றினர். ஆனால், பொது மாநாட்டில், தலைமை தாங்கிய எஸ். சீனிவாசு அய்யங்கார் அத்தீர்மானத்தை நிராகரித்து விட்டார். இந் நிகழ்வோடு மேலே குறிப்பிட்ட சட்டமன்ற (சத்திய மூர்த்தியின்) நிகழ்வும் ஒப்பிட்டுப் பார்க்கத்தக்கது. மீண்டும் ரயில்வே சதிவழக்கை நோக்குவோம். சிங்காரவேலருக்கு 10 ஆண்டுகள் கடுங்காவல் தண்டனை விதிக்கப்பட்டதால், அக்காலத்திய பேரும் புகழும் பெற்ற வழக்கறிஞர்களாகிய நியூஜெண்ட் கிராண்ட், ஜார்ஜ் ஜோசப் கே. எஸ். கிருஷ்ணசாமி அய்யங்கார், என்.எஸ். இராமசாமி அய்யங்கார் ஆகியோர் வாதாடினர். இந்த வழக்கில் எஸ். சத்தியமூர்த்தியும் வாதாடி உள்ளார். சட்ட மன்றத்தில் இழைத்துவிட்ட தவறுக்காக பரிவு தேடிக்கொண்டார் போலும். வழக்கு விசாரணையில் சிங்காரவேலருக்கும் ஏனைய தலைவர்களுக்கும் தண்டனை குறைக்கப்பட்டது. இந்த வேலைநிறுத்தத்தின் போது சிங்காரவேலர் திருச்சி சிறையில் அடைக்கப்பட்டார். 1930-ஆம் ஆண்டில் உப்புச் சத்தியாக்கிரகத்தை முன்னிட்டு இராஜாஜியும், ஜெமதக்னியும் இதே சிறையில்தான் அடைக்கப்பட்டனர். இந்தச் சிறையில்தான் இராஜாஜியின் யோசனையையும் மீறி ஜெமதக்னி சிங்காரவேலரைச் சந்தித்துள்ளார். இங்குத்தான் சிங்காரவேலரிடம் அவர் மார்க்சியத்தைப் பயின்றுள்ளார். இது பற்றிய விளக்கத்தைப் பிற்பகுதியில் காணலாம். வழக்கு விசாரணைக்குப் பின் சிங்காரவேலர் 1930 ஆகஸ்டில்,

விடுதலை செய்யப்பட்டுள்ளார். 26 மாதங்கள் சிறையில் இருந்துள்ளார். எல்லோரும் விடுதலையானாலும் ஆயுள் தண்டனை விதிக்கப்பட்டு அந்தமான் சிறையில் அடைக்கப்பட்ட **பெருமாளை** மட்டும் விடுதலை செய்யவில்லை. சென்னையில் 1937-இல் இராஜாஜி தலைமையில் அமைச்சரவை அமைக்கப்பெற்றதும் பெருமாள் விடுதலை செய்யப்பட்டார்; காங்கிரசு அமைச்சரவை ஆற்றிய ஒரு நற்சேவை இது வெனலாம்.

வேலைநிறுத்தத்தில் ஈடுபட்ட தலைவர்களும் தொழிலாளர்களும் அடுத்தடுத்து விடுதலையானார்கள். ஆனால், வேலைநிறுத்தம் தோல்வியுற்றது. தோல்விக்கு ரயில்வே நிருவாகமும், ஆங்கிலேயே அரசும் மட்டும் காரணம் அல்ல; தொழிற்சங்கச் சீர்திருத்தவாதத் தலைவர்களின் சமரசப் போக்கும், தலைவர்கள் சிலரின் கண்டும் காணாத போக்கும் அதற்குக் காரணங்களாகும். ரயில்வே தொழிலாளர்கள் முனைப்போடு போராடிக் கொண்டிருந்தபோது, சீர்திருத்தத் தலைவர்கள் தொழிலாளர்கள் வேலை நிறுத்தத்தை வாபஸ் பெறத் தயாராக உள்ளனரெனத் தவறாகக் கூறித் தொழிலாளர்களைப் பிரிக்க முனைந்ததோடு, ஆதரவு வழங்கிய பொதுமக்களிடமும் குழப்பத்தை ஏற்படுத்தி விட்டனர். பல்வேறு வேலை நிறுத்தங்களும் போராட்டங்களும் வலிமை குன்றுவதற்கும், தோல்வியுறுவதற்கும் இந்தச் சீர்திருத்தவாதிகளின் தவறான கண்ணோட்டமும் சமரசப் போக்குமே காரணங்களாகும். இவற்றால் தொழிலாளர்கட்கும் போர்க்குணம் வளர்வதற்குத் தடை ஏற்பட்டுவிடுவதோடு, நம்பிக்கையின்மையையும் ஒற்றுமையின்மையையும், தொழிலாளர்களுக்கிடையே ஏற்படுத்தி விடுகிறது. இக்காரணங்களால், நம்பிக்கையின்றி எதனையும் சந்தேகத்தோடு நோக்கும் போக்கு வளர்ந்து விடுகிறது.

தமிழகத்தில் மட்டுமின்றி இந்தியாவின் பல மாநிலங்களிலும் தொழிற்சங்கத்தின் தலைமைப் பொறுப்பானது முதலாளித்துவச் சீர்திருத்தப் போக்குடையவர்களிடமே இருந்துள்ளது. இவர்களின் வர்க்கக் கண்ணோட்டமற்ற போக்கே தொழிலாளர்களிடத்தும் செல்வாக்கு

செலுத்தியுள்ளது. இதனால் தொழிலாளர்களும் தெளிவற்றவர்களாவே இருந்துள்ளனர். தொழிற்சங்கங்கள் தோன்றிய காலத்திலிருந்தே தாராளவாதமும், சமரசப் போக்குடைய தலைவர்களுமே ஆதிக்கம் செலுத்தி வந்துள்ளனர். இந்தியத் தொழிற்சங்கங்களின் தொடக்கக் காலத்தில் தலைமை பூண்ட இந்த மனித நேயவாதிகளின் தொண்டையும், நல்லெண்ணத்தையும், அர்ப்பணிப்பையும் குறைத்து மதிப்பிட முடியாது. தொடக்கக்காலப் பணிகளுக்கு அவர்களின் தொண்டு மகத்தானது. இவ்வாறு அவர்களின் தொண்டுகளை விமர்சனக் கண்ணோட்டத்தில் நாம் பார்க்கும் போது, அவர்கள் முதலாளித்துவ சமரச நோக்கிலும், குறுகிய அரசியல் கண்ணோட்டத்திலும் தொழிலாளர்களை உருவாக்கியுள்ளார்கள். என்பதையும் மறுக்க முடியாது. தொழிற்சங்கங்களை, தொழிலாளர்களின் உரிமைகளை முதலாளிகளின் நலன்களுக்கேற்ற முறையில் உருவாக்கி விட்டனர். இந்நிலை இப்போதும் தொடர்கிறது. இது குறித்து, **ரஜினிபாமிதத்** கூறியிருப்பது சிந்திக்கத்தக்கது.

"தொழிலாளர்கள் போராட்டத்திற்குத் தயாராக இருந்த நிலையில் அந்த அமைப்பின் தலைமைப் பொறுப்பு தவிர்க்க இயலாத நிலையில் மற்றவர்களின் கைகளில் இருந்தது. தொடக்கக் கால இந்தியத் தொழிலாளர் இயக்கத்தின் முரண்பாடு இதிலிருந்துதான் தொடங்குகிறது. சோசலிசத்தின் அடிப்படையான எந்தவோர் அரசியல் இயக்கமோ தொழிலாளி வர்க்கம் மற்றும் வர்க்கப் போராட்டம் ஆகிய கருத்தோட்டங்களோ அதுவரை தோன்றவில்லை. அதன் விளைவாக வெளியாட்கள் என்று கூறப்படுகின்ற அல்லது இதர வர்க்கப் பிரிவுகளிலிருந்து வந்த உதவியாளர்கள், பல்வேறு காரணங்களால் ஸ்தாபன வேலைகளில் தங்களது உதவியைச் செய்ய முன்வந்தனர்.

இந்தத் தொடக்கக் காலத்தில் அவர்களுடைய பணி தவிர்க்க இயலாததாக இருந்தது. அவர்கள் தொழிலாளர் இயக்கத்தின் நோக்கங்கள் மற்றும் தேவைகளை உணர்ந்தவர்களாக இல்லை என்பதோடு, தங்களோடு கூடவே நடுத்தரவர்க்க அரசியலுக்கே உரிய கருத்தோட்டங்களையும் இயக்கத்திற்குள் கொண்டு வந்தனர்.

ஒரு சிலரைப் போல அவர்களின் நோக்கம் மனித நேயத்தின் அடிப்படையிலானதோ வேறுசிலரைப் போலத் தொழில் முறையிலானதோ மேலும் வேறு சிலரைப் போலத் தேசிய அரசியல் போராட்டத்தின் மீது கொண்ட ஆர்வத்தின் அடிப்படையிலானதொரு கண்ணோட்டத்தைக் கொண்டு வந்தார்கள் என்பதோடு, உண்மையில் தொழிலாளர்கள் அப்போது நடத்திக் கொண்டு வந்த வர்க்கப் போராட்டத்தின் அடிப்படையில், அந்த இளம் தொழிலாள வர்க்க இயக்கத்திற்கு வழிகாட்டும் திறனற்றவர்களாகவே இருந்தனர். இந்தத் துரதிர்ஷ்டவசமான நிலையானது, இந்தியத் தொழிலாளர் இயக்கத்தை நீண்ட நாட்களுக்குப் பிணைத்து வைத்திருந்ததோடு தொழிலாளர்களின் சிறப்பான தீவிரமான உணர்வையும், செயல்திறனையும்,மோசமாகப் பாதிப்பதாகவும் அமைந்திருந்தது. அதன் செல்வாக்கு இப்போதும் நீடித்துதான் வருகிறது." (30)

பாமிதத் கூறுபவை இப்போதைய தொழிற்சங்கத், தலைவர்களாலும், தொழிலாளர்களாலும் பெரிதும் சிந்திக்கத்தக்கன; பின்பற்றத்தக்கன. இந்தச் சிந்தனைகளைப் பாதையாக அமைத்துக் கொண்டால்தான் தொழிலாளர் வர்க்கம், தெளிவான வர்க்கக் கண்ணோட்டத்தோடு முன்னேறும்; வலிவு பெறும்; இவையே வருங்காலத் தேவைக்கு முக்கியமானவை. புகழ்ந்தவை போற்றிச் செயல்பட வேண்டும். தமிழகத்தில் நிகழ்த்தப் பெற்ற வேலை நிறுத்தங்கள் இருவகையில் தோல்வியுற்றதற்கு வர்க்கக் கண்ணோட்டமற்ற தலைவர்கள்தான் காரணம். அவர்களே பல சங்கங்களில் பெரும்பான்மையோராக இருந்துள்ளனர். இவர்களோடு இணைந்துதான் சிங்காரவேோர் செயல்பட்டுள்ளார். இவற்றால் சிங்காரவேலர் எதிர்கொண்ட நெருக்கடிகளும் அவலங்களும் ஏராளம். எனினும் தம் பணியை உறுதியாக ஆற்றியுள்ளார். தொழிற்சங்கத் தலைவர்களை அவரால் பெரிதும் மாற்றிவிட முடியவில்லையென்றாலும், அவர்களுக்கும் தொழிலாளர்களுக்கும் திசைகாட்டியாக, கலங்கரை விளக்கமாக விளங்கி, அவர்களை நற்பாதையில் அழைத்துச் சென்றுள்ளார். அதனை நம்மால் மறக்கமுடியாது; மறுக்க முடியாது.

சான்று நூல்கள்

1. E. Thurston -Castes and Tribes of Southern India - Vol VI - page -141-

2. ஆ. சிங்காரவேலு முதலியார் - அபிதான சிந்தாமணி - பக்- 259 1934-

3. பின்னத்தூர் நாராயணசாமி ஐயர் - நற்றிணையுரை -பக்- கழக வெளியீடு, சென்னை - 600 001.

4. பேரா. முனைவர் முத்து. குணசேகரன் - சிந்தனைச் சிற்பி சிங்காரவேலர் வாழ்வும் பணியும் - பக் 16 - 1990 - சிந்தனைச் சிற்பி சிங்காரவேலர் கல்வி அறக்கட்டளை - 15னு, திருவள்ளுவர் நகர் , தண்டையார்பேட்டை, சென்னை -600 081.

5. புத்தர் - தம்மபதம் - பக் 89-90- 1987 - முல்லை நிலையம், தமிழாக்கம் ப. இராமசுவாமி - 9, பாரதி நகர், முதல் தெரு, சென்னை - 600 017.

6. ரா. அ. பத்மநாபன் - புரட்சிவீரர் நீலகண்ட பிரம்மச்சாரி -பக்- 153 - 1978 - அமுத நிலையம் லிமிடெட் 46, இராயப்பேட்டை, சென்னை - 600 014

7. நெ.து. சுந்தர வடிவேலுவின் கட்டுரைகள்.

8. பார்க்க - சிஙகாரவேலர் சிந்தனைக் களஞ்சியம் - பக் -203, 210, 323- 2006 - தென்னக ஆய்வுமையம், 17, ஜானி ஜான்கான் தெரு, இராயப்பேட்டை, சென்னை - 600 014

9. கே. முருகேசன் - சி. எஸ். சுப்பிரமணியம் - சிங்காரவேலு - தென்னிந்தியாவின் முதல் கம்யூனிஸ்ட் - பக்- 79 -1991 - நியூ செஞ்சுரி புக் ஹவுஸ் 41-B சிட்கோ எஸ்டேட் - அம்பத்தூர்- சென்னை - 600 098.

1. தர்மானந்த கோஸாம்பி - பகவான் புத்தர் - பக் -12 -2006 தமிழாக்கம் - கா. ஸ்ரீ. ஸ்ரீ - புத்தா வெளியீட்டகம், கோவை - 614 015.

2. இராகுல சாங்கிருத்தியாயன்- பௌத்தத் தத்துவ இயல் - பக்-56 - 1985 நியூசெஞ்சுரி புக் ஹவுஸ் (பி) லிட் - 41 - B சிட்கோ இண்டஸ்ட்ரியல் எஸ்டேட் - அம்பத்தூர், சென்னை - 600 098.

3. பேரா. முனைவர் க. ஜெயபாலன் - அம்பேத்கர் காட்டும் பௌத்தம் -பக்- 38- 2007 - போதிசத்வர் அம்பேத்கர் பவுத்த சங்கம் - எ-6- தாமரைக் குடியிருப்பு, நந்தனம், சென்னை - 600 035.

4. திரு. வி. க. - திரு. வி. க. வாழ்கைக் குறிப்புகள் - பக்- 617-18 1969- திருநெல்வேலி தென்னிந்திய சைவ சித்தாந்த நூற்பதிப்புக் கழகம், சென்னை - 600 001.

5. Indian Social Reformer- 18.5.1899 - Quoted in Vivekanander - in Indain Newspapers - page - 455. எடுத்துக் காட்டியவர்; நாகை. கே. முருகேசன். சி. எஸ். சுப்பிரமணியம் சிங்காரவேலு தென்னிந்தியாவின் முதல் கம்யூனிஸ்ட் - பக் 40 - 1991 நியூ செஞ்சுரி புக் ஹவுஸ் - 41-B- சிட்கோ எஸ்டேட், அம்பத்தூர் - சென்னை - 600 098.

6. மறைமலையடிகள் - திராவிடனின் பொய்ம்மை நடந்த வண்ணம் உரைத்தல் 10-6-1928 - எடுத்துக்காட்டியவர் சுப. வீரபாண்டியன் - பெரியாரின் இடதுசாரித் தமிழ்த் தேசியம்- பக்- 206 - 2006 தமிழ் முழக்கம்.

7. சிவநேசன் - வார இதழ் - 17-9-1927.

8. குமரன் - 26-1-1928 - எடுத்துக்காட்டியவர் - ஆ. ரா. வெங்கடாசபாபதி - திராவிட இயக்கமும் வேளாளரும் - பக் -64 - 1944 - சவுத் ஏசியன் புக்ஸ் - 6/1, தாயார் சாகிப் - 2- ஆவது சந்து, சென்னை - 600 002.

9. தேச பக்தன் - 20-3-1919 எடுத்துக்காட்டியவர் - பா. வீரமணி - நானறிந்த பெருமக்கள் - பக் 84 - 2007 - மெய்யப்பன் பதிப்பகம் - 53, புதுத்தெரு, சிதம்பரம் - 608 001.

10. கி.பி. 6-ஆம் நூற்றாண்டில் சைவர்கள் இந்தியா முழுதும் பெருநிலக்கிழார்களாக இருந்துள்ளனர் என்பது கோசாம்பியின் கருத்து. பார்க்க - கோசாம்பி - இந்திய வரலாறு ஓர் அறிமுகம் - பக்- 151 - நியூ செஞ்சுரிபுக் ஹவுஸ் - சென்னை - 600 098.

11. சிங்காரவேலர் சிந்தனைக் களஞ்சியம் - பக்-619-621- 2006, தென்னக ஆய்வு மையம் -17, ஜானி ஜான்கான் தெரு, இராயப்பேட்டை, சென்னை - 600 014.

12. முன் குறிப்பிட்ட நூல் - பக் - 613 - 619.

13. மு.கு. நூல் - பக் - 623 - 625.
14. 6 சிங்காரவேலர் - தத்துவமும் வாழ்வும் - பக்-22 - 1956 - இமயப் பதிப்பகம் - நாகப்பட்டினம்.
15. சிங்காரவேலர் சிந்தனைக் களஞ்சியம் - பக் -
16. தேவிபிரசாத் சட்டோபாத்யாயா - இந்தியத் தத்துவ இயல்-ஓர் எளிமை அறிமுகம் - பக் 179 -2007- அலைகள் வெளியிட்டகம், தமிழில்: வி.என். இராகவன், கோடம்பாக்கம் - சென்னை - 600 024.
17. சிங்காரவேலர் சிந்தனைக் களஞ்சியம் - பக் - 626.
18. பார்க்க: ராகுல் சாங்கிருத்தியாயன் - பௌத்தத் தத்துவ இயல் -பக்- 211 -2003 - நியூசெஞ்சுரி புக் ஹவுஸ் - (பி) லிட் - அம்பத்தூர் - சென்னை 600 098.
19. S.N. Das Guda - Indian Philosophy - vol - I -page -91.
20. சிங்காரவேலர் சிந்தனைக் களஞ்சியம் - தொகுதி II -பக் 620
21. தேவி பிரசாத் சட்டோபாத்யாயா - இந்தியத் தத்துவ இயலில் நிலைத்திருப்பனவும் அழிந்தனவும் - பக் -177 - 1989 - மொழிபெயர்ப்பு - கரிச்சான் குஞ்சு - சென்னை புக்ஸ்.

3. தொழிற்சங்க இயக்க முன்னோடி

1. சுகுமால் சென் - இந்தியத் தொழிலாளி வர்க்கம் - பக் 54- மே 2006- அலைகள் வெளியீட்டகம் - சென்னை 600 024.
2. Kenneth Moore - Shelly's Heirs - எடுத்துக்காட்டியவர் - ரகுநாதன் - பார்தியும் ஷெல்லியும் - பக் -284 -1964 - நியூசெஞ்சுரி புக் ஹவுஸ் (பி) லிட். - சென்னை 600 098.
3. வில்லியம் இசட் ஃபோஸ்டர் - மூன்று அகிலங்களின் வரலாறு பக்- 42-43- மக்கள் பதிப்பகம் - புதுடில்லி - எடுத்துக்காட்டியவர் - சுகுமால்சென் – இந்தியத் தொழிலாளி வர்க்கம் பக்-40
4. கார்ல் மார்க்ஸ் - இந்தியாவில் பிரிட்டிஷ் கட்சியின் எதிர்கால விளைவுகள் - காலனியாதிக்கம் பற்றி - பக் -87, 1976- முன்னேற்றப் பதிப்பகம் - மாஸ்கோ.

5. ஏ. ஐ. வெவ்கோவ்ஸ்கி - இந்தியாவில் முதலாளித்துவம் - பக் - 10 -1976- மக்கள் பதிப்பகம் - புதுதில்லி.

6. சுகுமால் சென் - இந்தியத் தொழிலாளி வர்க்கம் - பக்- 84.

7. மு. கு. நூல் - பக் -84

8. பார்க்க - திரு. வி.க. வாழ்க்கைக் குறிப்புகள் - பக் - 458. கழக வெளியீடு - அ. வீரராகவன் - சென்னைப் பெருநகரத் தொழிற்சங்க வரலாறு - பக்-108-109-2003-அலைகள் வெளியீடு-சென்னை- 600 024.

9. சுகுமால் சென் - இந்தியத் தொழிலாளி வர்க்கம் - பக்-123

10. தே. வீரராகவன் - சென்னைப் பெரு நகரத் தொழிற்சங்க வரலாறு - பக் -111

11. சுகுமால்சென் - இந்தியத் தொழிலாளி வர்க்கம் -பக்-226

12. திரு. வி. க. - திரு.வி.க. வாழ்க்கைக் குறிப்புகள் பக்-495

13. தே. வீரராகவன் - சென்னைப் பெருநகரத் தொழிற்சங்க வரலாறு - பக்- 197.

14. கே. முருகேசன் - சி. எஸ். சுப்பிரமணியம் - தென்னிந்தியாவின் முதல் கம்யூனிஸ்ட் - பக்- 89

15. திரு. வி. க. - திரு. வி. க. வாழ்க்கைக் குறிப்புகள் - பக்-491

16. சிங்காரவேலர் - சிங்காரவேலரின் சிந்தனைக் களஞ்சியம் - பக் 10-17-2006- தென்னக ஆய்வு மையம் 17, ஜானிஜான் கான் சாலை, இராயப்பேட்டை, சென்னை - 600 014.

17. தென்னிந்தியாவின் முதல் கம்யூனிஸ்ட் -பக்-273

18. அதே நூல் பக்- 281-283.

19. எடுத்துக்காட்டியவர் - அருணன்- இந்தியக் கம்யூனிச இயக்க வரலாறு - பக் 55-58-1993 - அன்னம் (பி) லிட் -2, சிவன்கோயில் தெற்குத் தெரு, சிவகங்கை - 623 560.

20. சிலம்புச் செல்வர் ம.பொ. சி. - விடுதலைப் போரில் தமிழகம் - பக் 557- 1982 பூங்கொடி பதிப்பகம், 14, சித்திரைக்குளம் மேற்கு வீதி, மயிலை, சென்னை 600 004.

21. அதே நூல் -பக்-558

22. சுகுமால்சென் இந்தியத் தொழிலாளி வர்க்கம்-பக்-321-322.

23. இந்தியக் கம்யூனிஸ்ட் இயக்க வரலாறு -1920-1933-பக்-127-2006- பாரதி புத்தகாலயம்-7, இளங்கோ தெரு, தேனாம்பேட்டை, சென்னை - 600 018.

24. ஜவகர்லால் நேரு - சுயசரிதை - எடுத்துக்காட்டியவர் சுகுமால்சென் - இந்தியத் தொழிலாளி வர்க்கம் -பக்-117.

25. சிங்காரவேலர் - சிங்காரவேலரின் சிந்தனைக் களஞ்சியம் தொகுதி II - பக் - 796-797-2006- தென்னக ஆய்வு மையம் ஜானி ஜான்கான் தெரு, இராயப்பேட்டை, சென்னை - 600 014.

26. சிலம்புச் செல்வர் ம.பொ.சி. - விடுதலைப் போரில் தமிழகம் பக்- 544.

27. சுகுமால்சென் - இந்தியத் தொழிலாளி வர்க்கம் -பக் 358.

28. கே. முருகேசன் - சி.எஸ். சுப்பிரமணியம் - தென்னிந்தியாவின் முதல் கம்யூனிஸ்ட் - பக்-108 -110.

29. அரசு ஆணை - 928- பொது இரகசியக் குறிப்பு - 2.10.28- தமிழ் நாடு ஆவணக் காப்பகம் - எடுத்துக்காட்டியவர் - கே.முருகேசன் - சி எஸ் சுப்பிரமணியம் - தென்னிந்திய முதல் கம்யூனிஸ்ட்.

30. ரஜினி பாமிதத் - இன்றைய இந்தியா -பக்- 197- நியூ செஞ்சுரி புக் ஹவுஸ் (பி) லிட் - அம்பத்தூர் - சென்னை - 600 098.

8
நீல் சிலைப் போராட்டம்

ஆங்கில ஏகாதிபத்தியத்துக்குப் பெருந்தூண்களாக விளங்கிய படைத் தளபதிகளுள் மிக முக்கியமானவன் நீல் என்பவனாவான். இவன் முழுப்பெயர் ஜேம்ஸ் ஜார்ஜ்சுமித் நீல் (James George Smith Neil) என்பதாகும். இவன் இங்கிலாந்தின் ஒரு பகுதியாகிய ஸ்காட்லாந்தில் அயர் சயர் எனும் இடத்தில் கி.பி. 1810-இல் பிறந்தான். மிக்க உயரமும், நல்ல உடற்கட்டும் உடைய மனிதனான அவன், தனது 17-ஆம் வயதில் கிழக்கிந்தியக் கம்பெனியின் படையில் ஒரு படைவீரனாகச் சேர்ந்தான். போர்த்திறத்தில் அவன் சிறந்து விளங்கியதால் கிரிமியப் போரில் (1853-56) ஆங்கில - துருக்கிப் படைக்குத் துணைப் படைத்தலைவனாக அமர்த்தப்பெற்றான். படையில் அவன் முப்பது ஆண்டுகளாகத் தொடர்ந்து சிறப்புறப் பணியாற்றியதால், 1867-ஆம் ஆண்டில் அவன் படைத் தலைவனாகப் பதவி உயர்வு பெற்றுப் பின்பு, கிழக்கிந்தியக் கம்பெனியின் சென்னைப் பிரிவின் ஒரு பிரிவுக்குத் தலைவனாகத் தெரிந்தெடுக்கப் பெற்றான். சென்னையின் வைசிராயாக விளங்கிய சர் தாமஸ் மன்றோவின் அன்பைப் பெற்றவனாகவும் அவன் விளங்கினான். சிறந்த படைத்தளபதியாக விளங்கி, இந்தியாவில் ஆங்கிலேயர்க்கு எதிராக நடந்த கலகங்களையும், புரட்சிகளையும் கொடூரமாக ஒடுக்கி, அந்த ஏகாதிபத்தியத்துக்குத் துணையாக அவன் விளங்கியதால், அவனது நினைவைப் போற்றும் முறையில் அவனுக்குச் சிலை வடிக்க ஆங்கிலேயர் முடிவெடுத்தனர்.

நினைவுச் சிலை எடுப்பது குறித்துச் சென்னையில் 1857-டிசம்பர் தினங்களில் சென்னை மாநில ஆளுநர் ஆரிஸ் என்பவர் ஒரு கூட்டத்தைக் கூட்டினார். அவர் தலைமை ஏற்ற

அக்கூட்டத்தில் தலைமைப் படைத்தளபதி, தலைமை நீதிபதி, மற்றும் முக்கியப் பொறுப்பில் உள்ளவர்களும் கலந்து கொண்டனர். இக்கூட்டத்தில் நீலுக்குச் சிலை அமைக்க "நீல் நினைவுக் குழு" ஒன்று அமைக்கப்பட்டது. இக்குழுவுக்கு ஜே.எஸ். பால் என்பவர் கௌரவ செயலாளராகத் தேர்ந்தெடுக்கப் பெற்றார். தளபதி நீலுக்கு நினைவுச் சின்னம் அமைப்பதற்கு நன்கொடை பெற சென்னை அரசின் அனுமதி 1857- டிசம்பரில் பெறப்பட்டது. நீல் நினைவு நிதி ஓராண்டில் பெரிதாயிற்று. 1858-ஆம் ஆண்டின் இறுதியில் நிதி ரூ. 18,953/- ஆக உயர்ந்தது. இந்தியாவில் பணியாற்றிய ஆங்கிலப் படைப் பிரிவினரும், அவருடைய குடும்பத்தினரும் ரூ. 12,200 வழங்கினர். மீதமுள்ள தொகையை இந்தியாவில் ஆட்சிப் பணியிலிருந்த ஆங்கிலேயரும், அவர்களுடைய குடும்பத்தினரும் ஆங்கிலேய வணிக நிறுவனங்களும் வழங்கினர். ஆதரவாக ஆங்கில அரசாட்சிக்குச் சார்பாக இருந்த இந்தியர்களுள் சிலர் ரூ. 120- வழங்கியுள்ளனர்.

நினைவுக் குழுவால் சேர்க்கப்பட்ட நிதியில் ரூ. 10,000/- மதிப்புக்குச் சிலை அமைக்க முடிவெடுத்தனர். சிலை உருவாக்கும் பணி இலண்டனில் இருந்த எம். நோபுள் என்ற சிற்பியிடம் ஒப்படைக்கப்பட்டது. அச்சிலை இலண்டனிலுள்ள வார்ப்பு மையத்தில் வெண்கலத்தில் 1859-இல் உருவாக்கப் பட்டது. பின்பு, 1860-இல் கப்பல் மூலமாக சென்னைக்கு வந்து சேர்ந்தது. அச்சிலையை, சென்னையில் முக்கியமான இடத்தில் நிறுவ எண்ணி, முதலில் சென்னைக் கடற்கரையில் அமைக்க எண்ணினர். அடுத்து, அதனை விடுத்துத் தீவுத்திடலில் நிறுவலாம் என எண்ணினர். பின்பு, அந்த இடமும் நினைவுக் குழுவினரால் கைவிடப்பட்டு, இறுதியாக மலைச் சாலையில் (மௌன்ட் சாலை) -அதாவது இப்போதைய ஸ்பென்சர் பிளாசாவின் எதிரில் அமைப்பதே சிறந்ததெனக் கருதி 19-3-1861- இல் சிலையை நிறுவினர். நீல் சிலை 9 அடி உயரம் கொண்டது. அச்சிலை 3.3 மீட்டர் உயரமுள்ள பீடத்தில் பொருத்தப்பட்டது. பீரங்கியின் பின்னணியில் வாளேந்தி நின்ற நிலையில் தளபதி நீலின் சிலை காட்சியளித்தது.

அச்சிலை, அந்நாளைய ஆங்கில அரசின் சென்னை ஆளுநரின் ஆலோசனைச் சபையின் உறுப்பினரான எட்வர்ட் மால்ட்பி என்பவரால் திறந்து வைக்கப்பட்டது. சிலையைத் திறந்தபோது அவர், நீலுக்குப் புகழாரம் சூட்டினார். நீல் சிலைக்குக் கீழே கீழுள்ளவாறு குறிப்பிடப் பட்டிருந்தது.

"ஜேம்ஸ் ஜார்ஜ்சுமித் நீல் அரசின் உதவியாளர் (ஏ.டி.சி.) சென்னைத் துப்பாக்கிப் படைப் பிரிவின் தளபதி; இந்தியப் படைத்தளபதி. திடமான மனம், துணிவு, தன்னம்பிக்கை கொண்ட வீரர். வங்காளத்தில் ஏற்பட்ட கிளர்ச்சியை முதன் முதலில் தடுத்தவர் என்று எல்லோராலும் கூறப்பட்டவர். 1857 செப்டம்பர் 25 ஆம் நாள் லக்னோவை விடுவிப்பதில் ஈடுபட்ட போது வீரமரணம் எய்தியவர். வயது 47."

1861-ஆம் ஆண்டு முதல் நீல் சிலை பொதுமக்களுக்கும், ஆங்கிலேயர்களுக்கும் காட்சிப் பொருளாக இருந்து வந்தது. சிலையைத் திறப்பதற்கு முன்போ, திறந்த பின்போ, சிலையை வைப்பதற்கு எந்த எதிர்ப்பும் தமிழகத்தில் தோன்றவில்லை. மாறாக, சிலை திறந்தபோது, அதனைக் காணச் சென்னையில் பெருங்கூட்டம் கூடியதாகக் குறிப்பிடப்பட்டுள்ளது. சிலை திறப்பில் நீலின் மகன் கலந்துகொண்டார் என்றும், நீலுடன் அக்காலத்தில் போர்ப்பணியாற்றிய படைவீரர்கள் அணி வகுத்து நின்று மரியாதை செய்தனர் என்றும், சிலை திறப்பின்போது படைவீரர்கள் புனித ஜார்ஜ் கோட்டையிலிருந்து 9 பீரங்கிகள் குண்டுகளைப் பொழிந்து திறப்பு விழாவினைச் சிறப்பித்தனர் என்றும், டாக்டர் வ. கந்தசாமி அவர்கள், தாம் எழுதிய "நீல் சிலைப் போராட்டமும் இந்தியத் தேசிய இயக்கமும்" எனும் நூலில் குறிப்பிட்டுள்ளார். சிலை திறந்தபின் ஏறக்குறைய 66 ஆண்டுகள் கடந்தபின் அதாவது 1927-இல் நீல் சிலையை உடனே அகற்றவேண்டும் என்ற போராட்டம் வெடித்தது. இப்போராட்டம் வெடிக்கக் காரணம் என்ன? இந்திய விடுதலைப் போராட்டத்தின் போது நடந்த பல போராட்டங்களை அறிந்த நம்மில் பலர், நீல் சிலைப்

போராட்டத்தை அறிந்தவர் அல்லர். மேலும், பஞ்சாபில் ஆயிரக்கணக்கான மக்களைச் சுட்டுக்கொன்ற ஜெனரல் டயரை அறிந்த இந்திய மக்கள், ஜெனரல் நீலை அறியாதது பெரும் அவலம்தான்.

நீல் சிலைப் போராட்டத்தை அறிந்து கொள்ளாமல், இந்திய விடுதலைப் போராட்டத்தை முழுமையாக அறிந்ததாகக் கருதமுடியாது. இந்திய விடுதலைப் போராட்டத்தை வளர்த்து எடுத்ததிலும், இந்தியாவின் வெவ்வேறு நகரங்களில் நடந்த கொடுமைகளைத் தமிழகப் போராட்ட வீரர்கள் எவ்வாறு உணர்ந்திருந்தார்கள் என்பதிலும், நீல் சிலைப் போராட்டம் ஒரு முக்கிய இடத்தை வகிக்கிறது. அப்போராட்டத்தில் ஈடுபட்ட விடுதலை வீரர்கள் மிகப் பெரிதும் போற்றத்தக்கவர்கள். 1861-முதல் 1927-வரை நீலைப் பற்றித் தமிழக வீரர்கள், இந்தியர்களும்தான், சிறிதும் அறியாதவர்களாகவே இருந்துள்ளார்கள். அதற்குக் காரணம் அன்றைய ஏகாதிபத்திய அரசு நீலைப் பற்றிய செய்திகளை வெளியிடாமல், மறைத்திருந்ததேயாகும். அப்படியெனில், அந்தச் செய்தி எப்படி வெளிப்பட்டது? அதுதான் சிந்தனைக்குரிய அரிய செய்தியாகும்.

இந்தியாவில் 1857-ஆம் ஆண்டில் சுற்றுப்பயணம் செய்த **இலண்டன் டைம்ஸ் செய்தி ஆசிரியர் வில்லியம் ஹோவர்டுரஸ்ஸல்** என்பவர் ஜெனரல் நீல் இந்திய மக்களை வரன்முறையின்றிச் சுட்டுக்கொன்றான் என்பதை அந்த இதழில் குறிப்பிட்டிருந்தார். **ஜான் வில்லியம் கேயி, மாலிசன். ஹோம்ஸ்,** ஆகிய ஆங்கில வரலாறு அறிஞர்கள் "இந்தியக் கிளர்ச்சி" பற்றித் தத்தம் நூல்களில் நீலின் ஈவு இரக்கமற்ற கொடுஞ் செயல்களைக் குறிப்பிட்டுள்ளனர். இவர்கள் எழுதிய நூல்களையும், முக்கிய ஆவணங்களையும், சில வரலாற்றுக் குறிப்புகளையும், இலண்டனில் படித்தறிந்த **சாவர்க்கர் (1883-1966)** அவர்கள் "**1857 அல்லது இந்திய விடுதலைப் போர்**" என்ற நூலை எழுதினார். அந்நூல், ஹாலந்திலும் இங்கிலாந்திலும் முறையே மராத்திய ஆங்கில மொழிகளில் 1909-ஆம் ஆண்டில் வெளியிடப்பெற்றது. சாவர்க்கர் தனது நூலில், நீலின் இராணுவக் கொடுமைகளை

வெளிப்படையாகக் குறிப்பிட்டிருந்தார். இந்நூல் வெளியீட்டை அறிந்த ஆங்கில அரசு அந்நூலின் பெரும்பான்மையான படிகளைப் பறிமுதல் செய்து 1910-ஆம் ஆண்டில் அந்நூலுக்குத் தடை விதித்தது. இத்தடை இந்தியா விடுதலை பெறும் வரை இருந்தது என்பதும் இங்குக் குறிப்பிடத்தக்கது.

தடை செய்யப்பட்ட அந்நூலின் ஆங்கிலப் படியைத் தமிழக மக்களுக்குக் (முதலில் மதுரையில்) கிடைக்கும்படிச் செய்தவர் மதுரைத் தியாகி **சிதம்பர பாரதி** (1905 - 1987) ஆவார். இவர், சாவர்க்கருடன் நெருங்கிப் பழகிய **வ.வே.சு. ஐயரிடம்** கடிதம் பெற்றுப் புதுச்சேரிக்குச் சென்று பிரெஞ்சு மொழியாசிரியர் **முத்துக்குமாரசாமி** என்பவரைச் சந்தித்துச் சாவர்க்கரின் நூலைப் (1857 or The Indian War of Independence) பெற்று மதுரைக்கு வந்து, அந்நூலை நண்பர்கள் பலர்க்குப் படிப்பதற்காகச் சுற்றுக்கு விட்டனர். மேலும், அந்த ஆங்கில நூலை **டாக்டர் டி.எஸ். சௌந்தரம்** அம்மையார் (1905-1984) தமிழில் ஆக்கம் செய்தார். தமிழர்க்கம் வெளிவந்தவுடன் அந்நூலைப் பற்பலர் படித்தனர். அதன் வாயிலாக ஜெனரல் நீலின் இராணுவக் கொடுமைகளை அவர்கள் நன்கு உணர்ந்தனர். இந்திய மக்களுக்கு நீல் இழைத்த கொடுமைகளை அவர்களால் பொறுத்துக்கொள்ள முடியவில்லை. இதன் காரணமாக, பஞ்சாப் படுகொலையை நிகழ்த்திய தளபதி டயரைவிடத் தளபதி நீல் மிகக் கொடுமையானவன் என்பதை அவர்கள் உணர்ந்தனர்.

தளபதி நீல் அப்படியென்ன கொடுமைகள் செய்தான்? அவற்றை ஓரளவு அறிந்தாலே ஆங்கில ஏகாதிபத்தியத்தின் கொடுமையை நன்கு உணர்ந்து விடலாம். இந்தியாவில் 1856- ஆம் ஆண்டில் ஆங்கில அரசு என்பீல்டு துப்பாக்கியைப் படைவீரர்களின் பயன்பாட்டுக்குக் கொண்டுவந்தது. இந்தத் துப்பாக்கியைப் பயன்படுத்துவதற்கு முன்னதாகக் கொழுப்பு தடவப்பட்ட தோட்டாக்களைப் பயன்படுத்த இந்திய வீரர்கள் மறுத்தனர். இந்நிலை இந்திய வீரர்களிடையே பெரும்பாதிப்பை ஏற்படுத்தியது. ஒருமுறை, பரக்பூரிலிருந்த இந்தியப் படைவீரர் **மங்கல் பாண்டே** என்பவர் கொழுப்பு தடவப்பட்ட தோட்டாவைப்

பயன்படுத்த மறுத்து, ஆங்கிலப் படைத் தலைவரைத் தாக்கினார். இதனால், அவர் கைது செய்யப்பெற்று விசாரணை செய்து 8-4-1857 அன்று ஆங்கில அரசு அவருக்கு மரண தண்டனை விதித்தது. பின்பு மீரட்டில் உள்ள படைப்பிரிவினரும் கொழுப்பு தடவப்பட்ட தோட்டாவைப் பயன்படுத்த மறுத்தனர். இதனால் 85 படைவீரர்கள் கைது செய்யப்பட்டனர். கைது செய்யும்போது ஆங்கிலேயர், இந்திய வீரர்களின் உடைகளை ஈட்டியால் (Bayonet) கிழித்து இழிவுபடுத்தினர். இந்த இழிவை, ஏனைய படைவீரர்கள் கண்டும் கேட்டும் கொதிப்படைந்தனர். இதனால் 10-5-1857 அன்று மீரட்டிலிருந்த மூன்று இந்தியப்படைப் பிரிவினர் சிறைக் காப்பாளர்களைத் தாக்கித் தங்களுடைய சகோதர வீரர்களைச் சிறையிலிருந்து மீட்டனர். இதனைத்தான் **மீரட் கலகம்** என்றனர். இந்தக் கிளர்ச்சி விரைவில் ஜான்சி, கான்பூர், லக்னௌ, அலகாபாத் ஆகிய நகரங்களுக்கும் பரவியது. இப்படி வேகமாகப் பரவுவதற்கு அக்காலத்தில் டல்ஹௌசி (1848-1856) கொண்டுவந்த சுவிகாரக் கொள்கையே காரணமாகும் என்கின்றனர் வரலாற்றாசிரியர். இந்தச் சுவிகாரக் கொள்கையால் ஜான்சியின் அரசி லட்சுமிபாய் அரசை இழந்தார். மற்றும், மராட்டியத் தலைவர் இரண்டாம் பாஜிராவின் வளர்ப்பு மகன் நானாசாகிப் தனது உபகார சம்பளத்தை இழந்தார். மேலும் டல்கௌசி அயோத்தியில் ஆட்சி சரியில்லை என்று காரணம் கூறி, அந்நாட்டு அரசை ஆங்கில அரசுடன் இணைத்துவிட்டார். ஏற்கெனவே ஆங்கிலப் படைக்கு எதிராகக் கிளர்ந்து எழுந்த பெருங் கலகம், டல்கௌசியினால் ஏற்பட்ட ஆட்சிப் பறிப்புகளால் ஆங்கில ஆட்சிக்கு எதிரான விடுதலைப் போராக உருப்பெற்றது. இந்தக் கிளர்ச்சி நாடெங்கும் கொழுந்து விட்டு எரிந்து கொண்டிருந்தது.

இந்நிலையில், சென்னையில் படைத்தளபதியாக இருந்த நீலுக்குக் கல்கத்தாவின் ஆங்கிலத் தலைமை ஆளுநரான **கானிங் பிரபு** ஓர் ஆணையைப் பிறப்பித்து, சென்னையிலிருந்து வெளியேறிக் கலக மையங்களுக்குச் சென்று ஆங்கிலப்

படைக்கு உதவுமாறு கேட்டுக்கொண்டார். இதனால் நீல், முதலில் காசிக்குச் சென்றான். காசியில் பாதுகாப்புக் கருதி, இந்திய வீரர்கள் தங்களுடைய போர்க் கருவிகளை அகற்றிட வேண்டுமென ஆங்கிலத் தளபதியிடம் கட்டளையிட்டிருந்தான். அங்கு நீல் சென்றதும் உடனே படைக்கருவிகளை அகற்ற வேண்டுமென்றான். இந்திய வீரர்களும் இசைந்து படைக் கருவிகளை அகற்றிக்கொண்டிருக்கும் போது, திடீரென்று ஆங்கிலேயர்க்கு எதிராகக் கிளர்ச்சி செய்தனர். இதனைக் கண்டு நீல், ஆங்கிலப் படையைக் கொண்டு கிளர்ச்சிக் காரர்களைக் கடுமையாகத் தாக்கினான். எதிர்ப்பட்டவரை யெல்லாம் வெட்டியோ தூக்கிலிட்டோ கொன்றான். வரம்பு மீறிப் பலரைக் கைது செய்து அவர்களைத் தூக்கிலிட்டான், காசியில் நடந்த ஈவிரக்கமற்ற படுகொடுலைகளை டாக்டர் வ. கந்தசாமி கீழுள்ளவாறு குறிப்பிட்டுள்ளார். இக்கலகம் 4-6-1857 அன்று நடந்தது என்பது குறிப்பிடத்தக்கது.

“காசியை அடுத்த 20 கிராமங்களைச் சுற்றி நெருப்பு உருவாக்கப் பெற்று அக்கிராமங்களில் வாழ்ந்த மக்கள் உயிரோடு எரிக்கப்பட்டனர்.”

இந்தியப் படைவீரர்களை மட்டுமல்லாமல், ஏதுமறியாத பொதுமக்களையும் கொடூரமாக நீல் கொன்றிருக்கிறான் என்பதை இக் குறிப்பின் மூலம் நன்கு அறியலாம். பின்பு, ஜூன் 6-இல் (1857) அலகாபாத்தில் இந்தியப் படைவீரர்கள் கிளர்ச்சி செய்யத் தொடங்கினர். இந்திய வீரர்கள் கிளர்ச்சி செய்து அலகாபாத்தைக் கைப்பற்றினர். இந்நிலையில் நீல் காசியிலிருந்து அலகாபாத் சென்று படைத் தலைமையை ஏற்றுப் பீரங்கிகள் கொண்டு இந்திய வீரர்களைத் தாக்கினான். அலகாபாத் நகரமெங்கும் பீரங்கிகளின் வெடி முழக்கமாகவே இருந்ததாம். குண்டுமழையால் எழுந்த நெருப்பும் புகையும் வானளாவிப் பரவியதாம். இப்போரில் நீல் “தாக்குகள்; அழியுங்கள்” என்று கொடூரமாகப் படைவீரர்களுக்குத் தொடர்ந்து கட்டளையிட்டுக் கொண்டிருந்திருக்கிறான். கடும்போருக்குப் பின்பு, ஜூன் 17 ஆம் நாள் ஆங்கிலப் படை மீண்டும் அலகாபாத்தை மீட்டெடுத்துள்ளது.

ஜெனரல் நீலின் கட்டளைப்படி அலகாபாத் மக்களை எவ்வாறு ஈவிரக்க மற்ற முறையில் கொன்றனர் என்பதை ஓர் ஆங்கிலப் படைவீரன் கூறியுள்ளதை, அக்காலத்தில் நீல்சிலை எதிர்ப்புப் போராட்டத்தில் முக்கியப்பங்கு வகித்த எம்.எஸ். சுப்பிரமணிய ஐயர் தமது "சுதந்திர சரித்திரம்" என்ற நூலில் எடுத்துக்காட்டியிருப்பது நம் சிந்தனைக்கு உரியது.

"கிராமங்களில் தீ மூட்டினோம். அனல் கொழுந்து ஆகாயத்தை அளாவியது. காற்றும் கூடிக் கொள்ளவே அத் தீ எங்கும் பரவியது. தினம் தினம் இதே வேலையில் முனைந்தோம். தீயிலிருந்து தப்பியோட முயலும் இந்தியரை ஒன்று சுட்டுத் தள்ளுவோம்; அல்லது அந் நெருப்பிலேயே தூக்கி எறிவோம். ஒருவரையும் நாங்கள் உயிரோடு விட்டதில்லை. சில இடங்களில் விசாரணை நடத்துவோம். எங்கள் கையில் சிக்கிய கருப்பரை (இந்தியரை) எல்லாம் ஆங்காங்குள்ள மரக்கிளைகளில் தூக்குப் போடுவதே எங்களது இனிய பொழுதுபோக்கு ஆயிற்று. எண்ணற்ற இந்தியரை நாங்கள் தூக்கிலிட்டுக் களிப்படைந்தோம்; பழிவாங்கினோம்; பரவசமும் அடைந்தோம். சாலை ஓரங்களிலே மரக்கிளைகள் பழுத்துக் குலுங்குவது போல இந்தியரின் பிணங்கள் தொங்கிக்கொண்டிருக்கும்."

இக்கூற்றுகளை நோக்கினால், ஜெனரல் நீலும், அவனுடைய படை வீரர்களும், இந்திய மக்களை எத்துணைக் கொடூரமாக, மனிதத் தன்மையற்ற முறையில் கொன்று குவித்தனர் என்பதை நன்கு அறியலாம். இந்தியச் சுதந்திரப் போரில் இத்துணைக் கொடுமை மிக்க இரத்தக்கறை படிந்த நிகழ்வுகள் பற்பல.

கான்பூரில் மன்னராக இருந்த நானா சாகிப்புக்கும் ஆங்கிலத் தளபதி வீலருக்கும் போர் மூண்டது. போரில் வீலர் சரணடைந்தார். இந்நிலையில் வீலரை விடுவிக்க ஹேவ்லாக் என்ற ஆங்கிலத் தளபதி அனுப்பப்பட்டார். எனினும், அவருக்குத் துணையாக நீல் துணை வேண்டுமென்று அனுமதி பெற்று தளபதி நீலையும் அழைத்துக்கொண்டு வங்காளத்திலிருந்து கான்பூருக்குப் படைகளுடன் புறப்பட்டான்.

கான்பூர் அலகாபாத்திலிருந்து 200 கி.மீ. தூரம் கொண்டது. ஆங்கிலப் படைகளை அலகாபாத்திலிருந்து கான்பூருக்கு வழிநடத்திச் சென்றவர் நீலின் உதவிப்படைத் தலைவன் தீனாடு என்பவன் ஆவான். ஆங்கிலப் படைகள் அலகாபாத் - கான்பூர் நெடுஞ்சாலையைக் கடக்கும் போது, நெடுஞ்சாலையை ஒட்டியுள்ள பல கிராமங்களை அழித்துள்ளனர். மற்றும் நீலின் ஆணையின்படி அக்கிராம மக்களை உயிரோடு கொளுத்தியுமுள்ளனர். நீல் கான்பூரை அடைந்ததும் (ஜூன் 20) நானா சாகிப் தலைமறைவாகி விட்டார். ஆங்கிலப்படை, நீலின் விருப்பத்துக்கு ஏற்ப இந்தியப் படையைக் கடுமையாகத் தாக்கியது. எண்ணற்றோர் படுகொலை செய்யப்பட்டனர். **தம்மிடம் சரணடைந்த நானா சாகிப்பின் 270 வீரர்களை நீல் சிறிதும் இரக்கமின்றி வன்நெஞ்சத்தோடு கொடுமையாக நடத்திப் பின் தூக்கிலிட்டுள்ளான்.** இக் கலகங்களில் ஆங்கிலப் படைகள் வீரர்களை மட்டுமல்லாமல், பொது மக்களையும், ஏதுமறியாப் பச்சிளங்குழந்தைகளையும் குடிசைகளோடு கொளுத்திக் கொன்றுள்ளன. இவையெல்லாம் நீலின் ஆணைப்படியே நடந்துள்ளன. இவை வரலாறு காணாத கொடுமைகளாகும்.

கான்பூரை அடுத்து லக்னௌ (இலட்சுமணபுரி) விலும் கிளர்ச்சி நடந்தது. லக்னௌ, கான்பூரிலிருந்து 67 கி.மீ. தூரத்தில் உள்ளது. ஆங்கில ஆட்சியின் பிரதிநதியாகச் செயல்பட்டவரின் அலுவலகம், கிளர்ச்சிக்காரர்களால் ஜூன் 1857 -இல் முற்றுகையிடப்பட்டு, அம்முற்றுகை ஏறக்குறைய மூன்று தினங்கள் நீடித்துள்ளது. இந்த முற்றுகையை ஒழிக்க ஆங்கிலப் படைத்தளபதி **ஹேவ்லாக்** பெரு முயற்சியெடுத்துப் போராடியும் பயனில்லாமற்போனது. இந்நிலையில், முற்றுகையை விடுவிப்பதற்காகத் தளபதி நீல் லக்னௌவுக்கு விரைந்து, தம் படைகளுடன் கலகக்காரர்களை எதிர்த்து கடும்போர் நிகழ்த்தினார். கிளர்ச்சிக்காரர்களும் அஞ்சாது எதிர்த்தாக்குதல் நிகழ்த்தினான். இக்கடும்போரில் எதிர்பாரா வகையில் இந்திய வீரர்களின் பீரங்கித் தாக்குதலுக்கு ஆளாகி, நீல் குதிரையிலிருந்து விழுந்து மடிந்தான். ஆங்கில அரசுக்குப்

பாதுகாப்பாக விளங்கிப் போரில் மாண்டான். இந்தியப் படைகளையும், பொதுமக்களையும் நீல் கொடூரமாகத் தாக்கியிருந்தாலும், ஆங்கிலப் படையைப் பொறுத்த வரையில், அவன் மாவீரனாகவும், ஆங்கில அரசைக் காப்பாற்றிய சிறந்த தளபதியாகவும் போற்றப்பட்டான். அதே வேளையில், ஒரு சிறந்த தளபதிக்கு இருக்க வேண்டிய உடல் வலிமை, வீரம், சாதுரியம், காலம் அறிந்து செயற்படல், அஞ்சாமை ஆகியவற்றை அவன் நிறைவாகப் பெற்றிருந் திருக்கிறான். மேலும் தனது நலனைவிடத் தம்முடைய படைவீரர்களின் நலனையே பெரிதும் விரும்பிச் செயல்பட்டான் என்றும் போற்றப்படுகிறான். நீல் உயிரோடு இருந்திருந்தால், அவனுக்கு ஆங்கில அரசு 1857-ஆம் ஆண்டிலேயே அவன் படைத்திறனைப் பாராட்டும் வகையில் மாவீரர் எனும் பட்டத்தை (Knight Commander of British Empire) வழங்கியிருக்கும் என்றும், எனினும் அம்மதிப்பை அவனுடைய மனைவியான இசபெல்லாவுக்கு வழங்குவதில் ஆங்கில அரசு மகிழ்ச்சியடைகிறது என்றும் கல்கத்தாவிலிருந்து வெளிவந்த ஆங்கில அரசிதழ் குறிப்பிட்டது.

இலண்டன் டைம்ஸ் செய்தியாசிரியர் ஹோவர்டு ரசல், ஜான் வில்லியம் கேயி, மாலிசன், ஹோம்ஸ் ஆகிய வரலாற்றறிஞர்களின் குறிப்புகள் இல்லாமல் இருந்திருந்தால், நீலின் கொடுமைகளைப் போர் வீரர்களைத் தவிர வேறு எவராலும் அறிந்திருக்க முடியவே முடியாது. மற்றும், அவற்றைக் கண்டுணர்ந்து சாவர்க்கர் எழுதியிராவிடில் இந்தியர்கள் அறிந்திருக்க முடியாது. இச் செய்திகளை இந்தியர்கள் நன்கு அறிந்திருந்ததால்தான், நீல் சிலையை ஆங்கில ஏகாதிபத்தியத்தின் அடையாளமாகவும், இந்திய வீரர்களை, பொதுமக்களை ஈவிரக்கமின்றி கொன்ற ஒருவனின் கொடும் சின்னமாகவும் கருதலாயினர். சாவர்க்கரின் ஆங்கில நூல், தமிழில் வெளியானதும், நீலின் கொடுமையைப் பற்பலர் அறியலாயினர். அதன் தொடர்ச்சியாகத் **தேசியக்கவி பாஸ்கரதாஸ்** நீலின் கொடுமையைப் பாடல் எழுதிப் பாடிக்காட்டியுள்ளார். இவையெல்லாம் நீல் சிலையை அகற்றுவதற்குச் சமூகப் பின்னணியாக அமைந்தன. மதுரையைச் சார்ந்த

சிதம்பரபாரதி, சோமயாஜுலு, சீனிவாச வரதன், பத்மாசனி அம்மையார் ஆகியோர் நீல் சிலைப் போராட்டம் தொடங்குவது குறித்து முடிவெடுத்தனர். 1921-இல், பஞ்சாபில் (லாகூர்) லாரன்ஸ் எனும் ஆங்கிலேயர் சிலையை அகற்ற வேண்டுமெனப் போராட்டம் எழுந்தது. இதற்குக் காந்தியடிகளும் ஆதரவு அளித்தார். இந்நிலைப்பாடு, நீல் சிலை எதிர்ப்புப் போராட்டத்துக்கு மேலும் வலு சேர்த்தது. லாரன்ஸ் சிலை எதிர்ப்புப் போராட்டம் வெற்றி பெற்று, அச்சிலை (1923) அகற்றப்பட்டது.

இப்போராட்டத்தை அறிந்த மண்டயம் திருமலாச்சாரியார் (1895-1977) நீல் சிலையை அகற்ற வேண்டுமென அறிக்கை வெளியிட்டார். இவ்வறிக்கை மதுரைத் தியாகிகளை உற்சாகப்படுத்தியது. அவர்கள் உடனே கூடி முடிவெடுத்து, நீல் சிலையை அகற்றப் போராடச் **சுப்பராயலு, முகமது சாலியா** ஆகியோரைச் சென்னைக்கு அனுப்பினர். இவர்களிருவரும் 11-8-1927- அன்று சென்னைக்கு வந்து மலைச் சாலையிலிருந்த நீல் சிலையைச் சேதப்படுத்த முயன்றனர். சிலை உறுதியான வெண்கலத்தால் செய்யப்பட்டு இருந்ததால், சிலையின் இடுப்புப் பகுதியிலிருந்து போர்வாள் மட்டும் சேதமானது. இதனைக் காவலர்கள் அறிந்து அவர்களை உடனே கைது செய்து நீதிமன்ற ஆய்வுக்கு அனுப்பினர். அந்நாளைய மாநில முதன்மைக் குற்றவியல் நீதிபதியான **பம்மல் சம்பந்த முதலியார்** இருவருக்கும் 3-மாதச் சிறைக்காவலும், ஒவ்வொருவருக்கும் ரூ. 300/- தண்டனைத் தொகையும் விதித்தார். தண்டனைத் தொகையை அவர்களிருவரும் செலுத்த மறுக்கவே மேலும் 3-மாத தண்டனையை அவர்களிருவருக்கும் விதித்தார்.

இவர்களிருவரின் கைதுக்குப் பின்னர், தமிழகத்தின் பற்பல மாவட்டங்களிலிருந்தும், கேரளா, கர்நாடகம், ஆந்திரா போன்ற பல பகுதிகளிலிருந்தும் தியாகிகள் பலர் இச்சிலை அகற்றும் போராட்டத்தில் தொடர்ந்து பங்கேற்றுக் கொண்டே இருந்தனர். இப் போராட்டத்தில் பெண்களும் பங்கு கொண்டனர். விருத்தாசலத்தைச் சேர்ந்த **அங்கச்சி அம்மையாரே** முதல் பெண்மணி ஆவர். அவருக்குப் பின்,

கடலூரைச் சார்ந்த **அஞ்சலை அம்மாளும்** *(1890-1961)* அவருடைய மகளுமான **லீலாவதி** என்னும் அம்மாக்கண்ணு (11-வயது)வும் போராட்டத்தில் ஈடுபட்டுச் சிறை ஏகினர். இவர்களுக்குப் பின்னர் அஞ்சலை அம்மாவின் கணவரான **முருகப்பப் படையாச்சியும்** போராட்டத்தில் ஈடுபட்டுச் சிறை சென்றார். இதில் சென்னையைச் சேர்ந்த **க. ரா.ஜமதக்னி, குப்புசாமி செட்டி, எஸ். திருமாலாச்சாரி, சம்பந்த முதலியார், குமாரசாமி நாயகர்** போன்றோர் பலர் இப்போராட்டத்தில் ஈடுபட்டுள்ளனர். இவர்களுக்குத் தலைவர்கள் பலர் வெளியில் கூட்டம் அமைத்து ஆதரவு திரட்டி, அவர்களை ஊக்கப் படுத்தியுள்ளனர். இவர்களுள் **எம்.எஸ். சுப்பிரமணி ஐயரும், இராயபுரம் வேணுகோபால் செட்டியாரும்** மற்றும் பலரும் குறிப்பிடத்தக்கவர்கள்.

இந்த இடையறாத போராட்டத்தால் தென்னிந்தியாவின் பற்பல பகுதிகளிலிருந்து எண்ணற்றோர் நீல் சிலைப் போராட்டத்தில் பங்கு பெற்றனர். இதனைப் பெருமையாகவும், இன்றியமையாதப் போராட்டமாகவும் கருதினர். இதனால், நீல் சிலையை அகற்றும் போராட்டமானது, இந்தியாவின் விடுதலைப் போராட்டத்தில் ஒரு முக்கியப் பகுதியாகும் என்று போராட்ட வீரர்கள் கருதினர். அவ்வாறே போராடினர். இப் போராட்டம் முன்னிலும் வேகமாகச் சூடுபிடித்தது.

நீல் சிலை சென்னை மாநகராட்சிக்கு உட்பட்ட சாலையில் (மலைச்சாலை இன்றைய அண்ணாசாலை ஸ்பென்சர் பிளாசாவுக்கு எதிரில்) இருந்ததால், அந்நாளைய மாநகராட்சியின் தலைவராக இருந்த **திவான் பகதூர் நாராயணசாமி செட்டியார்,** சென்னை மாவட்ட ஆட்சியருக்குச் சென்னை அரசின் பொதுப்பணித் துறைச் செயலாளருக்கும் நீல் சிலை பற்றிய விவரங்களைக் கேட்டுக் கடிதங்கள் எழுதியிருந்தார். அதற்கு அவர்கள் "நீல் சிலை பொதுப்பணித் துறையின் பொறுப்பில் உள்ளதென்றும் சென்னை அரசின் செலவில் அது பராமரிக்கப்பட்டு வருகிறது" என்றும் பதில் கூறியிருந்தனர். அந்நாளில் சென்னை மாநகராட்சியின் உறுப்பினராக இருந்த **சிங்காரவேலரும், இரங்கையா நாயுடுவும்** வேறு உறுப்பினர் பலரும் நீல்

சிலையை அகற்றும் பணியில் ஆர்வம் கொண்டு, போராட்ட வீரர்களுக்குத் துணையாக இருந்தனர். இவர்களுள் சிங்காரவேலர் மிக முக்கியமானவராக விளங்கினார். சென்னை மாநகராட்சியின் உரிமைக்குட்பட்ட இடத்தில் அமைந்திருக்கும் நீல் சிலை, இந்திய மக்களை அவமதிக்கும் சின்னமாகும் என்றும், அச்சிலை சென்னை மாநகரின் அமைதிக்குப் பாதகம் விளைவிக்கிறது என்றும் சிங்காரவேலர் கருதினார். இதன் காரணமாகச் சிங்காரவேலர் ஏனைய காங்கிரசு உறுப்பினர்களின் துணை கொண்டு, பின்வரும் தீர்மானத்தை நிறைவேற்றி அதனை ஏற்கவேண்டுமென மாநகராட்சித் தலைவருக்கு 7-9-1927 ஒரு கடிதம் எழுதினார்.

"சென்னை, மலைச்சாலையில் மாநகராட்சியின் உரிமைக்குட்பட்ட நிலத்தில் அமைந்துள்ள நீல் சிலை அகற்றப்பட வேண்டும் என்றும் அச்சிலையை அரசு உடனே எடுத்துக்கொள்ள வேண்டும் என்றும் இம்மன்றம் தீர்மானிக்கிறது." இவ்வாறு கடிதத்தில் குறிப்பிடப்பட்டிருந்தது. ஆனால், மாநகராட்சித் தலைவர் மேற்குறித்த தீர்மானத்தை ஏற்க மறுத்துச் சிங்காரவேலருக்கு ஒரு குறிப்பை அனுப்பியிருந்தார். அக்குறிப்பில் கீழுள்ளவாறு குறிப்பிடப்பட்டிருந்தது.

"தங்களது செப்டம்பர் 7 ஆம் நாள் (1927) கடிதம் குறித்து நான் இப்பதிலை அளிக்கிறேன். நீல் சிலை தற்போது சென்னை அரசின் செலவில்தான் பராமரிக்கப்படுகிறது. நீல்சிலை நிறுவப்பட்டுள்ள நிலத்தின் மீது மாநகராட்சிக்குள்ள உரிமை நீங்கிவிட்டது. நீல் சிலையும் சிலை அமைந்துள்ள நிலப்பகுதியும் சென்னை மாநகராட்சியின் உரிமையில் இல்லாததால், நீல் சிலையை அகற்றுவதற்கான அதிகாரம் சென்னை மாநகராட்சிக்கு இல்லை. இக்காரணங்களால் நீல் சிலையை அகற்றுவது பற்றிய தங்களது தீர்மானத்தை ஏற்றுக்கொள்ள முடியவில்லை."

தீர்மானம் மாநகராட்சியில் தோல்வியுற்றாலும் சிங்காரவேலரும் ஏனைய தேசியத் தலைவர்களும் சென்னையில் பல்வேறு இடங்களில் கண்டனக் கூட்டங்களை நடத்தியுள்ளனர். இக் கூட்டங்களின் வாயிலாக மக்களின் ஆதரவைப்

பெற்றனர். நீல் சிலைக்கு எதிரான போராட்டம் மேலும் வலுத்தது. சென்னை மாவட்டக் காங்கிரஸ் கட்சியும், சென்னை மகாஜனசபையும் இணைந்து கூட்டங்களை நிகழ்த்தியுள்ளன. இதன் விளைவாக, சென்னை சட்ட சபையில் எஸ். சத்தியமூர்த்தி அவர்கள் 29-9-1927 அன்று நீல் சிலை அகற்றுவதற்கான தீர்மானம் கொண்டு வருவதற்கு அனுமதியளிக்க வேண்டுமெனச் சட்டமன்றச் செயலருக்குக் கடிதம் எழுதினார். இவரைப் போன்றே வேறு பலரும் கடிதம் எழுதினர். இதனால், தீர்மானம் கொண்டு வருவதற்குச் சட்டமன்றம் அனுமதி அளித்தது. அனுமதி வழங்கியதும் பலர் நீலின் கொடுமையை எடுத்துக் கூறிச் சிலையை அகற்ற வேண்டுமென்று வாதாடினர். இவர்களுள் எஸ். சத்தியமூர்த்தி, ஜான் வில்லியம் கேயி என்ற வரலாற்றாசிரியர் நீலைப் பற்றி எழுதிய குறிப்பைப் படித்துக் காட்டியது மிக முக்கியமான ஒன்றாகும். கான்பூரில் நடந்த கலகத்தை ஒடுக்குவதற்காகத் தளபதி நீல், தன்னுடைய துணைத்தளபதியான ரீனாடுக்குக் கட்டளையிட்டதைக் கேயி தம் நூலில் எழுதியிருப்பதைச் சத்தியமூர்த்தி படித்துக் காட்டினார். அக்குறிப்பைக் கீழே காணலாம்.

“குற்றத்திற்குரிய சில கிராமங்கள் அழிப்பதற்கு உள்ளன. அந்த ஊர்களில் வசிக்கும் மனிதர்கள் அனைரும் கொல்லப்பட வேண்டும். நமது நல்ல எண்ணத்தைப் பெறாத இந்தியப் படை வீரர்கள் அனைவரும் தூக்கிலிடப் பட வேண்டும். கிளர்ச்சியில் ஈடுபட்ட பதேபூர் நகரத்தைத் தாக்கவேண்டும். அந்நகரின் உதவி ஆட்சியாளர் பிடிபட்டால் அவரைத் தூக்கிலிடுங்கள். பின் அவரது தலையை வெட்டிப் பதேபூர் நகரின் முக்கியக் கட்டடத்தில் தொங்கவிடுங்கள்.”

இக் குறிப்பிலிருந்து நீல் எத்துணைக் கொடுமையானவன் என்பதையும், இதனால் அவன் சிலையை அகற்றுவது எவ்வளவு இன்றியமையாதது என்பதையும் நன்கு உணரலாம். நீல் சிலையை அகற்றப் போராடிய வீரர்களைச் சென்னை மாநில முதன்மைக் குற்றவியல் நீதிபதி முன் விசாரிக்கப்பட்டனர். அவர்கள் மீது போடப்பட்ட வழக்குகளில் எதிர்வழக்காடப் போராட்ட வீரர்கள் விரும்பவில்லை. இந்நிலையில்,

சிங்காரவேலர் வாளாயிராமல் சிறை சென்றவர்கள் எதிர் வழக்காடாமல் இருப்பது, சட்டத்தின் படியும், நியாயத்தின் அடிப்படையிலும் தவறெனக் கருதித் தாமே முன்வந்து எந்த ஊதியத்தையும் எதிர்பாராமல் வழக்காடியுள்ளார். அவ்வாறு, வழக்காடிப் பலர் விடுதலை பெற அவர் உதவியுள்ளார். அக்காலத்தில் தேசிய இயக்கத்தில் வழக்குரைஞர் பட்டத்தைப் பெற்றவர்களும், அத்தொழிலைச் செய்வதர்களும் பற்பலர் இருந்தனர். அவர்கள் யாரும் வழக்காட விரும்பவில்லை. பலர் அஞ்சி ஒதுங்கினர். இந்நிலையில், சிங்காரவேலர் அஞ்சாது, எவ்வித ஊதியத்தையும் பெற விரும்பாமல், போராட்ட வீரர்கள் (வழக்குச் சமத்தப்பட்டவர்கள்) தங்களுக்காக வழக்காட வேண்டுமென்று கேட்காத நிலையிலும், தாமே முன்வந்து வழக்காடி உள்ளாரெனில், அவரின் சமூக அக்கறையும், ஏகாதிபத்திய எதிர்ப்புணர்வும் விடுதலை வேட்கையும் எத்துணைச் சிறந்தன என்பதைத் தெளிவாக உணரலாம். சிங்காரவேலர் இதனைப் போன்றே பற்பல அரிய செயல்களை ஆற்றியுள்ளார். அவற்றையெல்லாம் நோக்கும் போது கீழுள்ள குறட்பா நினைவுக்கு வரும்.

பெருமை உடையவர் ஆற்றுவார்; ஆற்றின்
அருமை உடைய செயல் - 975

விடுதலைப் போராட்ட வீரர்களின் தொடர் போராட்டத்தால் 1937-ஆம் ஆண்டு பதவியேற்ற இராஜாஜி அமைச்சரவை, நீல் சிலையை அகற்ற 13-11-1937 அன்று ஆணையிட்டது. பின்பு 22-11-1937 அன்று அச்சிலை அகற்றப்பட்டு எழும்பூர் அருங்காட்சியகத்தில் வைக்கப்பட்டது.

சான்று நூல்கள்

1. டாக்டர் வ. கந்தசாமி - நீல் சிலையும் இந்தியத் தேசிய இயக்கமும், பழனி பாரமவுண்ட் பதிப்பகம் - 1986.

2. சி. எஸ். சுப்பிரமணியம். கே. முருகேசன்- தென்னிந்தியாவின் முதல் கம்யூனிஸ்ட் - 1991 - நியூ செஞ்சுரி புக் ஹவுஸ் (பி) லிட், அம்பத்தூர், சென்னை - 600 098.

3. ம.பொ. சிவஞானம் - விடுதலைப் போரில் தமிழகம் - 1982 - பூங்கொடி பதிப்பகம் - மயிலை - சென்னை - 600 004.

4. எம். எஸ். சுப்பிரமணிய ஐயர் – சுதந்திர சரித்திரம் - 1953 - ஆசிரியர் நூற்பதிப்புக் கழகம், பவளக்காரத் தெரு, சென்னை - 600 001.

9
சைமன் கமிஷனை எதிர்த்தார்

சிந்தனைச் சிற்பி ம. சிங்காரவேலர் இந்திய விடுதலைப் போராட்டத்தில் தொடக்கக்காலம் முதற்கொண்டே உழைத்து வந்தவர், இந்தியாவில் நடைபெற்று வந்த சமூக - அரசியல் போராட்டங்களை மட்டுமே அல்லாமல் அவர் உலகில் நடைபெற்றுவந்த போராட்டங்களையும் ஆழ்ந்து சிந்தித்து வந்தவர். குறிப்பாக, ரஷியாவில் 1905-ஆம் ஆண்டில் நடந்த முதற்புரட்சியின் காலந்தொட்டு அவருடைய அரசியல் கண்ணோட்டமும், அரசியல் பணியும் விரிந்து வளர்ந்துகொண்டே இருந்தன: அக்காலத்திலேயே அவர் பலதுறை நூல்களை நன்கு படித்திருந்ததாலும், குறிப்பாக, மார்க்சிய மெய்யியலைக் கற்றிருந்ததாலும், அவரது அரசியல் பார்வை கூர்மையுடையதாகவும், மக்கள் நலம் சேர்ந்ததாகவும் இருந்தது. இந்நிலையால் அவர் இயல்பாகவே இந்திய விடுதலைப் போராட்டத்தில் ஈடுபாடு கொண்டவராக விளங்கினார். அண்ணல் காந்தியடிகளின் அரசியல் நுழைவு அவருக்கு மேலும் ஊக்கத்தை ஊட்டியது.

ஒத்துழையாமை இயக்கம் இங்குத் தொடங்கியவுடன், அதற்கு ஆதரவு அளிக்கும் முறையில், வழக்குரைஞராக நீதிமன்றத்திற்குச் செல்வதை உடனே நிறுத்திக் கொண்டு, தன்னுடைய வழக்குரைஞர் மேலாடையை பொதுமக்கள் நடுவில் தீயிட்டுக் கொளுத்தி, ஆங்கில ஆதிக்கத்துக்கு எதிரான ஒத்துழையாமையை அவர் வெளிப்படையாக நிகழ்த்தியுள்ளார். தாம் செய்ததைப் போன்று பிற வழக்கறிஞர்களையும் அச்செயலில் ஈடுபடச் செய்து, கற்றவர்களிடத்தும், பொதுமக்களிடத்தும் ஒத்துழையாமை இயக்கத்துக்கு அவர் ஆதரவு திரட்டியுள்ளார். ஜாலியன் வாலாபாக் படுகொலையின் போது, அப் படுகொலையைக்

கடுமையாக எதிர்க்கும் முறையில் பொதுமக்களையும், தொழிலாளர்களையும் மாணவர்களையும் ஒருங்கிணைத்து ஆர்ப்பாட்டங்களையும், ஊர்வலங்களையும் நடத்தி உள்ளார். அருந்தொண்டர் சுப்பிரமணிய சிவாவும், அவரும், அப் படுகொலையை எதிர்த்துக் கூட்டங்களில் வீர ஆவேசத்துடன் பேசியுள்ளனர். 14-1-1922- ஆம் ஆண்டு **வேல்ஸ் இளவரசர்** சென்னைக்கு வருகை அளித்தபோது, அகில இந்தியக் காங்கிரஸ் விடுத்த வேண்டுகோளின்படி, சிங்காரவேலர், ஏனைய தலைவர்களுடன் இணைந்து ஆர்ப்பாட்டங்களையும், மறியல்களையும் நடத்தியுள்ளார். இவற்றுக்கு முன்பாகவே ரௌலட் சட்டத்தை எதிர்த்தும் அவர் போராட்டம் நடத்தி உள்ளார். இப்போராட்டங் களைப் போலவே, அவர் சைமன் கமிஷனை (Simon Commission) எதிர்த்துச் செய்த போராட்டமும் நம் கவனத்திற்கு உரியது.

சைமன் கமிஷனுக்கு அவர் தன்னுடைய எதிர்ப்பை எப்படிக் காட்டியுள்ளார் என்பதை அறிவதற்கு முன்னர், சைமன் கமிஷனைப் பற்றியும், அதனால் நம் நாட்டில் ஏற்பட்ட சில அவலங்களை, நிகழ்வுகளைப் பற்றியும் அறிந்து கொள்வது மிக இன்றியமையாதன. இந்திய விடுதலைப் போராட்டத்தில் அவை மறக்கவொண்ணா நிகழ்வுகளும் பதிவுகளுமாகும். அது தொடர்பாக சிங்காரவேலரின் பணியைப் பார்ப்போம்.

1909-ஆம் ஆண்டில் நிறைவேறிய ஆங்கிலேயே அரசால் நிறைவேற்றப்பட்ட இந்தியக் கவுன்சில் சட்டமானது இந்தியருக்கு மனநிறைவை அளிக்கவில்லை. அனைத்துத் தலைவர்களும் தத்தம் கடும் எதிர்ப்பைத் தெரிவித்தனர். தலைவர்களுக்கும் மக்களுக்கும் ஏமாற்றம் ஏற்பட்டதன் விளைவாக ஆங்காங்கே வன்முறைகளும், கலவரங்களும் ஏற்பட்டன. இவற்றால், அந்நிய ஆட்சிக்கு எதிரான போராட்டங்கள் வலுத்தன. அந்நிய ஆட்சியே சற்று நடுக்குற்றது. இதனால், 1919-ஆம் ஆண்டில் மாண்டேகு - செம்ஸ்போர்டு சீர்திருத்தம் அறிமுகப்படுத்தப்பட்டது. இத்திட்டத்தில் இந்தியருக்குப் படிப்படியாகச் சுதந்திரம்

வழங்கப்படும் என்றும், இந்தியர் தன்னாட்சிக்குத் தகுதி பெறும் வரை, ஆங்கிலேயரே இந்தியாவை ஆண்டு வருவர் என்றும் திட்டத்தில் குறிப்பிடப்பட்டிருந்தது. இந்தியருக்குச் சுதந்திரம் வழங்குதல் இறுதிக் குறிக்கோளாயினும், இந்தியர் பொறுப்புணர்வோடு ஆங்கில அரசுக்குத் தங்களின் ஒத்துழைப்பை நல்கவேண்டும் என்றும் வலியுறுத்தப் பட்டிருந்தது. இந்தத் திட்டத்தின் செயல்பாடுகளைப் பற்றி ஆராயப் பத்தாண்டுகளுக்குள் மற்றொரு கமிஷன் அமைக்கப்படும் என்றும் அத்திட்டத்தில் உறுதி கூறப்பட்டிருந்தது.

ஆனால், ஆண்டுகள் செல்ல செல்ல ஆங்கில அரசுக்கு எதிராகப் பல போராட்டங்கள் வெடித்த வண்ணம் இருந்ததால் பத்தாண்டுகள் முடிவதற்குள் 1927-ஆம் ஆண்டு நவம்பரில் சைமன் கமிஷன் பிரிட்டிஷ் அரசால் அமைக்கப்பட்டது. பிரிட்டிஷ் அரசால் இக்கமிஷனைப் பற்றிய அறிக்கை ஒரே நாளில் இலண்டனிலும் இந்தியாவிலும் வெளியிடப்பட்டது. இந்தக் கமிஷனில் இடம்பெற்ற எழுவரும் ஆங்கிலேயர்களாக இருந்ததாலும், அதில் இந்தியருக்கு இடமில்லாததாலும் இதனால் இந்தியருக்கு எந்தப் பயனும் விளைந்து விடாதெனக்கருதி, காங்கிரஸ் இயக்கத் தலைவர்கள் தங்களின் கடும் எதிர்ப்பைத் தெரிவித்தனர். இக்கமிஷனுக்குத் தலைவராக இருந்த சைமன் (Simon - Sir John allse brook 1873 - 1954) என்பவர் இங்கிலாந்திலுள்ள மான்செஸ்டரில் பிறந்தவர். ஆக்ஸ்போர்டில் படித்துப் பட்டம் பெற்றுப் பின்பு வழக்குரைஞராக ஆகியவர். 1906-ஆம் ஆண்டில் லிபரல் கட்சியின் பாராளுமன்ற உறுப்பினர். 1910-இல் சாலிஸிட்டர் ஜெனரலானார். 1913-இல் அட்டர்னிஜெனரல் ஆனார். 1915-இல் உள்நாட்டு அமைச்சரானார். 1916-இல் பிரிட்டிஷ் அரசால் கொண்டுவரப்பட்ட கட்டாய இராணுவச் சேவையை எதிர்த்து அமைச்சர் பதவியிலிருந்து விலகினார். 1917-ஆம் ஆண்டில் இராயல் விமானக் கல்லூரியில் சேர்ந்தார். 1918-ஆண்டில் நடந்த தேர்தலில் தோல்வியடைந்து மீண்டும் 1922-ஆம் ஆண்டில் தேர்தலில் நின்று வெற்றிபெற்றார். 1931 முதல் 1935-வரை வெளிநாட்டு அமைச்சராக இருந்தார். 1935-முதல் 37-வரை உள்நாட்டு

அமைச்சராகவும் 1937-முதல் 40-வரை நிதியமைச்சராகவும் விளங்கினார் என்பது குறிப்பிடத்தக்கது.

சைமன் கமிஷன் இந்தியாவுக்கு அனுப்ப இருப்பதை இங்கிலாந்து அரசு 8-11-1927 அன்றே அறிவித்திருந்தது. அதனை இந்தியாவில் இருந்த வைசியராய் இர்வின் பிரபும் உறுதி செய்தார். இந்நிலையில், சென்னையில் 1927-டிசம்பரில் இந்தியத் தேசிய காங்கிரசின் 42-ஆவது மாநாடு நடைபெற்றது. இம்மாநாடு எழும்பூர் இரயில் நிலையத்திற்கு அருகில் நடந்தது. இம்மாநாட்டிற்கு முன்பு 25 நகரங்களில் இந்து - முஸ்லீம் கலவரங்கள் நடந்தன. இவற்றால், இந்து-முஸ்லிம் ஒற்றுமையை மேலும் வளர்க்கத் தலைவர்கள் முயன்றனர். இதன்காரணமாக அதுவரை இந்தியக் காங்கிரஸ் மகாசபையின் தலைவராக இருந்த எஸ். சீனிவாச அய்யங்காருக்கு அடுத்து இந்த மாநாட்டில் வரலாற்றுச் சிறப்பு மிக்க சில முடிவுகள் எடுக்கப்பட்டன.

இந்த மாநாட்டில்தான், மசூதிகளுக்கு எதிரில் இந்துக்கள் ஆர்ப்பாட்டங்களை நடத்தக் கூடாதென்றும், அதைப் போலவே கோயில்களுக்கு எதிரில் இசுலாமியர்கள் ஆர்ப்பாட்டங்களை நடத்தக் கூடாதென்றும் முடிவு எடுக்கப்பட்டதுடன், முழுமையான (பூரண) சுதந்திரம் பற்றியும், சைமன் கமிஷனுக்கு எதிரான புறக்கணிப்புப் பற்றியும் மேலும் சில முக்கிய முடிவுகளும் எடுக்கப்பட்டன. வட பாரதத்தில் வகுப்புக் கலவரங்கள் நடைபெற்றுக் கொண்டிருந்தபோது, சைமன் கமிஷன் இந்தியாவுக்கு வருவது தேசிய தலைவர்களுக்கு ஒரு சவாலாகவே இருந்தது. சென்னையில் 1913-க்குப் பிறகு நடைபெறும் காங்கிரசு மாநாட்டிற்கு வருகை புரிந்த தலைவர்கள் பற்பலர். அவர்களுள் எஸ்.ஏ. டாங்கே, எஸ்.எஸ். மிராஜ்கர், கே.என். ஜோக்லேகர், ஆர். எஸ். நிம்ப்கார், தரணிகோஸ்வாமி, முஸபர் அகமது, எஸ். வி. காட்டே, கோபால் பாசக் ஆகியோர் சிங்காரவேலரின் (எண். 22, தெற்குக் கடற்கரைச் சாலை) இல்லத்தில் தங்கி மாநாட்டிற்கான தீவிர தீர்மானங்களைத் தீட்டினர் என்றும், அவர்கள் நேருவுடன்

தொடர்பு கொண்டிருந்தனர் என்றும் (ஜவர்கர்லால் நேரு அவர்கள் அப்போது சோவியத் யூனியன் சென்று திரும்பி இருந்தார்.) அதன் விளைவாக அவர் (அவரும் அதே கருத்துடையவராக இருந்தார்) பூரண சுதந்திரம், மற்றும் ஏகாதிபத்திய எதிர்ப்புக் குழுவில் (League Against Imperialism) இணைதல் முதலிய தீர்மானங்களையும் முன் வைத்ததாகவும் சிங்காரவேலரின் வரலாற்றை எழுதிய சி.எஸ்.சுப்பிரமணியனும், கே. முருகேசனும் குறிப்பிட்டுள்ளனர்.[1]

பூரண சுதந்திரம் குறித்துச் சிங்காரவேலர் 1922-ஆம் ஆண்டில் கயாவில் நடந்த மாநாட்டிலேயே ஒரு சரியான அறிக்கையை வெளியிட்டுள்ளார். அந்த அறிக்கை காங்கிரசு இயக்கக் கொள்கைகளுக்கு முற்றிலும் புதுமையானது. அங்கு அவர் வெளியிட்ட அறிக்கையால்தான் எஸ். ஏ. டாங்கே போன்ற முற்போக்குச் சிந்தனையாளர்கள் அவருடன் நெருங்கிய நட்புக் கொண்டு பழகினர். அந்த அறிக்கையின் தாக்குரவால்தான் மீண்டும் 1928-ஆம் (6ஆண்டுகளுக்குப் பிறகு) ஆண்டில் பூரண சுதந்திரம் பற்றிய புது தீர்மானம் கொண்டு வரப்பட்டுள்ளது எனலாம். சிங்காரவேலரின் சிந்தனையும், அவரது இல்லமும் பூரண சுதந்திரம் பற்றிய தீர்மானம் எழுவதற்கு ஓர் அடிப்படையாக இருந்துள்ளது என்பதை யாரும் மறுக்க முடியாது. இந்த மாநாட்டில்தான், இந்தியர்கள் இடம் பெற்றில்லாத சைமன் கமிஷன் இந்தியாவில் கால் வைக்கின்ற நாளில், நாடெங்கும், கடையடைப்பும் எதிர்ப்பு ஆர்ப்பாட்டமும், ஊர்வலமும், மறுப்புக் கூட்டமும் நடத்த வேண்டுமெனத் தீர்மானத்தை நிறைவேற்றினர். இவற்றைப் போலவே சைமன் கமிஷன் வருகின்ற இடங்களிளெல்லாம், கருப்புக் கொடி காட்டி "சைமனே திரும்பிப்போ" என்று போர்க்குரல் எழுப்ப வேண்டுமெனவும் முடிவெடுக்கப்பட்டது. இந்த மாநாட்டைப் பொறுத்தவரை தமிழ் நாட்டுக் காங்கிரசு இயக்கத்துக்கு மற்றொரு சிறப்பும் கிடைத்தது. அதாவது, அந்த மாட்டில் கிடைத்த வருவாயில் மீதியான தொகை ரூ. 75,000/- கொண்டுதான் இராயப்பேட்டையில், பீட்டர்சாலையில் நிலத்தை வாங்கி ஒரு மாளிகையையும் எழுப்பினர்.

இந்த மாநாட்டில் நிறைவேற்றிய சைமன் கமிஷன் புறக்கணிப்பு என்பது, அந்நாளில் கனன்று கொண்டிருந்த விடுதலைப் போராட்டத்துக்கு ஏற்ற எரிசக்தியாகவும் அமைந்துவிட்டது. இதனால் நாடெங்கும் அப் புறக்கணிப்புக்கு நல்லஆதரவு பெருகிக் கொண்டே இருந்தது. மேலும், மத்திய சட்டசபையில் 16-2-28-அன்று லாலாலஜிபதிராய், சைமன் கமிஷனுடன் எந்த வகையிலும் ஒத்துழைக்க வேண்டாமென்று பொதுமக்களையும், அரசியல் கட்சிகளையும் கேட்டுக் கொள்ளும் முறையில் ஒரு தீர்மானத்தைப் பெரும்பான்மையான வாக்குகளைக் கொண்டு நிறைவேற்றியது இங்குக் குறிப்பிடத்தக்கது.

இதனைப் போன்றே, சைமன் கமிஷனைப் புறக்கணிக்க, சென்னைச் சட்டமன்றத்திலும், அப்போதைய காங்கிரசு கட்சித்தலைவர், **சாமி. வெங்கடாசலம் செட்டியாரும்** ஒரு தீர்மானத்தைக் கொண்டு வந்தார். அந்தத் தீர்மானம் 1928, ஜனவரி 24,25 ஆகிய நாட்களில் கடுமையாக விவாதிக்கப்பட்டு எஸ். சத்தியமூர்த்தி போன்ற தலைவர்களின் ஆதரவோடு நிறைவேற்றப்பட்டது. அந்தத் தீர்மானம் சிலரால் எதிர்க்கப் பட்டது என்பதையும் இங்குக் குறிப்பிட்டாக வேண்டும். இத் தீர்மானத்துக்கு ஆதரவாக 61 வாக்குகளும், எதிராக 29 வாக்குகளும் கிடைத்தன. எனினும், அந்நாளைய முதலமைச்சராக இருந்த **டாக்டர் ப. சுப்பராயனும்**, அமைச்சர்களாகிய **அரங்கநாத முதலியாரும், ஆரோக்கியசாமி முதலியாரும்** நடுநிலை வகித்தனர் என்பதையும் நம் கருத்தில் கொள்ள வேண்டும். சைமன் கமிஷனை ஜஸ்டிஸ் கட்சி, அமைப்பு முறையில் எதிர்க்கவில்லை எனினும், ஆதரித்தது என்றும், ஆனால், அக்கட்சியைச் சேர்ந்த சிலர் சுயமரியாதை உணர்வுடன் காங்கிரசுக்கு ஆதரவாக வாக்களித்துள்ளனர் என்பதையும் சிலம்புச் செல்வர் ம.பொ.சி. குறிப்பிட்டுள்ளார்.(2)

காங்கிரசின் வேண்டுகோளின்படி நாடெங்கும் சைமன் கமிஷன் வருகையை எதிர்த்துக் கதவடைப்புகளும் ஆர்ப்பாட்டங்களும் நடந்துகொண்டே இருந்தன. கமிஷன் சென்னைக்கு வந்த போதும் ஆர்ப்பாட்டங்களும் கதவடைப்புகளும் நிகழ்ந்தன. **ஆந்திர கேசரி பிரகாசம்**

தலைமையில் தடையை எதிர்த்து உயர்நீதி மன்றம் அருகில் ஊர்வலம் நடந்தது. ஊர்வலம் தடையை மீறியதால் போலிசார் தடிகளைக்கொண்டு தாக்கியதோடு மட்டுமன்றித் துப்பாக்கியாலும் சுட்டனர். அதில் ஒருவர் உயிரிழந்தார். உயிரிழந்தவரை நோக்கிப் பிரகாசம் அவர்கள் ஓடவே, போலிசார் அவரை நோக்கித் துப்பாக்கியை நீட்டினர். சுடுவோம் என்றும் எச்சரித்தனர். பிரகாசம் அவர்கள் சிறிதும் அஞ்சாமல், தன் மார்பைத் திறந்து காட்டி முன்னடி எடுத்து வைத்தார். போலிஸ் பின் வாங்கியது. அஞ்சா நெஞ்சர் பிரகாசம் உயிரிழந்தவரைத் தூக்கிக் கொண்டு அகன்றார். அவர் அன்று ஊர்வலம் நடத்திய தெருவிற்கு பிரகாசம் சாலை (Broadway) என்று பெயர் சூட்டியிருப்பதும், தடையை மீறிய இடத்தில் அந்த வீரப்பெருமகனுக்குச் சிலையமைத்துப் பெருமை படுத்தியிருப்பதும், பெரிதும் போற்றத்தக்கது. சென்னையில் மட்டுமல்லாமல் பல நகரங்களிலும் இது போன்ற செயல்கள் நடந்துள்ளன.

குறிப்பாக, ஆந்திராவிலுள்ள சீராளா எனும் நகருக்குச் சைமன் கமிஷன் சென்றபோது, மக்கள் கருப்புக் கொடி காட்டி ஆர்ப்பாட்டம் செய்து, சைமன் குழு சென்ற ரயிலை நிறுத்திச் சைமனே திரும்பிப்போ" என்று வான் அதிரும்படி கூக்குரல் எழுப்பினர். பின்னர் அங்குக் காவல்படைக்கும் மக்களுக்கும் நடந்த கலவரத்தால் சீராளா தொடர்வண்டி நிலையத்தையே கொளுத்தும் நிலை ஏற்பட்டு விட்டது. சைமன் கமிஷன் இது போன்ற கலவரங்கள் நடந்த பிறகும், பல்வேறு முக்கிய நகரங்களுக்குச் சென்று கொண்டே இருந்தது. அங்கும் வெவ்வேறு நிலைகளில் ஆர்ப்பாட்டங்கள் சந்தித்தார்களேயன்றி, பொது மக்களோ, தலைவர்களோ, தனிப்பட்ட முதலாளிகளோ, பொது அமைப்புகளோ அவரைச் சந்திக்கவில்லை; மாறாகப் போராட்டங்களையும், கருப்புக் கொடி போராட்டங்களால், சைமன் கமிஷனுக்கு ஏற்பட்ட மனநிலையைப் பற்றியும் நம் முன்னாள் தலைமை அமைச்சர் ஜவகர்லால் நேரு தம் சுயசரிதையில் குறிப்பிட்டிருப்பது ஒரு நகைச் சுவை நிறைந்த நிகழ்ச்சியாக உள்ளது. "சைமனே திரும்பிப் போ திருப்பிப் போ" என்ற

மக்களின் எழுச்சிக் குரல், சைமன் கமிஷன் உறுப்பினர்களின் நினைவையும் தூக்கத்தையும் அலைக் கழித்துள்ளது. நேரு அவர்கள் கீழுள்ளவாறு தம் நூலில் குறித்துள்ளார்.

"இந்தியப் பொது மக்களில் பலர் சர் ஜான் சைமனின் பெயரையன்றி "திரும்பிப் போ" என்ற இரண்டு ஆங்கிலச் சொற்களையும் தெரிந்துகொண்டனர். இச்சொற்கள் கமிஷனின் உறுப்பினர்களுக்கு ஆத்திரத்தின் சின்னங்களாகத் தோன்றியிருக்க வேண்டும். புது டெல்லியில் வெஸ்டர்ன் ஓட்டலில் அவர்கள் தங்கியிருந்தபோது நள்ளிரவில் கூடத் "திரும்பிப் போ" என்ற முழக்கம் கேட்டதாம். "இரவில் கூடவா இந்தத் தொல்லை" என்று அவர்கள் கடுஞ்சினம் கொண்டார்களாம். உண்மையில் அது மக்களின் ஒலியன்று; பாழடைந்த பகுதிகளிலிருந்த நரிகள் ஊளையிட்டது அவர்களுக்குத் "திரும்பிப் போ" என்று ஒலித்துள்ளது. அந்த அளவுக்கு அச்சொற்கள் அவர்களின் செவிகளில் ஊறிப் போயிருந்தன."[3]

இந்தக் கூற்றை நோக்கினால், கமிஷனுக்கு எதிராக நடந்த ஆர்ப்பாட்டங்களால், மனிதக் குரலுக்கும், நரியின் ஊளைக்கும் கூட வேறுபாட்டை உணராத அளவுக்குச் சைமன் குழுவினர் கலங்கி மிரண்டு போயிருக்கிறார்கள் என்பதை நன்கு உணரலாம். அந்தக் கலக்கத்தையும் மிரட்சியையும் கொண்டே, அக்காலத்திய இந்திய மக்களின் போராட்டத்தின் வலிமையை அறியலாம். பம்பாயில் 3-2-1928 -இல் கப்பலில் வந்திறங்கிய சைமன் கமிஷன், பம்பாய், சென்னை, சீராளா, டெல்லி, பாட்னா, கல்கத்தா போன்ற நகரங்களைச் கண்டுவிட்டு 31-3-1928 அன்று இலண்டனுக்குப் புறப்பட்டது.

II

சைமன் கமிஷன் இந்தியாவிலிருந்து இலண்டன் மாநகரத்துக்குத் திரும்பியதும், இந்தியாவில் அரசியல் கட்சித் தலைவர்களில் எவரையும் சந்தித்து ஆய்வு செய்ய முடியவில்லை என்றும், மற்றும் அரசியல் முறையில் மட்டுமன்றி, சமுதாய முறையிலும் சமூகப் புறக்கணிப்பு நடந்ததென்றும் சைமனே இங்கிலாந்து அரசிடம்

தெரிவித்துள்ளார். கமிஷன் எதற்காக அமைக்கப்பட்டதோ அந்நோக்கம் நிறைவேறாததால், சைமன் தலைமையில் அந்தக் கமிஷன் மீண்டும் இந்தியாவுக்கு 27-10-28- இல் வருகை புரிந்தது. முதல் முறையைக் காட்டிலும் இம்முறை மிகுதியாகப் பம்பாயில் கடையடைப்புகளும், ஆர்ப்பாட்டங்களும், வேலை நிறுத்தங்களும், நடைபெற்றன. பம்பாயில் நடத்தப் பெற்ற ஆர்ப்பாட்டங்கள் மற்ற மாநிலங்களில் எப்படி மிகுதியாக நடக்க வேண்டுமென்பதற்கு எடுத்துக்காட்டாக அமைந்திருந்ததாகத் தலைவர்கள் குறிப்பிட்டுள்ளனர். இங்கு ஓர் ஐயம் எழுகிறது. அதாவது சிங்காரவேலர் சைமன் கமிஷனைப் புறக்கணித்தது முதல் வருகையின் போதா? அல்லது இரண்டாம் வருகையின் போதா? என்பதே அது. சிங்காரவேலரின் வரலாற்றை எழுதியவர்களும் அதனைச் சரியாகக் குறிப்பிடாமல் போயினர். இதனையும் தெளிவுறுத்தவே இக்கட்டுரை எழுதப்பட்டுள்ளது. பம்பாயில் வந்திறங்கிய சைமன் கமிஷன் டில்லி, கல்கத்தா, லாகூர், லட்சுமணபுரி (லக்னோ) ஆகிய பெரு நகரங்களுக்குச் சென்றுவிட்டுப் பின்பு 29-2-30-இல் சென்னை வந்தது. முதல் முறையைக் காட்டிலும் சைமன் கமிஷனின் இரண்டாம் வருகையின் போது சில துயர நிகழ்வுகளும், வேண்டாத நிகழ்ச்சிகளும் ஏற்பட்டுவிட்டன. இந்திய விடுதலைப் போரில் அவை கறைபடிந்த வரலாற்று நிகழ்வுகளாகவும் ஆகிவிட்டன.

குறிப்பாக, லாகூரில் 30-10-29-இல் **லாலாலஜிபதிராய்** தலைமையில் கருப்புக்கொடி ஊர்வலம் நடைபெற்றது. அப்போது **சாண்டர்ஸ்** என்ற ஆங்கிலேயே சார்ஜண்ட், ஊர்வலம் சட்ட விரோதமானது என்று கூறிக் குதிரைப் படையுடன் ஊர்வலத்தினரைத் தடியாலடித்துக் கலைக்க முற்பட்டபோது, **லஜிபதிராயை** அவன் கடுமையாகத் தாக்கி விட்டான். அவர் இருதய நோயுடைவராகவும், சற்று வலிமை குறைந்தவராகவும் இருந்ததால், மரணம் அவரை விரைவில் தழுவி விட்டதாக நேரு அவர்கள் தம் சுயசரிதையில் குறித்துள்ளார். தடியடியால் தாக்குண்ட லஜபதிராய், ஆங்கில அரசை நோக்கி "என் மீது பட்ட ஒவ்வோர் அடியும் பிரிட்டிஷ் ஆட்சியின் சவப்பெட்டி மீது அறையப்பட்ட

ஒவ்வோர் ஆணியாகும்" என்று கூறினார். "பாஞ்சால சிங்கம்" என்று போற்றப்பெற்ற அவர் விலங்குத்தனமான அந்தத் தடியடிக்கு, 18 நாட்களுக்குப் பின்னர் 17-11-1928 அன்று மரணம் அடைந்தார். இதையறிந்த மக்கள் கொதித்தெழுந்தனர். இதன் விளைவாகப் பழிக்குப் பழி வாங்க வேண்டுமென்ற ஆவேசம் இளைஞர்களை ஆட்டிப் படைத்தது. அந்த இளைஞர்களில் ஒருவர்தான் வீரர் பகத்சிங். லஜபதிராயைத் தாக்கியவனைப் பழிவாங்கவே வெடிகுண்டு வீசிப் பகத்சிங் தூக்குத் தண்டனை அடைந்தார். சைமன் கமிஷனைப் புறக்கணிக்க மத்திய சட்ட சபையில் யார் முதன் முதலில் (16-2-28) தீர்மானம் கொண்டு வந்தாரோ, அவரையே முதலில் கொன்றது சைமன் கமிஷன்.

சைமன் கமிஷன் லாகூருக்குப் பின்பு இலட்சுமணபுரிக்குச் சென்றது. கமிஷன் இலட்சுமணபுரியை அடைவதற்கு முதல் நாள் ஜவர்கர்லால் நேரு தலைமையில் சைமன் கமிஷனை எதிர்த்து அமைதியான முறையில் ஊர்வலம் சென்றது. ஊர்வலத்துக்குப் பின்னர் ஒவ்வொரு பிரிவினராக நின்று கமிஷனுக்கு எதிராகக் கூக்குரல் எழுப்பினர். அப்போது, ஆங்கிலக் காவற்படையினர், குதிரைப்படையுடன் சேர்ந்து கொண்டு, காட்டுத்தனமாகத் தடிகளால் தாக்கினர். ஒரு குதிரைப் படைவீரன் குதிரையில் இருந்து கொண்டே தடிகளால் க்டுமையாகத் தாக்கியுள்ளான். நேரு அவர்கள் இங்குத்தான் முதன்முதலில் தடியடிக்கு இலக்கானார் என்பது குறிப்பிடத்தக்கது. இந்த ஊர்வலத்தில்தான் **கோவிந்த வல்லபாய் பந்து** அவர்களையும் நேருவையும் குதிரைப் படையினர் தடிகளால் மிகக் கடுமையாகத் தாக்கினர். தானும் வல்லபாய் பந்து அவர்களும் குதிரைப் படையால் தாக்குண்டதைப் பற்றி நேரு பின்வருமாறு குறிப்பிட்டிருக்கிறார்.

"குதிரைப் படையினரும் சாதாரணப் போலிஸ்காரர்களும் எங்களைக் குண்டாந்தடிகளால் தாக்கினர். சரியான அடி; முதல்நாள் இருந்த சுய உணர்வு இல்லை; உடல் முழுதும் வலித்தது. களைப்பாக இருந்தது. உடலின் ஒவ்வொரு பாகத்திலும் வலி. அடியின் அடையாளங்களும் காயங்களும்

நிறைந்திருந்தன. நல்ல வேளையாக எந்த முக்கியமான உறுப்பிலும் அடிபடவில்லை. ஆனால், எங்கள் தோழர்களில் பலருக்குப் பலமான காயங்கள். என் பக்கத்தில் நின்றிருந்த கோவிந்த வல்லப பந்தை மிகவும் கடுமையாக அடித்து விட்டனர். ஆறடி உயரமுள்ள அவர் அடிப்பதற்குச் சரியான குறியாக அகப்பட்டு விட்டார். அவரை நையப்புடைத்து நொறுக்கி விட்டார்கள். நீண்டகாலம் அவரால் நிமிர்ந்து நடக்கவும் முடியவில்லை; சுறுசுறுப்பாக வேலைகளைக் கவனிக்கவும் முடியவில்லை. தடியடியைவிட எங்களை அடித்த போலிசாரை, குறிப்பாக அதிகாரிகளை மறக்கவே முடியவில்லை; எங்களை அடித்து நொறுக்கியவர்கள் உண்மையில் வெள்ளைக்காரச் சார்ஜெண்டுகளே; இந்திய அதிகாரிகளும் போலிஸ் காரர்களும் அவ்வளவு கடுமையாகத் தாக்கவில்லை. அந்த வெள்ளையர்கள் இரத்த வெறிகொண்ட இரக்கமற்ற அரக்கர்களாகக் காணப்பட்டனர்."[4]

குதிரைப் படையினர் குண்டாந்தடியால் வல்லப பந்தைத் தாக்கியதால், அவர் தலையில் ஏற்பட்ட படுகாயத்தால், பின்னாளில், அவர் நிமிர்ந்து நடக்க முடியாதது மட்டுமன்றி, அவரது தலை இறுதிக்காலம் வரை நடுங்கி ஆடிக் கொண்டே இருந்தது. அவரை நேரில் பார்த்தவர்களுக்கும் திரைப்படத்தில் பார்த்தவர்களுக்கும் அது நன்கு தெரியும். சைமன் கமிஷனால் இந்த மறக்கவொண்ணாக் கொடுமைகள் சுதந்திரப் போராட்டக் காலத்தில் நிகழ்ந்து விட்டன. இவற்றிற்குப் பின்னால் தமிழ்நாட்டில் நடந்தது மிக வேடிக்கையானது.

சைமன் கமிஷன் வடநாட்டில் சுற்றிவிட்டுச் சென்னைக்கு வந்தது. காங்கிரசு இயக்கமும், பிற அமைப்புகளும் கமிஷனைப் புறக்கணித்தன. சென்னை முழுதும் கதவடைப்புகளும், வேலைநிறுத்தமும் வெற்றிகரமாக நடைபெற்றன. பொதுமக்கள் முழு ஆதரவு தந்தனர். மாணவ-மாணவியரும் பள்ளிகளுக்கும் கல்லூரிகளுக்கும் செல்லாமல் ஆர்ப் பாட்டங்களுக்கு முழுஆதரவு தந்தனர். இத்தனை பிரிவினரும் ஆதரவு தந்திருந்தும், சர் இராமசாமி முதலியார் மேயராக இருந்த சென்னை மாநகராட்சியின் ஜஸ்டிஸ் கட்சி

உறுப்பினர்கள் மட்டும் சைமன் கமிஷனை வரவேற்க முடிவெடுத்தனர். ஆனால், மாநகராட்சியில் உறுப்பினர்களாக இருந்த காங்கிரசு உறுப்பினர்கள் அதனை எதிர்த்தனர். மாநகராட்சியில் சைமன் கமிஷனை வரவேற்பதா? வேண்டாமா? என்பது பற்றி வாக்கெடுப்பு நடந்தது. வாக்கெடுப்பில், ஜஸ்டிஸ் கட்சியினரைத் தவிர்ந்து அனைத்து உறுப்பினர்களும் வரவேற்பை எதிர்த்து வாக்களித்தனர். எனினும், சைமன் கமிஷன் சென்னைத் துறைமுகத்தில் கப்பலில் வந்திறங்கியபோது, மேயராக இருந்த சர் இராமசாமி முதலியார் எல்லோரின் எதிர்ப்பையும், கண்டனத்தையும் மீறி, ஒரு கூட்டத்தைச் சேர்த்துக் கொண்டு 29-2-1929 அன்று சென்னைத் துறைமுகத்துக்குச் சென்று வரவேற்புரை வாசித்து வரவேற்றுள்ளார் என்று ம.பொ.சி. தன் நூலில் குறிப்பிட்டுள்ளார்.

சைமன் கமிஷனுக்கு இவ்வாறு வரவேற்பளித்ததால், இராமசாமி முதலியாருக்கு எதிராகப் பல கண்டனங்கள் எழுந்ததாகவும் செய்தித்தாள்களும் கண்டித்ததாகவும் அவர் குறிப்பிட்டுள்ளார். மற்றும், அந்த வற்வேற்புக்குப் பின்னர், மாநகராட்சிக் கூட்டத்தில் அவரைக் கடுமையாகக் கண்டித்துப் பேசியதுடன், மாநகராட்சிக் கூட்டத்தை நடத்தவிடாமல் உறுப்பினர்கள் அமளி செய்துள்ளனர். கடுமையான கண்டனங்களும், அமளியும் ஏற்பட்டதால் இராமசாமி முதலியார் இறுதியில் உறுப்பினர்களிடம் தாம் செய்தது தவறு என்று ஒப்புக்கொண்டு, அவர்களிடம் மன்னிப்புக் கேட்டதாகவும் ம.பொ.சி. குறிப்பிட்டுள்ளார். சென்னையில் இப்படி நிகழ்ந்துவிட்ட அவலத்துக்காகப் பல நாளேடுகளும், தலைவர்களும் கடுமையாகக் கண்டித்துள்ளனர். இந்திய நாட்டில் சைமன் கமிஷன் சென்ற எந்த நகரத்திலும் வரவேற்காமல் கடுமையாக எதிர்த்திருக்கும்போது சென்னையில் மட்டும் முற்றிலும் மாறாக கமிஷனை வரவேற்றது பெரும்பாலோருக்குப் பெருந்துயரமாகவே இருந்துள்ளது. எந்தச் சென்னை நகரத்தில் 1927-ஆம் ஆண்டில் நடந்த காங்கிரசு மாநாட்டில் முதன் முதலாகச் சைமன் கமிஷனைப் புறக்கணிக்கத் தீர்மானம் எடுக்கப்பட்டதோ

அந்தச் சென்னை நகரம் வரவேற்பளித்தது பெரும் முரண் அன்றோ! இதனால், சென்னை நகரத்துக்கு ஒரு களங்கம் ஏற்பட்டு விட்டதென்றே கூறலாம். சரி; அந்நாட்களில் சிங்காரவேலரின் பங்கு என்ன? இது முக்கியமானது. இதனை ஆய்ந்தால்தான் உண்மை புலப்படும். சிங்காரவேலரின் பொதுவாழ்வில் எல்லா ஆண்டுகளும் சோதனை மிக்க ஆண்டுகளாகவே இருப்பினும், 1926-முதல் 1928- வரை உள்ள காலப்பகுதி மிகுந்த சோதனையும் வேதனையும் மிக்கது. அவற்றை மீறி இந்த ஆண்டுகளில் அவர் சில சாதனைகளையும் நிகழ்த்தினார்.

இந்த ஆண்டுகளில் இந்தியாமுழுதும் இரயில்வே துறையில் பல போராட்டங்களும், வேலை நிறுத்தங்களும் நடந்தன. இரயில்வே துறையில் **'சிக்கனச் சீரமைப்பும் ஆள் குறைப்பும்'** என்ற திட்டத்தை நடைமுறைப்படுத்தியதால் பல போராட்டங்கள் வெடித்தன. எடுத்துக்காட்டாக, வடமேற்கு ரயில்வே, வங்காள நாகபுரி ரயில்வே, கிழக்கிந்திய ரயில்வே அதனைத் தொடர்ந்து தென்னிந்திய ரயில்வே ஆகியவற்றில் வேலைநிறுத்தம் நடந்தன. இந்த வேலைநிறுத்தங்களில் ஈடுபட்டுத் தொழிலாளர்களை ஒன்றிணைக்கவும், அவர்களுக்கு ஆலோசனை கூறவும் சிங்காரவேலர் மேற்கண்ட துறைகளுள்ள நகரங்களுக்கெல்லாம் அடிக்கடி சென்று வந்தார். இப்போராட்டங்களில் அவருக்கு முகுந்தலால் சர்க்கார், டி. கிருஷ்ணசாமி பிள்ளை போன்றோர் தோன்றாத் துணையாக இருந்துள்ளனர். இந்தப் போராட்டங்களில் தென்னிந்திய ரயில்வே போராட்டம் மிக முக்கியமானது. இது இந்தியாவையே உலுக்கிய போராட்டமாகும்.

தென்னிந்தி ரயில்வே நாகப்பட்டினத்திலுள்ள ரயில்வே தொழி ாலையைத் திருச்சிக்கு மாற்றிவிட்டு 5,000 தொழிலாளர்க ா ஆட்குறைப்புச் செய்ய முடிவு செய்தது. இதனை எதிர்த்துத் சிங்காரவேலர் தலைமையில் பொதுவேலை நிறுத்தம் 19-7-1928- அன்று நள்ளிரவில் தொடங்கப்பெற்றது. சில நாள் போராட்டத்துக்குப் பின்னர் ஆங்கில அரசு **சிங்காரவேலரையும் முகந்தலால் சர்க்கா ரையும்** 23-7-28 அன்று கைது செய்து. 10 ஆண்டு

சிறை தண்டனை விதித்தது. இவர்களுடன் இணைந்து செயல்பட்ட **பெருமாள்** என்பவருக்கு ஆயுள் தண்டனை வழங்கப்பட்டு அந்தமான் சிறைக்கு அனுப்பப்பட்டார். அந்தமான் சிறைக்குச் சென்ற முதல் தமிழர் இவர்தான் என்று கூறப்படுகிறது. இந்த வேலைநிறுத்தத்தைத் தடுப்பதற்காக அந்நிய அரசு தடியடியையும் துப்பாக்கிச் சூட்டையும் நிகழ்த்தியது. ஆங்காங்கே பெரும் கலவரங்கள் நடந்தன. **தந்தை பெரியார்** இந்த வேலைநிறுத்தத்தை ஆதரித்துப் பிரசாரம் செய்யவே, அவரையும் வெள்ளை அரசு கைது செய்தது.

சிங்காரவேலருக்கும் மற்றவர்களுக்கும் விதித்த கடுந்தண்டனையை நீதிமன்றம் குறைத்தது. அப்படிக் குறைந்ததற்குக் காரணம் உண்டு. சிங்காரவேலரின் தண்டனையைக் சிறைக்க அப்போது புகழ்பெற்ற வழக்குரைஞர்களாகிய **ஜார்ஜ் ஜோசப், நியூஜெண்ட் கிராண்ட்** காங்கிரஸ் தலைவர் **சத்தியமூர்த்தி, கே. எஸ். கிருஷ்ணசாமி அய்யங்கார்** ஆகியோர் வாதாடி தண்டனையைக் குறைக்க உதவினர். மற்றும், சிங்காரவேலரையும், முகுந்தலால் சர்க்காரையும் கைது செய்தபோது, தமிழகத்திலுள்ள அனைத்துத் தொழிற்சங்கங்களும் ஒருங்கிணைந்து ஆங்கில அரசின் அடக்குமுறையை எதிர்த்து ஆர்ப்பாட்டங்களை நடத்தின. சென்னையிலும், திருச்சியிலும் தொழிலாளர்கள் பெரும் ஊர்வலங்களையும் நடத்தினர். இக்காலகட்டத்தில் அந்தக் கைது நடவடிக்கையை அன்னிபெசண்ட் அம்மையாரும் எதிர்த்துப் பேசியுள்ளார். அவர்களை உடனே விடுதலை செய்யவேண்டும் என்று அறிக்கையையும் வெளியிட்டுள்ளார். இவையெல்லாம் அவர்களின் விடுதலைக்கு உதவியுள்ளன.

III

சைமன் கமிஷனை மீண்டும் நோக்குவோம். சிங்காரவேலர் தென்னிந்திய வேலைநிறுத்தத்தில் பங்கு கொண்டதால் 23-7-1928-இல் கைது செய்யப்பெற்று ஆகஸ்டு 1930-இல் விடுதலை செய்யப்பட்டுள்ளார். சைமன் கமிஷன் இரண்டாம் முறை 11-10-1928- இல் வருகை புரிந்து இந்தியாவில் 18-4-1929

வரை இருந்துள்ளது. இந்தக் காலத்தில் சிங்காரவேலர் சிறையில் இருந்ததால், இரண்டாம்முறை நடந்த சைமன் கமிஷன் புறக்கணிப்பில் அவர் பங்கு பெறவில்லை என்பதைத் தெளிவாக உணரலாம். ஆதலின், சிங்காரவேலர் பங்கு கொண்டது சைமன் கமிஷனின் முதல்வருகையில்தான் என்பதை நன்கு உணரலாம். சைமன் கமிஷனின் முதல் வருகையில் அவர் பங்குபெற்றார் என்பதை விட அக்கமிஷனைப் புறக்கணித்தார் என்பதே உண்மையாகும். அதையும் சற்று நோக்குவோம். ஏற்கெனவே குறிப்பிட்டதைப் போன்று 1926-ஆண்டு முதற்கொண்டே சிங்காரவேலர் சில போராட்டங்களையும், சிக்கல்களையும் எதிர்கொண்டவராக இருந்துள்ளார்.

குறிப்பாக, சைமன் கமிஷன் 3-2-1928-இல் வருவதற்குச் சற்று முன்னர் அவர் பல போராட்டங்களில் பங்கேற்பதற்காக இந்தியாவின் பல இடங்களுக்குச் சென்றுள்ளார். குறிப்பாகச் சென்னையில் 1927-ஏப்ரலில் பர்மாசெல் என்ற எண்ணெய் கம்பெனியில் பெரிய வேலை நிறுத்தம் நடந்தது. சிங்காரவேலர் அந்தத் தொழிற்சங்கத்தின் தலைவராக இருந்ததால், அவர், சர்க்கரைச் செட்டியார், ஆதிகேசவலு நாயகர் ஆகியோரை இணைத்துக் கொண்டு வீரஞ்செறிந்த வேலைநிறுத்தத்தை நடத்தியுள்ளார். இந்த வேலை நிறுத்தத்தின்போது, நிருவாகத்தின் ஏவல்படி, போலிசார் தொழிலாளர் மீது இரண்டு முறை துப்பாக்கிச் சூட்டை நிகழ்த்தியது. இந்தக் கலவரத்தால் எண்ணெய்க் கிணறுகள் தீப்பற்றிக்கொண்டன. இந்தக் கம்பெனி தொழிலாளருகளுக்காகப் பிரிட்டிஷ் எஞ்சினியரிங் நிறுவனமான மாஸி (Massey) கம்பெனி தொழிலாளர்களும் வேலை நிறுத்தம் செய்தனர். இறுதியில் 27-5-27- அன்று வேலை நிறுத்தம் வெற்றி பெற்றது. மற்றும் 1927-ஆம் ஆண்டின் இறுதியில் வங்காள-நாக்புர் வேலை நிறுத்தமும், கரக்பூர் ரயில்வே ஒர்க் ஷாப் வேலை நிறுத்தமும் நடந்தன. இந்த வேலை நிறுத்தங்களில் 21,000 பேர்களுக்கு மேல் தொழிலாளர்கள் பங்கேற்றுள்ளனர். கரக்பூரில் நடந்த வேலை நிறுத்தத்தை லிலுவா (Lilooah) ரயில்வேயில் இருக்கும் தொழிலாளர்களும் ஆதரவுஅளிக்க வேண்டுமென்று

தொழிற் சங்கத் தலைவர்கள் கேட்டுக்கொண்டனர். லிலுவா தொழிலாளர்களை வேலைநிறுத்தத்தில் ஈடுபடுத்த கூட்டங்களிலும், ஆர்ப்பாட்டங்களிலும் சிங்காரவேலர் இந்தியில் பேசியுள்ளார் என்பது குறிப்பிடத்தக்கது.

தலைவர்களின் விருப்பத்திற்கு இணங்கி லிலுவா தொழிலாளர்கள் செய்த வேலை நிறுத்தம், கிழக்கிந்திய ரயில்வேயில் வரலாற்றுச் சிறப்புமிக்க வேலை நிறுத்தத்திற்கு வழிசெய்தது. இந்த வேலைநிறுத்தத்திலும் துப்பாக்கிச் சூடு நடந்துள்ளது. இதன் விளைவாக, கல்கத்தாவிலுள்ள பர்ன் அண்டு கம்பெனி (Burn and Co) ஜெஸாப் அண்டு கோ (Jessop & Co), பெர்டு அண்டு கோ (Beard & Co) மார்டின் கம்பெனி (Martin & Co) போன்ற அயல் நாட்டுக்குச் சொந்தமான தொழிற்சாலைகளிலுள்ள 30,000க்கு மேற்பட்ட தொழிலாளர்கள் வேலை நிறுத்தத்தில் ஈடுபட்டு லிலுவா தொழிலாளர்களுக்கு ஆதரவு அளித்துள்ளனர். இதனைத் தொடர்ந்து ஹௌராவிலும் வேலைநிறுத்தங்கள் நடந்துள்ளன. இவையெல்லாம் வரலாற்றுச் சிறப்பு மிக்கவை.

இந்த வேலைநிறுத்தங்களுக்குப் பின்னர் 1927-செப்டம்பரில் தென்னிந்திய ரயில்வேயில் ஆட்குறைப்புச் செய்யப்படுமென்றும், நாகப்பட்டினம், போத்தனூர், திருச்சி ஆகியவற்றிலுள்ள பணிமனைகளை ஒரே மையமாகப் பொன்மலைக்கு மாற்ற இரயில்வே துறையினர் முடிவெடுத்தனர். இந்நிலையில் 1927-ஆம் ஆண்டின் இறுதியில் வேலை நிறுத்தம் எந்நேரத்தில் வெடிக்குமோ என்ற எதிர்பார்ப்பு ஒவ்வொரு நாளும் இருந்துகொண்டே இருந்தது. இந்தச் சூழல் நிறைந்த காலத்தில்தான் சைமன் கமிஷன் (26-2-28) சென்னைக்கு வந்தது. அப்போது சிங்காரவேலர் வீட்டுக் காவலில் இருந்தார். அதனால் அவருக்கு வெளியே வரமுடியாத ஒருநிலை இருந்தது. ஆதலால், சைமன் கமிஷனுக்கு நேர் எதிராக நின்று புறக்கணிப்பு செய்ய முடியாத நிலை அவருக்கு ஏற்பட்டு விட்டது. ரௌலட் சட்டத்தை எதிர்த்தும், ஜாலியன் வாலாபாக் படுகொலையை எதிர்த்தும் ஆர்ப்பாட்டம் செய்தபோது, மக்களைத் திரட்டி வீதிக்கு வந்து நீதிக்குப் போராடிய அவரால், சைமன் கமிஷன்

வந்தபோது வீதிக்கு வந்து போராடமுடியாத சூழல் ஏற்பட்டுவிட்டது. எனினும், வீட்டுக் காவலில் இருந்தும் சிங்காரவேலர் வாளாயிருக்கவில்லை. அவர் ஒரு தந்திரம் செய்தார். 1-5-1923-லிருந்து ஒவ்வோர் ஆண்டும் மே தினத்தைக் கொண்டாடும் அவர், அந்நாளில் அவர் வீட்டில் கொடியேற்றும் பழக்க முடையவராக இருந்துள்ளார். அதனால் அவர் வீட்டில் கொடியேற்றும் கம்பம் எப்போதும் நிலையாக இருந்தது. அதனால், அவரொரு தந்திரம் செய்தார். அவரது இல்லம் கடற்கரையை ஒட்டி இருந்ததால் (எண் 22, தெற்குக் கடற்கரைச் சாலை, இப்போதைய வெலிங்டன் சீமாட்டி கல்லூரி உள்ள இடம்) அந்தவீட்டின் மாடியில் கொடியேற்றினால் கடற்கரைச் சாலை முழுதும் அதனைப் பார்க்க முடியும்.

சைமன் கமிஷனைச் சார்ந்தவர் கடற்கரைச் சாலையில் எப்படியும் வருவார் என்பதையறிந்த சிங்காரவேலர், தம் வீட்டுக் கம்பத்தில் கருப்புக் கொடியை ஏற்றினார். இதையறிந்த போலிசார் கொடியை அகற்றினர். பின்பு மீண்டும் சிங்காரவேலர் கொடியை ஏற்றவே மீண்டும் போலிசார் கொடியை அகற்றினர். இப்படிச் சிலமுறை நடந்ததும் கொடியில்லாததால், வீட்டிலுள்ள கருப்புப் புடவையைச் சிறிது சிறிதாக வெட்டி மீண்டும் அவர் கொடியை ஏற்றியுள்ளார். இறுதியில் சைமன் கமிஷன் கடற்கரை வழியே காரில் சென்ற போது அந்தக் கொடியைப் பார்த்துள்ளது. இந்தச் செய்தி அந்தக் காலத்தில் சென்னை நகரம் முழுதும் பேசப்பட்ட ஒரு செய்தியாகும். சிங்காரவேலரின் வரலாற்றை எழுதிய நாகை. கே. முருகேசனும், தம் நூலில் குறிப்பிட்டுள்ளார். (7) ஆனால், இதில் ஓர் ஐயம் உள்ளது. அதாவது, நாகை. கே. முருகேசன் அவர்கள் சிங்காரவேலர் வீட்டுக் காவலில் இருந்த செய்தியை வாய்மொழியாகப் பலரிடத்துக் கூறினாரெனினும், அதனைத் தம் நூலில் எப்படியோ குறிப்பிடத் தவறிவிட்டார். பேராசிரியர் முத்து. குணசேகரனும், சிங்காரவேலர் வீட்டுக்காவலில் இருந்த செய்தியைக் குறிப்பிட்டுள்ளாரேயன்றி, எதற்காக அவர் வீட்டுக் காவலில் வைக்கப்பட்டார் என்றசெய்தியை அவரும் குறிப்பிடவில்லை. இது ஆய்வுக்கு உரியது.

சிங்காரவேலரின் வாழ்க்கையை நோக்குமிடத்து சில முறை அவர் வீட்டுக் காவலில் இருந்துள்ளார் என்பதை நாகை. கே. முருகேசன், A.S.K. அய்யங்கார், பேராசிரியர் முத்து. கண்ணப்பா, என்.ஜீவரத்தினம், குப்புசாமி போன்றோர் கூறியுள்ளனர். ஆனால் சைமன்கமிஷன் வருகையின்போது அவர் எதனை முன்னிட்டுக் காவலில் வைக்கப்பட்டார் என்பது புதிராகவே உள்ளது. மேலே குறிப்பிடப்பட்ட அனைவரும் காலமாகிவிட்டனர். சிங்காரவேலரின் வீட்டிலேயே வாழ்ந்து வளர்ந்து, அவர்தம் நூல்களை வெளிக்கொணர்வதையும், அவருடைய புகழைப் பரப்புவதையுமே தம் வாழ்வின் குறிக்கோளாகக் கொண்ட அரும்பெருந்தொண்டர் நாகை. கே. முருகேசனும் மறைந்து விட்டார். பேராசிரியர் முத்து. குணசேகரன் சிங்காரவேலரைப் பற்றிப் பல அரிய செய்திகளை, சிங்காரவேலரின் பேத்திகளாகிய ஆங்கிலப் பேராசிரியர் ஜெயபாய், டாக்டர் ஜூபாய் ஆகியோரிடமிருந்து பெற்றுள்ளார். ஆனால் அவர்களிடத்தும் அவர் எதனை முன்னிட்டு வீட்டுக் காவலில் வைக்கப்பட்டார் என்பதை எப்படியோ உறுதி செய்யத் தவறிவிட்டார். அந்த அம்மையார்களும் பல ஆண்டுகளுக்கு முன்பு இயற்கை எய்திவிட்டனர். சிங்காரவேலரைப் பற்றி நன்கு தெரிந்தவர்களுள் திரு. சி. எஸ். சுப்பிரமணியம் (98-வயது-இந்தியப் பொதுவுடைமைக் கட்சியின் மூத்த தோழர்) ஒருவர்தான் இப்போது நம்மிடையே வாழ்கிறார். அவரை அணுகி அந்தச் செய்தியைப் பற்றிக் கேட்டால், அவருக்கும் அதுபற்றி நினைவு இல்லை என்கிறார்.

சிங்காரவேலரின் போராட்டங்களை வரலாற்று அடிப்படையில் நோக்கினால் சில உண்மைகள் புலப்படும். சைமன் கமிஷன் சென்னைக்கு 26-2-1928-இல் வருகை புரிந்தனர். இதற்குப் பத்து மாதங்களுக்கு முன்புதான் பர்மாஷெல் எண்ணெய்க் கம்பெனியில் வேலைநிறுத்தம் நடந்து முடிந்து இருந்தது. அதாவது 20-4-1927-இல் வேலைநிறுத்தம் தொடங்கி 17-5-1927-அன்று முடிவுற்றது.

அதாவது 26 நாட்கள் தொடர்ந்து வேலைநிறுத்தம் நடந்தது. இந்த வேலை நிறுத்தத்தைத் தோல்வியுறச் செய்ய நிர்வாகம் பல தில்லுமுல்லுகளைச் செய்தது. கடைசியில் துப்பாக்கிச் சூட்டையும் நடத்தியது. இந்தத் துப்பாக்கிச் சூட்டிற்கு முன்பு, அன்றைய வெள்ளை அதிகாரி தொழிலாளர்களைப் பார்த்து ஏளனமாக, "எண்ணெய் எளிதில் தீப்பிடிப்பதைப் போல், உங்களையும் பிடிக்கும்" என்று ஆணவத்துடன் கூறினார். அப்போது தொழிலாளர்களிடையே இருந்த சிங்காரவேலர், அவரைப் பார்த்து "எண்ணெய்யை விடத் தொழிலாளர் உணர்ச்சி எளிதில் தீப்பிடிக்கும்; அந்த உணர்ச்சியோடு விளையாடாதீர்கள்" என்று உடனே மறுமொழி கூறியுள்ளார். இந்த வேலை நிறுத்தத்தின் போது பர்மாஷெல் கம்பெனியின் ஓர் உயர்அதிகாரி, தன் சிறு துப்பாக்கியை (ரிவால்வர்) எடுத்துச் சுட்டுள்ளார். இதில் யாரும் உயிரிழக்கவில்லை என்றாலும், அந்தச் செயல், தொழிலாளர்களை ஆத்திரப்பட வைத்துள்ளது. பின்பு, சில நாட்களுக்குப்பின் போலீஸ் இருமுறை துப்பாக்கிச் சூட்டை நிகழ்த்தியுள்ளது. இத்தனை கொடுமைகள் நடந்திருந்தும், சிங்காரவேலரின் வழிகாட்டுதலால் வேலை நிறுத்தம் வெற்றி பெற்றது. தொழிலாளர்களின் கோரிக்கைகளும் ஏற்கப்பட்டன.

இந்த வேலை நிறுத்தத்தில் சிங்காரவேலருடன் இணைந்து பணியாற்றிய சக்கரை செட்டியார், ஆதிகேசவலு நாயகர் ஆகியோர் மீது அந்நிய அரசு தடை உத்திரவு பிறப்பித்தது. மற்றும், வன்செயலைத் தூண்டும் முறையில் பேசியதாகவும், தொழிலாளர்களை வன்செயல் செய்யத் தூண்டியதாகவும் சிங்காரவேலர் மீது நிர்வாகம் வழக்குத் தொடர்ந்தது. இந்த வழக்கைக் கொண்டும், மற்றும், ரௌலட்சட்டம் எதிர்ப்பு ஜாலியன் வாலாபாக் படுகொலை எதிர்ப்பு ஆகியவற்றில் சிங்காரவேலர் தீவிரமாக ஈடுபட்டிருந்ததாலும், சைமன் கமிஷனின் வருகையின் போது எந்தக் கலகமும் ஏற்படாதற்காகவும், அன்றைய அந்நிய அரசு அவரை வீட்டுக் காவலில் வைத்திருக்கலாம். இதுகாறும் கிடைத்த செய்திகளையும், அரசு குறிப்பையும் எண்ணிப் பார்க்கும்

போது இந்த முடிவுக்குத்தான் வரவேண்டியிருக்கிறது. எனினும் இதனை மேலும் ஆராய்ந்து உறுதி செய்யவேண்டும் சைமன்கமிஷனை மீண்டும் நோக்குவோம்.

சைமன்கமிஷன் இருமுறை இந்தியாவிலுள்ள சென்னைக்கும் மற்ற நகரங்களுக்கும் வருகைபுரிந்தபோது அக்குழு எதிர்நோக்கிய, ஆர்ப்பாட்டங்களையும், போராட்டங்களையும் ஏற்கெனவே அறிந்தோம். ஒரு முறை சைமன்கமிஷன் சென்ற நகரத்தில் ரயில்வே நிலையமே கொளுத்தப்பட்டதுஎன்பதையும் கண்டோம். எல்லாவற்றிற்கும் மேலாக, டெல்லி ஓட்டலில் அக்கமிஷனின் உறுப்பினர்கள் தங்கியிருந்தபோது, நள்ளிரவில் நரிகள் இட்ட ஊளைகூட, அவர்களுக்குச் "சைமனே திரும்பிப் போ" (Simon Go Back) என்ற மனிதர்களின் சத்தமாகக் கேட்டுள்ளது, இவற்றிலிருந்து அந்தக் கமிஷன் அடைந்த தொல்லைகளையும்,சங்கடங்களையும் நன்கு உணரலாம். இத்தனை தொல்லைகளையும், சங்கடங்களையும் ஜான்சைமன் இந்தியாவில் அடைந்ததால் தான், இங்கிலாந்துக்குத் திரும்பியதும், பிரிட்டிஷ் அரசு சைமனை (1931- முதல், 1940- வரையுள்ள ஆண்டுகளில் வெளிநாட்டு அமைச்சராகவும், உள்நாட்டு அமைச்சராகவும், நிதியமைச்சராகவும் ஆக்கியது போலும்! இந்திய மக்களின் புறக்கணிப்பு அதற்குக் காரணம் போலும்! ஜான்சைமன் பின்னாளில், தன் சுயசரிதையே எழுதியுள்ளார். அந்நூலில் அவர் இந்தியாவில் எதிர்நோக்கிய சிக்கல்களையும் எழுதியுள்ளார். அந்நூல் சென்னையில் கிடைக்கவில்லை. அந்நூல் கிடைத்தால், சைமன் கமிஷனைப் பற்றி மேலும் பல செய்திகள் கிடைக்கலாம். இங்கு நாம் மற்றொன்றையும் சிந்திக்க வேண்டும். அதாவது, சிங்காரவேலர் சைமன் கமிஷனின் வருகைபோது, வீட்டுக் காவலில் இல்லாமல் வெளியே இருந்திருந்தால், அந்தப் போராட்டம் மேலும் வலுவடைந்திருக்கும், இந்நிலையில் அவரைப்பற்றி, முருகேசனும், சி.எஸ். சுப்பிரமணியமும் குறிப்பிட்டிருப்பது நம் கவனத்துக்கு உரியது.

"அவர் (சிங்காரவேலர்) வெறும் மேல்மட்டத்தில் மட்டும் நீந்துகின்ற தலைவர் அல்லர். ஆனால், தீவிரக் கருத்துள்ள எல்லோருடனும் தோளோடு தோள் நின்று ஓய்வறியாத ஆற்றலின் உருவாகத் திகழ்ந்தார். மக்களிடையில் இடையறாது உழைத்தார். கடுமையாக உழைக்கும் மக்களின் உண்மையான பிரதிநிதி அவர்."[9]

"நாடு விடுதலை பெற்றதும் அவனால்
பாடுபடுவார்க் குரிமை உயிர்த்ததும் அவனால்"

-பாரதிதாசன்

சான்று நூல்கள்

1. சிங்காரவேலு தென்னிந்தியாவின் முதல் கம்யூனிஸ்ட் - சி. எஸ். சுப்பிரமணியம் கே. முருகேசன் - பக் -1991- நியூ செஞ்சுரி புக் ஹவுஸ் - அம்பத்தூர் - சென்னை - 600 098.

2. விடுதலைப் போரில் தமிழகம் - முதல் தொகுதி- ம.பொ. சிவஞானம் - பக்- 636 - 1982 பூங்கொடி பதிப்பகம் - மயிலை, சென்னை - 600 004.

3. சுய சரிதை - ஜவகர்லால் நேரு - தமிழாக்கம் - திருமதி ஜெயா அருணாசலம் -பக்.- 1957- கார்த்திகைப் பிரசுரம் -21, இராமகிருஷ்ண மடம் சாலை - சென்னை - 600 004.

4. அதே நூல் - பக் -268, 269,270.

5. விடுதலைப் போரில் தமிழகம் - பக் - 644

6. சிங்காரவேலர் தென்னிந்தியாவின் முதல் கம்யூனிஸ்ட் - பக்- 110.

7. சிந்தனைச் சிற்பி சிங்காரவேலர் முனைவர் பட்ட ஆய்வேடு - பேராசிரியர் முத்து - குணசேகரன் - பக் - 67 - 1990 - சிங்காரவேலர் கல்வி அறக்கட்டளை - சென்னை - 600 081.

8. Fortnightly Reports, June 1927, First Part and Second Part, Tamil Nadu, Archives - எடுத்துக்காட்டியவர் - கே. முருகேசன்-சி.எஸ். சுப்பிரமணியம் - தென்னிந்தியாவின் முதல் கம்யூனிஸ்ட் -பக்- 106.

9. அதே நூல் - பக் -81.

10

திரு.வி.க. மாறினார்

தமிழகத்தில் முதன்முதலாகச் சிந்தனைச்சிற்பி என்று போற்றப்பெற்றவர் ம. சிங்காரவேலர். இவர், சென்னை மயிலையில் பிறந்ததால் ம. சிங்காரவேலர் என அழைக்கப்பெற்றார். தமிழ் முனிவர் என்று தமிழக மக்களால் போற்றப் பெற்றவர் திரு.வி.க. அவர் செங்கல்பட்டு மாவட்டத்திலுள்ள துள்ளம் எனும் சிற்றூரில் பிறந்ததாலும், அவருடைய முன்னோர் திருவாரூரைச் சேர்ந்தவர்களாக இருந்ததாலும், திருவாரூரை நினைவுறுத்தும் பொருட்டு, தம் பெயருக்கு முன் 'திரு' எனும் இரு எழுத்துக்களைச் சேர்த்துக்கொண்டார். திரு.வி.க.வின் தந்தையார் விருத்தாசலம் முதலியார் ஆவர். திருவாரூர் விருத்தாசாலம் கலியாணசுந்தரன் என்பதன் சுருக்கமே திரு.வி.க. ஆகும். சிந்தனைச்சிற்பி சிங்காரவேலரின் சீரிய-கூரிய சிந்தனைகள் அறிஞர் பலரிடத்துச் செல்வாக்கு செலுத்தியுள்ளன. அந்தச் செல்வாக்குக்கு உட்பட்ட அறிஞர்களுள் திரு.வி.க. முக்கியமானவர். தமிழுணர்வும், சமய உணர்வும் பெருகிய மரபில் தோன்றிச் சிறந்த தமிழறிஞராகப் பொலிந்தவர் திரு.வி.க. சமய உணர்வு நிரம்பிய திரு.வி.க., பிற்காலத்தில் சிறந்த தொழிற்சங்கத் தலைவராக விளங்கியுள்ளார். சமய உணர்வு மிகுந்த ஒரு தமிழறிஞர், சிறந்த தொழிற்சங்கத் தலைவராக விளங்கியது சாதாரணமானதன்று. வியப்புக் குரியவொன்றே ஆகும்.

திரு.வி.க. ஒரு காலத்தில் காங்கிரசு இயக்கத்தின் முன்னோடிகளுள் ஒருவராக விளங்கியவர். அண்ணல் காந்தியடிகளின் தூய நெறியில் நின்றவர். அவரைப் பற்றித் திரு.வி.க. "மனித வாழ்க்கையும் காந்தியடிகளும்" என்ற அரிய நூலையும் எழுதியுள்ளார். எனினும், பிற்காலத்தில் அவர்

சிந்தனைகளில் மாற்றம் ஏற்பட்டுள்ளது. இம்மாற்றம் அவரிடத்தில் ஏற்பட்டதால், அவர் பின்பு மார்க்சியத்தைத் தழுவினார். இதனால், பொருளும் அருளும் அல்லது மார்க்சியமும், காந்தியமும் என்ற நூலையும் எழுதினார். சமயத்தில் ஊறித்திளைத்த ஒருவர், உறுதியான தொழிற்சங்கத் தலைவராகவும், காந்திய நெறியைப் பின்பற்றியவர், பின்பு மார்க்சியத்தைத் தழுவியவராகவும் விளங்கியதற்குக் காரணம் என்ன? அக்காரணத்தை அடையாளம் காட்டுவதே இக் கட்டுரையாகும்.

சிந்தனைச் சிற்பி சிங்காரவேலர் (18-2-1860-11-2-1946) தென்னிந்தியாவின் முதல் பொதுவுடைமைவாதி எனப் போற்றப்பட்டவர்; ஏன்? இந்தியத் துணைக்கண்டத்திலேயே பொதுவுடைமைக் கொள்கையை முதன் முதலில் போதித்த முன்னோடிகளில்-அவர் தலையாயவர். இந்தியாவில், முதன் முதலாகக் கான்பூரில் 26-12-1925-ஆம் நாளில் பொதுவுடைமை இயக்க மாநாட்டுக்குத் தலைமையேற்றுக் கொடியேற்றிக் கொள்கைத் திட்டத்தை அளித்தவர் அவர். இதற்கு முன்பாகவே, 1922-ஆம் ஆண்டில் கயாவில் நடந்த அகில இந்தியக் காங்கிரசு மாநாட்டில், தொழிலாளர் மற்றும் உழவர் பற்றியும், முதன் முதலாகத் திட்டம் கொடுத்தவர் அவர். தொழிலாளர் திருநாளாகிய மே நாளை இந்தியாவில் முதன் முதலில் (1-5-1923) கொண்டாடியவர் அவர். தொழிலாளரின் உரிமைகளுக்காகப் போராடிய அமெரிக்கத் தொழிலாளர்களான சாக்கோ (Sacco) மற்றும் வான்சிட்டி (Vanzite) ஆகியோரை அமெரிக்க அரசு கொன்றபோது, இந்தியாவில் அதனை எதிர்த்து முதன்முதலாகக் கூட்டத்தைக் கூட்டிப் போர்க்குரல் எழுப்பியவர் அவர். தொழிலாளர் மற்றும் உழவர்க்கு விழிப்புணர்வை ஏற்படுத்தவும், உரிமைகளை வென்றெடுக்கவும் தமிழகத்தில் முதன் முதலாக (1923ஆம் ஆண்டில்) தொழிலாளி என்ற தமிழிதழையும், லேபர் அண்டு கிசான் கெசட் என்ற ஆங்கில இதழையும் வெளிட்டவர் அவர். தமிழகத்தில் தொழிலாளர்களின் முழுமையான நலனுக்காக இடதுசாரிக் கொள்கையை முதன் முதலில் விதைத்து வழிகாட்டியவரும் அவரே.

உழைப்போரின் நல்வாழ்வுக்காக 1923 ஆம் ஆண்டிலேயே இந்தியத் தொழிலாளர் மற்றும் உழவர் கட்சியை (Labour and Kissan party of Hindustan) தமிழகத்தில் முதலில் தோற்றுவித்தவர் அவர். தமிழகத்தில் நடந்த முதல் நாத்திகர் மாநாட்டிற்குத் தலைமையேற்று அரிய உரையாற்றி வழிகாட்டியவர். 1925 ஆம் ஆண்டில், நகராண்மைக் கழக உறுப்பினராகப் பொறுப்பு ஏற்றபோது, கடவுள் நம்பிக்கையை மறுத்து "மனச்சான்றின்படி பொறுப்பேற்கிறேன்" என்று பொறுப் பேற்று முதன் முதலில் வழிகாட்டியவர். நகராண்மைக் கழகப் பாடத்திட்டத்தில் மதத்தைப் பற்றியும், போரைப் பற்றியும் பாடங்கள் இருக்கக்கூடாதெனத் தீர்மானங்களை முதன்முதலில் கொண்டுவந்தவர். சென்னையில் டிராம் போக்குவரத்தையும், தொலைபேசியையும் அரசுடைமையாக்க வேண்டுமென நகர சபையில் முதன் முதலில் தீர்மானம் கொண்டுவந்த பெருமைக்குரியவர்.

அக்காலத்தில் ஆண்டுதோறும் நடைபெறும் பூங்கா கண்காட்சியில் (Park, Fair Exhibition) நடந்த சூதாட்டத்தை ஒழித்த முன்னோடி அவர். சென்னையைக் காலரா அம்மைநோய், நச்சுக் காய்ச்சல் போன்றவை தாக்கியபோது, நகராண்மைக் கழகத்தில் மேற்குறித்த நோய்களிலிருந்து மக்களைக் காப்பாற்ற ஊர்தோறும் நேரடியாகச் சென்று உடனடி மருத்துவச் சிகிச்சை அளிக்க முதன்முதலில் உடனடி மருத்துவக் குழுவை (Stand by - Medical Squard) அமைக்கத் தீர்மானம் கொண்டுவந்து அதனைச் செயல்படுத்தியவர் அவர். இவற்றைப் போன்றே தமிழக மக்களுக்கு முதன் முதலில் டார்வினிசத்தையும் மார்க்சியத்தையும் போதித்தவரும் அவரே. அறிவியல், மானிடவியல், சமூகவியல், உளவியல், அரசியல் ஆகிய துறைகளின் சிந்தனைகளைப் பொதுமக்களுக்கு எளிமையாக அறிமுகப்படுத்தியவரும் அவரே. பல புதிய சிந்தனைகளை அறிமுகப்படுத்தியதிலும், பல அரிய செயல்களை ஆற்றியதிலும் அவர் முன்னோடியாக விளங்கியதால்தான் புரட்சிக் கவிஞர் பாரதிதாசனார், அவரை மிகச் சரியாக,

போர்க்குணம் மிகுந்த செயல் முன்னோடி
பொதுவுடைமைக்கு ஏகுக அவன்பின் னோடி

என்று போற்றினார். பல செயல்களில் அவர் முன்னோடியாக இருந்ததைப் போலவே, பலர் தொழிற்சங்க இயக்கங்களில் பங்கேற்கவும், பொதுவுடைமைக் கொள்கையைப் பின்பற்றவும் அவர் முன்னோடியாக இருந்துள்ளார். இக் கொள்கைகளில் பலர் மேலும் தெளிவு பெறவும், உறுதியாக விளங்கவும் அவர் வழிகாட்டியாக இருந்துள்ளார். இந்நிலையில் திரு.வி.க, புரட்சிக் கவிஞர் பாரதிதாசன், ப. ஜீவானந்தம், ஏ.எஸ்.கே. அய்யங்கார், எம். பி. எஸ். வேலாயுதம், கே.டி.கே. தங்கமணி, சி. எஸ். சுப்பிரமணியன், கவிஞர் ஜெமதக்னி, கே. முருகேசன் இன்னும் பலருக்கு அவர் முன்னோடியாக விளங்கியுள்ளார். தமிழக மக்களால் தமிழ் முனிவர் என்றும், தமிழ்த்தென்றல் என்றும்போற்றப்படும்திரு.வி.க. சிங்காரவேலர் சிந்தனைகளால் எவ்வாறு மாற்றம் பெற்றுள்ளார் என்பதை இனி நோக்குவோம்.

I

திரு. வி. க. வின் குடும்பம் சைவ மரபில் வழிவந்த குடும்பம். அதனால் சைவப் பற்று இளமையிலே அவரை ஆட் கொண்டிருந்தது. சைவ சித்தாந்த சண்ட மாருதம் **சோமசுந்தர நாயகரின்** (மறைமலையடிகளின் ஆசிரியர்) சமயப் பொழிவுகளும், நா. கதிரைவேற் பிள்ளையின் புலமையும், நட்பும் திரு. வி. க. வின் உள்ளத்தில் சைவப்பற்றை மேலும் வளர்த்தது. சைவ உணர்வு மேலோங்கிய காரணத்தால் திரு.விக. மயிலை மகாவித்துவான் **தணிகாசல முதலியாரிடத்தில்** சைவ சாத்திரங்களை முறையுறக் கற்றுள்ளார் மற்றும், பாம்பன் குமரகுருநாத சுவாமிகளிடம் சமயக் கல்வி பெற்றுள்ளார். திரு.வி.க.வின் குடும்பச்சூழலும், அக்காலத்துச் சமுதாயச் சூழலும், அவரது சமயக்கல்வியும் அவரைச் சைவ உணர்வில் ஆழ்த்தின. இதன் காரணமாகவே அவர் தம் நண்பர்களின் துணையுடன் சைவ சமயத்தை வளர்க்க, 1903ஆம் ஆண்டில் இராயப்பேட்டையில் பெரும்புலவர், நாவல் நா. கதிரைவேற் பிள்ளையைக் கொண்டு ஸ்ரீ பாலசுப்பிரமணிய பக்தஜன சபையைத் தோற்றுவித் துள்ளார். இவற்றிலிருந்து திரு. வி. க.வின் சைவ சமயப்பற்றை உணரலாம். திரு.வி.க.வின் சைவ சமயத் தொண்டு

எவ்வாறிருந்தது என்பது குறித்து அவர் கூறியிருப்பதே சிறந்த சான்றாக உள்ளது.

"தென்னாட்டிலுள்ள சைவ சபைகளில் நூற்றுக்குத் தொண்ணூறு என் பேச்சைக் கேட்டிருக்கும். என்னை அழைக்க இசையாத சில சைவசபைகள் இருந்தன. அவையும் இராமசாமி நாயக்கருடைய சுய மரியாதைப் பிரசாரத்தால் என்னை அழைக்கலாயின."

திரு. வி. க. வின் சமய நெஞ்சம் சைவ சமயத்துடன் நிற்க வில்லை. அந் நெஞ்சம் எல்லாச் சமயங்களையும் உணர விரும்பியது. எல்லாச் சமயத்தையும் கற்றது. நட்புறவு கொண்டது. திரு. வி. க. சைவராக இருந்தாலும், வைணவத்தையும் நேசித்தார். நாயன்மார்களின் பாடல்களைப் போலவே ஆழ்வார்களின் பாடல்களையும் போற்றினார். திருவாய் மொழியில் மூழ்கி மூழ்கித் திளைத்துள்ளார். அக்காலத்திய வைணவப் பெரியார் ஏகாங்கி சுவாமிகளின் பொழிவில் இன்புற்றுள்ளார். வைணவ ஆராய்ச்சியாளர் திருவேங்கட நாயகரை அணுகி வைணவத்தைக் கற்றுள்ளார். இதன் காரணமாகத் திரு. வி. க., வைணவத் தமிழை ஈரத் தமிழென்றும் பாராட்டினார். திரு.வி.க. சைவக் கோயில்களுக்குச் செல்வதைப் போன்றே ஒவ்வொரு வாரமும், திருவல்லிக் கேணியிலிருக்கும் பார்த்தசாரதி கோயிலுக்கும், சனிக்கிழமை தோறும் சென்று வந்துள்ளார். வைணவம் சமத்துவம் உடையது என்பது அவர் கூற்றாகும். சைவம், வைணவம் ஆகியவற்றைப் போன்றே திருவிக.வேதாந்தத்தையும் கற்றார். கோ. வடிவேலு செட்டியார், சுப்பராய செட்டியார், நாராயணசாமி நாயகர் போன்றோரின் நட்பு அவருக்கு வேதாந்த ஞானத்தை வளர்த்தது.

திரு. வி. க. வின் உள்ளம் சமய ஆராய்ச்சியில் மேலும் விரிந்தது. இதன் காரணமாகச் சமணம், பௌத்தம், இசுலாம், கிறித்துவம் ஆகிய சமயங்களையும் கற்றார். எந்தச் சமயத்தையும் அவர் வெறுக்கவில்லை. அனைத்திலும் உண்மை இருப்பதாக எண்ணினார். சமயங்களிடையே பொதுமையை அவர் நாடினார். அவற்றிடையே சமரசம் நிலைக்க அவர் விரும்பினார்.

"ஒவ்வொரு சமயமும் எனக்குச் சன்மார்க்கமாகவே தோன்றுகிறது. சன்மார்க்கமற்ற சமயம் இருப்பதாக எனக்குத் தெரியவில்லை. என்னுடைய சமயம் ஒன்றே; அது சன்மார்க்கம்."²

எல்லாச் சமய உண்மைகளிலும் திளைத்த திரு.வி.க.வின் சமய நெஞ்சம், ஆண்டுகள் ஆக ஆக மாறிக்கொண்டே இருந்தது. அறிவியல் உண்மைகளும், சமுதாய - அரசியல் நிகழ்வுகளும் அம்மாற்றத்திற்குக் காரணமாக இருந்துள்ளன. இம் மாற்றத்தின் காரணமாகத் திரு. வி. க. வின் ஆத்திக நெஞ்சம், நாளடைவில் மார்க்சியத்தைத் தழுவியது. சமயங்களிலும், உபநிடதங்களிலும் ஊறித் திளைத்த திரு. வி. க. பிற்காலத்தில் மார்க்சியத்தை ஏற்றதைச் சாதாரணமாகக் கருதிவிட முடியாது. அது மிகப் பெரும் மாற்றமேயாகும். சைவ சமயத்தைப் பற்றிச் சைவத்தின் சமரசம், சைவத்திறவு போன்ற நூல்களையும், வைணவத்தைப் பற்றி நாடும் நம்வாழ்வாரும், திருமால் அருள்வேட்டல் ஆகிய நூல்களையும், சமணம், பௌத்தம், கிறித்துவம் ஆகிய சமயங்கள் குறித்து, முறையே சித்தமார்க்கம், தமிழ் நூல்களில் பௌத்தம் மற்றும் கிறித்து அருள்வேட்டல் போன்ற நூல்களை எழுதிய திரு.வி.க., பொருளும் அருளும் அல்லது மார்க்சியமும் காந்தியமும் என்று நூல் எழுதி அக்காலத்தில் மார்க்சியத்தையும் காந்தியத்தையும் ஒப்பிட்டுச் சிந்தித்திருப்பது முக்கியத்துவம் வாய்ந்ததாகும்.

பலகாலும் அரசியலில் உழலும் தலைவர்கள், சிந்தனையாளர்கள் பலர், இக்காலத்தில் மார்க்சியத்தைப் பற்றிச் சிந்திக்க மறுக்கிறார்கள். இந்நிலையில், சமயங்களில் ஊறித் திளைத்த ஒருவர், அதுவும் காந்தியடிகளை உள்ளங்கவர் தலைவராக ஏற்ற ஒருவர், அக்காலத்திலேயே மார்க்சியத்தின் உண்மையை உணர முற்பட்டிருக்கிறார் எனில், அது பெரும் விந்தைதானே! அந்த விந்தைக்குக் காரணம் என்ன? மார்க்சியத்தின்பால் திரு.வி.க.வின் சிந்தனையைத் திருப்பியவர் யார்? அந்தச் சிந்தனையாளர், அந்த முன்னோடி யார்? அவரை நாம் அறிய வேண்டாமா? இதோ திரு.வி.க.வே கூறுகிறார்:-

"எனது வாழ்க்கை தொடக்கத்தில் சமயப் பணியில் ஈடுபட்டது. அதனால், பல சமய ஆராய்ச்சிப் பேறு எனக்குக் கிடைத்தது. அவ்வாராய்ச்சி பொதுமை உணர்ச்சியை உண்டாக்கியது. சமயங்களின் அடிப்படையாயுள்ள பொதுமை, சமரசம் - ஏன் உலகில் பரவவில்லை என்று யான் எண்ணுவேன்; சிற்சிலபோது ஆழ எண்ணுவேன். எனக்கு ஒன்றும் விளங்குவதில்லை. சிங்காரவேல் செட்டியார் கூட்டுறவு சிறிது விளக்கஞ் செய்தது. அவ்விளக்கம், பொதுமையை உலகில் பரப்பி நிலைபெறுத்த வல்லது காரல் மார்க்சு கொள்கை என்ற எண்ணத்தை என் உள்ளத்தில் இடம்பெறச் செய்தது."

"காந்தியடிகளின் அஹிம்ஸா தர்மத்தில் என் மனம் சென்றது. அஹிம்ஸை நல்லதே; அது வெறும் தத்துவ உலகிலும், கவி உலகிலும் நிலவிக் கொண்டிருக்கும். வாழ்க்கை உலகில் ஒன்றி நிலவுமா? என்று ஐயுறுவேன். சில வேளை ஐயம் முளைத்தெழுந்து என் நெஞ்சைத் துளைக்கும். அத் துளைப்பு, சிற்சில சமயம் மனநோயையும் உண்டு பண்ணும். அந்நோயைப் போக்க மார்க்ஸ் மருத்துவராய் என் மானத உலகில் தோன்றுவர். மார்க்ஸ் அருளியுள்ள கொள்கை உலகில் பரவினால் வாழ்க்கை அஹிம்சையில் ஒன்றுவதாகும் என்னும் நுட்பம் எனக்குச் செவ்வனே விளங்கியது."[3]

இங்குத் திரு.வி.க. ஓர் அடிப்படையான கருத்தை முன் வைக்கிறார். இது மிகமிக முக்கியமான கருத்து. அதாவது, சமயங்கள் உணர்த்தும் உண்மைகளும், காந்தியடிகளின் அகிம்சையும் உலக நடைமுறையில் ஏன் ஒன்றவில்லை? ஏன் பரவவில்லை? என்று அவர் சிந்தித்திருக்கிறார். நாம் மேலும் முன்னோக்கிச் சிந்தித்தால், புத்தர், திருவள்ளுவர் போன்றோர் அறிவுறுத்திய சிந்தனைகள் கூட, நம் சமுதாயத்தில் ஒன்றி வளராமல்தான் போயின. திரு.வி.க. வுக்கு முன் இச் சிந்தனை, எந்தச் சமய அறிஞரிடத்திலும், எந்தத் தமிழறிஞரிடத்திலும் தோன்றியதாகத் தெரியவில்லை. பல்லாயிரம் ஆண்டுகளாக உணர்த்தப்பட்ட அறம், உண்மை, நீதி, ஒழுக்கம் போன்றவை சமுதாயத்தில் ஏன் வேர்கொள்ளவில்லை என்ற வினா

நியாயமான வினா. இதனைச் சுருக்கமாக நோக்கினாலே உண்மை இனிது விளங்கும்.

அனைவருக்கும் கல்வி, அனைவருக்கும் வேலைவாய்ப்பு, அனைவருக்கும் வாழ்க்கைப் பாதுகாப்பு என்ற சமவாய்ப்பு, சமநீதி, சமவுரிமை நிறைந்த சமுதாயத்தில்தான் அறம், உண்மை, நீதி, ஒழுக்கம் போன்றவை கால்கொண்டு தழைக்கும். இத்தகு வாய்ப்பு இல்லாத பொருளாதார ஏற்றத் தாழ்வுள்ள சுரண்டல் சமுதாயத்தில் அவை கால்கொள்ளா. பொருளாதார ஏற்றத்தாழ்வுள்ள சமுதாயத்தில் எங்கும் வேலையில்லாத் திண்டாட்டமும், வறுமையும், ஏழ்மையும் தாண்டவமாடுவதால், திருட்டு, கொள்ளை, கொலை போன்ற குற்றங்கள் பெருகுமே அல்லாமல், அறச்சிந்தனைகள் சிறிதும் தழைக்கா. உணவுக்கும், உறைவிடத்துக்கும், உழைப்புக்கும் (வாழ்க்கைக்கு வேண்டிய வேலை) ஏங்கி வாடிக் கொண்டிருப்பதையே வாழ்வாகக் கொண்டவரிடத்தில், அறச் சிந்தனைகள் முளைக்குமா? முளைக்கா.

மனிதச் சமுதாயத்தில் எல்லோர்க்கும் சமவாய்ப்பு, சமநீதி வழங்கும் சமுதாயத்தை உருவாக்காதவரை உண்மை, ஒழுக்கம், அறம் என்பவை எல்லாம் வெறும்கானல் நீராகவே காட்சி அளிக்கும். சமுதாய மேம்பாட்டுக்கு வேண்டிய பொதுமை, சமரசம், நீதி போன்றவை கிளைத்துப் பரவ வேண்டுமாகில், ஏற்றத்தாழ்வற்ற, சுரண்டலற்ற, அரசியல் முறையை ஏற்படுத்தல் வேண்டும். அந்த அரசியல் முறைக்கு வழியமைத்தவர்தான் காரல் மார்க்ஸ். அந்தக் காரல் மார்க்சின் சித்தாந்தத்தைச் சிங்காரவேலர் திரு.வி.க.வுக்குப் போதித்துள்ளார். அதனால்தான் திரு.வி.க. சிங்காரவேலரைப் போற்றுகிறார்.

"மார்க்ஸ் அருளியுள்ள கொள்கை உலகில் பரவினால் வாழ்க்கை அஹிம்சையில் ஒன்றுவதாகும் என்னும் நுட்பம் எனக்குச் செல்வனே விளங்கியது" என்று திரு.வி.க. கூறுவதிலிருந்து அவர் மார்க்சை எவ்வளவு சரியாக உணர்ந்திருக்கிறார் என்பதை உணரலாம். சமய ஞானியாக விளங்கிய திரு. வி. க. வின் சிந்தனை உலகில், இது பெரும் திருப்பு முனையேயாகும். இந்தத் திருப்பு முனையைச்

சரியாக ஏற்படுத்தியவர் சிங்காரவேலரே! சிங்காரவேலர் பொதுவுடைமைக் கொள்கையை மட்டுமன்றி, அவருக்குச் சில அறிவியல் உண்மைகளை விளக்கியவராகவும் இருந்துள்ளார். குறிப்பாக மார்க்சியம் போன்ற முற்போக்குச் சிந்தனைகள் ஒரு நெஞ்சில் வேகமாக ஆழப் பதிய வேண்டுமென்றால், ஏற்கெனவே பதிந்துள்ள மூடநம்பிக்கைகளும், அதீத சமய நம்பிக்கைகளும் அந் நெஞ்சைவிட்டு அகல வேண்டும். திரு. வி. க. விடத்திருந்த சில நம்பிக்கைகள் அகலச் சிங்காரவேலரின் கூட்டுறவும் போதனையும் உதவியுள்ளன. இவற்றைத் திரு.வி.க.வின் எழுத்திலிருந்து உணர முடிகிறது.

அக்காலத்தில் புத்த மதத்திற்கு எதிராகச் சைவ சமயக்கொள்கைகளைப் பரப்பிக் கொண்டிருந்த வேளையில், புத்த மதத்தைக் கண்டித்து எழுதியும் பேசியும் வந்தனர். சிங்காரவேலர் அக்காலத்தில் தம் இல்லத்தில் மகாபோதி சங்கம் ஒன்றை அமைத்து, சிறந்த சிந்தனையாளர்களாகிய **பேராசிரியர் இலட்சுமி நரசு, அயோத்திதாஸ் பண்டிதர்** போன்றோரைக் கொண்டு பௌத்த சிந்தனைகளை விளக்குவதையும் மேலைநாட்டுத் தத்துவங்களைத் தான் விளக்குவதையும், கடமையாகக் கொண்டிருந்துள்ளார். திரு.வி.க.வின் ஆசிரியரான நா. கதிரைவேற்பிள்ளை பௌத்தத்திற்கு எதிராகப் 'புத்தமதக் கண்டனம்' என்ற நூலை எழுதிச் சைவத்துக்கு ஆதரவு தேடியுள்ளார். பௌத்தத்தை எதிர்த்துப் பல கூட்டங்கள் அவரால் நடத்தப்படுள்ளன. இதனால் திரு. வி.க. வும் பௌ த்தத்திற்கு எதிராகச் செயல்பட்டுள்ளார். சிங்காரவேலர் நடத்திய பௌத்த கூட்டத்தில் கலகம் செய்யச் சென்ற திரு. வி.க. அந்நிகழ்ச்சியைத் தம் நூலில் கீழுள்ளவாறு குறித்துள்ளார்.

"ஒருநாள் பௌத்த சங்கக் கூட்டத்துள் நுழைந்தேன். அப்போழுது சிங்காரவேல் செட்டியார் "பைபிள் சரித்திர சம்பந்தமான நூலாகாது என்று பேசி முடித்தார். மறு வாரம், யான் பெருங் கூட்டம் திரட்டிச் சென்றேன். அயோத்திதாஸ் பண்டிதர் " அருங்கலைச் செப்பினின்று இரண்டொரு பாட்டை எடுத்துக்காட்டி உரை கூறினர். இலட்சுமி நரசுநாயுடு, ஸ்ரீரங்கம் பௌத்தக் கோயிலென்று பேசினர்.

சிங்காரவேல் செட்டியார் திருஞான சம்பந்தர் எலும்பைப் பெண்ணாக்கிய சரித்திரத்தை மறுத்து வந்தார். யான் குறுக்கிட்டேன். ஒரே கூக்குரல் எழுந்தது.[4]

இவைபோன்ற நிகழ்வுகள் திரு.வி.க. உள்ளத்தில் சில மாறுதல்களை ஏற்படுத்தியிருக்கும். குறிப்பாக, அதீத சமய நம்பிக்கைகளை மீளாய்வு செய்யவும், அறிவியல் உண்மைகளை அறியவும் உதவியிருக்கும். குறிப்பாகச் சைவ சமயவெறி, அவரை விட்டு நீங்குவதற்குப் பௌத்த சிந்தனைகள் உதவியுள்ளன. அதனைத் திரு. வி. க.வே ஓரிடத்தில் குறித்துள்ளார்.

“அயோத்திதாஸர் என் குடும்ப மருத்துவர்; அவர் தம் சங்கம் எனது மதவெறியைத் தீர்க்கும் மருந்தாயிற்று.”[5]

சிங்காரவேலர்தம் இல்லத்திலிருந்த மகாபோதி சங்கத்தில் பௌத்தத்தை மட்டுமின்றி, மேலைச் சிந்தனைகளையும் விளக்கியுள்ளார் என்பதை முன்னரே குறித்துள்ளோம். சிங்காரவேலர் அச்சங்கத்தில் பர்க்லி, அடால்ப் தாமஸ், மோனியர் வில்லியம்ஸ் போன்றோரின் சிந்தனைகளையும், டார்வினின் அறிவியல் கொள்கையையும் விளக்கியுள்ளார். குறிப்பாக, அச்சங்கம் கீழை - மேலை நாட்டுச் சிந்தனைகளின் சங்கமமாக இருந்துள்ளது எனலாம். அக்காலத்தில் இது பெரும் விந்தைதானே! சிங்காரவேலரின் சிந்தனைகள், தம் உள்ளத்தில் எப்படி மாற்றத்தை ஏற்படுத்தியுள்ளன என்பன பற்றித் திரு.வி.க. மேலும் கூறியுள்ளார்.

“கோமளீசுரன்பேட்டைப் புதுப்பேட்டையிலே ஒரு பௌத்த சங்கம் கூடிற்று. அதிலே இலட்சுமி நரசு நாயுடு, சிங்காரவேல் செட்டியார் முதலியோர் பேசுகின்றனர் என்று கேள்வியுற்றேன். யான் கூட்டத்துடன் அங்குச் சென்றேன். அங்குக் குழுமியிருந்த சிலர் என்னை உறுத்து உறுத்து நோக்கினர். எனக்கு அச்சம் உண்டாயிற்று. யான் பேசாமல் அமர்ந்தேன். சிங்காரவேலர் செட்டியார் டார்வின் கொள்கையைத் தமிழில் விளக்கினர். என் உள்ளம் அதில் ஈடுபட்டது. கலகம் செய்யப் போந்த யான் டார்வின் வகுப்பு மாணாக்கனானேன். செட்டியார் ஆசிரியரானார்.”[6]

"இலட்சுமிநரசு நாயுடுவும், சிங்காரவேல் செட்டியாரும் பௌத்த மதப் பிரச்சாரம் செய்வர். அதற்கு அரணாக அவரால் பல விஞ்ஞானக் கலைகள் போதிக்கப்படும். சிங்காரவேல் செட்டியார் டார்வின் கண்ட உண்மையையும், பிறர் கண்ட நுட்பங்களையும் அறிவுறுத்தும் தொண்டில் ஈடுபட்டார். அத்தொண்டு என் போன்றோர்க்குப் பெரும் பயன் விளைத்தது."7

இம்மேற்கோள்களையும், முன்னர் குறித்த மேற்கோள்களையும் நோக்கினால், சிங்காரவேலரின் சிந்தனைகள், திரு.வி.க. விடத்தில் எத்துணை மாற்றத்தையும் வளர்ச்சியையும் ஏற்படுத்தியுள்ளன என்பதை நன்கு அறியலாம். இதுகாறும் விளக்கியவற்றான், திரு. வி. க. வின் சிந்தனையில் ஏற்பட்ட மாற்றத்தைக் கண்டோம். இனி அவரின் செயற்பாட்டில் ஏற்பட்ட மற்றொரு மாற்றத்தைச் சற்று நோக்குவோம். அதுவும் மிக முக்கியமான வொன்றே ஆகும்.

II

திரு.வி.க. வெஸ்லி உயர்நிலைப் பள்ளியிலும், பின்பு வெஸ்லி கல்லூரியிலும், தமிழ்ப் பேராசிரியராகப் பணியாற்றினார். இதற்கு முன்னர் ஸ்பென்சர் அலுவலகத்தில் கணக்கராகப் பணியாற்றியுள்ளார். பின்பு 1917 ஆம் ஆண்டில், டிசம்பர் ஐந்தாம் தேதியன்று வெஸ்லி கல்லூரியை விடுத்துத் "தேச பக்தன்" இதழின் ஆசிரியரானார். அக்காலத்திய அரசியல் சூழ்நிலை அவரைத் தேச பக்தன் இதழுக்கு ஆசிரியராக்கியிருக்கும். இதிலிருந்து திரு.வி.க.வின் சமுதாய ஈடுபாட்டை நன்கு உணரலாம். அக்கால அரசியல் சூழலில் எம் முறையிலேனும் மக்களுக்குத் தொண்டாற்ற வேண்டுமென்ற நல்லுணர்வே அவரை ஆசிரியத் தொழிலிலிருந்து இதழியல் பணிக்கு இடமாற்றம் செய்துள்ளது எனலாம். தேசபக்தன் இதழின் ஆசிரியராக இருந்தபோதுதான் திரு.வி.க.வின் வாழ்வில் குறிப்பிடத்தக்க மற்றொரு மாற்றம் ஏற்பட்டது. அம்மாற்றம் ஏன் நிகழ்ந்தது? எப்படி நிகழ்ந்தது? அதற்கு அடிப்படை காரணம் என்ன? என்ற கேள்விகள் மிக முக்கியமானவை. அவற்றை நுட்பமாக நோக்குவது நம் கடமையாகும்.

தேச பக்தனில் பணியாற்றும் போதுதான், செல்வபதி செட்டியார், வேங்கடேச குணாமிர்த வர்ஷணி சபையில் தொழிலாளர்களைப் பற்றிப் பேசுவதற்காகத் திரு.வி.க.வை அழைத்துள்ளார். இந்தக் கூட்டத்துக்குப் பின்னர் ஏற்பட்ட தொடர்பாலும், நட்பாலும்தான் திரு.வி.க.வும், செல்வபதி செட்டியாரும், இராமாஞ்சுலு நாயுடுவும் இணைந்து 27-4-1919 இல் சென்னைத் தொழிலாளர் சங்கத்தினைத் தோற்றுவித்தனர். இந்தச் சங்கமே இந்தியாவில் தோன்றிய முதல் தொழிற்சங்கம் என்பர். இந்தச் சங்கத்திற்கு வாடியா தலைவராகவும், திரு.வி.க. மற்றும் கேசவப்பிள்ளை ஆகியோர் துணைத் தலைவர்களாகவும், செல்வபதி செட்டியாரும், இராமஞ்சுலு நாயுடுவும் செயலாளர்களாகவும் தேர்ந்தெடுக்கப்பட்டனர்.

இவர்களுள் தொழிற்சங்கம் தோன்றுவதற்கு மூலவர்களாக விளங்கியவர்கள் செல்வபதி செட்டியாரும், இராமாஞ்சுலு நாயுடுவும் ஆவர். இவர்களுள், எவரும் தொழிலாளரும் அல்லர்; வர்க்கப் பார்வைகொண்ட சிந்தனையாளரும் அல்லர். ஆனால், ஈவு இரக்கமிக்க மனிதநேயவாதிகள். குறிப்பாகக் கூற வேண்டுமென்றால், பக்கிங்காம் - கர்னாடிக் மில்களுக்கு எதிர்புறத்தில் செல்வபதி செட்டியார் துணிக்கடையையும், இராமஞ்சுலு நாயுடு அரிசி மண்டியையும் நடத்தி வந்துள்ளார்கள். தொழிலாளர்கள், ஆலைகளில் தாங்கள் அனுபவித்து வரும் துன்ப-துயரங்களை அடிக்கடி கேட்டுணர்ந்தவர்களாகச் செட்டியாரும் நாயுடுவும் இருந்தாலும், பிறர் துன்பம் கண்டு வருந்தும் மாந்தநேயம் உள்ளவர்களாக இருந்ததாலுமே அவர்கள் தொழிற் சங்கத்தைத் தோற்றுவித்துள்ளனர். இது ஒருபுறம் இருக்கட்டும். திரு. வி. க. எப்படி இப்பணியில் ஈடுபட்டார்? சமயத்தில் ஊறிய அவர் தொழிற்சங்கப் பணியை ஏற்றது விந்தைதானே! இந்த விந்தை எப்படி நிகழ்ந்தது? இதற்கான காரணங்களைத் திரு. வி. க. தம் நூலில் குறிப்பிட்டுள்ளார்.

1. இங்கிலாந்து நாடாளுமன்றத் தொழிற்கட்சி உறுப்பினர் கீர் ஹார்டி 1908 ஆம் ஆண்டில் சென்னைக்கு வருகை புரிந்ததும், அவர் வாழ்க்கை வரலாறும் தொழிலாளர்

பால் பற்று ஏற்படத் திரு.வி.க.வுக்கு உதவியதாக அவர் கூறுகிறார்.

2. திவான் பகதூர் கேசவப்பிள்ளை இண்டியன் பேட்ரியாட் இதழில் தொழிலாளர்களைப் பற்றி எழுதிய ஆங்கிலக் கட்டுரைகளும், அவற்றை மொழிபெயர்த்து தேசபக்தன் இதழில் வெளியிட்டதும் ஒரு காரணமாக அமைந்ததென அவர் கூறுகிறார்.

3. செல்வபதி செட்டியார், இராமாஞ்சுலு நாயுடு ஆகியோரின் நட்பும், அவர்களின் வேண்டுகோளும் மற்றொரு காரணமாக அமைந்ததெனவும் அவர் கூறுகிறார்.

இங்குக் குறிபிடப்பட்டுள்ள காரணங்கள் ஓரளவு உண்மையெனினும், அவை மட்டுமே முழுமையான உண்மையாகா. சமுதாயப் பின்னணியில் நோக்கினால் உண்மைக் காரணங்கள் தெற்றென விளங்கும்.

வெள்ளை ஆதிக்கக் கொடுமையை உணர்ந்து விடுதலை இயக்கம் வீறுகொண்டு போராடிய போதுதான், மக்கள் சுரண்டலையும், ஆதிக்கத்தையும், அநீதியையும் எதிர்க்கக் கற்றுக்கொண்டனர். இதற்குத் தேசிய இயக்கம் வழிகாட்டியது. இதன் காரணமாகப் பஞ்சாப், குஜராத் போன்ற மாநிலங்களில், அரசியல் போராட்டங்களைப் போல் உழவர் போராட்டங்களும் வெடித்தன; தொழிலாளர் போராட்டங்களும் வெடித்தன. குறிப்பாக, கொடுங்கோலன் ஜார் மன்னனை எதிர்த்துச் சோவியத்துப் புரட்சி வெற்றிபெற்ற போது, அவ்வெற்றி உலக விடுதலை இயக்கங்களுக்குப் பெரும் உந்துசக்தியாகவும், வழிகாட்டியாகவும் அமைந்தது. குறிப்பாக, இந்தியத் தேசிய இயக்கத்துக்கும், அதன் தலைவர்களுக்கும் அவ்வெற்றி பெருந்துணையாக இருந்தது. பலருக்கு விழிப்புணர்வைத் தந்தது. இதன் காரணமாகத் தேசியத் தலைவர்கள் தொழிலாளர்களின் இயக்கங்களில் பங்குகொண்டனர். திலகரின் தேசிய இயக்கமும், அன்னிபெசன்டின் ஹோம்ரூல் இயக்கமும் மனிதாபிமான அடிப்படையில் தொழிலாளர் இயக்கங்களுக்குப் பேராதரவை நல்கின. இந்திய விடுதலைப் போராட்டத்துக்கும், தொழிலாளர் போராட்டத்துக்கும்

ரஷிய நாட்டில் 1905ஆம் ஆண்டிலும், 1917ஆம் ஆண்டிலும் நடந்த புரட்சிகள் சிறந்த வழிகாட்டுதல்களாக அமைந்தன என்பது உண்மையே எனினும், அப்புரட்சிக்கு முன்னரே இந்தியாவில் பற்பல போராட்டங்கள் நடந்துள்ளன. அநீதியும் ஆதிக்கமும், சுரண்டலும் பெருகும் போது அங்குப் போராட்டம் வெடிப்பது இயல்பானதே ஆகும். அதுவும், அந்த அநீதியும் ஆதிக்கமும் அந்நியர் உருவில் வரும்போது அப்போராட்டம், மேலும் மிகையாக வெடிப்பது தவிர்க்க முடியாததேயாகும்.

இந்நிலையில், மிகப் பெரிய போராட்டங்கள் இந்திய மண்ணில் நிகழ்ந்துள்ளன. 1862இல் ஏப்ரல், மே மாதங்களில் ஹௌரா ரயில் நிலையத்தில் நடந்த தொழிலாளர் வேலை நிறுத்தம் வரலாற்றுச் சிறப்புமிக்கது. வேலை நேரத்தை 8 மணி நேரமாகக் குறைக்க வேண்டுமெனத் தொழிலாளர்கள் மாதக் கணக்கில் போராடினர். இப்போராட்டம் உலக வரலாறு படைத்த சிகாகோ தொழிலாளர்களின் மே தினப் போராட்டத்துக்கு 24 ஆண்டுகளுக்கு முன்னரே நடந்தது என்பது இங்குக் குறிப்பிட்டுக்கூற வேண்டியதாகும். இதேபோன்று 1887 ஆம் ஆண்டு நாக்பூர் எம்பிரஸ் மில் தொழிலாளிகள் கூலி உயர்வு வேண்டிப் பன்னாட்கள் வேலை நிறுத்தம் செய்துள்ளனர். குறிப்பாக 1882 முதல் 1900 வரை பம்பாய் மற்றும் சென்னை நகரத்தில் மட்டும் 25-க்கும் மேற்பட்ட பெரிய வேலை நிறுத்தங்கள் நடந்துள்ளனவாக ஆய்வாளர்கள் கூறியுள்ளனர்.

1905ஆம் ஆண்டில் ஏற்பட்ட ரஷியப் புரட்சியில் தொழிலாளர் வர்க்கம் பெரும் பங்கு வகித்தது. புரட்சி தோல்வியுற்றாலும் தொழிலாளர் வர்க்கத்தின் வீரமும் தீரமும் உரமும் அதில் வெளிப்பட்டன. இந்தச் செய்தி இந்தியத் தேசிய தலைவர்களுள் சிலரைச் சிந்திக்க வைத்தது. அதே நிலையில் தொழிலாளர்களையும் சிந்திக்கவைத்தது. இதன் விளைவாக, தேசிய விடுதலைக்குத் தொழிலாளர்களின் ஆதரவைத் திரட்டுவது மிக முக்கியம் என்பதை அரசியல் தலைவர்களும், தொழிலாளர்களின் போராட்டங்களுக்கு அரசியல் தலைவர்களின் பேராதரவைப் பெறுவது

இன்றியமையாதது என்பதைத் தொழிலாளர்களும் உணர்ந்தனர். இந்தப் படிப்பினைக்கு ரஷ்யப் புரட்சிதான் வழிகாட்டியாக இருந்தது.

தொழிலாளர் போராட்டங்களுக்கு அரசியல் ஆதரவு எவ்வளவு முக்கியமானது என்பதற்கு அண்மையில் நடந்த நெய்வேலி அனல் மின் நிலையத்தினர் நடத்திய காலவரையற்ற வேலை நிறுத்தமே மிகச் சிறந்த சான்றாகும். நெய்வேலி தொழிலகத்தின் 10ரூ பங்குகளை நடுவண் அரசு, தனியாருக்கு விற்க முற்பட்டபோது அதனை எதிர்க்கும் முறையில் தொழிலாளர்கள் 5-7-06 முதல் கால வரையற்ற வேலை நிறுத்தத்தில் உறுதியுடன் ஈடுபட்டனர். இப்போராட்டத்தினால் அந்த நிறுவனத்துக்கு நாளொன்றுக்கு ரூபாய் 8 கோடி இழப்பு ஏற்பட்டும், நடுவண் அரசு அதனைக் கண்டும் காணாததுபோல் இருந்தது. ஆனால், இரண்டு பொதுவுடைமைக் கட்சிகளின் பேராதரவும், தி.மு.க. அரசின் ஆதரவும் உறுதியாகச் செயல்பட்டதால் பங்கு விற்பனை நிறுத்தி வைக்கப்பட்டது. தொழிலாளர்களும் வேலை நிறுத்தத்தைக் கைவிட்டு வேலைக்குத் திரும்பினர். இந்நிகழ்வால் தொழிலாளர்களுக்கு அரசியல் ஆதரவு எத்துணை முக்கியம் என்பதை இனிது உணரலாம்.

1908ஆம் ஆண்டில் பிரிட்டிஷ் முதலாளிகளுக்குச் சொந்தமான தூத்துக்குடி கோரல் மில்ஸ் என்ற பஞ்சாலையில் வரலாற்றுச் சிறப்புமிக்க போராட்டம் நடந்தது. இப்போராட்டத்துக்குத் தலைமையேற்று நடத்தியவர் மாபெரும் தேசபக்தர் வ.உ.சி. ஆவார். அவருக்கு அப்போராட்டத்தில் துணையாக இருந்தவர் சுப்பிரமணிய சிவா ஆவார். தொழிலாளர் போராட்டத்தை இவ்விரு அரசியல் தலைவர்களும் முன்னெடுத்துச் சென்றனர். போராட்டத்துக்கு ஆதரவாக நடந்த கூட்டங்களில் சிவாவின் ஆவேசப் பேச்சு தொழிலாளர்களுக்குப் பெரும் துணிவைத் தந்ததாம். சிவம் பேசினால் சவமும் எழுந்து நடக்கும் என்பார் சிலம்புச் செல்வர் ம.பொ.சி. அக்கூற்று உண்மையே ஆகும். அக்கூட்டத்தில் சுப்பிரமணிய சிவா 1905ஆம் ஆண்டில் நடந்த ரஷ்யப் புரட்சியைத் தொழிலாளர்களுக்கு மீண்டும்

மீண்டும் நினைவுபடுத்தியுள்ளார். மற்றும் தொழிலாளர்களின் பொது வேலைநிறுத்தம் பிரிட்டிஷ் ஆட்சிக்கு எதிரான மாபெரும் ஆயுதம் என்றும் அவர் முழங்கியுள்ளார். இதிலிருந்து ரஷ்யப் புரட்சி அவரிடம் எத்துணைச் செல்வாக்குச் செலுத்தியுள்ளது என்பதை நன்கு உணரலாம்.

மேலும் 1905ஆம் ஆண்டில் வங்கப் பிரிவினை நடத்தப்பட்ட போது மக்களிடை அதற்குப் பெரும் எதிர்ப்பும், அவர்களுக்குள் நல்ல ஒற்றுமையும் ஏற்பட்டது. இதனால், சுதேசிய இயக்கமும், அந்நியப் பொருள் புறக்கணிப்பும் மேலும் வலுவடைந்தன. இதனால் மக்களின் ஏகாதிபத்திய எதிர்ப்பு நிலை கூர்மையடைந்தது. இதனால் தொழிலாளர்களின் அந்நிய ஆதிக்க எதிர்ப்பும் வலுவடைந்தது. இந்தக் காலகட்டத்தில் வங்கத்தில் பற்பல வேலைநிறுத்தங்கள் தடை பெற்றுள்ளனவாக ஆய்வாளர்கள் கூறுகின்றனர். இந்நிலையில், கல்கத்தாவில் 27-9-1905 அன்று அந்நிய அரசின் அச்சகத்தில் நிகழ்ந்த வேலைநிறுத்தப் போராட்டம் பெரிதும் குறிப்பிடத்தக்கதாகும். இரண்டாயிரத்துக்கு மேற்பட்ட அச்சுத் தொழிலாளர்களை விடுமுறை நாட்களில் வேலை வாங்குவதையும், அரசின் கண்மூடித்தனமான பழிவாங்கலையும் எதிர்த்து இப்போராட்டம் மாதக் கணக்கில் நீடித்துள்ளது. இப்போராட்டத்தைத் தொடர்ந்து, கல்கத்தாவிலுள்ள ஸ்டீல் அண்டு கோ என்ற தொழிலகத்தைச் சேர்ந்த தொழிலாளர்களும், சணல் ஆலைத் தொழிலாளர்களும் வேலைநிறுத்தத்தை மேற்கொண்டுள்ளனர். 1905 முதல் 1909 வரை கல்கத்தா மில்களிலும், கிழக்கு வங்க ரயில்வேயிலும் பற்பல வேலைநிறுத்தங்கள் வெடித்துள்ளன.

இக்காலத்தில் இந்தியாவில் நடந்த வேலைநிறுத்தங்களில் மிக முக்கியத்துவம் வாய்ந்தது பம்பாய் மில் தொழிலாளர்கள் மேற்கொண்ட வேலைநிறுத்தமேயாகும். சுதேசிய இயக்கத்திற்குத் தலைமையேற்ற பாலகங்காதரத் திலகரை அந்நிய அரசு நாடுகடத்த முற்பட்டுக் கைது செய்தபோது 23-7-1908 அன்று ஒரு இலட்சத்துக்கு மேற்பட்டத் தொழிலாளர்கள் பொங்கியெழுந்து வேலைநிறுத்தத்தை

மேற்கொண்டு பம்பாய் நகரத்தையே நிலைகுலையச் செய்தனர். இதுவே இந்தியாவின் முதல் அரசியல் வேலை நிறுத்தம் என்று ஆய்வாளர்கள் கூறியுள்ளனர். இப்போராட்டம் இந்தியா முழுதும் பேசப்பட்ட போராட்டமாகும். இப்போராட்டமே, இந்தியாவின் அனைத்துப் பகுதித் தொழிலாளர்களையும் விழிக்க வைத்து, அவர்களுக்கு ஆதிக்க எதிர்ப்பையும், போராட்ட உணர்வையும் ஊட்டிய போராட்டம் அதுவே ஆகும். இப்போராட்டத்தின் எழுச்சியைக் கண்டு மாமேதை லெனின் அவர்களே வியந்து "இந்தியத் தொழிலாளர்கள் பக்குவமடைந்து சரியான பாதையைக் கண்டிருக்கிறார்கள்" என்று பாராட்டியுள்ளார். இதனைக் கொண்டே அப்போராட்டத்தின் வலிமையை உணரலாம்.

சென்னையிலும் 1900-முதல் 1918ஆம் ஆண்டு வரை பற்பல தொழிலாளர் போராட்டங்களும், கதவடைப்புகளும் நிகழ்ந்துள்ளன. எனினும் அவற்றுள் 1913ஆம் ஆண்டின் மே தினங்களில் நடத்தப்பெற்ற எம். எஸ். எம். இரயில்வேயில் நடந்த பொது வேலைநிறுத்தம் குறிப்பிடத்தக்கது. இவ்வேலைநிறுத்தத்தில் லோக்கோ பிரிவு ஊழியர்களும், டிராபிக் பிரிவு ஊழியர்களும் ஒட்டுமொத்தமாக ஈடுபட்டனர். இவற்றைப் போன்றே அதே ஆண்டில் ஜூன் தினங்களில் பெரம்பூர் இரயில்வே பட்டறைத் தொழிலாளர்களும் வேலைநிறுத்தம் செய்தனர். இவ்வேலைநிறுத்தத்தைக் கண்டு அஞ்சிய நிர்வாகம் இராணுவத்தின் துணைகொண்டு போராட்டத்தை ஒடுக்கியது. இவ்விரு போராட்டங்களும், அவற்றையடுத்துத் தோன்றிய சிற்சில போராட்டங்களும் நிர்வாகத்தைச் சிந்திக்க வைத்தன. தொழிலாளர்களும் தங்களின் போராட்ட வலிமையையும், ஒற்றுமையையும் உணர்ந்தனர். இதன் விளைவாக சங்கம் ஒன்று இருக்க வேண்டிய முக்கியத்துவத்தையும் உணர முற்பட்டாயினர்.

குறிப்பாக, தேசிய விடுதலைப் போராட்டமும், ரஷ்யாவில் நடந்த தொழிலாளர் புரட்சியும், தொழிலாளர் போராட்டத்துக்குத் தேசியத் தலைவர்கள் அளித்த உதவியும், அந்நிய அரசின் சுரண்டலும், இந்தியத் தொழிலாளர்களை

விழிக்க வைத்தன. இதன் விளைவாகத் தொழிலாளர் சங்கம் இருக்கவேண்டியதன் முக்கியத்துவத்தை அவை தொழிலாளர்களுக்கு உணர்த்திற்று. இந்த வரலாற்று வெளிச்சத்திலும் இந்தச் சமுதாயப் பின்னணியிலுமே தொழிற்சங்கத்தின் தோற்றத்தை அறிய வேண்டும். இம் முறையே உண்மையில் உண்மையாகும். இந்த அடிப்படையில் தான் தமிழகத்திலும், இந்தியாவின் பிற மாநிலங்களிலும் தொழிற்சங்கங்கள் தோன்றியிருக்க வேண்டும். சென்னைத் தொழிலாளர் சங்கமும், இந்த அடிப்படையில் தோன்றியதே ஆகும். சென்னைத் தொழிலாளர் சங்கம் தோன்றியதற்கு, திரு.வி.க. கீர்ஹார்டின் இந்திய வருகையையும், இந்தியன் பேட்ரியாட் இதழில் தொழிலாளர் பற்றி வெளிவந்த கட்டுரைகளையும், செல்வபதி செட்டியார் மற்றும் இராமாஞ்சுலு நாயுடுவின் வேண்டுகோளையும் காரணங்களாகக் கூறுகிறார். இக்காரணங்கள் மேலெழுந்தவாறான துணைக் காரணங்களே அல்லாமல், மூல காரணங்கள் ஆகா.

கீர் ஹார்டி இந்தியாவுக்கு வருகை புரியாமல் இருந்திருந்தாலும், செல்வபதி செட்டியார், இராமாஞ்சலு நாயுடு ஆகியோர் வேண்டுகோள் விடுக்காமல் இருந்திருந்தாலும், தொழிற்சங்கம் எப்படியும் பின்னாளில் தோன்றியே இருக்கும். ஏனெனில், தொழிற்சங்கம் தோன்றுவதற்குரிய சமுதாயச் சூழல், ஏற்கெனவே தமிழகத்தில் பக்குவப்பட்டிருந்தது. இந்தச் சூழலைத் திரு.வி.க. வும் அவருடைய நண்பர்களும் முதலில் பயன்படுத்திக்கொண்டனர். அவர்கள் அதில் ஈடுபடாமல் இருந்திருந்தால், அவர்களுக்குப் பின்னர் மற்றவர் பயன்படுத்திக் கொண்டிருப்பர். இந்தப் பின்னணியில்தான் தொழிற்சங்கத் தோற்றத்தை அறிய முற்பட வேண்டும். இந்தக் காரணங்களில் சோவியத் புரட்சியின் வெற்றி மிக முக்கியமான காரணமாகும். சோவியத் புரட்சியின் வெற்றியால்தான், உலகத் தொழிலாளர்கள், தொழிலாளர் வர்க்கத்தின் வலிமையை முழுமையாக உணர்ந்தனர் எனலாம். 1905ஆம் ஆண்டு முதலே ரஷிய எழுச்சிக் குரல் சிங்காரவேலர் மற்றும் சுப்பிரமணிய சிவா போன்றவர்களின் வாயிலாகத் தமிழகத்தில் பலகாலும் ஒலித்துக் கொண்டே

இருந்தது. இதனைத் திரு.வி.க. தம் நூலில் எங்கும் குறிப்பிடவில்லை. எனினும் ரஷியப் புரட்சிச் செய்தி தன்னை ஈர்த்ததாக அவரே குறிப்பிட்டுள்ளார்.

"1917-ஆம் ஆண்டு டிசம்பர் மாதம் ஐந்தாம் தேதி, வெஸ்லி கல்லூரியை விடுவித்து ஏழாந்தேதி 'தேச பக்தன்' ஆசிரிய பீடத்தில் அமர்ந்தேன். அவ்வேளையில் ஐரோப்பா யுத்தம் நடைபெற்றது. ருஷ்யச் செய்திகள் என்னுள்ளத்தைக் கவரும்."[8]

திரு.வி.க.வால் குறிப்பிடப்படும் ருஷ்யச் செய்திகள் என்பன தொழிலாளர் வர்க்கம் வென்றெடுத்த சோவியத் புரட்சிதான். இந்தச் சோவியத் புரட்சிச் செய்தி திரு. வி. க. வின் உள்ளத்தில் தொழிலாளர் பற்றி ஆழ்ந்த ஈடுபாட்டை ஏற்படுத்தியிருக்கும். இந்த ஈடுபாடு பிற்காலத்தில் அவர் தொழிற்சங்கத்தை ஏற்படுத்துவதற்குத் துணையாக இருந்திருக்கும். இதில் ஐயமில்லை. ஆனால், திரு.வி.க. இந்தக் காரணத்தைக் குறிப்பிடாதது வியப்பாக உள்ளது. இதனைத் திரு. வி. க. குறிப்பிட மறந்திருக்கிறார். அதனையும் சற்று நோக்குவோம். சோவியத் செய்திகள் தமிழகத்தில் வந்து கொண்டிருந்தபோதே மார்க்சிய மூல நூல்களுள் சில தமிழகத்தில் நுழைந்துவிட்டன. அவற்றுள் கம்யூனிஸ்ட் கட்சி அறிக்கை தமிழகத்தின் சிந்தனையாளர்களிடத்து செல்வாக்கு செலுத்தியுள்ளது. "உலகத் தொழிலாளர்களே ஒன்று சேருங்கள்" என்ற புரட்சி மொழியைப் போதித்த மார்க்சியத்தைச் சிங்காரவேலரின் வாயிலாகத் திரு.வி.க. உணர்ந்துள்ளார் என்பதை முன்னரே கண்டோம்.

"கூர்தல் அறத்தை டார்வின் ஆராய்ச்சி கொண்டு முதல் முதல் எனக்கு அறிவுறுத்தியவர் தோழர் எம். சிங்காரவேல் செட்டியார்."[9]

"சிங்காரவேல் செட்டியார் டார்வின் கண்ட உண்மையையும், பிறர் கண்ட நுட்பங்களையும் அறிவுறுத்துந் தொண்டில் ஈடுபட்டார். அத்தொண்டு என் போன்றோர்க்குப் பெரும் பயன் விளைத்தது."[10]

"முதலாளி - தொழிலாளி வேற்றுமை உணர்வு சன்மார்க்கத்தை வளரவிடாது. சன்மார்க்க வளர்ச்சிக்கு முதலாளி - தொழிலாளி வேற்றுமை உணர்வு பொன்றியே தீர்தல் வேண்டும். வேற்றுமை எப்படிப் பொன்றும்? இதற்குப் புரட்சி தேவை. புரட்சிக்கு உரியது தொழிலாளர் இயக்கம் என்று சொல்ல வேண்டுவதில்லை. ஆதலின் யான் புரட்சி மனப்பான்மையுடன் தொழிலாளர் இயக்கத்தில் இறங்கினேன்."[11]

இம் மேற்கோள்களை நோக்கினால், முற்போக்குச் சிந்தனைகள் திரு. வி. க. உள்ளத்தில் பதிய சிங்காரவேலர் முழுமுதற் காரணமாக இருந்துள்ளார் என்பதை நன்கு உணரலாம். பிறர் கண்ட நுட்பங்களையும் சிங்காரவேலர் அறிவுறுத்தினார் என்று திரு.வி.க. கூறுகிறார். பிறர் கண்ட நுட்பங்கள் என்பன மார்க்ஸியத்தையும் உள்ளடக்கியே அவர் கூறுகிறார் என்பதை ஒருவாறு உணரலாம். மற்றும், புரட்சிக்கு உரியது தொழிலாளர் இயக்கம் என்றும், அவர் குறிப்பிட்டுள்ளார். புரட்சிக்கு வழிகாட்டுவது எது?. அது மார்க்சியம்; அவருக்கு மார்க்சியத்தைப் போதித்தவர் யார். சிங்காரவேலர். அப்படியென்றால் தொழிலாளர் இயக்கத்தில் திரு.வி.க. இறங்கியதற்குச் சிங்காரவேலரும் ஒரு காரணமாவார். ஆனால், சிங்காரவேலரும் காரணமாவார் என்பதைத் திரு.வி.க. எப்படியோ குறிப்பிடத் தவறியிருக்கிறார். மேலும், தொழிலாளர் இயக்கத்துக்குப் புரட்சி மனப்பான்மையுடன் தொழிலாளர் இயக்கத்தில் இறங்கினேன் என்றும் கூறும், திரு.வி.க., அந்தப் புரட்சி மனப்பான்மையைத் தோற்றுவித்த மார்க்சியமும் தொழிலாளர் இயக்கத்தில் இறங்கியதற்கு ஒரு காரணமாகும். என்பதை எப்படியோ குறிப்பிடத் தவறியிருக்கிறார். ருஷ்யச் செய்திகளையும், மார்க்சியத்தையும், சிங்காரவேலரின் சிந்தனையையும் வெவ்வேறு இடங்களில் குறிப்பிடும் திரு.வி.க., தொழிற்சங்கத் தோற்றத்துக்கு அவை இன்றியமையாத காரணங்களாக இருந்தும், குறிப்பிட வேண்டிய இடத்தில் அவர் குறிப்பிடாதது பெரும் விந்தையாகவே உள்ளது.

இதுகாறும் கூறியவற்றை நன்கு நோக்கினால், திரு.வி.க.வின், சிந்தனையில் மாறுதலும், முன்னேற்றமும்

ஏற்பட, சிங்காரவேலர் ஒரு முன்னோடியாக இருந்துள்ளார் என்பதைத் திரு.வி.கவின் கூற்றுகளிலிருந்து வெளிப்படையாகவும் உள்ளிடையாகவும் உணரலாம். இதற்கு மற்றொரு சான்றையும் நோக்குவது ஏற்றது. 1919-க்கு முன்பாகவே திரு.வி.க. மார்க்சியத்தை சிங்காரவேலரின் வாயிலாக உணர்ந்துள்ளார் என்பதை அவர் எழுத்தின் மூலமே உணர முடிகிறது. 1919ஆம் ஆண்டில் திலகர் சென்னைக்கு வருகை புரிந்தபோது, அவரைத் திரு.வி.க., வ.உ.சி. யுடன் சென்று சந்தித்துள்ளார். அப்படிச் சந்தித்தபோது, திரு.வி.க. மார்க்சியத்தைப் பற்றித் திலகரிடம் வினா எழுப்பியதைக் கீழுள்ளவாறு தம் நூலில் குறித்துள்ளார்.

"மாண்டேகு - செம்ஸ் போர்டு சீர்திருத்தத்தைப் பற்றிப் பல கேள்விகள் கேட்டேன். அவைகட்குப் பொருந்திய விடைகள் பிறந்தன. ஒத்துழையாமை விவாதம் பெரும் பொழுதைப் போக்கியது. யான் மெள்ள மெள்ள மார்க்சியத்தைத் தொட்டேன். லோகமான்யர் மார்க்சியத்தின் மீது இந்தியா நாட்டம் செலுத்தும் காலம் வரலாம். அதற்குள் மார்க்சியம் பலவித மாறுதலடையும். இந்தியா எதையும் தனது இயல்புக்குப் பொருத்தியே ஏற்கும் பண்புடையது. இப்போழுதே விடுதலை பெறவேண்டும். அதைக் கூறிக்கொண்டு உழைப்பதே ஏற்றது." என்றார்.[12]

அக்காலத்திலேயே திலகரிடம் திரு. வி. க. மார்க்சியத்தைப் பற்றிக் கேட்டிருப்பதைக் கொண்டு, அக்கொள்கை அவருள்ளத்தில் எத்துணைச் செல்வாக்கைச் செலுத்தியுள்ளது என்பதை உணரலாம். அக்காலத்தில், இந்தியத் தேசியக் கொள்கைக்கு வேறுபட்ட ஒரு கொள்கையை, ஒரு பெருந்தலைவரிடத்தில் முதல் சந்திப்பிலேயே திரு.வி.க. கேட்டிருப்பது சாதாரணமாகக் கருத முடியாது. இந்த மார்க்சியப் பற்றே தொழிற்சங்க இயக்கத்தைத் தோற்றுவிப்பதற்கும். அதில் தொடர்ந்து தொண்டாற்றுவதற்கும், திரு.வி.க.வுக்கு ஒரு வகையில் உதவியுள்ளது எனலாம். சென்னைத் தொழிலாளர் சங்கம் தொடக்கக் காலத்தில் எவ்விதமான பணிகளில் ஈடுபட்டிருந்தது என்பதை, **தே. வீரராகவன்**

அவர்கள், தான் எழுதிய சென்னைப் பெருநகரத் தொழிற்சங்க வரலாறு (முனைவர் பட்ட ஆய்வு நூல்) எனும் நூலில் குறிப்பிட்டுள்ளது இங்கு ஒப்பு நோக்கத்தக்கது.

"சென்னைத் தொழிலாளர் சங்கம் அமைக்கப்பட்ட சிறிது காலம்வரை சங்கம் போர்க்குணமிக்க நடவடிக்கை எதிலும் ஈடுபடவில்லை. முதல் உலகப்போர் நடந்து கொண்டிருந்த சமயத்தில், போர் சார்ந்த உற்பத்தி பாதிக்கும்படியாக எந்தச் செயலிலும் இறங்கக்கூடாது என்பதில் வாடியா கண்டிப்பா இருந்தார். அரசுடனோ முதலாளிகளுடனோ மோதுவதை இயன்றவரை தவிர்க்க வேண்டும் என்பதில் மிக எச்சரிக்கையுடன் செயற்பட்டார். நியாயவிலை, அரிசி மண்டி, படிப்பகம் போன்ற தொழிலாளர் நலப்பணிகளில் மட்டுமே சங்கம் ஈடுபட்டது. வாரந்தோறும் ஆன்மிக எழுச்சிக்காகவும், உணர்வூட்டத்திற்காகவும் கூட்டங்கள் நடத்தியது. சாத்துவிகச் சமூக நல நிறுவனமாகச் செயற்பட்டு வந்தது.

இக் கூட்டங்களில் ஆவேசமான சொற்பொழிவுகள் ஆற்றப்படவில்லை. தொழிலாளர்கள் தாழ்வு மனப்பான்மையை விட்டொழிக்க வேண்டும்; ஒன்ற சேர வேண்டும்; சங்கத்தை வலுப்படுத்த வேண்டும்; மனிதர்களாக வாழ உறுதிகொள்ள வேண்டும்; தங்கள் சொந்தக் கால்களில் நிற்க முயலவேண்டும் என்பன போன்ற அறிவுரைகளையே வாடியா கூறினார்."[13]

அம் மேற்கோளை நோக்கினால், தொடக்கக் காலத்தில் அச்சங்கம் எப்படிப்பட்ட பணிகளில் ஈடுபட்டு வந்தது என்பதை நன்கு அறியலாம். அக்காலத்தில் திரு.வி.க.வும் மற்றவர்களுடன் இணைந்து இப்பணிகளிலேயே ஈடுபட்டு வந்தார். ஆனால், பிற்காலத்தில் அவரின் சிந்தனையும், செயற்பாடும் மாற்றம் அடைந்தன. இம்மாற்றம் மற்ற தலைவர்களிலிருந்து பெரிதும் வேறுபட்டு இருந்தது. அம்மாற்றம் ஏன் நிகழ்ந்தது என்பதை அறிவதற்கு முன்னர், தொழிற்சங்கம் அவர் சிந்தனையில் எத்துணை முக்கியத்துவம் பெற்றிருந்தது என்பதை அறிவது சிறந்தது.

"எனது வாழ்க்கையைப் பெரிதும் கவர்ந்தது தொழிலாளர் இயக்கம். அவ்வியக்கம் ஊண் உறக்கத்தைக் குலைத்தது. என்னை மெலிவித்தது. அஃது என்னைத் தன்னுள் யோகியாக்கியது.

பொறுமையும் அமைதியும் அந்தணச் செல்வமல்லவோ? அச் செல்வத்தைத் தொழிலாளர் இயக்கம் வளரச் செய்ததை எனது வாழ்க்கை கண்டது. என் அகத்திருந்த கரடு முரடு, மூர்க்கம் முதலிய விலங்கியல்புகளைப் பெரிதும் புரட்டித் தள்ளியது தொழிலாளர் இயக்கம். என்னுள் புரட்சி செய்த அவ்வியக்கம் வாழி, அதில் எனது வாழ்க்கையை நிறுத்திய ஆண்டவன் அருள் வாழி."[14]

இக்குறிப்பை நோக்கினால் திரு. வி. க. தொழிற்சங்கத்தில் எத்துணை ஆழ்ந்த ஈடுபாட்டைக் கொண்டிருந்தார் என்பதையும், அச் சங்கம் அவரை எப்படிப் பண்படுத்தியிருக்கிறது என்பதையும் நன்கு உணரலாம். திரு.வி.க. தம் சுயசரிதை நூலில் "சமயமும் சன்மார்க்கமும்" எனும் தலைப்பில் சமயத்தைப் பற்றி எழுதியுள்ளார். சமயத்துக்கு அவர் ஒதுக்கியுள்ளது 98 பக்கங்கள் மட்டுமே. ஆனால், தொழிலாளர் இயக்கம் எனும் பகுதிக்கோ அவர் ஒதுக்கிய பக்கங்கள் 132. மேலும், தம் வாழ்க்கையைச் செழுமைப் படுத்தியதில் சமயத்தைக் காட்டிலும், தொழிலாளர் இயக்கத்திற்கே அவர் முதன்மையையும் பெருமையையும் வழங்கியுள்ளார் என்பது ஆழ்ந்து சிந்திக்கத்தக்கது. இந்தத் தொழிற்சங்க இயக்கத்தில் அவர் சிந்தனை எவ்வாறு மாற்றம் பெற்றுள்ளது என்பதை இனி நோக்குவோம். திரு. வி. க. வே கூறுகிறார்.

"சம்பள உயர்வும் வேலை நேரச் சுருக்கமும் மட்டும் தொழிலாளர்க்கு விடுதலை நல்கா என்றும், பொருளாதாரச் செம்மையே தொழிலாளர்க்கு விடுதலை நல்குவதென்றும், ஏழைக்கு உதவுதல் என்பது ஏழ்மையை வளர்ப்பதென்றும், ஏழ்மையைப் போக்க முயல்வதே சிறந்த ஜீவகாருண்ய மென்றும், செல்வம் ஒரு பக்கம் பெருகி மற்றொரு பக்கம் அருகுவதால் விளையும் தீங்குகள் இன்னின்ன என்றும் ரெயில், டிராம், பாங்க், தொழிற்சாலைகள் முதலியன எற்றுக்குத் தனிப்பட்ட மனிதராலோ தனிப்பட்ட

கம்பெனியாலோ நடத்தப்படல் வேண்டுமென்றும், அவற்றை ஏன் அரசாங்கம் ஏற்று நடத்தக்கூடாதென்றும் என்னால் விளக்கப்பட்டு வந்தன. தொழிலாளர் உழைத்துச் சம்பளம் மட்டும் பெறும் கூலிகளாகக் காலங்கழித்து வருதலாகா தென்றும், தொழிலாளர் உழைப்பு கலவாமல் எவ்வித விளைவும் உண்டாவதில்லை என்றும், ஆதலின் தொழிற் சாலைகளில், தொழிலாளர்களுக்கும் பொருளாதாரத்தில் உரிமையிருத்தல் வேண்டுமென்றும், முதற்படியாகத் தற்போது இலாபத்தில் குறைந்தது ரூபாய்க்கு இரண்டணாவாவது தொழிலாளர்க்கென்று ஒதுக்கப்படல் வேண்டுமென்றும், எவ்வழியிலாவது தொழிலாளர்க்குத் "தாம் வேலை செய்யும் தொழிற்சாலைகளில் தமக்கும் உரிமையுண்டு" என்னும் உணர்வு பிறக்கும் முறையில் சட்டம் செய்ய அரசாங்கம் முற்படல் வேண்டுமென்றும், அது குறித்து அறக் கிளர்ச்சி செய்ய வேண்டுமென்றும், திரு.வி.க. பேசி வந்தது சில தலைவர்கட்குப் பிடியாமலே இருந்தது. தொழிற்சங்கங்கள் ஒரு புதிய உலகைக் கண்டன.

தொழிலாளர் கூட்டங்களில் அந்நாளில் யான் பேசி வந்தது காங்கிரஸ் தலைவருள்ளும் சிலருக்கு வெறுப்பூட்டியது. எல்லாவற்றையும் உணர்ந்தே எனது தொண்டை ஆற்றி வந்தேன்."[15]

இம் மேற்கோளை நோக்கினால் திரு. வி. க. வின் உள்ளத்தில் எத்தனை மாற்றங்கள் ஏற்பட்டுள்ளன என்பவற்றை எளிதில் உணரலாம். அக்காலத்திலேயே ரெயில், டிராம் போன்ற துறைகளை அரசுத் துறைகளாக மாற்ற வேண்டுமென்றும், தொழிற்சாலைகளில் தொழிலாளர்களுக்கும் உரிமை கிடைக்க வேண்டுமென்றும், அவர் கூறுவதிலிருந்து அவற்றை உணரலாம். இச்சிந்தனைகள், சென்னைத் தொழிலாளர் சங்கத்திலிருந்த மற்ற தலைவர்களின் சிந்தனைகளிலிருந்து பெரிதும் மாறுபட்டவை. திரு.வி.க.வுக்கு இம் மாற்றம் எப்படி ஏற்பட்டது? ஏன் மற்றவர்களுக்கு ஏற்படவில்லை? தொடக்கக் காலம் முதலே சிங்காரவேலரைத் திரு.வி.க. ஆசானாக ஏற்றுக் கொண்டவர். சிங்காரவேலரின் நட்பும் வழிகாட்டுதலுமே திரு. வி. க. வை அவ்வாறு சிந்திக்க வைத்துள்ளன எனலாம்.

தமிழகத்தில் முதன்முதலில் மார்க்சியத்தை அறிமுகப் படுத்தியவர் சிங்காரவேலர். மார்க்சியத்தில் மிகுந்த ஈடுபாடு அவருக்கு இருந்ததால், தெளிவான வர்க்கப் பார்வை கொண்டவராக அவர் இருந்தார். வர்க்கப் பார்வையுடன் தொழிலாளர்களை உருவாக்க முயன்ற முன்னோடி அவரே ஆவர். தொழிற் சங்கங்கள் ஊதிய உயர்வு, சரியான ஓய்வு, சரியான வேலை நேரம், சுகாதாரம் ஆகியன குறித்துப் போராடும் இயக்கமாக மட்டுமன்றி, அதனை அரசியல் இயக்கமாக, அதாவது சுரண்டப்படும் அனைத்து மக்களின் விடுதலைக்குப் போராடும் அரசியல் சார்ந்த முன்னணிப் படையாக இருக்கவேண்டுமென முதலில் திட்டம் வைத்தவர் அவரே. தொழிலாளர்களின் போராட்டம் ஒருங்கிணைந்து வளர்ந்து, அது அரசியல் போராட்டமாக உருமாற்றம் அடைய வேண்டுமென்று முதலில் போதித்தவர் அவரே.

சுரண்டல் மிகுந்த சமுதாயத்தில் சுரண்டுவோரின் கொள்கையே சமுதாயக் கொள்கையாக நிலை மாற்றம் அடைகிறது. இதனால் சுரண்டப்படுவோரின் சிந்தனைக்குத் தடையாகத் திரை விரிக்கப்படுகிறது. இதனால், சுரண்டும் வர்க்கத்தின் கொள்கையே சமுதாயக் கொள்கையாக மாறித் தனி மனிதன் குறிக்கோளும், சமுதாயக் குறிக்கோளும் முரண்பட்டு நிற்கின்றன. அதாவது, உழைப்பு என்பது தனிமனிதன் கடமையாகவும், பெரும் லாபம் முதலாளிகளின் உரிமையாகவும் கற்பிக்கப்படுகின்றன. இந்நிலையில், உழைப்பவன் விழிப்புப் பெற்று நல்வாழ்வுக்காகவும், உரிமைக்காகவும் போராடினால், அதனைச் சுரண்டும் வர்க்கம், தம் நலனுக்கு எதிரானதாகக் கருதுகிறது. அதனால், உழைக்கும் வர்க்கம் விழிப்புப் பெறாமல் இருப்பதற்கும், அவர்களின் போராட்டத்தை முறியடிப்பதற்கும் சுரண்டும் வர்க்கம் எதையும் செய்கிறது.

புறத்தில் நிகழும் போராட்டத்தைப் போலிஸ், இராணுவம் ஆகியவற்றைக் கொண்டு ஒடுக்குவதைப் போன்று, சுரண்டும் தத்துவத்தைக் கொண்டு சிந்தனையை ஒடுக்குகிறது. அதாவது, கடமையைச் செய்; பலனை எதிர்பார்க்காதே,

உரிமையைக் கேட்காதே என்கிறது. இதனைத் திட்டமிட்டுப் பரப்புகிறது. இதனால், சமூகத்திலுள்ள பெரும்பாலோரின் சிந்தனை மழுங்குகிறது. இந்நிலையில் சுரண்டலை முற்றும் ஒழிக்கப் பெரும்பாலோரான உழைக்கும் மக்களின் நலனை நிலைநிறுத்த வர்க்கப் போராட்டம் முக்கியமாக உள்ளது. இந்த வர்க்கப் போராட்டத்தை முன்னெடுத்துச் செல்லும் முன்னணிப் படையே தொழிலாளர் இயக்கம். இந்தத் தொழிலாளர் இயக்கம் வெற்றிபெற வேண்டுமானால் ஆட்சியதிகாரத்தைக் கைப்பற்றும் அரசியல் இயக்கமாக அது மாறவேண்டும்.

அதனால்தான் சிங்காரவேலர் 1-5-1923ஆம் ஆண்டில் வர்க்கப் பார்வையுடன் இந்தியத் தொழிலாளர் - உழவர் கட்சி (Labour and Kissan Party of Hindustan) என்ற ஒன்றைத் தொடங்கினார். சரியான திட்டமும் நோக்கமும் இருந்தும் அக்கட்சி வளரவில்லை. அக்காலத் தொழிலாளர் நிலையும், சூழலும், வர்க்கப் பார்வையின்மையும், அக்கட்சி வளர்ச்சிக்குத் தடையாக இருந்தன. அக்காலத் தொழிற்சங்கத் தலைவர்களுள் பெரும்பாலோர் அக்கட்சிக்கு ஆதரவு நல்க மறுத்தனர்; தயங்கினர். அதில் திரு.வி.க.வும் ஒருவர். சிங்காரவேலர் ரஷிய ஆதரவாளர் என்பதாலும், இடதுசாரித் தன்மை கொண்ட தொழிற்சங்கங்களுக்கு, அக்காலத்திய பிரிட்டிஷ் அரசாங்கம் கடும் தண்டனை விதிக்கும் என்ற நிலை இருந்ததாலும், அவர்கள் ஆதரவு வழங்க அஞ்சினர்; ஒதுங்கினர். சிங்காரவேலர் தொடங்கியுள்ள தொழிற் சங்கத்துக்கும், சென்னைத் தொழிலாளர் சங்கத்துக்கும், எவ்வித ஒட்டுமில்லை, உறவும் இல்லையென்று செ. தொ. சங்கத் தலைவர்கள் வெளிப்படையாக அறிக்கைவிட்டனர். இதிலிருந்து பிரிட்டிஷ் ஆட்சிக்கு அவர்கள் எப்படி அஞ்சினர் என்பதை உணரலாம். அந்த அறிக்கையிலிருந்தே அவர்களின் மனநிலையை நன்கு அறியலாம். இந்த வரலாறு தொழிற்சங்க இயக்கம் நன்கு அறிய வேண்டிய ஒன்றாகும். அதனை வேறொரு கட்டுரையில் காண்போம்.

சிங்காரவேலருக்கு மார்க்சிய ஞானம் இருந்ததால் தெளிவான வர்க்கக் கண்ணோட்டம் இருந்தது. மற்றவர்கள்

தன்னைக் கண்டு ஒதுங்கினாலும், அவர் அவர்களோடு இணைந்து போராடவும் நின்றார். வழிகாட்டவும் செய்தார். தெளிவான வர்க்கக் கண்ணோட்டத்தோடு அவர் பற்பல கட்டுரைகளையும் நூல்களையும் எழுதியுள்ளார். பல சொற்பொழிவுகளையும் நிகழ்த்தியுள்ளார். தொடக்கக் காலத்தில் அவர் எழுதியுள்ள ஒரு குறிப்பை நோக்கினால் அவர் கண்ணோட்டத்தை எளிதில் உணரலாம். அக் கண்ணோட்டம் திரு.வி.க.வுக்கு உதவியுள்ளதையும் அறியலாம்.

சிங்காரவேலர் "ஸ்வதர்மா" என்ற ஆங்கில வார இதழில் தொழிலாளரைப் பற்றியொரு நீண்ட கட்டுரை எழுதியுள்ளார். அக்கட்டுரை பின்பு நவசக்தியில் 22-7-1921 அன்று மொழியாக்கம் செய்யப்பெற்று வெளியிடப்பட்டது. அக் கட்டுரையிலுள்ள ஒரு சிறு பகுதியை நோக்கினாலேயே அவரின் கண்ணோட்டம் எளிதில் விளங்கும்.

"தொழிலாளர்கள் தொழிலில் சுயராஜ்யம் அடைய விரும்புகிறார்களென்பதை, நாம் அரசியல் சுயராஜ்யத்திற்காகப் பாடுபடும்போது எடுத்துக்காட்ட வேண்டியது அவசியமாகிறது. நாம் அரசியலில் முன்னேற்றம் அடைவதற்கு அரசியல் சுயராஜ்யம் எவ்வளவு அவசியமோ அதே மாதிரியாகப் பொருளாதார விஷயங்களில் தொழிலாளர்களுக்குச் சுயராஜ்யம் இன்றியமையாதது. நாம் இப்போது அரசியல் விஷயங்களில் மாத்திரம் சுயராஜ்யம் அடைவதற்கு முயற்சி செய்து மற்றதை விட்டு விடாமல், மற்ற தேசங்களில் ஏற்பட்டிருக்கும் முதலாளி தொழிலாளி சச்சரவு நம் நாட்டிலும் வேரூன்றிவிடும். ஆதலால், நாம் நமது அரசியல் விஷயங்களிலும் தொழில் விஷயங்களிலும் சுயராஜ்யம் அடைய முயல வேண்டும்.

ருஷ்யாவில் உலகத் தொழிலாளர் சங்கம் தொழிலாளரின் நலத்தையே முக்கியமாகக் கொண்டு எழுந்திருக்கிறது. அச்சங்கம் விருத்தி ஆக ஆக மற்ற சங்கங்கெங்களெல்லாம் சீர் குலைந்து கொண்டே போகும். மேல் நாட்டுத் தொழில் தலைவர்கள், தொழிலாளர் நலத்தைச் சரியாக நாடாமல் விட்டு விட்டபடியால், தொழிலாளர் புரட்சிகள் பயன்படாமல்

போய்விட்டன. மாஸ்கோவில் தொடங்கப்பட்டிருக்கும் உலகத் தொழிலாளர் சங்கமே உண்மையில் தொழிலாளர் நலத்தை நாடுவதாகும். நம் தேசத்திற்குத் தக்கபடி மாஸ்கோ உலகத் தொழிலாளர் சங்க விதிகளைத் திருத்திக்கொண்டு காரியங்களைச் செய்தால் ச்ச்சரவுகளும் பிணக்குகளும் ஏற்படா. அச்சங்கத்தினால் உலகத்திலுள்ள மற்ற தொழிற் சங்கங்களுக்கும் நன்மை ஏற்படும்.[16]

சிங்காரவேலரால் இங்குக் குறிப்பிடப்படும் தொழிலாளரின் பொருளாதாரச் சுதந்திரத்தைப் பின் பற்றித்தான் பின்னாளில் திரு.வி.க.வும், அச் சுதந்திரத்தைக் குறிப்பிடுகிறார். அந்நாளில் சிங்காரவேலர் எழுத்திலும் பேச்சிலும் உழுபவனுக்கு நிலம் சொந்தமாக்கப்பட வேண்டுமென்றும், தொழிற்சாலைகள் அரசுடைமை யாக்கப்பட வேண்டுமென்றும் அடிக்கடி குறிப்பிட்டு வந்தார். இங்கு மற்றொரு முக்கியமான செய்தியைக் குறிப்பிடுவது மிக இன்றியமையாதது. 1921 ஆம் ஆண்டில் பம்பாயில் அனைத்திந்தியத் தொழிற்சங்கக் காங்கிரஸ் மாநாடு நடந்தது. அம் மாநாட்டில் கலந்து கொள்ள பிரிட்டிஷ் தொழிற் கட்சியின் சார்பாக கர்னல் வெட்ஜ்வுட் (Wedge Wood) எச். என். பிரெய்ல்ஸ் போர்ட் (H. N. Brails Ford) ஹால்போர்ட் நைட் (Hol Ford Knight) ஆகியயோர் வந்திருந்தனர். அப்போது சிங்காரவேலர் ஒரு செய்தியைத் தந்தி மூலம் வேட்ஜ்வுட்டுக்கு அனுப்பியிருக்கிறார். அத்தந்தியில் கீழுள்ளவாறு குறிப்பிடப்பட்டிருந்தது.

"தொழில் உற்பத்திக் கட்டுப்பாடு, நிலத்தைத் தேசியமயமாக்குதல், ஆகியவற்றை சோசலிசம் கேட்கத் தூண்டுகிறது. இலாபத்தில் பங்கு, ஊதிய உயர்வு போன்ற வெறும் தற்காலிகச் சலுகைகள் அல்ல யாம் கேட்பவை. மற்றும் எதேச்சதிகாரத்துவத்துக்கும், முதலாளித்துவத்திற்கும் எதிராகத் தொழிலாளரைக் காக்க ஆலோசனைக் குழு அமைக்கக் கேட்டுக்கொள்கிறேன்."

இச் செய்தியை அறிந்த வெட்ஜ்வுட், அந்த மாநாட்டில் "இத்தகு உணர்வுகொண்ட உணர்ச்சி இதுவரையில் இந்தியாவில் கேட்டதில்லை" என்று கூறியுள்ளார். இந்தச்

செய்திகள் நியூ இண்டியா (New India) ஆங்கில நாளிதழில் 15-1-1921 இல் வெளிவந்துள்ளது. மற்றும், உழுபவனுக்கு நிலம் உரிமையாக்கப்பட வேண்டுமென்பதையும், தொழிற்சாலைகளையும், வேறு பல அமைப்புகளையும் அரசுடைமையாக்கப்பட வேண்டுமென்பதையும், அவர் பல கடிதங்களில் காந்தியடிகளுக்குக் குறிப்பிட்டுள்ளார். அவை திறந்த மடல்களாக (Open Letter to Mahathma Gandhi) ஸ்வதர்மாவிலும், இந்து நாளிதழிலும் 1921 முதல் 1923 வரை வெளிவந்துள்ளன. இவற்றின் செல்வாக்கே திரு.வி.க. அவர்களிடத்தில் வெளிப்பட்டுள்ளது. தமிழறிஞராகவும் சமயப் புலவராகவும் விளங்கிய திரு.வி.க. தொழிற்சங்கத் தலைவராக விளங்கவும், மார்க்சியத்தைத் தழுவிய சிந்தனையாளராகப் பொலியவும் சிங்காரவேலரின் சிந்தனையும் நட்பும் செயற்பாடும் முக்கியக் காரணங்களாக அமைந்துள்ளன. சிங்காரவேலரின் சிந்தனை, திரு.வி.க.வின் ஆளுமையில் எத்துணை மாற்றத்தை ஏற்படுத்தியுள்ளது என்பதை இதுகாறும் விளக்கியவற்றால் நன்கு உணரலாம். இவைபோன்ற காரணங்களால்தான் பேரறிஞர் அண்ணா சிங்காரவேலரைச் சிந்தனைச் சிற்பியென்று போற்றினார். புரட்சிக் கவிஞர் பாரதிதாசனும் "போர்க்குணம் மிகுந்த செயல் முன்னோடி" என்றும் சிறக்கப் பாடினார்.

சான்று நூல்கள்

1. திரு. வி.க. - திரு.வி.க. வாழ்க்கைக் குறிப்புகள் - பக் -606 - சைவ சித்தாந்த நூல் பதிப்புக் கழகம் - சென்னை.
2. மு. கு. நூல் - பக். 639 -640
3. மு.கு. நூல் - பக். 579
4. மு.கு. நூல் - பக். 618
5. மு.கு. நூல் - பக். 619
6. மு.கு. நூல் - பக். 618
7. மு.கு. நூல் - பக். 106
8. மு.கு. நூல் - பக். 456
9. மு.கு. நூல் - பக். 3
10. மு.கு. நூல் - பக். 106
11. மு.கு. நூல் - பக். 588
12. மு.கு. நூல் - பக். 317
13. தே. வீரராகவன் - சென்னைப் பெருநகரத் தொழில் சங்க வரலாறு - டிசம்பர் 2003 - பக் -111-112 - அலைகள் வெளியீட்டகம், கோடம்பாக்கம் - சென்னை - 600 024.
14. திரு. வி. க. வாழ்க்கைக் குறிப்புகள் - பக். 454-548.
15. மு. கு. நூல் - பக். 480 - 481

11

தெ.பொ. மீ. ஆதரித்தார்

சிந்தனைச்சிற்பி ம.சிங்காரவேலர் ஒரு பொதுவுடைமை வாதி; அதுவும் உறுதியான நாத்திகர். ஆனால் தெ. பொ. மீனாட்சி சுந்தரனாரோ தேசியவாதி பழுத்த ஆன்மிகவாதி. ஓர் ஆன்மிக வாதி, நாத்திகரான பொதுவுடைமைவாதியை எப்படிப் பின்பற்ற முடியும்? எனும் ஐயம் எவருக்கும் எழவே செய்யும் ஆனால் உண்மை அதுதான். சிங்காரவேலர் (1860-1946) தொடக்கக் காலத்தில் காங்கிரஸ் கட்சியில் இருந்தவர். தமிழகத்தில் விடுதலைப் போராட்டத்தின்போது தொண்டர்படைத் தளபதியாகவும், தொண்டர் அகில இந்தியக் காங்கிரசின் செயற்குழு உறுப்பினராகவும் இருந்தவர். மேலும், பரந்த வாசிப்பும், அறிவியல் கண்ணோட்டமும் கொண்டவர். இவற்றால் உலகில் நிகழ்ந்துவரும் மாற்றங்களை உற்று நோக்கி வந்தார். வெளிநாட்டு நூல்களையும், வெளிநாட்டுச் செய்தித்தாள்களையும் தொடர்ந்து படிப்பவராக இருந்தார். இவற்றால், இவரது உலகக் கண்ணோட்டம் விரிந்து கொண்டிருந்தது எனலாம்.

இவர் இளமையில் இலண்டன் சென்று சில திங்கள் தங்கியிருந்ததாலும், அவர் கண்ணோட்டத்தில் கூடுதலான வளர்ச்சி ஏற்பட்டிருக்கலாம். அறிவியல், தத்துவம், உளவியல், மானிடவியல் ஆகிய துறைகளில் வெளிவரும் சிறந்த நூல்களைச் சென்னையிலுள்ள புகழ் வாய்ந்த கடைகளில் மட்டுமல்லாமல், "சுண்டைக்காய் கால்பணம்; சுமைக்கூலி முக்கால் பணம்" என்பதற்கேற்பச் சிறந்த நூல்களை மிகுந்த செலவில் அஞ்சல்வழி வருவித்தும் படித்துள்ளார். வெள்ளை ஆதிக்கம் இவரை ஒரு போல்ஸ்விக் எனக் கருதிக் கடுமையாகக் கண்காணித்துக் கொண்டிருந்த போதும் இவர் புதுச்சேரியிலிருந்து தரை வழியாகவும், கடல்வழியாகவும்

பற்பல அரிய நூல்களை வருவித்துள்ளார். இச்செய்திகள் மூலம், இவர் புத்தகங்கள் மீது எத்துணைத் தாகம் கொண்டு இருந்தார் என்பதை நன்கு உணரலாம். மாளிகை போன்ற தம் வீட்டில் அக்காலத்திலேயே பல்லாயிரத்துக்கு மேற்பட்ட நூல்கள் அடங்கிய நூலகத்தை வைத்திருந்திருக்கிறார். பொதுவுடைமைக் கட்சியின் தலைவர்களுள் ஒருவராக விளங்கிய **அமீர் அய்தர்கான்**, தென்னிந்தியாவிலேயே தனிப்பட்ட ஒருவரின் நூலகங்களுக்குள் சிங்காரவேலரின் நூலகமே மிகப்பெரிதெனச் சுட்டிக் காட்டியுள்ளது இங்கு நினைவுகூரத்தக்கது. இவர் நூலகத்தை, ப.ஜீவானந்தம், அறிஞர் அண்ணா, எ.எஸ்.கே. அய்யங்கார், கே.டி.கே. தங்கமணி, குத்தூசி குருசாமி போன்றோர் பயன்படுத்தி உள்ளனர்.

இவர் பொதுவுடைமைவாதியாக விளங்கியதால், அறிவியல், தத்துவம் போன்ற துறைகளைப் பற்றிய நூல்களை மட்டுமல்லாமல், குரான், பைபிள், பகவத் கீதை, அத்துவைதம், கைவல்ய நவநீதம் ஆகியவற்றையும், அவை போன்ற வேறு சில நூல்களையும் கற்றிருக்கிறார். இவர் வரலாற்றுத் துறையில் இளங்கலைப் பட்டம் பெற்றுப் பின்பு, காந்தியடிகள் ஒத்துழையாமை இயக்கத்தை அறிவித்தவுடன் அதனை ஏற்று, தனது வழக்குரைஞர் அங்கியைத் தீயிட்டுக் கொளுத்தி, வழக்கு மன்றம் செல்வதை நிறுத்திக் கொண்டார். தெ. பொ. மீனாட்சி சுந்தரனார் (8-1-1901 - 27-8-1980) சிறந்த தமிழறிஞர் எனினும், ஆங்கிலம், வடமொழி, இந்தி, தெலுங்கு, பிரெஞ்சு, ஜெர்மனி போன்ற பல மொழிகளைக் கற்றவர். இலக்கணம், தருக்கம், மொழியியல் ஆகியவற்றையும் நன்கு கற்றவர். தத்துவம்,உளவியல், சட்டம், சமயம் ஆகிய துறைகளிலும் ஞானம் இருந்ததால், இவர் பல்கலைச் செல்வர் என்றும் பாராட்டப்பெற்றார். 1922-ஆம் ஆண்டில் பி.எல். பட்டமும், 1923 -ஆம் ஆண்டில் எம்.ஏ. பட்டமும் பெற்றார். பின்பு சிறந்த வழக்கறிஞரிடத்தில்(இவர் பின்னாளில் உச்சநீதிமன்ற நீதிபதியாக விளங்கியவர்) பயிற்சி பெற்றுத் தொழில் புரிந்தவர். இவருடைய தந்தையார் பொன்னுசாமி கிராமணியார். இவரும் நன்கு தமிழ் கற்றவர்.

மகாவித்துவான் மீனாட்சி சுந்தரம்பிள்ளையின் மாணவரான அட்டாவதானம் சுப்பராயச் செட்டியாரின் மாணவர்தான் பொன்னுசாமி கிராமணியார். திரிசிரபுரம் மீனாட்சி சுந்தரம் பிள்ளை ஒரு முறை பொன்னுசாமி கிராமணியார் வீட்டிற்கு வருகை புரிந்திருந்ததால், அப்பெரியாரின் நினைவாக அவர் தம் பிள்ளைக்கு மீனாட்சி சுந்தரன் எனும் பெயரை வைத்துள்ளார். பெரியோரின் பெயரைப் பலர் காப்பாற்ற மாட்டார்கள். ஆனால், பொன்னுசாமி அவர்களின் மகனார் மீனாட்சி சுந்தரன், திரிசிரபுரம் மகாவித்துவானின் பெயரைக் காப்பாற்றிவிட்டார். நன்றாகக் காப்பாற்றிவிட்டார். இந்நிலையில் தெ.பொ.மீ. நம்மால் மதிக்கத் தக்கவர். நன்றி பாராட்டத் தக்கவர்.

தெ.பொ.மீ. வாழ்ந்த சிந்தாதிரிப்பேட்டையில் இலக்கணத்திலும் வேதாந்தத்திலும் சூறாவளியாக விளங்கிய கோ. வடிவேலு செட்டியார் வாழ்ந்து வந்தார். தெ.பொ. மீ. இவருடைய தலைமை மாணாக்கராக விளங்கி, இலக்கணத்தையும் வேதாந்தத்தையும் இளமையிலேயே நன்கு கற்றார். தெ.பொ.மீ. செல்வக்குடியில் பிறந்ததால், எந்தெந்த நூலில் எவரெவர் வல்லுநரோ அவர்களிடமே நேரில் சென்று அவர் கற்றுள்ளார். குறிப்பாக, கோ. இராமலிங்கத் தம்பிரானிடம் தணிகைப் புராணம், சேதுபுராணம் ஆகிய நூல்களைக் கற்றார். பிரதிவாதி பயங்கரம் அண்ணங் காச்சாரியார், திருப்புறம்பியம் இராமசாமி நாயுடு ஸ்ரீரங்கம் சடகோபாச்சாரியார் ஆகிய அறிஞர்களிடம் வைணவத்தையும், தமிழ்ப் பெருமலை மறைமலையடிகளிடத்தில் சைவத்தையும் கற்றார். இவற்றையெல்லாம் 25 வயதுக்குள்ளாகவே தெ.பொ.மீ. கற்றுள்ளார். கோ. வடிவேலு செட்டியாரிடத்தில் தெ.பொ. மீ. வேதாந்தம் கற்றதாலும், இளமைத் தொட்டுப் பலரிடத்தில் சமயங்களைக் கற்றதாலும் இறுதிவரை ஆன்மிகவாதியாகவே அவர் விளங்கினார். குறிப்பாக, வேதாந்த உணர்வு அவருக்கு இறுதி வரை இருந்தது. ஆங்கில ஆதிக்கத்தை எதிர்த்து இந்தியாவிலும், இலண்டனிலும் தேசிய நாடகத்தை நடத்திய கிருஷ்ணசாமிப் பாவலர் தெ.பொ.மீ.யின் தமையனார் என்பது

குறிப்பிடத்தக்கது. தென்முனையும் வடமுனையும் ஓரிடத்தில் சந்திப்பதுபோல், சிந்தனைச் சிற்பியும் பல்கலைச் செல்வரும் ஓரிடத்தில் சந்தித்தனர். அந்த அரிய வாய்ப்பை ஏற்படுத்திய இடம் எது? நாம் அறியவேண்டாமா? அந்த இடம்தான் சென்னை நகராண்மைக் கழகம். அதாவது, சென்ட்ரல் இரயில் நிலையத்துக்குப் பக்கத்திலுள்ள ரிப்பன் மாளிகை. இருவரும் நகராண்மைக் கழக உறுப்பினர்களாகச் சந்தித்துக் கொண்டார்கள். 1925-ஆம் ஆண்டில் சிங்காரவேலர் சென்னை, யானை கௌனி பகுதியில் காங்கிரஸ் வேட்பாளராக நின்று, ஜஸ்டிஸ் கட்சி வேட்பாளரான மதன கோபால் நாயுடுவைத் தோற்கடித்து வெற்றிபெற்றார். தெ. பொ. மீ. யும் காங்கிரஸ் வேட்பாளராகத் தேர்ந்தெடுக்கப் பெற்றார். இருவரும் காங்கிரஸ் கட்சிக்காரர்களேயானாலும், நிரம்பக் கற்றிருந்தவர்களாக இருந்தாலும், இருவரும் கொள்கையில் வேறானவர்களாக இருந்தனர்.

1917-ஆம் ஆண்டில் சோவியத்துப் புரட்சி வெற்றி பெற்றதிலிருந்து ஒருவர் சர்வ தேசியவாதியாக மாறிக் கொண்டிருந்தார்; இன்னொருவரோ தமிழகத்தைத் தாண்டித் தேசியவாதியாக மலர்ந்துகொண்டிருந்தார். ஒருவர் காந்தியத்திலிருந்து மார்க்சியராக மாறிக் கொண்டிருந்தார். மற்றொருவரோ காந்தியத்திலேயே மேலும் ஆழ்ந்து கொண்டிருந்தார். ஒருவர் உறுதியான நாத்திகர்; மற்றொருவர் பழுத்த ஆத்திகர். ஆனால், இருவரும் சிறந்த மனிதநேயவாதிகள். அடிப்படையில் இருவருக்கும் இந்த ஒற்றுமை இருந்ததால் இருவரும் நட்பை வளர்த்தார்கள். நண்பர்களாக விளங்கினார்கள். ஒருவர் வயதுடைய முதியவர்; மற்றொருவர் 25 வயதுடைய இளையவர். வயதுவேறுபாடு இவர்களின் நட்புக்கும் ஊறுவிளை விக்கவில்லை. கொள்கைக்கும் கேடு விளைவிக்கவில்லை. இதனால், நகராண்மைக் கழகக் கூட்டத்தில் ஓர் அதிசயம் நடந்தது. அந்த அதிசயம் என்ன?

26-4-1926 அன்று சிங்காரவேலர், நகராண்மைக் கழகப் பள்ளிகளில் மதங்களைப் பற்றிய பாடல்கள் பாடத்திட்டத்தில்

இடம்பெறக் கூடாதென ஒரு தீர்மானத்தைக் கொண்டு வந்தார். இது மிக முக்கியமானதொரு தீர்மானமாகும். மத வேறுபாட்டைக் களைவதற்கும், வளர்ப்பதற்கும் மதப்பாடங்கள் இல்லாமல் இருப்பதே சிறந்தது. மூடநம்பிக்கை வளராமல் இருப்பதற்கும் அறிவியல் கண்ணோட்டம் பெருகுவதற்கும், சமூகத்தில் நல்லிணக்கம் வளர்வதற்கும், மதம் பற்றிய பாடங்கள் இல்லாமல் இருப்பது மிகமிக வேண்டியதாகும். மனிதச் சமூகத்தின் நற்பயன் கருதியே சிங்காரவேலர் அக்காலத்தில் அந்தத் தீர்மானத்தைக் கொண்டுவந்துள்ளார். தமிழகத்தில் இப்படிப்பட்ட தீர்மானத்தை முதலில் கொண்டு வந்தவர் சிங்காரவேலரே ஆவர். சிங்காரவேலர் தொலைநோக்கு உணர்வுடன் கொண்டு வந்த இப்பயன் மிகு தீர்மானம் ஒரு வரலாற்றுச் சாதனையாகும். இத்தகு தீர்மானத்தைக் கொண்டு வந்ததற்காகத் பொதுவுடைமை இயக்கமும் பெருமைப்படலாம். தேசிய இயக்கமும் பெருமைப்படலாம். இப்படியொரு தீர்மானத்தை இந்தியாவில் வேறு எவராவது அக்காலத்தில் கொண்டு வந்துள்ளனரா? என்பதை ஆய்வாளர்கள் ஆய்ந்து பார்க்கவேண்டும். அப்படியாரும் கொண்டுவரவில்லை என்றால், அந்தச் சிறப்பிடம் இந்தியாவிலேயே சிங்காரவேலருக்குத்தான் கிடைக்கும். வேறு யாராவது வேறு மாநிலத்தில் கொண்டு வந்திருந்தால் அந்நிலை மேலும் போற்றத்தக்கதே யாகும்.

சிங்காரவேலர் இப்படிப்பட்ட தீர்மானம் கொண்டு வந்ததற்குச் சோவியத்து ஆட்சியே காரணமாக இருந்திருக்க வேண்டும். அதாவது, சோவியத்து ஆட்சி, புரட்சிக்குப் பின் ஏற்பட்டதும், மதம் தனிப்பட்டவரின் விடயம் என்றும், மதச் சிந்தனைகளை வளர்க்க சோவியத்து ஆட்சி ஒருபோதும் துணைபுரியாது என்றும் சட்டம் கொண்டு வந்தனர். சோவியத்து ஆட்சி மூடநம்பிக்கைக்கு எதிரான போரையும், அறிவியல் கண்ணோட்டத்தையும், தொடர்ந்து வளர்க்கும் என்றும் தெளிவு படுத்தியது. சிங்காரவேலர் சோவியத்தின் இந்த நிலைப்பாட்டை நன்கு உணர்ந்தவராதலாலும், மற்றும் Religion of the Open Mind-By Gowan - Watts and Co- London - மதங்களைப் பற்றிய பொதுமனப்பான்மை Social Record of

Christianity By- J. Macobi-Watts and Co., London கிறித்துவ மதத்தின் சமூக வேலை போன்ற மதத்திற்கு எதிரான அரிய நூல்களை நன்கு கற்றிருந்தாலும் அத்தீர்மானத்தைக் கொண்டு வந்திருக்கலாம். ஆனால் தமிழகத்துக்கு இதுவொரு புதுப்பாதை; புரட்சிப் பாதை என்பதை யாராலும் மறக்கமுடியாது. மேலும், சிங்காரவேலர் நகராண்மைக் கழகத்தில் அப்போது பொறுப்பு ஏற்கும்போது , “கடவுள் பெயரால் பொறுப்பு ஏற்கிறேன்” என்று கூறாமல், “மனச்சான்றின்படியே பொறுப்பேற்கிறேன்” என்று பொறுப்பேற்றதும் அதுவரை தமிழகம் காணத ஒன்றாகும். அக்காலத்தில் எல்லோரும் “கடவுளின் பெயரால் பொறுப்பு ஏற்கிறேன்” “பதவி ஏற்கிறேன்” என்று கூறிய போது, சிங்காரவேலர் இப்படி முதன் முதலில் கூறியது சாதாரணமானதன்று; மிகத் துணிச்சலானது. தந்தை பெரியார் பிற்காலத்தில் சிங்காரவேலரின் பெருமையைக் கூறும் போது, இதனைக் குறிப்பிட்டே பெரிதும் பாராட்டியுள்ளார்.

தொ.பொ.மீ. சமய நம்பிக்கையுடையவர். குறிப்பாக, அக்காலத்தில் வேதாந்தத்தில் நாட்டமுடையவராக இருந்துள்ளார். அவரது குடும்பம் வழிவழிச் சமய மரபை உடையது. தெ.பொ.மீ. யின் தந்தையார், சிந்தாதிரிப் பேட்டையிலுள்ள ஆதிபுரீஸ்வரர் கோயிலுக்கு அவருடைய மூதாதையர் பல்வேறு அறக்கட்டளைகளை நிறுவித் திருவிழாவையும் நாட்பூசையையும் செய்தவற்றைப் போலவே அவரும் தொடர்ந்து செய்து வந்தார். மற்றும், அங்குள்ள ஆதிகேசவப் பெருமாள் கோயிலில் நடைபெறும் கருடசேவைக்கு அவர்தந்தையார் வேண்டிய பொருளுதவி செய்ததுடன், கோயிலைப் பழுதுபார்க்கும் பணிக்கும் பொருளுதவி செய்துள்ளார். இக்காலத்தும் அக்கோயில்களில் அறக்கட்டளை உறுப்பினர்களாக அவரின் வழிவந்தவர்கள் இருந்து வருகிறார்கள். தெ.பொ.மீ. யின் குடும்பம், இத்தகைய சமயப் பின்னணி உடையது. தெ.பொ.மீ.யின் சமூக வாழ்க்கையில் மட்டுமின்றி, அவர் மேற்கொண்ட அரசியல் வாழ்க்கையிலும் ஆன்மிகப் பின்னணியே அவரைச் சூழ்ந்தது. அவரின் பெருமதிப்பிற்குரிய தலைவராகக் காந்தியடிகள் விளங்கினார்.

காந்தியடிகளோ கடவுளைச் சிறிதும் மறக்காதவர். இராம ராஜ்யம் வேண்டியவர். இந்தச் சூழலில் வளர்ந்த ஒருவர், சிங்காரவேலரின் மத மறுப்புத் தீர்மானத்தை ஏற்பாரா? ஏற்க மாட்டார்.

ஆனால், தெ. பொ. மீ. யோ ஏற்றிருக்கிறார். ஆம், ஏற்றுச் சிங்காரவேலரின் தீர்மானத்தை ஆதரித்துப் பேசியிருக்கிறார். இது என்ன? சிங்காரவேலரின் பேச்சுதான் காரணமாக இருந்திருக்க வேண்டும். பாடத்திட்டத்தில் மதத்தை ஏன் புகுத்தக்கூடாது என்பதற்குச் சிந்தனைச் சிற்பி கூறிய காரணங்கள் நியாயமானவையாகவும், நீதியுடையனவாகவும் இருந்திருந்ததால் தெ.பொ.மீ. அதனை ஏற்றுச் சிங்காரவேலரின் தீர்மானத்தை ஆதரித்து இருக்கிறார் எனில், அதற்குச் காரணம், சிங்காரவேலரின் சிந்தனை மிக்க பேச்சு, மட்டுமன்று; தெ.பொ.மீ. அதனை ஏற்று ஆதரித்து இருக்கலாம். ஒரு சமயத்தை அன்றிப் பல சமயங்களை உணர்ந்தவர், சமயப் பின்னணியில் வளர்ந்தவர் சிங்காரவேலரின் தீர்மானத்தை ஆதரித்து இருக்கிறார் எனில், அதற்குக் காரணம், சிங்காரவேலரின் சிந்தனை மிக்க பேச்சு மட்டுமன்று; தெ.பொ.மீயின் பரந்த உள்ளமும் காரணம் எனலாம். எத்தனை நியாயங்களைக் கூறினாலும் சிலர் ஏற்க மாட்டார்கள். உண்மையை, நியாயத்தை ஏற்பதற்கும் ஒரு பெருந்தகவு வேண்டும். அந்தப் பெருந்தகவு தெ.பொ.மீ. யிடத்தில் இருந்துள்ளது. அந்தப் பெருந்தகவுதான் சமுதாய மேம்பாடு நோக்கி அவரைச் சமயத்துக்கு மாறாகச் சிந்திக்க வைத்துள்ளது.

இதனைப் போன்றே இங்கிலாந்து நாட்டின் தொழிலாளர் கட்சியின் நாடாளுமன்ற உறுப்பினரும் மார்க்சிய அறிஞருமான சக்லத்வாலா (இந்தியத் தொழில் அதிபர் டாடாவின் அக்காள் மகன்) இந்தியாவிற்கு வருகை புரிந்தபோது, அவரைச் சிறப்பாகச் சென்னை நகராண்மைக் கழகச் சார்பாக வரவேற்க வேண்டுமெனச் சிங்காரவேலர் தீர்மானம் (1927-இல்) கொண்டு வந்தார். அந்தத் தீர்மானமும் வெற்றிபெற அவருக்குத் தெ.பொ.மீ. துணையாக இருந்ததோடு மட்டுமன்றி, நகராண்மைக் கழகத்தில் நடந்த பாராட்டு விழாவிற்கும்,

வெளியில் நடந்த பாராட்டு விழாவிற்கும் சிங்காரவேலருடன் சேர்ந்து தெ. பொ. மீ. உழைத்துள்ளார். மேலும் சென்னை நகரத்தில் கொசுத் தொல்லையையும், சாக்கடை நாற்றத்தையும் ஒழிப்பதற்குப் பாதாளச் சாக்கடையை உடனடியாகக் கட்டி விரிவாக்கவும், இவர்களிருவரும் இணைந்து செயலாற்றி வெற்றி பெற்றுள்ளனர். நகராண்மைக் கழக உறுப்பினராக இருந்தபோது, சிங்காரவேலரின் சமுதாய நெறியைப் பின்பற்றிய தெ.பொ.மீ. அதனைத் தொடர்ந்து பின்பற்றியிருப்பாரே யானால், அவரது அரசியல் சூழலிலும், இலக்கியச் சூழலிலும் மாற்றம் ஏற்பட்டு இருக்கலாம்.

நகராண்மைக் கழகத்தில் சிங்காரவேலரின் வழியைப் பின்பற்றிய தெ.பொ.மீ.-கும், சிங்காரவேலருக்கும் சில ஒற்றுமைகள் உள்ளன. அவற்றை இங்குப் பதிவு செய்வது ஏற்றது.

சிங்காரவேலரும் சட்டம் பயின்றவர்; தெ. பொ. மீ. யும் சட்டம் பயின்றவர். சிங்காரவேலர் சில மொழிகளை (தமிழ், ஆங்கிலம், உருது, பிரெஞ்சு,ரஷ்யன்) அறிந்தவர்; தெ.பொ.மீ. பல மொழிகளை அறிந்தவர். இருவரும் ஒரு காலத்தில் காங்கிரஸ் கட்சியில் தீவிரமாகப் பணியாற்றிச் சிறைக்குச் சென்றவர்கள். தமிழகத்தில் உளவியலை (Psychology) தமிழில் மானத சாத்திரம் என்று முதன்முதலில் கட்டுரைகளாக அறிமுகப் படுத்தியவர் சிங்காரவேலர். தமிழில் உளவியலை 'மானத சாத்திரம்' என்ற பெயரில் முதலில் இரு நூல்களாக எழுதி வெளியிட்டவர் தெ.பொ.மீ. ஐன்ஸ்டினின் காலக் கோட்பாட்டை (Theory of Relativity) தமிழில் முதன்முதலாகச் சிறு கட்டுரையில் விளக்கியவர் சிங்காரவேலர், அண்ணாமலைப் பல்கலைக் கழகத்தில் 1958-ஆண்டில் ஐன்ஸ்டினின் காலக் கோட்பாட்டை மூன்று பொழிவுகளில் அறிமுகம் செய்தவர் தெ.பொ.மீ. சிங்காரவேலரின் முன்னோர், திருமயிலை, திருப்போரூர், திருவண்ணாமலை, திருவள்ளூர் ஆகிய ஊர்களில் கோயில்களையொட்டி மக்கள் தங்குவதற்காகச் சத்திரங்களைக் கட்டியுள்ளனர். தெ. பொ. மீ. யின் முன்னோரும் சிந்தாதிரிப் பேட்டையிலுள்ள ஆதிபுரீஸ்வரர் கோயிலுக்கு அறக்கட்டளை நிறுவியும், ஆதிகேசவப் பெருமாள் கோயிலுக்கு அறப்பணி செய்தும் உதவியுள்ளர்.

இருவரும் செல்வக்குடியில் பிறந்து, ஏழை எளியவர்களுக்காகத் தொண்டாற்றியவர்கள். இருவரும் கதராடையை உடுத்துவதைப் பெருமையாகக் கொண்டவர்கள். காங்கிரஸ் கட்சியில், வெவ்வேறு காலங்களில் இருவரும் தொண்டர்படைத் தளபதிகளாக இருந்துள்ளவர்கள். சிங்காரவேலர் தொழிற் சங்கத்தின் தலைவராக இருந்தது போன்றே தெ. பொ. மீயும் 1925-ஆம் ஆண்டில் சென்னை அலுமினியத் தொழிலாளர் சங்கத் தலைவராக இருந்துள்ளார். தமிழ்ப்புலவரான தெ. பொ. மீ. தொழிற்சங்கத் தலைவராகப் பொறுப்பேற்றதற்குச் சிங்காரவேலரின் நட்பும், திரு.வி.க.வின் உறவும் காரணமாக இருந்திருக்கலாம். ஒத்துழையாமை இயக்கத்தின்போது, சிங்காரவேலர் தம் வீட்டிலேயே பலருக்குச் சட்ட உதவியும், பஞ்சாயத்தும் செய்தது போலவே, தெ.பொ.மீ.யும் தம் இல்லத்திலேயே பலருக்குப் பஞ்சாயத்து செய்துள்ளார்.

இருவருக்கும் இத்தனை ஒற்றுமைகள் இருப்பன போலவே, ஒரு வியப்பான ஒற்றுமையும் உண்டு. என்ன ஒற்றுமை? அதுதான் இருவர் கையெழுத்துகளுக்கும் உள்ள ஒற்றுமை. தெ. பொ. மீ. யின் இளமைக் காலக் கையெழுத்து மிக அழகாக இருக்கும். ஆனால், முதுமைக் காலக் கையெழுத்து சற்றுப் பெரிதாகவும் வளைந்தும் காணப்படும். இக் கையெழுத்தையும், சிங்காரவேலரின் கையெழுத்தையும் ஒப்புநோக்கினால் ஒன்றே போன்றே தோன்றும். இருவரும் நீண்ட காலம் வாழ்ந்த சான்றோராவர். சிங்காரவேலர் 86 ஆண்டுகள் வாழ்ந்தவர்; தெ.பொ.மீ. 80 ஆண்டுகள் வாழ்ந்தவர். சிங்காரவேலர், தம் இல்லத்திலும், ஊரிலும் சங்கம் அமைத்து பௌத்த தர்மத்தையும், பகுத்தறிவையும், டார்வினிசத்தையும் விளக்கிப் பகுத்தறிவைப் பரப்பினார். தெ.பொ.மீ.யும் தம் இல்லத்தில் தமிழ்ப் புலமையை நடத்தியதோடு, சிந்தாதிரிப்பேட்டையில் தமிழ்ச் சங்கத்தை நிறுவித் தமிழ்ப் புலமையையும் தமிழ் உணர்வையும் பெருக்கினார். சிங்காரவேலர் பல துறைகளைக் கற்றுப் பிறருக்கும் உணர்த்தினார். தெ.பொ.மீயும் பல துறைகளைக் கற்றுப் பல நூல்களை எழுதினார். இருவரும் தமிழர்களுக்குச் சில முறைகளில் முன்னோடிகள். சிங்காரவேலர் முன்னோடி

என்றால் தெ.பொ.மீ. அவர் வழியைப் பின்பற்றிய பின்னோடி ஆவார். பல பணிகளில் இருவருக்கும் ஒற்றுமை இருப்பது போன்றும் முதுமையில் இருபெருஞ் சான்றோரின் கையெழுத்துகளும் ஒன்றி இருப்பது போன்றும், நட்பு ஏற்பட்ட காலம் முதல் தெ.பொ.மீ. சிங்காரவேலருடன் இணைந்து செயலாற்றியிருந்தால் எதிர்காலம் எப்படி இருந்திருக்கும்? தமிழர்களுக்கு அந்த அரிய வாய்ப்பு இல்லை போலும்! தமிழர்கள் இவ்விரு பெரியாரின் தொண்டுகளை, ஒற்றுமை - வேற்றுமைகளை ஆழ உணர வேண்டும். அந்நிகழ்வுகளை நம்மவர்கள் பாடமாக ஏற்கவேண்டும் ஏனெனில் புதுப்பாதை அமைக்க வேண்டிய பொறுப்பு நமக்கு உள்ளது. சிந்தனைச் சிற்பின் வழியைப் பல்கலைச் செல்வர் பின்பற்றியது போன்று நாமும் பின்பற்ற வேண்டாமா?

12
ஜமதக்னி சீடரானார்

சிந்தனைச்சிற்பி சிங்காரவேலருடன் பழகியவர்கள் அவரைச் சிறிதும் மறக்க முடியாதென்றும், அவரை நினைத்தாலே உள்ளத்தில் ஒரு தெம்பு ஏற்பட்டு விடும் என்பார் காலஞ்சென்ற தோழர் கே.டி.கே.தங்கமணி அவர்கள். கே.டி.கே. தங்கமணியவர்கள் காலமாவதற்குச் சில தினங்களுக்கு முன்னர், அவரை யான் பாலன் இல்லத்தில் சந்தித்துப் பேசிக்கொண்டிருந்தேன். இடையில் சிங்காரவேலரைப் பற்றி அவர் பேசத் தொடங்கியதும், அவருடலிலும், உள்ளத்திலும், உடனே ஒரு புத்துணர்ச்சி தோன்றியதைக் கண்டேன். உரையாடலின் இறுதியில் அவரைப் பார்த்து நான் ஒன்று கேட்டேன்; அதாவது, சிங்காரவேலரைப் பற்றிப் பேசத் தொடங்கினால் தங்களுக்கு ஊக்கம் பிறந்துவிடுமோ என்றேன்! அவரும் "ஆம்; அதுதான் உண்மை; அவருடன் பழகியவர்கள் அனைவருக்கும் ஏற்படும் இயல்புதான் அது" என்றார் இது பெரிதும் உண்மை. நாகை. கே. முருகேசன், நாகை இராமச்சந்திரன், க.ரா. ஜமதக்னி போன்றோர் தோழர்.தங்கமணி கூறுவதற்கு முன்பாகவே அந்த உண்மையைப் பலமுறை என்னிடம் கூறியுள்ளனர். சிங்காரவேலரைப் பற்றிக் கூறும்போது பெரிதும் உணர்ச்சிவயப்படுபவர் நாகை. முருகேசன் ஆவார். நினைவு சிறிது மங்கித் தள்ளாடும் வயதிலும், அந்த உணர்வு அவரிடம் இருந்ததை யான் பலமுறை கண்டிருக்கிறேன். சிங்காரவேலரின் இல்லத்தில் இளமைத் தொட்டே அவர் வளர்ந்ததால், அந்த உணர்வு மற்றவர்களைக் காட்டிலும் அவருக்குக் கூடுதலாக இருந்தது போலும்!

சிங்காரவேலரிடம் மிக இளம்வயதில் பழகியவர் கே.முருகேசன்; அவர்க்கு அடுத்து இளமையில் பழகியவர்களில் குறிப்பிடப்பட வேண்டியவர்கள் தெ. பொ. மீனாட்சி சுந்தரனாரும், க.ரா.ஜமதக்னியாரும் ஆவர். 1924-ஆம் ஆண்டில் சிந்தாதிரிப்பேட்டையிலிருந்து நகராண்மைக் கழக உறுப்பினராகத் தேர்ந்தெடுக்கப்பட்டவர், தெ.பொ.மீ. அப்போது அவருக்கு வயது 24. அதேயாண்டில் யானை கவுனியிலிருந்து தேர்ந்தெடுக்கப்பட்டவர் சிங்காரவேலர்; அவருக்கு அப்போது வயது 64. இருவரும் காங்கிரசு கட்சி உறுப்பினர்களாகத் தேர்ந்தெடுக்கப்பட்டவர்கள். அவர்களிரு வருக்கும் நகராண்மைக் கழகத்திலிருந்து நெருங்கிய நட்பு ஏற்படத் தொடங்கியது. ஆனால், ஜமதக்னிக்குச் சிங்காரவேலருடன் ஏற்பட்ட நட்பு விநோதமானது; விந்தையானது. ஜமதக்னி அவரைச் சந்தித்தபோது அவருக்கு வயது 25. சிங்காரவேலருக்கோ வயது 68.

ஜமதக்னி, சிங்காரவேலரைச் சந்தித்தது ஒரு சுவையான செய்தியை உள்ளடக்கியது. அதனை ஜமதக்னி தம் நண்பர்களிடம் பலமுறை கூறியுள்ளார். அச்செய்தி காற்றோடு கலந்து விடலாமல், ஜமதக்னி மொழிபெயர்த்த மூலதன நூலின் முன்னுரையில் அவருடைய மருமகன், பேராசிரியர், முனைவர். மு. நாகநாதன் அதனைச் சரியாகப் பதிவு செய்துள்ளார். அதனைப் பின்னர் நோக்குவோம். 1960 - ஆம் ஆண்டில் வண்ணைத் தியாகராயர் உயர்நிலைப் பள்ளியில் எனக்கு ஜமதக்னி இந்தி ஆசிரியராக இருந்தார். அவர் இந்தி ஆசிரியராக இருந்ததால் நான் அவரிடம் சற்று அந்நியப்பட்டு இருந்தேன். ஆனால் 1964-ஆம் ஆண்டிற்குப் பின், என் இலக்கிய நண்பர்களுடன் அவரை அடிக்கடி சந்தித்து உரையாடும் வாய்ப்புக் கிட்டியது. அப்போதுதான் அவர் நல்ல தமிழ்ப்புலமை கொண்ட பன்மொழி அறிஞர் என்பதை உணரலானேன். எனது வீட்டிற்கும் அவரது வீட்டிற்கும் 3/4 கி. மீட்டர் தூரம் இருந்ததால், வாய்ப்புக் கிட்டும் போதெல்லாம் அவரைச் சந்தித்துப் பேசுவதை வழக்கமாகக் கொண்டிருந்தேன்.

அவரைச் சந்திக்கும் போதெல்லாம் என் நண்பர்களுடன் தாம் நான் சந்திப்பேன். அவர்கள் அனைவரும் அவருடைய மாணவர்கள்; அப்போது அவர் அரசியல், இலக்கியம் குறித்து நிரம்பப் பேசுவார். அப்போது தலைவர்கள் பலரைப் பற்றியும் கூறுவார். ஒருமுறை சிங்காரவேலரைப் பற்றிக் கூறும்போது "அவர் ஒரு சிங்கம்; எதற்கும் அஞ்சாதவர்" என்று கூறினார். இந்தச் சொற்களை அவர் பின்னாளில் பலமுறை கூறியுள்ளார். அக்காலத்தில் எனது நெஞ்சம் இலக்கியம், தற்கால அரசியல் ஆகியவற்றில் மூழ்கியிருந்ததால், சிங்காரவேலரைப் பற்றி மேலும் மேலும் அவரிடம் அறிய நான் தவறிவிட்டேன். அந்த இழப்பு மிகப்பெரிய இழப்பே யாகும். சரி, அது இருக்கட்டும்; ஜமதக்னி சிங்காரவேலர் எனும் சிங்கத்தை சிறையில்தான் சந்தித்தார். அவர்களிருவரும் எப்படிச் சிறையில் சந்தித்துக் கொண்டனர்? சிறையில் அவர்களிருவரும் எப்படிச் சிறைப்பட்டனர்? அதுவன்றோ நாம் அறிய வேண்டிய முக்கியச் செய்தி!

இருவரும் அப்போது காங்கிரசுகாரர்கள் தாம்; ஆனால், இருவரும் வெவ்வேறு காரணத்திற்காகச் சிறையில் அடைக்கப்பட்டவர்கள். அவர்கள் ஏன் அடைக்கப்பட்டனர்? அவற்றையும் நாம் அறியவேண்டுமன்றோ! 19-7-1928 அன்று நாகை ரயில்வே வேலைநிறுத்தப் போராட்டம் தொடங்கியது. நாகப்பட்டினம், போத்தனூர் ஆகிய ஊர்களிலுள்ள ரயில்வே பணிமனைகளில் ஆட்குறைப்பும், பழிவாங்கல் நடவடிக்கையும் நடந்து கொண்டிருந்தன. மேலும், நாகை, போத்தனூரிலுள்ள பணிமனைகளைப் பொன்மலைக்கு மாற்றவும், பணித் தேர்வு (Trade Test) என்ற முறையில் தொழிலாளர்களின் எண்ணிக்கையைக் குறைக்கவும் நிருவாகம் செயல்பட்டுக் கொண்டிருந்தது. இவற்றை எதிர்த்தே அன்று வேலைநிறுத்தம் தொடங்கியது. தமிழகத்தைக் குலுக்கிய மூன்று பெரும் வேலை நிறுத்தங்களுள் இதுவொன்று, அவற்றுள் முதலாவது பி அண்டு சி மில் போராட்டமாகும். அப்போராட்டம் ஆய்வாளர்களால் மாபெரும் ஆலைப் போராட்டம் (Great Mill Strike) என்று அழைக்கப்பட்டது. இரண்டாவது, பர்மா செல் எண்ணெய்க்

கம்பெனி போராட்டமாகும். மூன்றாவது நாகை ரயில்வே தொழிலாளர் வேலை நிறுத்தப் போராட்டமாகும். அந்தப் போராட்டத்துக்குப் பொதுமக்களும் பங்கேற்று ஆதரவு அளித்தனர். அதனால், அது தென்னிந்திய ரயில்வே வேலை நிறுத்தப் போராட்டம் என்றும் அழைக்கப்பட்டது.

அப்போராட்டத்திற்கு முன்பு, வங்காளத்திலுள்ள கரக்பூரில் தொழிலாளர் ஆட்குறைப்பை முன்னிட்டு 19.2.1927-இல் பெரும் வேலை நிறுத்தப் போராட்டம் நடந்தது. அப்போராட்டத்தை முகுந்தலால் சர்க்கார் தலைமையேற்று நடத்தினார். அப்போராட்டம் வங்காளத்தையே உலுக்கியது. அந்தப் போராட்டத்திலும் சிங்காரவேலர் வங்காளத்துக்குச் சென்று முகுந்தலால் சர்க்காருடன் சேர்ந்து போராடியுள்ளார். அந்தப் போராட்டத்தில் ஏற்பட்ட விழிப்பு, நாகைத் தொழிலாளர்களிடையே நல்ல ஒற்றுமையை ஏற்படுத்தியது. இப்போராட்டத்தினால் தமிழக ரயில்வே துறையே நிலை குலைந்தது. இதனால் அன்றைய அந்நிய அரசு சிங்காரவேலர், முகுந்தலால் சர்க்கார், பெருமாள் ஆகியோருடன் தொழிலாளர் பலரையும் கைது செய்தது. இந்தப் போராட்டத்தில் சிங்காரவேலரும், முகுந்தலால் சர்க்காரும் சதி செய்தனரென்று 10 ஆண்டுக் கடுங்காவல் தண்டனையை அவர்களுக்கு விதித்தது அன்றைய கொடுங்கோல் அரசு. அந்தத் தண்டனையால்தான் சிங்காரவேலர் சிறையில் அடைக்கப்பட்டார். அதே ஆண்டில் உப்புச் சத்தியாகிரகப் போராட்டத்தில் இராஜாஜியும், ஜமதக்னியும் மற்றும் தலைவர்கள் பலரும் கைது செய்யப்பட்டனர்.

இராஜாஜியும், ஜமதக்னியும் இன்னும் சிலரும் சிறையில் அடைக்கப்பட்டனர். சிங்காரவேலர் இருந்த அறைக்குப் பக்கத்து அறையில் இராஜாஜி இருந்தார். சிறையில் ஜமதக்னி, இராஜாஜியைக் காண அடிக்கடி வருவார். தம்மைச் சந்தித்த அவரிடம் இராஜாஜி மிக்க கவனத்துடன் "பக்கத்து அறையில் ஒரு கிழவர் உள்ளார். அவரை எக்காரணம் கொண்டும் சந்திக்க வேண்டா; சந்தித்தால் அந்தக் கிழவர் உனக்கு விஷத்தை ஊட்டிவிடுவார்; ஜாக்கிரதை" என்று கூறியுள்ளார். ஒரு நாள், ஜமதக்னி, "கிழவரைச் சந்திப்போம்;

என்னதான் நடக்கிறது என்று பார்ப்போம்" எனக் கருதிச் சிங்காரவேலரைச் சந்தித்துள்ளார். சிங்கார வேலரின் பண்பு அவருக்கு மிகவும் பிடித்திருந்ததால், அவரை அடிக்கடி சந்திக்கலானார். இந்தப் பழக்கத்தால் சிங்காரவேலர் ஜமதக்னிக்கு மார்க்சியத்தைப் போதித்துள்ளார். சிங்காரவேலர் அன்று அவர் நெஞ்சில் விதைத்த மார்க்சிய விதை பிற்காலத்தில் மரமாக வேரூன்றி விட்டது.

இந்தப் பழக்கத்திற்குப் பின் ஜமதக்னி பையப் பைய மார்க்சியராக மாறிக் கொண்டிருந்தார். சிறையில் சிங்காரவேலர் இராஜாஜி கூறியதைப் போன்று ஜமதக்னிக்கு விஷத்தை ஊட்டவில்லை; விஞ்ஞானத்தைத்தான் ஊட்டினார். அந்த விஞ்ஞான உணர்வு ஜமதக்னியின் வாழ்வு முழுவதும் வியாபித்திருந்தது. சிங்காரவேலரின் நட்பால் பிற்காலத்தில், அதாவது 1938-இல் காங்கிரஸ் சோசிலிஸ்ட் கட்சியில் உறுப்பினராகிப் பின்பு வடார்க்காடு மாவட்டத்திற்குப் பொதுச் செயலாளராகத் தேர்ந்தெடுக்கப்பெற்றார். அக்காலத்தில் மூத்த தோழர் ப. ஜீவாவோடு இணைந்து அக்கட்சி வளர்ச்சிக்குப் பெரிதும் உழைத்துள்ளார். ஜமதக்னி நாட்டையும் மொழியையும் இரு கண்களென ஓம்பியவர்; சுதந்திரப் போராட்டக் காலத்தில், பல்வேறு போராட்டங்களில் பங்கேற்று 9 ஆண்டுகள் அவர் சிறையில் இருந்தவர்; நாட்டுக்குத் தொண்டாற்றியதைப் போன்றே அவர் மொழிக்கும், பொதுவுடைமைக் கொள்கைக்கும் தொண்டாற்றியுள்ளார். அக்காலத்தில்தான் அவர், மார்க்சியம் அல்லது சமூக மாறுதலின் விஞ்ஞானம், "இந்தியாவில் சோசலிசம்", நீ ஏன் சோசலிஸ்ட் ஆனாய்? "அபேதவாதப் பாட்டுகள்" ஆகிய நூல்களை எழுதியுள்ளார்.

அவர் எழுதிய "மார்க்சியம் அல்லது சமூக மாறுதலின் விஞ்ஞானம்" என்ற நூலைக் குறித்துக் கல்கி அவர்கள் ஆனந்தவிகடனில், "பல நுணுக்கங்களை ஆய்ந்து சோசலிசத்தைப் பற்றி நூல் எழுதியிருக்கிறார்" என்று பாராட்டியுள்ளார். கல்கி பாராட்டியிருப்பதைக் கொண்டே அந்நூலின் பெருமையை உணரலாம். சிங்காரவேலர்

மார்க்சியத்தை மட்டுமன்றி, அறிவியல், உளவியல் போன்ற நூல்களைப் பற்றியும் எண்ணற்ற கட்டுரைகளை வரைந்துள்ளார். குறிப்பாக டார்வினின் உயிர்களின் தோற்றம், (Origin of Species) ஐன்ஸ்டினின் சார்பில் கோட்பாடு, (Theory of Relativity) லாப்லசின் வெண்மேகச் சித்தாந்தம் (Nebular Hyphothesis) போன்றவை குறித்து அவர் அக்காலத்திலேயே எழுதியுள்ளார். அவையெல்லாம் அவரது இறப்புக்குப் பின்னர், "தத்துவமும், வாழ்வும்", "தத்துவஞான - விஞ்ஞான குறிப்புகள்", "வாழ்வு உயர வழி" என்ற நூல்களாக வெளிவந்துள்ளன. மற்றும், மக்களிடத்தில் அறிவியல் கண்ணோட்டத்தை வளர்க்க வேண்டுமென்பதற்காகவே அவர் **புது உலகம்** என்ற மாத இருவார இதழைத் தொடங்கி, பல அறிவியல் கட்டுரைகளை எழுதி வரலானார்; அவ்விதழில் விஞ்ஞான மேதைகளையும் அறிமுகப்படுத்தினார்.

சிங்காரவேலரைப் போன்றே ஜமதக்னியும் "உயிர்களின் தோற்றம்", பூமியின் வரலாறு ஆகிய அறிவியல் நூல்களையும் படைத்தார். ஓமந்தூர் இராமசாமி ரெட்டியார் முதலமைச்சராக இருந்தபோது, தமிழ் வளர்ச்சிக்கழகம் அந்நூல்களுக்குப் பரிசாக ரூ.500/- வழங்கிச் சிறப்பித்தது இங்குக் குறிப்பிடத்தக்கது. ஜமதக்னி ஆற்றிய எழுத்துப் பணியில் சிகரமாகத் திகழ்வது, கார்ல்மார்க்சின் மூலதனத்தைத் (Das Capital) தமிழில் மொழிபெயர்த்ததே யாகும். மூலதனம் என்ற நூல், அரசியல், பொருளாதாரம், தத்துவம் ஆகியவற்றின் அரிய கலப்பு; அதனை மொழிபெயர்ப்பது எளிதன்று; அதற்கு வெறும் மொழியறிவு மட்டும் போதுமானதன்று; பொருளாதாரம், தத்துவம் ஆகியவற்றில் நல்ல தேர்ச்சியும் இருக்கவேண்டும்; இவற்றோடு ஆழ்ந்த ஈடுபாடும், கடும் உழைப்பும் தேவை; இவையெல்லாம் ஒருசேர இருந்தால்தான் மூலதனத்தை மொழிபெயர்க்க முடியும்; இவற்றோடு எம்மொழியில் பெயர்க்கிறோமோ, அம்மொழியிலும் நல்ல அனுபவம் வேண்டும்; இவை இருந்தால்தான் அம்மொழி பெயர்ப்பு சாத்தியம். மூலதனத்தை மொழிபெயர்ப்பதென்பது வாழ்நாள் பணியாகும். அதனைச் செய்து முடிப்பதென்பது வாழ்வின் வெற்றிப் பயணமாகும்.

மூலதன மொழிபெயர்ப்புப் பணி ஒரு குழுவாக இருந்து செய்யப்பட வேண்டிய பணியாகும். ஒருவர் செய்வதென்பது எவரெஸ்ட் சிகரத்தை ஏறுவதைக் காட்டிலும் கடினமானது. அத்தகு அரிய பணியை அவர் தம் 75-ஆம் அகவையில் (1978) தொடங்கி 79-ஆம் அகவையில் (1981) நிறைவு செய்திருக்கிறாரெனில் அவர் தம் முயற்சியும், உழைப்பும், உறுதியும் எத்துணைச் சிறந்தவை என்பதை நன்கு உணரலாம். சோர்வும், அசதியும், நோயும் அப்போதப்போது வருத்தும் முதிர்ந்த வயதில், ஓய்வெடுக்கும் வயதில், அப்பணியை அவர் செல்வனே நிறைவேற்றியிருக்கிறாரெனில் அது விந்தைதானே! அவர்தம் ஆழ்ந்த சமூக அக்கறையையே அது காட்டுகிறது! என்னே அவர்தம் உழைப்பு; என்னே அவர்தம் சமூக அக்கறை! பெரியவர் ஜமதக்னின் அரும் உழைப்பை எண்ணுங்காலை வள்ளுவனாரின்

அருமை உடைத்தென்று அசாவாமை வேண்டும்
பெருமை முயற்சி தரும் - 611

என்ற குறட்பாதான் நினைவுக்கு வருகிறது. இக் குறட்பாவுக்கு ஜமதக்னியின் அரிய பணி ஒரு நல்ல எடுத்துக்காட்டாகும். மூலதனத்தை மொழியாக்கம் செய்து கொண்டிருந்தபோது அவருக்கு இடையிடையே அயர்வும், அசதியும் ஏற்பட்டிருக்கின்றன. அப்படி ஏற்படுவது இயற்கையே; ஆய்வுப்பணியிலும், மொழிபெயர்ப்புப் பணியிலும் ஈடுபடுவோருக்கு அப்படி ஏற்படுவது இயல்பானதேயாகும். ஆனால் சோர்ந்துவிடக் கூடாது. ஜமதக்னியும் சோர்ந்து விடவில்லை. இவ்வேளையில் மூலதனத்தை எழுதி முடித்த போது மாமேதை மார்க்கஸ் கூறியது நினைவுகூரத் தக்கது.

"என்னுடைய வாழ்க்கைப் பணியான மூலதனத்தை எழுதுவதற்காக எனது உடல் நலத்தை, மகிழ்ச்சியை, குடும்ப நலத்தை நான் தியாகம் செய்தேன்" என்றார். அந்த மூலதனத்தை மொழியாக்கம் செய்த ஜமதக்னிக்கும் இதே நிலைதான் ஏற்பட்டிருக்கும் என்பதில் ஐயமில்லை. எவ்வளவோ கஷ்டப்பட்டிருந்தும் அவர் தம்முடைய கஷ்டத்தை யாரிடமும்

கூறியதில்லை. ஒரு சிறு நூலை மொழிபெயர்த்தாலே, தம்பட்டம் அடித்துக்கொள்ளும் இவ்வுலகில், பொருளாலும், அளவாலும், உலகத்தின் மாபெரும் படைப்பான மூலதனத்தை மொழிபெயர்த்தலில் அவர் சிறிதும் செருக்குக் கொண்டார் அல்லர்; இளமையிலேயே அண்ணல் காந்தியடிகளின் பால் அவர் ஈடுபாடு கொண்டிருந்ததால், அவருக்கு அந்த வீண் பெருமை இல்லாது போயிற்று எனலாம். மொழிபெயர்க்கும் பணியில் ஈடுபட்டிருக்கும் சில நேரங்களில், அவர் மிகுந்த தளர்ச்சியுடன் இருந்துள்ளார். அதனை நண்பர்கள் கண்டு சற்று வருந்தி, பணியைச் சற்று நிறுத்தி ஓய்வெடுத்துக் கொள்ளுமாறு வேண்டியுள்ளனர்; அதற்கு அவர் இசையாமல் விடை பகர்ந்துள்ளார். அது நம் சிந்தனைக்கு உரியது.

“விடுதலைப் போராட்டத்தில் பல ஆண்டுகள் சிறையில் கழித்தேன். இந்தியா விடுதலை பெற்றது. அப்போராட்டத்தில் சிறை புகுந்தபோது பொதுவுடைமைச் சிற்பியான சிங்காரவேலரைச் சந்தித்தேன். முதுமைப் பருவத்தில் காசாநோயால் அவதியுற்ற சிங்காரவேலருக்குச் சிறையில் எல்லாப் பணிகளையும் செய்தேன்; அப்போது, காங்கிரசு இயக்கத் தலைவர்கள் “சிங்காரவேலரிடம் பேசாதே; உனக்கு விஷத்தை (பொதுவுடைமை நெறியை) ஊட்டிவிடுவார்;” என்று கூறுவார்கள்; பொதுவுடைமைச் சிற்பி, தனக்குத் தரப்பட்ட மாமிச உணவை எனக்கு அன்புடன் அளிப்பார்; அறிவுப்பசிக்கு மார்க்சிய உணவை ஊட்டினார். எனவே வாழ்நாள் முடிவதற்குள் கார்ல்மார்க்சின் மூலதனத்தைத் தமிழ்கூறும் நல்லுலகத்திற்குத் தருவது எனது தலையாய கடமையாகும்.”

இக்கருத்தை நோக்கினால் அவரது துணிவைவும், சமூக அக்கறையையும் தன்னல மறுப்பையும் தெளிவாக உணரலாம். ஆம் இந்தப் பண்பைக்கொண்ட மாமனிதர்தான் ஜமதக்னி; 75-வயதுக்கு மேற்பட்டிருந்தும், நண்பர்கள் அக்கறையோடு கூறியும், அவர் அதனை மறுத்திருக்கிறாரெனில், அவரது கடமையுணர்வு எத்துணைப் பெரிது என்பதை உணரலாம். “கருமம் சிதையாது கண்ணோட வல்லார்” 578 என வள்ளுவனார் கூறுவது. அப்பெரியாருக்கும் பொருந்தும்; தமது 75-ஆவது

வயதில் தொடங்கி 79-ஆம் வயதில் மொழிபெயர்ப்புப் பணியை நிறைவு செய்துள்ளார். நான்கு ஆண்டுகளில் 10,000 பக்கங்களில் மூலதனத்தையும், மிகைமதிப்புக் கோட்பாட்டையும் மொழியாக்கம் செய்துள்ளார். மூலதன நூலை நான்காண்டுகளில், அதுவும்- ஒருவரால் மொழியாக்கம் செய்வது அரிதினும் அரிதாகும். நாான்காண்டுகளில் 10,000 பக்கங்கள் என்றால் ஆண்டிற்கு 2500 பக்கங்களை மொழிபெயர்த்துள்ளார். மூலதனம் போன்ற அரசியல் பொருளாதார நூலை ஆண்டிற்கு 2500 பக்கங்களை மொழிபெயர்த்தது அவரது விவேகத்தைக் காட்டுகிறது. அதே வேளையில் அவரது அறிவு வேகத்தையும் காட்டுகிறது. அதுவும் அப்பணியை 74 - வயதுக்கு மேல் செய்துள்ளார். பெரும் சாதனைதான்.

தமிழகத்தில் பொதுவுடைமை இயக்கங்கள் இருந்தும், பல்லாண்டுகளாக அவை செய்யாத பணியை அவர் செய்து முடித்துள்ளார்; எந்தப் பயனையும் எதிர்நோக்காமல், தமிழின்பாலும், தமிழர்பாலும், மார்க்சியக் கொள்கைபாலும் கொண்ட ஆழ்ந்த பற்றே அவரைத் தூண்டியுள்ளது. இவற்றிற்குச் சிங்காரவேலரின் சிந்தனையும், பழக்கமும் உள்ளாற்றலாக இருந்து இயக்கியுள்ளன. அதனால்தான் அவர் "சிங்காரவேலர் என்அறிவுப் பசிக்கு மார்க்சிய உணவை ஊட்டினார்; எனவே வாழ்நாள் முடிவதற்குள் கார்ல்மார்க்சின் மூலதன்த்தைத் தமிழ் கூறும் நல்லுலகத்திற்குத் தருவது எனது தலையாய கடமையாகும்" என்றார். இதிலிருந்து சிங்காரவேலரின் சிந்தனையும், நட்பும் அவரை எவ்வாறு தூண்டியுள்ளன என்பதையும் அவை எவ்வாறு அவருக்கு உறுதி அளித்துள்ளன என்பதையும் நன்கு உணரலாம்.

சிங்காரவேலருடன் அவர் கொண்ட நட்புதான், அரும் பெரும் அறிவுக்களஞ்சியமும், உலகத்தை மாற்றும் நூலும், சமூகத்தில் சமத்துவத்தைக் கொணரும் பனுவலுமான மூலதனத்தை நம் தமிழகத்துக்கு அளித்தது எனலாம். மூலதனத்தைத் தமிழில் பெற்றமைக்காகத் தமிழகம் அவருக்குப் பெரிதும் கடன்பட்டுள்ளது. மார்க்ஸ் எழுதிய மூலதனத்தின் இரண்டாம், மூன்றாம் தொகுதிகளை அவரது

மறைவுக்குப் பின் அரும்பாடுபட்டு அவற்றை வெளிட்ட ஏங்கெல்ஸ் போன்று, ஜமதக்னியின் மூலதன மொழிபெயர்ப்பை அவரது மறைவுக்கு பின் ஆறு தொகுதிகளாக வெளியிட்ட பெருமை **பேராசிரியர் மு. நாகநாதன்** அவர்களுக்கு உரித்து. மூலதனத்தை அரிய - அழகிய பதிப்பாக அவர் வெளியிட்டதன் வாயிலாக அவருடைய மாமனாருக்கு மட்டுமேயன்றி, மார்க்சிய உலகத்திற்கே பெருமை சேர்த்துவிட்டார். இந்தப் பெரும்பணிக்காக அவரை எவ்வளவு பாராட்டிலும் தகும். காலத்தினாற்செய்த இப்பணி "ஞாலத்தின் மாணப்பெரிது" எனலாம்.

இங்கு இன்னொருவருக்கும் நாம் நன்றி சொல்ல வேண்டும்; மூலதனத்தின் 10,000 பக்க மொழிபெயர்ப்பை நன்முறையில் வெளியிட வேண்டுமென்றால், அதற்கு மிகுந்த பொருட்செலவாகும். தனியொருவரால் அதனைச் செய்ய முடியாது. இந்தச் செலவுக்காகப் பேராசிரியர் மு. நாகநாதன் பலநிலையில் முயன்றிருக்கிறார். நடுவண் அரசின் உதவியைக்கூட அவர் நாடியிருக்கிறார். ஆனால், இறுதியில் அப்போதைய தமிழக முதல்வர் **டாக்டர் கலைஞர் மு. கருணாநிதி** அவர்கள்தான், தமிழக நிதிநிலை அறிக்கையில் (1998-99) அந்நூலை வெளிக்கொணர ரூபாய் ஐந்து லட்சத்தை ஒதுக்கினார்; தமிழக முதல்வர் இந்த நூல் வெளிவருவதிலும் முதல்வராகி விட்டார்; மாண்புமிகு கலைஞரின் இந்த உதவி கிடைத்திராவிடில், மூலதனம் இவ்வளவு விரைவில் வெளிவந்திருப்பது மிகக் கடினம். மாண்புமிகு கலைஞரின் இந்த அரிய உதவிக்குத் தமிழகமும், முற்போக்கு உலகமும் எஞ்ஞான்றும் கடமைப்பட்டுள்ளன. பொதுவுடைமை இயக்கத்துக்கும், மார்க்சிய நூல்களுக்கும் எந்த அந்நிய அரசு கடுந்தடையை விதித்ததோ, அந்த அந்நிய அரசே (இருவரையும் சிறையில் அடைத்ததன் மூலம்) மூலதனம் வெளிவருவதற்கு மறைமுகக் காரணமாகிவிட்டது. ஜமதக்னி சிங்காரவேலரின் சீடராவதற்கும் உதவிவிட்டது.

சிந்தனைச் சிற்பி சிங்காரவேலருக்கும், ஜமதகனிக்கும் சில ஒற்றுமைகள் உள்ளன; அவற்றை ஓரளவு நோக்குவது

சிந்தனைக்கு இன்பம் பயப்பதாகும். மார்க்ஸ் தமது அரிய படைப்பான மூலதனத்தின் அச்சுப்படியை 16-8-1867 அன்றிரவு 2 மணிக்கு நிறைவு செய்து ஓய்வு எடுத்தார். அதே மார்க்ஸ் 14-3-1883 இரவு 2 மணி அவர் வாழ்க்கையில் மறக்க முடியாதது. அந்த இரவில்தான் அவர் மீளாத்துயிலில் மூழ்கினார். இதனைப் போன்ற சிங்காரவேலருக்கும், ஜமதக்னிக்கும் இடையே சில மறக்கமுடியாத ஒற்றுமையான நிகழ்வுகள் உள்ளன. அவற்றையும் நோக்க வேண்டுமன்றோ!

தமிழகத்தில் முதன்முதலில் மார்க்சியத்தை விதைத்த முன்னோடி சிங்காரவேலர்; அவரைப்போன்றே தமிழகத்தில் மூலதனத்தைத் தமிழில் முதலில் தந்தவர் ஜமதக்னி ஆவார்.

சிங்காரவேலர் மார்க்சியத்தை மட்டுமன்றி அறிவியல் சிந்தனைகளைப் பரப்புவதிலும் மிகுந்த அக்கறை கொண்டிருந்தார். அக்காலத்திலேயே உயிர்களின் தோற்றம் குறித்துப் பல கட்டுரைகளை அவர் எழுதியுள்ளார். ஜமதக்னியும் உயிர்களின் தோற்றம் எனுந்தலைப்பில் ஒரு நூலையே எழுதியுள்ளார்.

சிங்காரவேலர் அக்காலத்திலேயே "கடவுளும் பிரபஞ்சமும்" என்ற நூலை எழுதினார்; ஜமதக்னியும் "பிரபஞ்ச வரலாறு" எனுந் தலைப்பில் ஒரு நூலை எழுதியுள்ளார்.

சிங்காரவேலர் பொதுவுடைமைக் கொள்கையின் முக்கியத்துவம் குறித்து, "பொதுவுடைமை இயக்கத்தில் என் சேர வேண்டும்"? என்ற கட்டுரை எழுதினார். ஜமதக்னியும் பிற்காலத்தில் "நீ ஏன் சோசலிஸ்ட் ஆனாய்?" எனுங் கட்டுரை எழுதியுள்ளார்.

சிங்காரவேலர் அந்நாளிலேயே மார்க்சியம் குறித்துப் 'பொதுவுடைமை விளக்கம்" என்ற நூலை வரைந்தார். பின்னாளில் ஜமதக்னியும் "மார்க்சியம் அல்லது சமூக மாறுதலின் விஞ்ஞானம்" என்ற நூலை எழுதினார். இவர்களிருவரும் தேசிய இயக்கத்திலிருந்து "பொதுவுடைமை யாளர்களாக மாறியவர்கள்; இருவரும் தத்தம் வாழ்நாள் இறுதிவரை கதராடை அணிவதையே குறிக்கோளாகக் கொண்டிருந்தனர்.

மார்க்ஸ் தம் வாழ்நாள் இறுதிவரை சிந்தித்துக் கொண்டும், எழுதிக்கொண்டும் இருந்தார். மார்க்ஸ் மறைந்தபோது அவருடைய நண்பர் ஏங்கெல்ஸ், மார்க்சின் மறைவைக் குறிப்பிடும்போது "அவர் சிந்திப்பதை நிறுத்திக் கொண்டார்" என்று அருமையாக இலக்கிய நயம்படக் கூறினார். சிங்காரவேலருக்கு, காசநோயும், பக்கவாதமும், முதுமையும் பல நேரங்களில் துன்புறுத்திய போதும், இறுதிவரை எழுதிக்கொண்டே இருந்தார். மூலதனத்தை மொழிபெயர்த்த பின்னர், பெருங்கடமை முடிந்து விட்டதென ஜமதக்னி வாளாகிடக்காமல் வாழ்நாள் இறுதிவரை எழுதிக் கொண்டே இருந்தார்.

மூலதனத்தை மொழிபெயர்த்ததன் வாயிலாக ஜமதக்னி சிங்காரவேலருக்கும், தமிழகத்துக்கும் நன்றி காட்டிவிட்டார்; கைம்மாறு கருதாது நாட்டுக்கும், மொழிக்கும் அரும்பணி யாற்றிய பெருந்தகை ஜமதக்னிக்கு நாம் எப்படி நன்றி காட்டப்போகிறோம்? "நன்றி மறப்பது நன்றன்று" அன்றோ!

"If we have chosen the position in life in which we can most of all work for mankind, no burdens can bow us down, because they are sacrifices for the benifit of all"

- Karl Marx

"மனித குலத்தின் நன்மைக்காக நாம் சிறப்பாகப் பாடுபடுவதற்குரிய வேலையை நாம் தேர்ந்தெடுத்துவிட்டால், அதன் எந்தச் சுமையும் நம்மை அழுத்த முடியாது. ஏனென்றால், அது எல்லோருடைய நன்மைக்காவும் செய்யப்படுகிற தியாகம்."

13
போர் எதிர்ப்புச் சிந்தனை

மனித இனம் தோன்றியதிலிருந்து எண்ணற்ற சண்டைகள் மனிதருக்குள் நடந்தவண்ணமே உள்ளன. மனித இனம் வளர்ச்சியுற்றுத் தனித்தனிச் சமுதாயங்களாக, நாடுகளாகப் பிரிவுண்ட போது, சண்டைகள் போர்களாக மாறின. உலகில் எண்ணற்ற பெரும்போர்கள், மதங்களாலும், பொருளாசைகளாலும், நாட்டை விரிவாக்கும் எண்ணங்களாலும் பெண்ணாசைகளாலும் ஏற்பட்டுள்ளன. இக்காரணங்களுள் பொருளாதாரக் காரணமாகவே பெரும்பாலும் போர்கள் நிகழ்ந்துள்ளன. இலக்கியங்களிலும், வரலாறுகளிலும் போர்களைப் பற்றிக் கவலையற்றுப் படித்துக் கொண்டிருந்த மனிதர்கள், முதல் உலகப் போரையும் (1914-1918) இரண்டாம் உலக அணுப்போரையும் கண்ட பின்பே, போரின் பேராபத்தைக் கண்டு அஞ்சினர்; நடுங்கினர். உலகப் போர்களின் பேரழிவாலும், நாசத்தாலும் ஐக்கிய நாட்டுச் சபை தோற்றுவிக்கப் பெற்றது.

உலகப் போர்களால் பெரும் நாசங்கள் ஏற்பட்டு இருப்பினும், நம் நாட்டு மக்கள் போரின் பேராபத்தைப் போதுமான அளவுக்கு உணர்ந்ததாகத் தெரியவில்லை. சாதாரண மக்கள் தான் அப்படி உணராது இருக்கிறார்களா? எனச் சிந்தித்தால், நன்கு படித்தவர்கள், அறிஞர்கள், பேராசிரியர்கள், பெரும் பதவியில் இருப்பவர்கள் கூட அந்நிலையில்தான் உள்ளனர். "போர் எங்கோ நடக்கிறது; எவரெவர்க்கோ நடக்கிறது; அதனைப் பற்றி நாம் ஏன் கவலை கொள்ள வேண்டும்?." என்ற தன்னல மனப்பான்மை பெரும்பாலோருக்கு உள்ளது. "எங்கோ போர் நிகழ்கிறது. அது நம் நாட்டிற்கா வரப் போகிறது!" என்றும் பலர் கருதுகின்றனர். "போர் நடந்தாலும் சில நாட்களில் நிறுத்தி

விடுவார்கள்" எனும் அசட்டை மனநிலையும் நம் மக்களுக்கு உள்ளது. சில குறிப்புகளை நோக்கினால், போர் எத்துணைக் கொடுமை வாய்ந்தது என்பதை உணரலாம்.

வரலாற்றுக் காலம்முதல் இன்றைய நாள்வரை உலகில் 24,000 போர்கள் ஏறக்குறைய நிகழ்ந்திருக்கலாம் என்கின்றனர் வரலாற்றறிஞர்கள். இதில் சிலுவைப் போரிலிருந்து, நம் நாட்டுச் சேர, சோழ, பாண்டியர் போரிலிருந்து, நம் காலத்தில் ஏற்பட்ட இரண்டாம் உலகப் போர்வரை அதில் அடக்கம். இந்தப் போர்களில் இதுவரை 320 கோடி மக்கள் மாண்டுள்ளதாக அவர்கள் குறிப்பிடுகின்றனர். இந்தத் தொகை, இன்றைய உலக மக்கள் தொகையில் சரி பாதியினர் எனலாம். பொருளாதார அழிவுகளோ அளவிடற்கரியவை. இன்றைய அறிவியல் உலகத்தில், அதுவும் சக்திவாய்ந்த அணுகுண்டுகள் உள்ள இக்காலத்தில், உலகப் போர் நிகழுமாயின் உலகின் பெரும் பகுதியினர் அழிந்து விடுவர் என்கின்றனர் அறிவியில் அறிஞர்கள்.

பேரழிவைச் சில நொடிகளில் செய்து முடிக்கும் அணுகுண்டுகளை ஏந்திய நவீன இராக்கெட்டுகளும், ஆர்ப்பூன், குருய்ஸ், எப்-7, பெர்சிங் ஆகியவற்றையொத்த புதிய புதிய ஏவுகணைகளும், மூச்சை அடைத்துக் கொல்லும் விஷ வாயு குண்டுகளும், உள்ள இக்காலத்தில் போர்கள் ஏற்படுமாயின், அவற்றால் ஏற்படும் பேரழிவுகளும், நாசங்களும் சொற்களில் அடக்க முடியாதவையாகும். சுருங்கக் கூற வேண்டுமாயின், மனித இனம் தப்பிப் பிழைக்குமா? என்பதே ஐயத்திற்குரியது. வல்லரசு நாடுகள், அந்நாடுகளின் தேசிய வருமானத்தில் பெரும்பகுதியை இராணுவப் பெருக்கத்திற்கே பயன்படுத்துகின்றன. இந்த அவல நிலையை நிறுத்துவதற்கு ஐ.நா. அமைப்பும், உலகப் பொதுநலச் சங்கங்களும், எத்தனை வேண்டுகோள் விடுத்தும் பயனில்லை. பேரழிவை உண்டாக்கும் பயங்கர ஆயுதங்களை உடனே அழிக்கவோ குறைக்கவோ வேண்டுகோள் விடுத்தாலும், அமெரிக்கா போன்ற நாடுகள் சிறிதும் பொருட்படுத்துவதில்லை.

சோவியத்து ஒன்றியம் இருந்தபோது, அமெரிக்கா அடங்கி இருந்தது. இப்போது சோவியத்து ஒன்றியம்

இல்லை. அதனால், அமெரிக்க வல்லாதிக்கம் கொண்டு தம்மை ஏக சக்கரவர்த்தியாகக் கருதிக் கொண்டிருக்கிறது. அதனை நினைத்தே செயல்படுகிறது. அனைத்து நாடுகளும் தம் கட்டளையைத்தான் ஏற்க வேண்டுமென்றும், இல்லையேல் பேராபத்து விளையும் என்றும், அந்நாடு எச்சரித்துச் செயல்பட்டு வருகிறது. ஈராக்கில் பயங்கர ஆயுதங்கள் உள்ளனவென்று பச்சைப் பொய்யைக் கூறி அந்நாட்டின்மீது குண்டுமாரி பொழிந்து, அம்மக்களின் உயிருக்கும் உடைமைக்கும் பேராபத்தை உண்டாக்கியதோடு, அந்நாட்டுச் சுதந்திரத்திற்கே அமெரிக்கா ஊறுவிளைவித்து உள்ளது. இந்நிலையில் அமெரிக்கா நினைத்தால், எந்த நேரத்திலும், எந்த நாட்டிற்கும் போர் ஆபத்து நேரிடலாம். மேலாதிக்க வல்லாண்மையால், பேராபத்தை உண்டாக்கும் குண்டுகளையுடைய தானியங்கிக் கருவிகளைப் பயன்படுத்தி எந்நேரத்திலும் அழிவை உண்டாக்கலாம். இப்போது, நம் மனிதச் சமுதாயம் அழிவின் விளிம்பில் உள்ளது என்பதை நாம் மறந்துவிடக்கூடாது. இத்துணை ஆபத்துமிக்க காலத்திலும் நம் நாட்டிலுள்ள கற்றவர்களோ பெரியோர்களோ போரின் பேராபத்தை உள்ளவாறு உணர்ந்ததாகத் தெரியவில்லை. இதனை நம் மனத்தில் நிறுத்தி, சிங்காரவேலர் அக்காலத்திலேயே எப்படிச் சிந்தித்துள்ளார் என்பதை நோக்கினால், அவர்தம் சமூக அக்கறையும், பொறுப்பும் எத்துணை முக்கியத்துவம் வாய்ந்தது என்பதை உணரலாம்.

சென்னை, நகராண்மைக் கழகத்தில் 1925 முதல் 1927 வரை அவர் உறுப்பினராக இருந்துள்ளார். 1926 ஆண்டில் அவர் அங்குக் கொண்டுவந்த தீர்மானம் உலகளாவிய சிறப்பு வாய்ந்தது. வரலாற்று முக்கியத்துவம் உடையது; அத்தீர்மானம், இந்தியத் துணைக் கண்டத்தின் நாடாளுமன்றத்திலோ, மாநிலத்தின் சட்டமன்றத்திலோ கொண்டு வரப்படவில்லை; சென்னையின் சின்னஞ்சிறு நகராண்மைக் கழகத்தில், ஏழை - எளிய மக்களிடத்துப் பேரன்பு கொண்ட ஒரு சிந்தனையாளரால் கொண்டு வரப்பட்டுள்ளது. அதுவும் 1926- ஆம் ஆண்டில் கொண்டு வரப்பட்டுள்ளது. இதுதான் வியப்புக்குரியது.

அவர் கொண்டுவந்த தீர்மானத்தில், ஆயிரமாயிரம் மனித உயிர்களைக் கொன்றதற்கும், அதனை மீண்டும் மீண்டும் நினைவுறுத்துவதற்கும், சின்னமாக விளங்கும் பீரங்கியை நகராண்மைக் கழகத்தின் எதிரிலிருந்து அப்புறப்படுத்த வேண்டும் என்றும், போர்களைப் பற்றிய பாடங்களைப் பாடத்திட்டத்தில் சேர்க்கக் கூடாதென்றும் வலியுறுத்தியிருந்தார். இப்படிப்பட்ட ஒரு தீர்மானத்தை அவர் அக்காலத்தில் கூறியிருப்பது அவரின் ஆழ்ந்த தொலைநோக்குச் சிந்தனையையும், பரந்த மாந்த நேயத்தையும் பளிச்செனக் காட்டுகிறது. இப்படிப் பளிச்செனக் கூறியிருந்தும் தமிழர்கள் அதனை உடனடியாக உணரவில்லை.

சிங்காரவேலர் இப்படிப்பட்ட உலகளாவிய ஓர் ஆழ்ந்த சிந்தனையை அக்காலத்தில் கூறியிருப்பது அசாதாரணமானது. அவ்வாறு அவர் கூறும்போது அணுப்போர் நடந்திருக்கவில்லை. அணுப்போர் இரண்டாம் உலகப் போரில்தான் இடம் பெற்றது. இரண்டாம் உலகப் போரைப் போன்று, முதல் உலகப்போர் அத்தனை நாசங்களை ஏற்படுத்தவில்லை. ஆனால் சிங்காரவேலர் அந்த முதல் உலகப் போரை மட்டும் அறிந்து, எதிர்காலத்தை நோக்கி மிகச் சரியாக அந்தத் தீர்மானத்தைக் கொண்டு வந்திருப்பது சிந்திக்கக் சிந்திக்க வியப்பாக உள்ளது. தமிழ் நாட்டில் இப்படியொரு சிந்தனையை வேறு எவரும் கூறியதில்லை. இவ்வாறு மற்றவர்களால் கூற முடியாத ஒன்றை அவரால் எப்படிக் கூற முடிந்தது? அதற்குக் காரணம் என்ன? காரணம், அவர் அறிந்திருந்த மார்க்சிய-லெனினிய ஞானமேயாகும்.

அவர் பெற்றிருந்த மார்க்சிய - லெனினிய ஞானத்தைப் பலகாலும் அவர் நன்கு சிந்தித்துள்ளதாலும், அதனை உலகின் நடைமுறையுடன் இணைத்து ஆராய்ந்திருந்ததாலும், அம் முடிவுக்கு அவர் வந்திருக்கலாம். அவர் சிந்தித்துக் கொண்டு வந்த தீர்மானம் எத்துணை முக்கியத்துவம் வாய்ந்தது என்பதை அவர் வாழ்ந்தபோதும், இறந்த பின்பும் உலகில் ஏற்பட்டுள்ள நிகழ்வுகளை அறிந்தால் உணரலாம். இரண்டாம் உலகப் போரின் போது அமெரிக்கா, ஜப்பான்

நாட்டிலுள்ள ஹிரோசிமா, நாகசாகி ஆகிய இரு நகரங்களின் மீது அணுகுண்டுகளைப் போட்டது. அதனால், பல இலட்ச மக்கள் சில நொடிகளில் மடிந்தனர். பெருங்கட்டடங்களும், இருப்பிடங்களும் உடைமைகளும் அழிந்தன. போர் முடிந்து பல ஆண்டுகள் ஆகியும், அணுகுண்டுகளின் கதிர்வீச்சால் அந்நகரங்களிலுள்ள மக்கள் இந்நாள்வரை பல்வேறு ஊனங்களோடும் சொல்லொண்ணா குறைகளோடும், நோய்களோடும் பிறக்கின்றனர். அவர்களில் பெரும்பாலோர் குறை வாழ்நாளில் இறந்து விடுகின்றனர்.

அமெரிக்கா 1961ஆம் ஆண்டு முதல் 1973 வரை வியட்நாமில் போர் செய்தபோது பலவகை இரசாயன குண்டுகளைப் பயன்படுத்தி உள்ளது. அக்குண்டுகள் அனைத்தும் கொடும் நச்சுத்தன்மை வாய்ந்தன. அக்குண்டுகளை வீசியதால் 20,00,000 பேர் பல நிலைகளில் ஊனமாக்கப் பட்டுள்ளனர். அந்நாட்டிலுள்ள எண்ணற்ற கழனிகளும், சிறுவயல்வெளிகளும், நச்சுத் தன்மை கலந்து விளைச்சலுக்குப் பயனற்றதாகிவிட்டன. பல ஊர்களும் நகரங்களும் வாழ்வதற்குத் தகுதியற்றதாகி விட்டன. இவற்றையெல்லாம் 1983-ஆம் ஆண்டில் வியன்னாவில் கூடிய உலக விஞ்ஞானிகள் மாநாடு அறிவித்துள்ளது. அம்மாநாடு இன்னும் பல அதிர்ச்சியும் மிரட்சியும் தரும் செய்திகளையும் வெளியிட்டுள்ளது.

வியட்நாமில் அமெரிக்கா வீசிய விஷப்புகை குண்டுகள் 7 கோடியே 20 லட்சம் லிட்டர் எடை கொண்டதாம்; இந்தக் கொடிய விஷப்புகையை உட்கொண்டதால், எண்ணற்ற குழந்தைகள் இன்னும் ஊனத்துடன் பிறக்கின்றனராம்; ஒரு தாய், குழந்தையைப் பெற்றெடுத்ததும், குழந்தையைப் பார்த்து அதிர்ச்சி அடைந்து மயங்கி விழுந்தாளாம்! காரணம், அக்குழந்தைக்கு இரண்டு வளைந்த தலைகள் இருந்தனவாம்; சில குழந்தைகள் ஒரு கையுடனும், ஒரு குழந்தை நீண்ட வாயையும் (இது காதுகள் வரை) உடையனவாகப் பிறந்துள்ளன. பல குழந்தைகள் பல ஊனங்களுடன் பிறந்துள்ளதுடன், அவற்றுள் ஒரு குழந்தை மூன்று கைகளுடனும், ஒரு குழந்தை ஒரு கண்ணுடன் மட்டும் பிறந்துள்ளது. அம்மாநாடு வெளியிட்ட அப்படங்களை டெல்லியிலிருந்து வெளிவரும்

NEW AGE (புதிய யுகம்)-இதழும், வார இதழான ஜனசக்தியும் வெளியிட்டுள்ளன.

இக்குண்டு வீச்சில், பாதிக்கப்பட்ட வியட்நாம் மக்கள் மட்டுமே அல்லாமல், அமெரிக்க வீரர்களுடன் சேர்ந்து பணியாற்றிய ஆஸ்திரேலிய, நியூசிலாந்து வீரர்களும் பாதிக்கப்பட்டுள்ளனர். அவ்வீரர்கள் மட்டுமேயல்லாமல், அவர்களுடைய சந்ததியினருக்கும் புற்று நோயும், பல்வேறு ஊனமும் ஏற்பட்டுள்ளனவாம்! இவ்வாறு பாதிக்கப்பட்டோர் 50,000 பேர்களாம்! இவ்வாறு பாதிக்கப்பட்டோர், இப்போது அமெரிக்காவில் புருக்ளின் பெடரால் மாவட்ட நீதிமன்றத்தில் வழக்குத் தொடர்ந்து வழக்காடி வருகின்றனர். இவையெல்லாம் கடந்த கால நிகழ்வுகள். அப்போதிருந்து பல்வேறு குண்டுகளின் சக்தி மிக குறைவு; இப்போதுள்ள குண்டுகளின் சக்தி மிகப் பெரிது. எடுத்துக்காட்டாக, அப்போதிருந்த அணுகுண்டுகளைக் காட்டிலும், இப்போதுள்ள அணுகுண்டுகளின் சக்தி 141 மடங்கு மிகுதி வாய்ந்தது. ஆனால், அதனைக் காட்டிலும் மற்றொன்றையும் சுட்டிக்காட்ட வேண்டியுள்ளது. அதாவது உலகில் இப்போது நூற்றுக்கணக்கில் அணு உலைகள் உள்ளன. சுருங்கக் கூற வேண்டுமாயின், 1933 வரை, உலகில் 423 அணு உலைகள் இருந்தன. இப்போது மேலும் நூறு கூடியிருக்கலாம். அப்போது அமெரிக்காவில் 109, பிரான்சில் 56, ஜப்பானில் 44, இங்கிலாந்தில் 37, ஜெர்மனியில் 21, இப்போது இந்தியாவில் 10. ஓர் அணு உலையில் ஒரு குண்டைப் போட்டால் 2 இலட்சத்துப் பத்தாயிரம் சதுர கிலோ மீட்டர் வரை இரண்டு வாரக் காலம் அனலோடு கூடிய கதிர்வீச்சு வீசிக் கொண்டிருக்குமென அறிவியலாளர் கூறுகின்றனர். இவ்வாறு அணுக்கதிர் வீச்சினால் மனித இனமும், அவர்களின் சந்ததியினரும் என்ன கதிக்கு ஆளாவர் என்பதைக் கூற வேண்டுவதில்லை.

அணு வெடிகுண்டு ஆய்வினாலும், சுற்றுச்சூழல் மாசினாலும், இப்போதே வான மண்டலத்திலுள்ள ஓசோன் அடுக்குகளில் பற்பல இடங்களில் ஓட்டை விழுந்து விட்டதாக அறிவியலார் கூறுகின்றனர். இந்த ஓட்டை பெரிதாகிவிட்டால், உலகத்தின் தட்ப-வெப்பமே மாறிவிடும்.

வான்மழை குன்றி உலகமே வரண்டு விடும். பூமியும், சுற்றுச்சுழலும் முற்றிலும் மாறிவிடுவதுடன், மனிதனுக்கும், ஏனைய உயிர்களுக்கும், பெரும் கேட்டையும் விளைவிக்கும் சூரியனிலிருந்து வெளிவரும் காஸ்மிக் கதிர்களைத் தடுப்பது ஓசோன் படலமேயாகும். இந்தப் படலத்தில் ஓட்டை விழுந்தால், காஸ்மிக் கதிர்களால், மனிதனும் ஏனைய உயிர்களும், அடையும் பெருங்கேடுகள் பற்பல; அணு ஆய்வினால், இந்தப் படலத்துக்கு மேன்மேலும் அழிவு உண்டாகும். அணு ஆய்வுக்கே அப்படியென்றால், அணுகுண்டு வீச்சினால் என்ன நிகழும் என்பதை கூறத் தேவையில்லை. இத்துணை ஆபத்தான சூழலிலும் அமெரிக்கா, இராணுவ ஆய்வுக்கு மட்டுமே 1985 ஆம் ஆண்டில் 3,00,000 கோடியை ஒதுக்கியுள்ளது. இவ்வாறே, பற்பல நாடுகளும் ஒதுக்கி வருகின்றன. இப்படியே போனால் உலக நிலை, அதன் கதி என்ன ஆவது? மனிதரும் மற்ற உயிர்களும் வாழ முடியுமா? போரின் கொடுங் கொடுமையைப் பற்றிக் கூறுவதற்கு இன்னும் எண்ணற்ற செய்திகளும் குறிப்புகளும் உள்ளன. அவற்றை விவரிப்பின் கட்டுரை மேலும் விரியும். இதுகாறும் கூறிய போரின் கொடுமையை மனத்தில் நிறுத்தி, அக்காலத்தில் சிங்காரவேலர் கொணர்ந்த தீர்மானத்தின் உள்ளடக்கத்தை ஒப்பிட்டுப் பார்த்தால், அவருடைய சிந்தனை எத்துணை முற்போக்கானது, எத்துணைச் சமூகப் பொறுப்புடையது என்பவற்றை நன்கு உணரலாம்.

இரண்டாம் உலகப் போரின் அழிவுக்குப் பின்னரே, உலகின் பற்பல நாடுகள் போரற்ற உலக சமானத்தை அக்கறையுடன் சிந்தித்துச் செயல்படத் தொடங்கினர். எனினும் அதுவும் ஆமை வேகத்தில்தான் நகர்ந்தது. இக்காலத்திற்கு முன்பாகவே சிங்காரவேலர் மிக்க தொலைநோக்குடன் சிந்தித்துள்ளார் என்பதுதான் மிக முக்கியமானது. 1945-க்குப் பின்னர்தான் சமாதானக் கொள்கை சிறிது சிறிதாக வளர்ந்தது எனலாம். இதற்குச் சோவியத்தின் பணி மகத்தானது; முதன்மையானது. 1917 ஆம் ஆண்டில் சோவியத்து ஒன்றியம் ஏற்பட்டவுடன் 8-11-1917 அன்று இலெனின் அவர்கள் உலகச் சமாதனப் பிரகடனத்தைப்

பிறப்பித்து, அப்போது நடந்து கொண்டிருந்த உலகப் போரை (1914-18) உடனே நிறுத்த வேண்டும் என்றார். ஆனால், போர் 1918-ஆம் ஆண்டில்தான் முடிவுற்றது. இலெனின் இறப்புக்குப் பின்னர், மீண்டும் 1935-1945 வரை இரண்டாம் உலகப் போர் நடந்தது. இந்தப் போரில், ஜெர்மனி சோவியத்து ஒன்றியத்தின் மீது படையெடுத்தது; இக்கொடும்போரில் சோவியத்து ஒன்றியம் ஒரு நிமிடத்துக்கு 10 வீரர்களை இழந்தது; 1 மணி நேரத்தில் 587 பேரை இழந்தது. ஒரு நாளைக்கு 14,000 பேரை இழந்தது. மொத்தத்தில் 2 கோடி மக்களை இழந்தது. இப்போரில் அந்நாடு இழந்த சொத்து மதிப்பு மட்டும் 48,500 கோடி அமெரிக்க டாலர்களாகும்.

இந்தப் பேரழிவுக்குப் பின்னர் சோவியத்து ஒன்றியம் உலக சமாதானத்துக்கு எடுத்த முயற்சிகளும் நடவடிக்கைகளும் வரலாற்றுச் சிறப்புமிக்கவை. பேரழிவை ஏற்படுத்தும், ஆயுதங்கள் அழிப்பைப் பற்றியும், படைக்கலக் குறைப்பைப் பற்றியும், சோவியத்து ஒன்றியமே முதன் முதலில் திட்டங்களை வைத்தும், அவற்றைச் செய்து காட்டியும், அந்நோக்கில் பிறநாடுகளைச் செய்யவும் தூண்டியது. அந்நோக்கில் போரற்ற உலகு குறித்தும், உலக சமாதானம் குறித்தும், எண்ணற்ற அறிக்கைகளையும் நூல்களையும் உலகமொழிகளில் வெளியிட்டதோடு, பல மாநாடுகளைப் பல்வேறு நாடுகளில் நடத்தியும் காட்டியது. இந்தச் சமாதானக் கொள்கைக்கு இந்தியாவும் ஒத்துழைத்தது. குறிப்பாக, இந்தியாவில் 1970-க்குப் பின்னர், உலக சமாதானம் குறித்துச் சோவியத்து ஒன்றியத்திலிருந்து எண்ணற்ற அரிய நூல்கள் தமிழகத்தில் வெளிவந்தன. இத்தனை வெளியீடுகள் வெளிவந்தும், இங்குள்ள எழுத்தாளர்களும், அறிவாளர்ளும் அதில் போதிய ஆர்வம் காட்டவில்லை; அதுதான் உண்மை.

இத்தனை வெளியீடுகள் வெளிவராத அக்காலத்தில், தகவல் - தொழில் நுட்பம் போதிய அளவு வளர்ச்சியுறாத அக்கால கட்டத்தில், இதுகாறும் விளக்கிய போர் அழிவுகளும், நாசங்களும் ஏற்பட்டிராத இரண்டாம் உலகப் போருக்கு முன்னரே, அதாவது 1926-லேயே சிங்காரவேலர் மிகச் சரியாகச் சிந்தித்துச் செயல்பட்டிருப்பது, அவர் ஒரு

முன்னோடி, வழிகாட்டி என்பதையே பறைசாற்றுகிறது. போர் அழிவு குறித்தும், சமாதானம் குறித்தும், வெளியுலகில் பேசுவதையும் பரப்புவதையும் கடமையாகவும், தொண்டாகவும் கொண்டு பல்லாண்டுகளாக உழைத்தும்கூட, எவரும் இதுவரை போர் பற்றிய பாடங்கள் பாடத்திட்டத்தில் இருக்கக் கூடாதென்றோ, பீரங்கி போன்ற போர்க் கருவிகள் மக்களின் கண்ணெதிரே முக்கிய இடங்களில் இருக்கக் கூடாதென்றோ இதுகாறும் யாரும் கூறியதாகத் தெரியவில்லை.

நோய்நாடி நோய்முதல் நாடி அது தணிக்கும்
வாய்நாடி வாய்ப்பச் செயல்

என்ற வள்ளுவனாரின் கூற்றுக்கேற்ப, சிங்காரவேலர் போரைச் சமுதாயத்திலிருந்து வேரொடு களையவே அத்தீர்மானத்தைக் கொண்டு வந்துள்ளார். இதில் இன்னொரு மாற்றுச் சிந்தனையும் உள்ளது. அதாவது, நம் நாட்டில் (பிற நாடுகளிலும் கூட) வரலாற்றாசிரியர்களில் பெரும்பாலோர், வீரம் என்ற நோக்கில் போரைப் பல்லாற்றானும் சிறப்பித்தே எழுதியுள்ளனர். இதில் இந்தியாவைப் பற்றி எழுதிய வெளிநாட்டு ஆசிரியர்களும் சரி, நம் நாட்டு ஆசிரியர்களும் சரி, யாரும் விலக்கு அல்லர். இந்த அவலநிலை, இந்திய வரலாற்றுலகில் இன்னும் தொடருகிறது. இப்படிப்பட்ட வரலாற்றினைப் படிக்கும் மாணவ- மாணவியர், வீரம் என்ற பேரில் போருக்குத் தூண்டப்படுகின்றனர். போர் எனும் அழிவுச் சிந்தனைக்கு வீரம் என்ற கொள்கையில் பக்குவப்படுத்தப்பட்டுகின்றனர். இச்சிந்தனை பகை எண்ணத்தை உள்ளத்தின் ஒரு மூலையில் சிறிது சிறிதாக வளர்த்து விடுகிறது. வாய்ப்பு கிடைக்கும் போது போரில் ஈடுபடுவது தவறில்லை என்றும், போர் என்பது ஒரு சமூக நியாயம் என்றும், அக்கருத்து வழிகாட்டி விடுகிறது.

மேலும், கொள்கையால் வேறுபட்டவரையும்,அந்நிய நாட்டினரையும், பகைவராகக் கருதுவதற்கும், வேண்டும் போது அவர்களிடம் மோதுவதற்கும், இச்சிந்தனை வாய்ப்பளிக்கிறது. குறிப்பாக,மனித நேயத்துக்கும்,ஒற்றுமைக்கும், நட்புக்கும் அச்சிந்தனை ஊறு விளைவிக்கிறது. கருவிலிருந்து

தொடரும் பிறவி நோய்போல் அச்சிந்தனை படிக்கும் போதே (பாடத்திட்டத்தில்) உருவாகிப் பகைமையை மறைவாக வளர்த்து மூளையை முடக்கி விடுகிறது. இத்தகு ஆபத்துகள் இருப்பதால்தான், அவர் பாடத்திட்டத்தில் போர் பற்றிய பாடங்கள் இடம்பெறக் கூடாது என்றார். இவற்றையெல்லாம் ஒருங்கிணைத்துச் சிந்தித்தால், சிங்காரவேலரின் சிந்தனை எத்துணை ஊற்றமும் உரமும் மிக்கது என்பதைத் தெளிவாக உணரலாம்.

போரின் இத்தனை பெருங்கேடுகளைக் கருதித்தான் புரட்சிக் கவிஞர் பாரதிதாசன் அவர்கள் மிகச் சரியான கண்ணோட்டத்தில்

"புதியதோர் உலகம் செய்வோம் - கெட்ட
போரிடும் உலகத்தை வேறொடு சாய்ப்போம்
பொதுவுடைமைக் கொள்கை திசையெட்டும் சேர்ப்போம்
புனிதமோ டதை எங்கள் உயிரென்று காப்போம்
இதயமெலாம் அன்பு நதியினில் நனைப்போம்
இது எனதென்னுமோர் கொடுமையைத் தவிர்ப்போம்."

என்றார். இப்பாடலிலுள்ள ஒவ்வோர் அடியும் ஆழமான பொருள் பொதிந்தது. அவை ஆழமான உணர்ச்சியையும், ஆழ்ந்த சிந்தனையையும் உள்ளடக்கியவை. இதுகாறும் கூறிய போரைப் பற்றிய செய்திகளைப் புரட்சிக் கவிஞர் கூறுகின்ற "கெட்ட போரிடும் உலகத்தை வேரொடு சாய்ப்போம்" எனும் அடியோடு பொருத்திப் பார்த்தால் பல உண்மைகள் விளங்கும். அதுவும் "வேரொடு சாய்ப்போம்" என்பதில் எத்தனை முக்கியத்துவம் உள்ளன என்பதை நன்கு உணரலாம்.

சிங்காரவேலர் 1926-இல் கொண்டு வந்த தீர்மானத்துடன் அமைதி கொள்ளவில்லை. தொடர்ந்து சமாதானத்தைப் பற்றி பேசிக்கொண்டும் எழுதிக் கொண்டும் இருந்தார். அவரது 75-ஆம் வயதில் கூட, சமுதாயப் பொறுப்புணர்வுடன் போரின் பேராபத்தைப் பற்றி எழுதி மக்களுக்கு விளக்கிக் கொண்டே இருந்தார். அப்பணியில் அவர் சிறிது கூடத் தொய்வினைக் காட்டவில்லை. குறிப்பாக,

விடுதலைக்கு மார்க்கம் - (புது உலகம் - ஜூன், 1935)
முசோலினி முழக்கம் - (புது உலகம் - ஜூலை, 1935)
சமாதான நடவடிக்கைகள் - (புது உலகம் - ஜூலை, 1936)
போர்க்கோலம் - (புது உலகம் - ஆகஸ்டு, 1935)
ஆயுதப் பரிகரணம்
நமது நாட்டுக்கு நாம் செய்ய
வேண்டிய திருப்பணி - (புது உலகம் - செப்டம்பர், 1935)
யுத்தம்! யுத்தம்! யுத்தம்
யுத்த நினைவுகள் - (புது உலகம் - மார்ச், 1936)

போன்ற கட்டுரைகள் முழுக்க முழுக்க போர்களைப் பற்றிப் பேசுவன. இக்கட்டுரைகளில் பல கட்டுரைகள் சிறியன; ஓரிரு கட்டுரைகள் சற்றுப் பெரியன. இவை சுருங்கிய வடிவில் இருப்பினும், கருத்தில் நுணுக்கமானவை; கூர்மையானவை. மார்க்சிய ஞானம் உடையவர்களே அக்கட்டுரைகளின் உட்பொருளைக் கூடுதலாக உணர முடியும். இக்கட்டுரைகள் தனியாக விரிவாக ஆயத்தக்கவை. எனினும், இங்கு ஓரிரு வரிகளில் அவற்றின் முக்கியத்துவத்தைக் கோடிட்டுக் காட்ட வேண்டும்.

அக்கட்டுரைகளில் முதலாளித்துவம் எவ்வாறு பொருளாதார ஏற்றத் தாழ்வை உருவாக்கிச் சுரண்டல் மூலம் கொழுத்து மனித இனத்தை எப்படி இழிநிலைக்குத் தள்ளுகிறது என்பதையும், தம்முடைய மேலாதிக்கத்துக்காக எப்படிப் போர்களை உருவாக்குகிறது என்பதையும், தனிமயுடைமை உள்ளவரை போரை ஒழிப்பது சாத்தியமற்றது என்பதையும், அவர் கூர்மையாகப் புலப்படுத்தி உள்ளார். அதனால்தான் பாரதிதாசனும், “இது எனதென்னுமோர் கொடுமையைத் தவிர்ப்போம்” என்றும் “பொதுவுடைமைக் கொள்கை திசையெட்டும் சேர்ப்போம்” என்றும் கூறினார். மேலும், சிங்காரவேலர் போருக்கு அடிப்படைக் காரணம் தனியுடைமையே என்பதைச் சரியாக அடையாளம் காட்டுவதுடன், உயிர்நூல் அடிப்படையிலும், மற்றொரு காரணத்தையும் குறிப்பிடுகிறார். அதனை வேறொரு

கட்டுரையில் விரிவாகக் காணலாம். இங்குப் போரை ஒழிப்பதைப் பற்றி அவர் கூறுவதைச் சற்று நோக்குவது ஏற்றது; சிறந்தது.

"மதங்களாலும், தத்துவ ஞானங்களாலும் உலகப் போர் நிற்கமாட்டாது, ஆயுதப் பரிகரணத்தாலும் உலகயுத்தம் நிகழாமல் இருக்காது. ஆயுத அபிவிருத்தியாலும், உலகச் சண்டை நில்லாது. யுத்தங்களுக்கும், கலகங்களுக்கும், சண்டைகளுக்கும் போர்களுக்குமான மனப்பான்மையைத் தனியுடைமையே வளர்த்து வருகிறது. எந்த மதம் சண்டை வேண்டாம் என்று கூறுகிறது? கடவுளே கொல்லும் தொழிலைப் புரிந்து வருவதால், கடவுள் பக்தர்கள் புரிந்துவரும் சண்டைகளை நிறுத்துவார் யார்? போர்க் கோலம் கொள்ளும் ஐரோப்பா உலகை நோக்கி, ஆங்கில அரசியல் பெரியாராகிய ஸ்டான்லே பால்ட்டுவின் (இங்கிலாந்தில் 1924-29, 1935-37 ஆண்டுகளில் பிரதமராக இருந்தவர்) உலகத்தைப் பித்தம் பிடித்த உலகு என்றாராம். ஆனால், இந்தப் பித்தை வளர்ப்பது தனிவுடைமைத் திட்டமென்பதை அவர் உணர்ந்தாரில்லை. உலக அரசியலை நடத்தும் பெரியோர் இந்த உண்மையை உணர்ந்து நடப்பார்களாயின் உலகம் போரற்று வாழ முடியும். உலகம் போரற்றுச் சமாதானமாக வாழவேண்டுமானால், எல்லாக் கலகங்களுக்கும், ஆதிகாலப் பூதமாக இருக்கும் தனியுடைமைத் திட்டம் மாறிப் பொதுவுடைமைத் திட்டமாக மாற வேண்டும். உலகச் சம்பத்தும், செல்வமும், சீரும், சிறப்பும், பொதுவுடைமையிலும், அகில தேச மனப்பான்மையிலும் அடங்கியுள்ளன. உலகம் இந்த முடிவை அடைய வெகுகாலமாகும். அம்முடிவை அடைய எந்தக் காலமானாலும் நமது "புது உலகம்" அதனை எடுத்துரைக்கும் கடமையை அறிஞர் உலகம் மறுக்காது என்று நம்புகிறோம்.

(புது உலகம் - ஜூலை - 1935)

"நமது முதல் கடமை என்னவெனில் நமது சந்ததியாருக்கு முதன்முதலில் சண்டையின் பிரதிகூலங்களையும், நாசத்தையும் சண்டையில் சாக வேண்டிய நிலையையும், சண்டையால்

சுவர்க்கம் புகலாம் என்ற ஜாலத்தையும், சண்டையால் எந்த நாடும் உருப்படாததையும் எடுத்துரைத்து வர வேண்டும். ஒவ்வொரு நாட்டிலும், இந்தச் சமாதானக் கல்வியை ஒவ்வொருவருக்கும் கற்றுக் கொடுப்பார்களாகில், ஓரிரு சந்ததிகளில் சண்டை செய்யும் அவசியம் உலகில் இல்லாமற் போகும். " அறஞ் செய விரும்பு, ஆறுவது சினம்", என்று கற்பிப்பதுடன், " அயல்நாட்டை வெறுக்காதே", "போரைக் கோராதே" என்று நம் சிறுவர்களுக்கு நாம் கற்றுக் கொடுக்க வேண்டும்.

(புது உலகம் - செப்டம்பர் - 1935)

இவ்விரண்டு மேற்கோள்களை நோக்கினால், சிங்காரவேலர் எத்துணைத் தெளிவாக உள்ளார் என்பதையும், இங்கிலாந்து பிரதம அமைச்சர் எவ்வளவு அறியாமையில் இருக்கிறார் என்பதையும் உணரலாம். மற்றும், போருக்கு அடிப்படையான காரணம், தனியுடைமையே என்பதை அருமையாக விளங்குவதுடன், போரை எதிர்க்கும் சமாதானக் கல்வியை ஒவ்வொருவருக்கும் கற்றுக் கொடுக்கவேண்டும் என்று தெளிவுபடுத்துவதுடன் "அறம் செய விரும்பு" என்று சிறுவர்களுக்கு அறிவுறுத்துவதைப் போன்று, "அயல் நாட்டானை வெறுக்காதே", "போரைக் கோராதே" என்றும் கற்றுக் கொடுக்க வேண்டுமென்று அவர் கூறுவது எத்துணைப் பொருள் பொதிந்த உண்மை! "இளமையிற் கல்வி சிலைமேல் எழுத்து" என்பது போன்று, சமாதானக் கல்வியையும் இளமையிலிருந்தே போதிக்க வேண்டும் என்கிறார். "இதயமெல்லாம் அன்பு நிதியினில் நனைப்போம்" என்று பாரதிதாசன் கூறுவதற்கேற்ப இளைஞர்களின் உள்ளங்களை இளமையிலேயே அன்பு நதியினில் நனைக்கவே சிங்காரவேலர் அப்படிக் கூறுகிறார் எனலாம். பாரதிதாசன் பொதுவுடைமையில் ஊற்றம் பெறச் சிங்காரவேலரே காரணமாவார். இதனைப் பாரதிதாசன் ஒரு பாடலில் தன்னிலை விளக்கமாகவே கூறியுள்ளது இங்குச் சிந்திக்கத்தக்கது. சிங்காரவேலரின் அக்காலத்திய பேச்சுகளின் எழுத்துக்களின் சிந்தனைக் கீற்றுகளை, அவர் சில இடங்களில் அரிய கவிதைகளாகவும் ஆக்கியுள்ளார். அதனால்தான் பாரதிதாசன்

"மூலதனத்தின் பொருள் புரிந்ததும் அவனால்
புதுஉலகக் கனா முளைத்ததும் அவனால்
கோலப்பொதுவுடைமை கிளைத்ததும் அவனால்
கூடினஅறிவியல், அரசியல் அவனால்,
சிங்காரவேலனைப் போல் சிந்தனைச் சிற்பி எங்கேனும்
கண்டதுண்டோ?"

என்று சிறப்பாகச் சிங்காரவேலரைப் போற்றினார். இங்குக் கூறிய விளக்கங்களை நோக்கின் சிங்காரவேலர் தொடக்கக் காலம் முதல், இறுதிவரை பொதுவுடைமையிலும், சமாதானத்திலும், எவ்வளவு உறுதியாகத் தெளிவாக இருந்துள்ளார் என்பதைநன்கு உணரலாம். இங்கு மற்றொரு நிகழ்வை ஒப்பிட்டுப் பார்ப்பது சிறந்தது. உலகம் போரின்றி அமைதியாக இருப்பதே வருங்காலத்திற்கு ஏற்றது என்பதால் உலக மேதைகளாகிய பெர்னாட்ஷா, பெர்ட்ராண்ட்ரசல், ஆர்னால்டு டாயன்பி, ஐன்ஸ்டின் ஆகியோர் கூடி விவாதித்து உலக அமைதிக்காக 15-4-1958இல் கூட்டறிக்கை விட்டுள்ளனர். இந்த அறிக்கை லண்டனிலிருந்து வெளிவரும் Monthly Review என்ற ஆங்கில இதழில் வெளிவந்துள்ளது. இந்த உலக அமைதியைப் பற்றிச் சிங்காரவேலர் 1925-ஆண்டிலேயே ஆழமாகச் சிந்தித்ததுடன் அதனைநடைமுறையாக்குவதிலும் பெரிதும் முயன்றுள்ளார். இதிலிருந்து அவரது தொலை நோக்குச் சிந்தனையை நன்கு உணரலாம். சிங்காரவேலரின் இந்தத் தெளிவுக்கும் உறுதிக்கும் காரணம், அவரின் மார்க்சிய ஞானமும், இலெனின் கொள்கையின்பால் கொண்ட பற்றுமேயாகும். சோவியத்து ஒன்றியம் தோன்றியவுடன், இலெனின் 8-11-1917இல் பொதுவுடைமையும், உலக சமாதானமும் பிரிக்க முடியாதவை என்றும், சோவியத்து ஒன்றியத்தின் சர்வதேச நீதி உலக சமாதானமே என்று அவர் உலகறிய கொள்கைப் பிரகடனம் செய்தார். அதனைச் சிங்காரவேலர் நன்குணர்ந்தவராதலால், இந்தியாவில், சமாதானத்திற்கு வழிகாட்டியாக இருந்துள்ளார் எனலாம். அறிவுத் திறத்திலும், செயலாற்றலிலும் பல நிலைகளில்

முன்னோடியாக விளங்கிய அப்பெரியார், மரணப்படுக்கையில் என்ன கூறியுள்ளார் என்பதை நாம் அறிந்தால் வியப்பும், அதனால் அவர்மீது பெரும் மதிப்பும் ஏற்படும். அதனை அறிய வேண்டிய பொறுப்பு ஒவ்வொரு தமிழனுக்கும் உண்டு. ஏன்? ஒவ்வோர் இந்தியனுக்கும் உண்டு.

சிந்தனைச் சிற்பி சிங்காரவேலரைக் குறித்துச் சென்னைப் பல்கலைக்கழகத்தில் ஆய்வு செய்து முனைவர் பட்டம் பெற்றவர் பேராசியர் முத்து. குணசேகரன். அவர் சிங்காரவேலரைப் பற்றிச் செய்திகள் திரட்டப் பலரை அணுகியுள்ளார். அவ்வாறு அணுகப்பட்டவர்களில் ஒருவர் சிங்காரவேலரின் அண்ணன் மகள் திருமதி ஜெயபாய் அவர்கள் ஆவர். அந்த அம்மையார் உஸ்மானிய பல்கலைக் கழகத்தில் ஆங்கிலப் பேராசிரியராக விளங்கி ஓய்வு பெற்றவர். சிங்காரவேலர் மரணப்படுக்கையில் இருந்தபோது அவர் அருகில் இருந்து அவரைக் கவனித்தவர் அவர். நோயினால் படுக்கையில் இருந்தபோது, சிங்காரவேலரின் வாய் முணுமுணுத்ததை அவர் கூறியுள்ளார். அதனைப் பேராசிரியர் தம் ஆய்வேட்டில் குறித்துள்ளார். சிங்காரவேலர் கூறிய பொய்யா மொழியாகிய பொன்மொழிக்கும், இந்தக் கட்டுரைக்கும், பெரும் பொருத்தம் உண்டு. தம் வாழ்நாள் முழுதும் உழைக்கும் ஏழை -எளிய மக்களுக்காகவே சிந்தித்துக் கொண்டு, சிந்தனையால் பொழுதளந்த அப்பெரியார், திருவாய் மலர்ந்தருளியது என்ன தெரியுமா? இதோ கீழே நோக்குங்கள். அதுதான் உலகத்தைக் காக்கும் முதுமொழி.

There be no more war; Let there be peace in the world.

(உலகில் இனியும் போர் வேண்டாம். உலகம் அமைதியில் நிலைக்கட்டும்)

மீளாத துக்கத்தைத் தழுவும் நேரத்தில்கூட (இறக்கும் போதும்) இவ்வுலகினர் இறக்கக் கூடாதென்பதற்காக, அப்பெரும் நெஞ்சம் மனித நேயத்துடன் முணுமுணுத்து இருக்கிறதென்றால், அந்த நெஞ்சத்தையுடையவர் “ஆன்றவிந்து அடங்கிய கொள்கைச் சான்றோர்” தானே! போரற்ற உலக

சமாதானத்தில் அப்பெரியார் எத்துணை ஆழ்ந்த அக்கறை கொண்டிருந்தார் என்பதை இதுகாறும் விளக்கியவற்றான் நன்கு உணரலாம். இதனால் அவர்தம் தொலைநோக்குச் சிந்தனையையும் நன்கு உணரலாமன்றோ! புது உலகம் நோக்கி அப்பெரியாரைப் பின்பற்றுவது தானே நமது கடமையும் கடனும் ஆகும்.

> செங்கதிர் ஒளிபோல் அறிவில் தெளிந்தவன்
> திங்களின் ஒளிபோல் அன்பில் குளித்தவன்
>
> – பாரதிதாசன்

14

சிங்காரவேலரின் அறிவியல் பரப்புப் பணி

சிந்தனைச் சிற்பி ம. சிங்காரவேலர் ஓர் அரசியல் சிந்தனையாளர் என்பதுதான் பலருக்கும் தெரியும்; ஆனால் அவரொரு சிறந்த அறிவியல் சிந்தனையாளர் என்பதையும், அறிவியலைப் பரப்புவதில் பெரும்பணியாற்றியவர் என்பதையும் பலர் அறியார்; சிலரே அறிவர். சிங்காரவேலர் ஓர் அறிவியல்துறைப் பேராசிரியர் போன்று, அறிவியலின் மூல நூல்களைக் கற்றவர்; அந்நூல்களின் கருத்துகளைப் பொதுமக்களுக்கு அறிமுகம் செய்ததில் முதலிடம் பெற்றவர் அவரே; அரசியல் பணியிலும், தொழிற் சங்கப் பணியிலும் அவர் தொடர்ந்து ஈடுபட்டாலும், அறிவியல் சிந்தனையைப் பரப்புவதை அவர் மறந்தார் அல்லர்; தம் முதுமையிலும் அப்பணியை இடையறாது தொடர்ந்து ஆற்றியே வந்தார். அறிவியலில்கூட அவர் ஒரு துறையை மட்டும் கற்றவர் அல்லர்; பல துறைகளைக் கற்றவர். உளவியல், மானிடவியல், ஆகியவற்றை மட்டுமல்லாமல், பொது அறிவியல், உடலியல் வானவியல் போன்ற துறைகளின் நூல்களையும் அவர் கற்று அவற்றைப் பொதுமக்களுக்கு அறிமுகமும் செய்துள்ளார்.

அரசியலில் ஈடுபட்ட ஒருவர், அறிவியலிலும் பெரிதும் ஈடுபாடு கொண்டதற்குக் காரணம், பொது மக்கள் வாழ்விலும் வளர்ச்சியிலும் அவர் கொண்ட சமூக அக்கறையேயாகும். அனைவரும் அறிவியல் கண்ணோட்டம் பெற்றுச் சமத்துவ வாழ்வு பெற வேண்டுமென்பதே அவர் கொள்கையாகும். அந்தக்கொள்கையின் காரணமாகவே அறிவியல் சிந்தனைகளைப் பரப்பும் பணியில் அவர் இறுதிவரை ஈடுபட்டு வந்தார்.

அக்காலத்திலேயே (1905-க்கு முன்னரே) டார்வின், மார்க்ஸ், ஏங்கல்ஸ், போன்ற அறிவியல் மேதைகளை அவர்தம் பேச்சின் மூலம் விளக்கி வந்துள்ளார். அந்நாளில் அவர் ஒரு முறை, திருஞானசம்பந்தர் எலும்பைப் பெண்ணாக்கிய கதையை மறுத்து, டார்வின் கொள்கையை (உயிர்தோற்ற வரலாறு அல்லது பரிணாமவாதம்) விளக்கியதைக் குறித்து, திரு.வி.க. தம் வாழ்க்கைக் குறிப்புகளில் குறிப்பிட்டுள்ளார். சிங்காரவேலரின் அறிவியல் விளக்கம் திரு.வி.க. வை மிகவும் கவர்ந்ததாகவும் அதனால் அவர் சிங்காரவேலரின் மாணாக்கராக மாறினார் என்றும் திரு.வி.க. அதே நூலில் பதிவு செய்துள்ளார். இக் குறிப்பிலிருந்து நம்பிக்கையை (எலும்பைப் பெண்ணாக்கிய கதை) மறுப்பதில் கூட அவர் எவ்வாறு அறிவியல் சிந்தனையைப் பயன்படுத்தியுள்ளார் என்பதை நன்கு உணரலாம்.

டார்வின் கொள்கையைப் பரப்புவதில் மட்டுமன்றி, அக்கொள்கைக்கு எதிராக யாராவது மறுத்து எழுதினாலோ பேசினாலோ சிங்காரவேலர் எப்போதும் வாளாவிருந்த தில்லை. ஒரு முறை இங்கிலாந்தில் நிகழ்ந்த ஒரு நிகழ்வு நம் சிந்தனைக்கு உரியது. தந்தி முறையைக் (Tele Graph) கண்டுபிடித்த சரி அம்பிரோஸ் ஃப்ளமிங் என்ற விஞ்ஞானி, ஒரு முறை மனித உயிர்த் தோற்ற வரலாற்றைக் குறிப்பிடும்போது, மனிதன் குரங்கிலிருந்து பிறந்தவன் அல்லனென்றும், பைபிளில் குறிப்பிட்டிருப்பதைக் போன்று, கடவுளால்தான் மனிதன் படைக்கப்பட்டானென்றும் கூறினார். அவரது இந்தக் கூற்றை அந்நாட்டில்,மற்றொரு அறிவியல் மேதையான சர் ஆந்தர் கீத் (Sir ArthurKeith) என்பவர் அதனை மறுத்துள்ளார். இந்தச் செய்தியை அறிந்த சிங்காரவேலர் சர் ஆர்தர்கீத்தைப் பாராட்டியும், ஃப்ளமிங்கை மறுத்தும் ஒரு சிறு கட்டுரை வரைந்துள்ளார்![1]

இங்கு ஒன்றை நாம் எண்ணிப் பார்க்க வேண்டும்; தகவல் தொடர்பு இந்நாளில் இருப்பதைப் போன்று இல்லாத அந்நாளில், இங்கிலாந்தில் நடந்த ஒரு கருத்துப் போரை அவர் அறிந்ததொடு மட்டுமன்றி, டார்வினின் கொள்கைக்கு எதிராக எழுந்த கொள்கையையும் அவர் மறுத்துள்ளார்.

ஃப்ளமிங் போன்றோர் விஞ்ஞானியராக இருந்தும், விஞ்ஞான கொள்கையை மறுப்பதற்குக் காரணம்; அவர்கள் மதத்தின் மீது கொண்ட மூட நம்பிக்கையும் மூடபக்தியுமே யாகும் என்கிறார் சிங்காரவேலர் உண்மைதானே! நம் காலத்தில், சேதுசமுத்திரத்தில் இல்லாத இராமர் பாலத்தை இருப்பதாகக் கூறி, சேது சமுத்திரத் திட்டத்திற்கு எதிராக இருக்கும் மதவாதிகளை ஒப்பிட்டு நோக்கினால், மத உணர்வு எவ்வாறு அறிவை மயக்குகிறது என்பதை உணரலாம்; ஃப்ளமிங்கை போன்று விஞ்ஞானிகள் மலர் மயங்கி உள்ளனர். சர் ஐசக் நியூட்டன், ஆலிவர் லாட்ஜ் ஆகியோர் சிறந்த அறிவியல் மேதைகளாக இருந்தும், அவர்கள் ஆவியுலகில் நம்பிக்கையுள்ளவர்காளக இருந்துள்ளார்கள். இயற்கை விஞ்ஞானத்தில் சிறந்து விளங்கியவரும், ஆங்கிலப் பொருள் முதல் வாதத்தின் தந்தையுமான **பிரான்சிஸ் பேகன்** சிறந்த மேதையாக இருந்தும் மதவுணர்வில், மத மூடநம்பிக்கையில் மூழ்கியிருந்தார் என்று மார்க்ஸ் அவரைக் கண்டித்துள்ளார்.

பிரான்ஸ் நாட்டின் கணித மேதையும்,அறிவியல், அறிஞருமான டேக்கார்ட் சிறந்த மனிதநேயராக இருந்தும் சில நேரங்களில் மதவாதிகளைப் போன்றே தவறான கருத்துகளைக் கூறியுள்ளார். இவர்களைப் போன்ற விஞ்ஞானிகளின் தவறான முடிவுகளை (சமுதாயம் சார்ந்த பிற்போக்கான கருத்துகளை) **ஐன்ஸ்டின், ஜேம்ஸ் டி. வாட்சன் பிரான்சிஸ் கிரிக், மாரிஸ் வில்கின்ஸ், எச். ஜி. வெல்ஸ்** ஆகியோர் கடுமையாகக் கண்டித்துள்ளனர். அறிவியல் மேதைகளுக்கே இந்நிலை என்றால், பொதுமக்களின் நிலை எவ்வாறு இருக்கும் என்பதைக் கூறவேண்டியதில்லை. இவ்வாறு விஞ்ஞானிகளுள் சிலரும், பொதுமக்களுள் பலரும் பிற்போக்குணர்வில் மூழ்கியிருப்பதற்குக் காரணம், பற்பல நூற்றாண்டுகளாக மனிதரைக் கவ்வி வரும் மதவுணர்வே யாகும். அதனால்தான் மார்க்ஸ், "மதத்தின் மீதான விமர்சனம் எல்லா விமர்சனங்களுக்கும் அடிப்படையான விமர்சனமாகும்" ("Criticism of religion is premise of all crticism") என்றார். மனிதரின் பல்வேறு சிந்தனைகளை முடக்கி

வைத்திருக்கும் பெரும் அமைப்பு மதமேயாகும்; மதத்தை நன்கு அசைத்தால் அனைத்தையும் அசைத்துவிடலாம். அதற்குச் சிறந்த ஆயுதம் அறிவியலும், அறிவியல் கண்ணோட்டமேயாகும். அறிவியலால் மதத்திற்கு ஆபத்து ஏற்பட்டுவிடக் கூடாதென்பதற்காகவே மதமும், மதவழிப்பட்ட ஆட்சியும் பல நூற்றாண்டுகளாக அறிவியலை வளரவிடாமல் தடுத்து வருகின்றன; இதனை இந்நாள்வரை பலரும் உணரவில்லை என்பதே உண்மையாகும்!

மனிதச் சமுதாயம் மேம்பாடு அடைந்து நன்முறையில் இயங்க வேண்டுமானால் எல்லோருக்கும் அறிவியல் உணர்வு வேண்டும்; அறிவியல் உணர்வு பெருகவில்லை எனின் மதவுணர்வே பெருகும்; மதவுணர்வு பெருகுமானால் சமுதாயம் இருளில்தான் மேலும் மூழ்கும்; அறிவியல் முடிவுகளை மதப்பீடங்கள் எந்நாளும் ஏற்றிப் போற்றியதில்லை; மாறாக அவற்றைப் பெரிதும் எதிர்த்தன; சில நேரங்களில் அழிந்தன. பூமி ஒரே இடத்தில் நில்லாமல் சூரியனைச் சுற்றிக் கொண்டிருக்கிறது என்பதை அறிவியல் அடிப்படையில் **கோபர் நிக்ஸ்** உறுதி செய்த போது கத்தோலிக்கத் திருச்சபை அதனை ஏற்கவில்லை; கண்டித்தது. **மார்டின் லூதர்** போன்ற சமயத் தலைவர் பலர் அவரைக் கண்டித்தனர். இறுதியில் அந்நூலைத் தடை செய்தனர். சாகும் வரை அவரைச் சிறையிலும் அடைத்து வைத்தனர். அந்தத் தடையும் கோபர்நிக்சின் மறைவுக்குப் பின்னரும் இருநூறு ஆண்டுகள் நீடித்தது. வான மண்டலத்திலுள்ள கோள்களை பூமியிலிருந்து காண்பதற்குத் தொலைநோக்குக் கண்ணாடியைக் **கலிலேயோ** கண்டுபிடித்தபோது, சமய வாதிகள் அதனை ஏற்கவில்லை. மாறாக, கலிலேயோ ஏமாற்றுகிறார் என்றனர். பின்னர் அவரை எச்சரித்து வீட்டிலேயே சிறை வைத்தனர்; கோபர் நிக்சின் கொள்கையை மேலும் விரிவாக்கம் செய்த ஜியார்டானோ புருனோவை மதப் பீடம் சந்தையின் நடுவே உயிரோடு தீயில் வைத்து எரித்துக் கொன்றனர்.

இங்கிலாந்து நாட்டில், இறந்த உடல்களை அறுத்து ஆராய்ச்சி செய்த உடலியல் மருத்துவ வல்லுநர் **விசேலியசின்**

ஆராய்ச்சியை அந்நாட்டுச் சமயவாதிகள் ஏற்க மறுத்து, மனிதன் இறப்பதற்கு முன்பே அவன் உடலை அவர் அறுத்து விடுகிறாரென்று பொய்க் குற்றம் சாட்டினர். அவரை வெளிப்படையாகத் தண்டிக்க அச்சப்பட்ட சமயவாதிகள் அவரை ஜெருசலேம் என்ற ஊருக்குப் புனிதயாத்திரை சென்று வருமாறு பணித்தனர். அவரை அங்கு அனுப்பியதற்குக் காரணம், வயதான நிலையில் வரும்வழியில் கடுங்குளிரில் அவர் இறந்து விடுவார் என அவர்கள் நம்பியதுதான்; அவர்கள் நம்பியதற்கேற்ப நடுவழியில் குளிரில் சிக்கி அவரும் இறந்து போனார். இதிலிருந்து ஒன்றை நாம் அறியலாம்; அதாவது, மதப்பீடம் தம் அமைப்புக்கு மாறானவர்களையும், முற்போக்குச் சிந்தனையாளர்களையும் வெளிப்படையாகத் தண்டிப்பதுடன், சில நேரங்களில் மறைவாகச் சூழ்ச்சியுடனும் கொல்லும் என்பதையும் அறியலாம்; இதற்கு விசேலியசின் மரணம் நல்ல எடுத்துக்காட்டாகும்.

இங்கிலாந்தில் ஒருமுறை ப்ளேக் நோய் பரவிய போது அதற்குக் காரணம் கடவுளின் கோபமே என்றனர் சமய வாதிகள். கடவுள் கோபம் அடைந்ததற்குத் **தாமஸ் ஆப்ஸ்** எழுதிய நூல்களே காரணம் என்றனர். அதனால் அந்நூல்களை எக்காரணத்தைக் கொண்டும் இங்கிலாந்தில் அச்சடிக்கக் கூடாதெனச் சமயவாதிகள் தடை செய்தனர்; ப்ளேக் நோய்க்கும், தாமஸ் ஆப்சின் நூலுக்கும் எவ்விதத் தொடர்பும் இல்லை; ஆனால் மதப்பீடம் தம் ஆசையை நிறைவேற்றுவதற்காக எந்த அப்பட்டமான பொய்யையும் கூறித் தண்டனை விதிக்கும் என்பதற்கு இவையெல்லாம் நல்ல எடுத்துக்காட்டுகள்; இவைபோன்ற நிகழ்வுகள் இந்தியாவிலும் நிகழ்ந்துள்ளன. அவற்றில் ஒன்றிரண்டை இங்குப் பார்ப்போம்.

இந்திய வரலாற்றில் குப்தர்கள் காலம்தான் பொற்காலம் என்று பலரால் கூறப்படுகிறது. ஆனால், அக்காலம் ஒரு வகையில் இருண்ட காலம் என்கின்றனர் சிலர்; இஃது உண்மையேயாகும். சிற்பம், கலை, இலக்கியம் போன்ற துறைகள் அக்காலத்தில் நன்கு வளர்ச்சியடைந்திருந்தாலும், அறிவியல் பின்னுக்குத் தள்ளப்பட்டுள்ளது; அதாவது,

ஜாதகம், சோதிடம் போன்றவற்றுக்கு மிக முக்கியத்துவம் கொடுக்கப்பட்டு அறிவியல் புறந் தள்ளப்பட்டது. கோபர் நிக்ஸ்க்கு (1473-1543) முன்பாகவே கி.பி. 4- ஆம் நூற்றாண்டில் (குப்தர்கள் காலத்தில்) வாழ்ந்த ஆரியபட்டர் பூமி தன் அச்சில் சுற்றுகிறதென்றும், பூமி, சந்திரன் ஆகியவற்றின் நிழல்களே கிரகணம் என்றும், ஓர் ஆண்டுக்கு 365 நாட்களே என்றும் அவர் அறிவித்திருந்தார். பூஜ்ஜியத்தைக்கூட அவர்தான் கண்டுபிடித்தார் என்றும் கூறுவதுண்டு.

இத்துணைச் சிறந்த அறிவியல் மேதைக்குக் குப்த அரசு முக்கியத்துவம் கொடுக்காமல், சோதிடத்தில் சிறந்தவரான மிரருக்கு முக்கியத்துவம் கொடுத்தது. இதனால் அறிவியலும் புறந்தள்ளப்பட்டது; சமயவாதிகளாகிய புரோகிதர்களுக்குச் சிறப்புச் செய்யப்பட்டது. பெரும்பாலான புராணங்கள் இக்காலத்தில்தான் இயற்றப்பட்டன; இப்புராணங்கள் பெரிதும் உயர் சாதியினரின் பெருமை பேசின. மூட நம்பிக்கைகளை விதைக்கும் மத்சய புராணம் இக்காலத்தில் தான் இயற்றப்பட்டது. சூனியங்களைப் பற்றிக் கூறும் மடாதிபதியின் நூல்களும், பேய்கள், ஆவிகள் பற்றிக் கூறும் இதாசரிதசாகரம் போன்ற நூல்களும் இக்காலத்தில்தான் தோன்றின என்றும் மற்றும் அறிவியலாளர்களும் முற்போக்காளர்களும் அவமதிக்கப்பட்டனர் என்றும் **பிரேம் நாத் பசாஸ்** தம் நூலில் குறிப்பிட்டுள்ளார்.[2]

அறிவியல் கண்ணோட்டத்தை மக்களிடையே வளர்ப்பதற்கு அரசுதான் வழிகாண வேண்டும். மக்களும் நடைமுறை உண்மைகளை உணர்ந்து அறிவியல் விழிப்பு பெறவேண்டும். இந்த இரண்டு நிலையும் நமது நாட்டில் போதுமான அளவுக்கு இல்லாததால்தான் (பல நூற்றாண்டுகளாக) மூட நம்பிக்கை இன்றும் நிலைபெற்று வருகிறது. இந்தப் பணியைத் தலைவர்கள்தாம் ஆற்ற வேண்டும்; தலைவர்களுக்கு அந்தப் பொறுப்பு உண்டு; அந்தப் பொறுப்பைதான் சிங்காரவேலர் ஆற்றினார். சிங்காரவேலர் காலத்தில் அந்நியர் ஆட்சி இருந்தது; அவர்களுக்கு இந்திய மக்களுக்கு அறிவியலுணர்வை ஏற்படுத்த வேண்டும் என்ற நோக்கம் இருந்தது இல்லை; நம் தலைவர்களுள் பலரும்

சமயவாதிகளாகவும் பிற்போக்காளர்களாகவும் இருந்தனர்; சிலரே முற்போக்குணர்வை உடையவர்களாக இருந்துள்ளனர்; தமிழகத்தின் இரு பெரும் சிந்தனையாளர்களாகிய சிங்காரவேலரும், தந்தை பெரியாரும் இந்தியாவுக்கே வழிகாட்டியாக விளங்கியவர்கள்; மூட நம்பிக்கையை ஒழிப்பதில் தந்தை பெரியாருக்கே முதலிடம் உண்டு; அதேபோன்று அறிவியல் சிந்தனைகளைப் பரப்பியதில் சிங்காரவேலருக்கு முதலிடம் தரப்படல்வேண்டும்;

தமிழகத்தில், சிங்காரவேலர் தந்தை பெரியாருடன் இணைந்து குடியரசு, புரட்சி, பகுத்தறிவு ஆகிய இதழ்களில் 1933 ஆம் ஆண்டுவரை அரிய கட்டுரைகளை எழுதி வந்தார்; அக்கட்டுரைகள் அனைத்தும் மூடநம்பிக்கையை ஒழிப்பதையும், அறிவியல் சிந்தனைகளை வளர்ப்பதையுமே நோக்கமாகக் கொண்டவை; குடியரசு இதழ் ஓர் அறிவுப் புதையல்; கலைகள் கமழும் கலைக்களஞ்சியம்; தமிழக வரலாற்றில் குடியரசு இதழுக்கு ஈடிணையற்ற பெருமை உண்டு; சிந்தனையாளர் பலருக்கு அவ்விதழில் எழுதத் தந்தை பெரியார் இடம் தந்தார்; தம் கட்டுரைகளை மறுத்தவர்களின் கட்டுரைகளையும் கூடத் தந்தை பெரியார் அவ்விதழில் வெளியிட்டார்; இது மிக மிகக் குறிப்பிடப்பட வேண்டிய ஒன்றாகும்; போற்றத்தக்கதுமாகும். 1933-க்கு பின்னர் ஈரோட்டுத் திட்டத்தின் காரணமாகச் சிங்காரவேலருக்கும், தந்தை பெரியாருக்கும் கருத்துவேறுபாடு ஏற்பட்டவுடன் சிங்காரவேலர் சுயமரியாதை இயக்கத்திலிருந்து வெளியேறி விடுகிறார்; அவருடன் ப. ஜீவானந்தமும் வெளியேறி விடுகிறார். கொள்கையில் இருவருக்கும் வேறுபாடு ஏற்பட்டிருப்பினும் இறுதிவரை நட்பும் மதிப்பும் கொண்டே இருவரும் பழகினர். பல முக்கியக் கூட்டங்களில் இருவரும் சேர்ந்தே பங்கேற்றனர்; சாதியத்தையும் மூடநம்பிக்கையையும், சமயப் பிற்போக்குத் தனத்தையும் ஒழிப்பதில் இருவரும் சேர்ந்தே பங்காற்றினர்;

சிங்காரவேலர் தம் 76-ஆம் வயதிலும் தொடர்ந்து எழுதிக் கொண்டே இருந்தார்; குடியரசு, புரட்சி, பகுத்தறிவு; புதுவை முரசு போன்ற இதழ்களில் பற்பல கட்டுரைகளை

எழுதியிருப்பினும், அத்துடன் அவர் அமைதி கொள்ளாமல் அறிவியல் சிந்தனைகளை மேலும் பரப்புவதில் அவர் நாட்டம் கொண்டார். ஏனெனில் தமிழகத்தின் நிலை அவ்வாறு இருந்தது. அறிவியல் சிந்தனைகளைப் பரப்புவதற்காகவே அவர் 1935-இல் "புது உலகம்" என்ற இருவார இதழைத் தொடங்கினார். அவ்விதழில் ஒரு முன்னுரை எழுதினார். அந்த முன்னுரை மிகமிக முக்கியத்துவம் வாய்ந்தது. அம்முன்னுரையில் கீழுள்ளவாறு அவர் குறிப்பிட்டிருக்கிறார். முன்னுரையின் தலைப்பே "விஞ்ஞானத்தின் அவசியம்" என்பதாகும்.

"Pure Science - என்று வழங்கும் சுத்த மெய்ஞ்ஞானத்தை எடுத்துரைக்க தமிழ் பாஷையில் ஒரு தனித்த பத்திரிகை கூட இல்லை. இந்த அவசியத்தைப் பூர்த்தி செய்ய "புதிய உலகம்" என்ற பத்திரிகை வெளிவந்ததைப் போற்றுகின்றோம்.

நமது சமூக வாழ்க்கை (Social life) உயரவேண்டுமானால் மெய்ஞ்ஞானமுறை இன்னதென்று தெரிந்துகொள்ளல் அவசியமாகும். மெய்ஞ்ஞான முறையைப் பெரும்பான்மை மக்களுக்குத் தெரிவிக்காமையால் அரசியல் துறையிலும், சமூகத் துறையிலும், தினசரி பழக்க வழக்கங்களிலும் அறிவுடையோரும் தங்கள் பகுத்தறிவை உபயோகப்படுத்தாமல் மூடப்பழங்கங்களுக்கும் மூட எண்ணங்களுக்கும் ஆளாகின்றனர். தமிழ் உலகம் இன்று தலைகீழாய் நின்று வருவதற்கு இந்த அறியாமையே முதற்காரணம் பெரும்பான்மையான மக்கள் ஸயன்ஸின் மார்க்கம் இன்னதென்று தெரிந்து கொள்ளாத தோசத்தால், மூட ஒழுக்கங்களாலும், ஜாதி - சமயத் துராசாரங்களாலும் வாடி வதங்கி வருகின்றனர். நிழலைக் கண்டு பயப்படும் குதிரை, ஆடு, மாடுகளைப் போல் நமது நாட்டு மக்கள், பூமி நிழலால் மறைக்கப்பட்டு உண்டாகும் சந்திர கிரகணத்தையும், சந்திரன் நிழலால் மறைக்கப்பட்டு உண்டாகும் சூரிய கிரகணத்தையும் கண்டு பயப்படும் அறியாமையை என்னவென்று கூறுவது? இந்தக் குறைகளை நீக்குவதற்கும் ஒரு விஞ்ஞான பத்திரிகை வேண்டுமென்ற கோரிக்கை இந்தப் "புதிய உலகம்" தோற்றத்தால் நிறைவேறு மென்று நம்புகின்றோம்.

மெய்ஞ்ஞான அபிவிருத்தியால், உலக ஞானமும் தெளிவும் அடைந்து வருகின்றன. மக்கள் பகுத்தறிவும் விசாலப்பட்டு வருகின்றது. உள்ளது உள்ளபடி தெரிந்து நடக்கவும் மெய்ஞ்ஞானத்தால் மிகவும் சாதகமாகும். நேர்மையான யோசனை புரிவதற்கும் ஸயன்சின் உதவி வேண்டியது மிக அவசியம். "What knowledge is of most worth? -எந்த ஞானம் எல்லா ஞானத்தை விடச் சிறந்தது என்ற கேள்விக்கு ஸயன்ஸ் ஒன்றே" என்று மாபெரும் ஞானியாகிய **ஹெர்பர்ட் ஸ்பென்ஸர்** தெரிவித்ததை, நம் தமிழ் மக்களிடம் அறிமுகம் செய்வதே இந்தப் 'புதிய உலகம்' பத்திரிகையின் கோரிக்கையாக ஆக்க வேண்டுமென்று நம்புகிறோம்.

புது உலகம் - 1935 - மே

இம் மேற்கோளை நோக்கினால், சிங்காரவேலர் அறிவியலின் முக்கியத்துவத்தை எவ்வளவு ஆழமாக உணர்ந்துள்ளார் என்பதையும், அதனை மக்களிடம் பரப்புவதில் எத்துணை அக்கறை கொண்டுள்ளார் என்பதையும் நன்கு உணரலாம். 76- வயதிலும் இவ்வாறு அவர் அழுத்தமாக எழுதுகிறார் எனில், அவரது மாந்த நேயம்தான் என்னை? அதுவும் அரசியலிலும், தொழிற்சங்கப் பணியிலும் ஈடுபட்ட ஒருவர், அறிவியலிலும் இத்துணைக் கவனம் செலுத்தியிருக்கிறார் எனில், அது பெரும் விந்தை தானே! இம்முன்னுரை அவரது இறுதிக் காலத்தில் எழுதப்பட்டது; ஆனால், இச்சிந்தனையை அவர் தொடக்கக் காலந்தொட்டே சிந்தித்துள்ளார். அதற்குக் காரணம்; நம் நாட்டு மக்களின் நிலையே யாகும். அறியாதவர் களிடத்திலுள்ள மூடநம்பிக்கை முதல் அறிவுடையவரிடத் திலிருக்கும் மூடநம்பிக்கை வரை அவர் ஆய்ந்திருக்கிறார். அவற்றில் ஒவ்வொன்றாக நோக்குவது நலம். முதலில் சாதாரண மக்களிடத்திலுள்ள மூடநம்பிக்கையை அவர் எப்படி நோக்கியுள்ளார் என்பதைச் சற்று நோக்குவோம்.

நம் நாட்டில் ஒரு பழக்க முண்டு; அதாவது மூட நம்பிக்கையுள்ள பழக்கம். தெருவில் ஒற்றைப் பார்ப்பான்

சென்றால், அவனுக்கு எதிரே ஒருவன் சென்றால் அவனுக்குத் தீங்கு ஏற்படும் என்ற தவறான நம்பிக்கை நீண்ட காலமாக நம் நாட்டில் உண்டு. இதனைச் சிங்காரவேலர் மிகச் சரியான முறையில் மறுக்கிறார். தீங்கு ஏற்படுவதற்கும், ஒற்றைப் பார்ப்பானுக்கும் எவ்விதத் தொடர்பும் இல்லை என்கிறார். நம் மக்களிடத்தில் கூர்ந்து நோக்குதல் (Observation), சோதனை செய்தல் (Experiment) ஆகிய இரண்டும் மிக முக்கியமானவையென்றும், அவற்றை நம்மக்கள் பயன்படுத்துவதில்லை என்றும் கூறுகிறார். ஒரு பொருளையோ, ஒரு நிகழ்வைவோ பார்க்கும் போது, அதன் உண்மைத் தன்மையை அறிய வேண்டுமென்றால் அவற்றைச் சரியான முறையில் உண்மையைக் காணும் அடிப்படையில் கூர்ந்து நோக்க வேண்டும்.

அப்படிக் கூர்ந்து நோக்கியவற்றை ஏன்? எதற்கு? எப்படி? என்ற முறையில் உண்மையைக் காணும் நோக்கில் ஆராய்ந்து பார்க்க வேண்டும்; அப்படி ஆராய்ந்து பார்த்தால் ஒரு நிகழ்வின் உண்மைத் தன்மை நமக்குப் புரிந்து விடும்; ஆனால் பழைய நம்பிக்கையில் ஊறிப் போன நம் மக்கள் இந்த இரண்டு முறையையும் பயன்படுத்தாதலால், பொய்யை உண்மையையெனக் கருதுகின்ற மருள் தோன்றி விட்டது என்கிறார் அவர். பல முறை ஒற்றைப் பார்ப்பானைப் பார்க்கின்ற நமக்கு எதுவும் ஏற்படாத போது புறப்படுகின்ற நேரத்தில் மட்டும் ஒற்றைப் பார்ப்பான் எதிர்ப்பட்டால் தீங்கு ஏற்படும் என்று கூறுவது எப்படி சரியாகும்? என்கிறார். எதிர்பாராதவிதமாக ஒருமுறை ஏற்பட்டு விட்டதற்காக (அவ்வாறு ஏற்பட்டதற்கு வேறு காரணம் இருந்தும்) எப்போதும் அப்படித் தான் ஏற்படும் (ஏற்பட்டுத் தீரும்) என்று நம்புவது எவ்வாறு பொருந்தும் என்கிறார். புறப்படும்போது ஒற்றைப் பார்ப்பான் எதிரே வந்தால் தீங்கு ஏற்பட்டு விடுகிறது என்பதைப் பலமுறை ஆய்வு செய்து பார்த்தால் (பரிட்சித்துப் பார்த்தால்) இந்த எண்ணம் தவறு என்பது புலப்பட்டுவிடும் என்று கேட்கிறார். அதாவது ஒற்றைப் பார்ப்பான் எதிரே வருவதையும் அதனால் ஏற்படும் விளைவையும் அடுத்தடுத்துக் குறித்துக் கொண்டு ஒப்பிட்டுப்

பார்த்தால், அந்த நம்பிக்கை தவறென்பது புரிந்து விடும். அதாவது, ஒற்றைப் பார்ப்பான் எதிரே வந்தால் எதுவும் நிகழவில்லை என்பது புரிந்துவிடும் என்கிறார். எப்போதோ ஒரு முறை, ஒற்றைப் பார்ப்பான் எதிரே வந்தால் ஒருவருக்கு ஓர் ஆபத்து ஏற்பட்டு விட்டதால் (ஆபத்து ஏற்பட்டதற்கு வேறு காரணம் இருந்தும்) எப்போதும் அவ்வாறே ஏற்பட்டுவிடும் என்று கருதுவது அறியாமையாகும் என்கிறார். இது குறித்து அவர் விளக்கியதில் ஒரு சிறு பகுதியை ஈங்கு நோக்குவது நலம்.

"ஒத்தைப் பிராமணன் எதிரிட்டால் கெட்ட சகுனமென்பது யோசித்துப் பாராத குருட்டுப் பழக்கங்களில் ஒன்று; 'பார்ப்பான்' என்ற சொல் பழக்கச் சொல்லே ஒழிய, அதில் விசேடமொன்றாகிலும் அல்லது கேவலம் ஏதாகிலும் ஒன்றுமில்லை; அவனும் எல்லாப் புருசர்களைப் போன்றே ஒரு மனிதன். அந்த மனிதனை மாத்திரம் பார்த்தால் நமது காரியங்கள் கெடுவானேன்? மற்ற மனிதர்கள் குறுக்கிட்டால், ஏன் ஒருவன் காரியம் கெடா? பிராமணனுக்கும், சூத்திரனுக்கும் பிறப்பில் வித்தியாசமா? உண்பதில், தின்பதில், உடுப்பதில் எந்த வாழ்வில் வித்தியாசம்? ஆதலின் ஒத்தைப் பார்ப்பானைக் கண்டால் நமது காரியம் கெட்டுப் போகும் என்ற எண்ணம் வீண் எண்ணமே! இந்தப் போலி எண்ணத்தால் ஒருவன் முயற்சி கெட்டுப் போகுமே ஒழிய மற்றொன்றில்லை. பதினாயிரம் தடவை ஒத்தைப் பார்ப்பானை எதிரே சந்திக்குங் காலையில் எதுவும் (நன்மை, தீமை) நேரிடுவதில்லை; ஆனால், இந்தப் பத்தாயிரம் தடவையில், ஒருதடவை மாத்திரம் ஒத்தைப் பார்ப்பனனைப் பார்த்த நிமித்தம் ஏதாவது கெடுதி சம்பவித்தால் "சந்தித்த பிராமணனால் கேடு விளைந்தது, ஆதலால், ஒத்தைப் பிராமணனை எதிர்படச் சந்தித்தல் அபசகுனமென்று" கூச்சல் போடுகிறோம். இதுதான் இந்த மூடப் பழக்கத்தின் ஆதாரமென அறிக.

ஒத்தைப் பார்ப்பான் எதிரிடல் அபசகுனமென்றால், இரண்டு மூன்று பிராமணர்கள் குறுக்கிடல் அதிகமான அபசகுனமாகாமல், எப்படிச் சகுனமற்ற சம்பவமாகியதோ அதுவும் தெரியவில்லை."[3]

ஒத்தைப் பார்ப்பானை எதிர்கொள்ளுகின்றபோது அபசகுனம் ஏற்படும் என்றால் ஒன்றுக்கு மேற்பட்ட பல பார்ப்பனர்கள் எதிர்படும் போது பல அபசகுணங்கள் ஏற்பட வேண்டுமன்றோ? இது நியாயமான கேள்விதானே; இதனை நாம் ஏன் சிந்திப்பதில்லை? சிங்காரவேலர் ஒற்றைப் பார்ப்பான் கதையைப் பலவாறு மறுத்து, பின்னர் மிக நுட்பமாக, பார்ப்பனர் பலர் எதிர்ப்படும் போது ஏன் பல அபசகுனங்கள் ஏற்படுவதில்லை என்ற வினா எழுப்பும் போது அந்நம்பிக்கை கடைந்தெடுத்த மூடநம்பிக்கை என்று உறுதியாகி விடுகிறதன்றோ! இவ்வாறே விதவை எதிர்பட்டால் அபசகுனம் என்றும், ஆகவேண்டிய காரியம் ஆகாதென்றும் நம்பி விருகின்றனர். சிங்காரவேலர், ஒற்றைப் பார்ப்பான் கதையை எப்படி மறுத்தாரோ அப்படியே இதனையும் மறுத்துள்ளார். எதிர்ப்படுகின்ற விதவைக்கும், அதனால் ஏற்படுகின்ற விளைவுக்கும், எவ்விதத் தொடர்பும் இல்லை; மூடநம்பிக்கையால் நாம் விதவைமேல் பழி சுமத்துகிறோம் என்கிறார். இதனையும் அடுத்தடுத்து ஆராய்ந்து பார்த்தால் நமது மூடநம்பிக்கை அகன்று விடும் என்கிறார். ஆனால், நாம் அப்படி ஆராய்ந்து பார்ப்பதில்லை; அதுதான் உண்மை!

அவர் ஓர் அரிய கருத்தைக் கூறுகிறார். அதாவது, பல கருத்துகளை . ஒன்றோடொன்றை ஒப்பிட்டு உண்மை காணும் நாம் விதவையின் கதையையும் ஏன் ஒப்பிடக் கூடாதென்கிறார்? இது உண்மைதானே! இதனைப் பற்றி நாம் ஏன் சிந்திக்கக் கூடாது? நம்மில் பலர் அவ்வாறு சிந்திப்பதில்லை; அவர் ஒன்றை உதாரணமாகக் கூறுகிறார். அதாவது காக்கை பறக்கப் பனம் பழம் விழும் கதையை நாம் சிறுவயறு முதற்கொண்டே கேட்டுக் கொண்டிருக்கிறோம். ஒரு முன்ற காக்கை மரத்தை விட்டுப் பறந்தவுடனே, பனைமரத்திலிருந்து பனங்காய் விழுந்ததாம்! உடனே காக்காவினால்தான் பணங்காய் விழுந்திருக்க வேண்டுமென்று பலர் எண்ணினராம்! ஆனால், அதனையடுத்து, பல நேரங்களில் காக்கையும், பல பறவைகளும் பறந்தும் கூட பனங்காய் விழவில்லை; இதனை நன்கு அறிந்து கொண்டோர், பனங்காய் விழுந்ததற்கும், காக்கை பறந்ததற்கும் எவ்விதத்

தொடர்பும் இல்லையென உணர்ந்தனர்; பனங்குலையின் காம்பு இற்றதினாலோ, மற்ற காரணத்திலோ பனங்காய் விழுந்திருக்குமே யன்றி, காக்கையினால் அன்று என்பதைப் புரிந்து கொண்டனர். இதனை அடுத்தடுத்து ஏற்பட்ட அனுபவத்தினால் அறிந்த கொண்ட மனிதர், புறப்படும் போது எதிரே வந்த விதவையின் அபசகுனத்தை ஏன் அடுத்தடுத்துச் சிந்தித்திருக்கக் கூடாது என்கிறார்; உண்மைதானே; அவ்வாறு சிந்தித்திருந்தால் காக்கையின் கதையைப் போன்று விதவையின் கதையையும் சரியாகப் புரிந்திருக்கக் கூடுமன்றோ!

ஒற்றைப் பார்ப்பானை அடுத்தடுத்து ஆராய்ந்தது போல், விதவையையும் நாம் அடுத்தடுத்து ஆராய்ந்திருக்க வேண்டும்; ஆனால், நாம் ஆராயத் தவறினோம்; அல்லது அப்படி ஆராய்வதே வேண்டாதது என்ற நிலைக்கு ஆளாக்கப்பட்டோம் என்பதே உண்மை; விதவை எதிர்ப்பட்டபோது ஒரு தீங்கு உண்மையில் நேர்ந்திருந்தால், அடுத்தமுறை விதவை வரும்போது தீங்கு நேருகிறதா? என்பதைக் கவனித்து மீண்டும் மீண்டும் விதவை எதிர்ப்படுவதால் என்ன தீங்கு ஏற்படுகிறது என்பதை நன்கு பரிட்சித்துப் பார்த்தால் உண்மை விளங்கும். அவ்வாறு பலமுறை சோதித்துப் பார்த்தால், விதவை எதிர்ப்படுவதற்கும் அதனால் தீங்கு ஏற்படுகிறது என்பதற்கும், எந்தத் தொடர்பும், காரணமும் இல்லை என்பதை நன்கு உணரலாம். இதனால் தான் சிங்காரவேலர் கூர்ந்து நோக்குதல் (Observation), சோதனை செய்து பார்த்தல் (Experiment) ஆகியவற்றை எல்லா நிகழ்வுகளுக்கும் பொருத்திப் பார்க்க வேண்டும் என்கிறார்.

நம் மக்களிடத்தில் நீக்கமற நிறைந்திருக்கும் கைரேகையைப் பார்த்துச் சோதிடம் சொல்லும் பழக்கத்தையும் சிங்காரவேலர் ஆய்ந்திருக்கிறார். அதனை ஆயும்போது மற்றவர்களைப் போல் "எல்லாம் பொய்"யென்று தடாலடியாக அவர் கூறவில்லை; அதற்கு அறிவியல் அடிப்படையில் அவர் விளக்கம் அளித்துள்ளார். அந்த விளக்கத்தை நோக்கினால் அவரது அறிவியலறிவு எத்துணைச் சிறந்தது என்பதை

உணரலாம். கைகளிலுள்ள ரேகைகள், மனிதன் குரங்கிலிருந்து மனிதனாக மாறியபோது ஏற்பட்டவையாகும். குரங்குகளின் கைகளிலும் அந்த ரேகைகள் உண்டு; கைகளில் உள்ள சதை நன்கு மடங்குவதற்காகவே மடிப்புகள் ஏற்பட்டு பின்னர் அவை நிரந்தர கோடுகளாக மாறின; அந்தக் கோடுகளே ரேகைகள். இவற்றை வைத்து எப்படி எதிர்காலத்தைக் கணிக்க முடியும்? அது எப்படிச் சரியாகும் என்கிறார். இதனைப் பற்றி அவர் கீழுள்ளவாறு விளக்குகிறார்.

"நமது கையிலுள்ள கோடுகளைப் போல் நமது ஒரு காலத்துப் பூர்வ பங்காளியாகிய வாலில்லாக் குரங்குகளுக்கும் உண்டு இன்னும் தூரப் பங்காளிகளாகிய (Distant cousine) வாலுடைய குரங்குகளுக்கும் கைகளில் கோடுகள் இருக்கின்றன. ஆனால், காட்சிச் சாலைகளில் வசிக்கும் நாட்டு மனிதக் குரங்குகளின் கைகளைப் பார்த்துச் சோதிடம் சொல்வார் யாருமில்லை; நமது கைகளில் இருக்கும் கோடுகள் (Grooves) பூர்வ காலத்தில் நமது குரங்கு மூதாதைகள் மரத்தில் தாவிப்பிடித்துத் தாண்டுங்காலையிலுண்டான தோல் மடிப்புகள்; அந்த வம்சத்திலிருந்து வந்தவர்களாகிய நமக்கும் மடிப்புகள் பரம்பரையாக (Heriditory) தோன்றுகின்றன. நமது கைக்கோடுகள் காட்டுக் குரங்குகளின் வம்ச பரம்பரையாக வந்தவை; பல கோடி வருஷங்களாக நமது மூதாதைகள் மரங்களில் வாழுங்காலை தாவுவதற்குத் தங்கள் கைகளை உபயோகித்து வந்து இருக்க வேண்டும். இன்றைக்கும் வாலுடைய குரங்குகளும் வாலில்லாக் குரங்குகளும் அம்மாதிரியாகவே தாவிச் செல்கின்றன. அப்படித் தாவிச் செல்வதால் கைகளும் மடிக்க வேண்டி வருகின்றன. கைகள் மடியுண்ட இடங்களில் வரிவரியாகக் கோடுகள் உண்டாயின; அப்படி உண்டான கோடுகள்தான் அந்த சந்ததி மூலமாக நமக்கும் வந்திருக்கின்றன. இதுதான் நமது உள்ளங்கையில் உண்டாயிருக்கும் கோடுகளின் உற்பவம். மரத்தைத் தாண்ட மடிந்த இடங்களைக் (ரேகைகள்) கொண்டு நமது நடத்தைகளை எப்படி அறியக் கூடுமெனக் கேட்கின்றோம்? இந்த வழிகளைக் கொண்டு நமது நடவடிக்கைகளைக் குறிப்பதை ஆங்கிலத்தில் Pure guess

என்று சொல்லலாம். அதாவது வெறும் உத்தேசம்; இந்த வெறும் உத்தேசத்தை உண்மையென நினைத்துக் கொண்டு மோசம் போகின்றவர்கள் அநேகர் உளர்.[4]

கைரேகைகள் உண்டாவதற்கான காரணம் இதுவே; கைரேகை மட்டுமன்றி ஐம்புலன்களின் வளர்ச்சியும், மூளையும் கருவிகளைப் பயன்படுத்தியதாலும், புறவுலகைக் கூர்ந்து நோக்கியதாலும் வளர்ந்தவையேயாகும். இதனை ஏங்கெல்ஸ், டார்வினின் பரிணாம கொள்கையை (Evolution) அடிப்படையாகக் கொண்டு எழுதிய இயற்கையின் இயங்கியல் (Dialectics of Nature) என்ற நூலில் விரிவாக விளக்கியுள்ளார். அந்த விளக்கத்தின் சுருக்கத்தைத்தான் சிங்காரவேலர் இங்கு விளக்கியுள்ளார்; அக்கால வெள்ளை ஏகாதிபத்தியம் மார்க்சிய நூல்களைத் தடைசெய்திருந்தது. எனினும், அவ்வேளையிலும் அவர் பலநூல்களைக் கற்றுள்ளார். அவ்வாறு கற்றிருந்ததால்தான் இவ்வாறெல்லாம் அவரால் சிறப்பாக விளக்க முடிந்தது எனலாம்.

சிங்காரவேலர் இன்னொரு கேள்வியையும் எழுப்புகிறார். உள்ளங்கையில் இருக்கும் கோடுகளை மட்டும் பார்த்துச் சோதிடம் சொல்லும் நீங்கள், விரல்களிலுள்ள கோடுகளை ஏன் ஒதுக்குகிறீர்கள்? அவையும் கோடுகள் தாமே! அவற்றை மட்டும் விலக்குவதற்குக் காரணம் என்ன? இது சரியான வினாதானே! அக் கோடுகள் ஒரே மாதிரியாக இருப்பதனால் விட்டுவிட்டார்கள் போலும்; இந்த ரேகை பார்க்கும் பழக்கம் எப்படி ஏற்பட்டிருக்க வேண்டுமென்பதற்கும் அவர் ஒரு காரணத்தைக் கூறியுள்ளார். முற்காலத்தில் எவனோ ஒருவன் ரேகையைப் பார்த்துக் குறி சொல்லியிருப்பான். அவன் சொல்லியது எதிர்பாராவண்ணம் வேறு காரணங்களால் நிறைவேறியிருக்கும்; ஆனால், கைரேகையைப் பார்க்க விரும்பியவன் குறி மெய்த்துவிட்டதென நம்பியிருப்பான். அந்த நம்பிக்கையிலிருந்து, அது பின்னர் மூடநம்பிக்கையாக வளர்ந்திருக்கும். கைரேகை பார்க்கும் பழக்கம் இப்படித்தான் தோன்றியிருக்க வேண்டும் என்கிறார் அவர்; இஃது உண்மையே; மனிதன் கற்பனை நிரம்பியவன்; அதனால், நாளைக்கு என்ன நடக்கிறது என்பதிலும், நல்லன நடக்குமா

என்பதிலும் அவனுக்குத் தணியாத ஆசை; இந்தத் தணியாத ஆசை அவனை ஆட்டிப் படைப்பதால், சாதகம், சோதிடம், ஆகியவற்றில் அவன் நம்பிக்கை கொண்டு விடுகின்றான். வறியவர்கள் மட்டுமல்லாமல், செல்வர்களும் இதில் மூழ்கி விடுகின்றனர். செல்வர்கள் மூழ்குவதற்குக் காரணம் பேராசையே; வறியவன் 'இனியாவது விடியும் காலம் பிறக்குமா?' என ஏங்கிச் சோதிடம் பார்க்கிறான்; செல்வனோ, 'அனுபவிக்கிற நல்ல வாழ்க்கை மேலும் நிலைக்குமா?' என ஏங்கிச் சோதிடம் பார்க்கிறான். ஆனால் வறியவனுக்கோ நல்ல காலம் பிறக்க வேண்டும் எனும் ஓர் ஆசை. செல்வனுக்கோ, இருக்கின்ற செல்வம் நிலைக்க வேண்டும்; மேலும், அந்தச் செல்வம் பெருக வேண்டும் என்ற இரு ஆசைகளும் உண்டு.

சிங்காரவேலர், மேலும் குறிபார்த்தல், விளக்கு வைத்தல், தெய்வ மாடல் போன்ற பல மூடநம்பிக்கைகளைக் குறித்து அருமையாக ஆய்ந்துள்ளார். அவையாவும் அருமையான அறிவியல் விளக்கங்களையும், அரிய வாதங்களையும் உள்ளடக்கியவையாக உள்ளன. மதத்தின் கொள்கைகளைப் பற்றி அவர் விளக்கியிருப்பது பாமரர்க்கும் புரியும் வண்ணம் மிக எளிமையாகவும், அதே வேளையில் மிக நுட்பமாகவும் உள்ளது; அவர் எதை விளக்க முற்பட்டாலும், அவற்றின் உயிர்நாடியான கருத்தை அடையாளம் கண்டு, தம் கூர்மையான வாதங்களால் அதனைத் தவிடுபொடி ஆக்கிவிடுவார். எவை மிக முக்கியமோ அவற்றை மட்டுமே தம் ஆய்வுக்கு அவர் உட்படுத்துகிறார். மதங்களின் கோட்பாடுகள் பெரிதும் நிலைத்திருப்பதற்குக் காரணம், அக் கோட்பாடுகள் மறைவான பண்புகளை உடையவனவாக உள்ளதே ஆகும் என்கிறார். இதுவொரு முக்கியமான சிந்தனையாகும். மறைவான கோட்பாடுகளை உடையதால்தான் அவற்றிற்குப் பெருமையும் மகிமையும் உள்ளதாகவும், எவ்வளவு மறைவாக இருக்கின்றனவோ அவ்வளவு பெருமையும் அவை அடைவதாக அவர் கூறுகிறார். மறைவாகவும், புதிராகவும் உள்ளதால் மக்களுள் பலர் மயங்குகின்றனர். நம்மக்களுள் பெரும்பாலோர் போதிய கல்வியறிவு (விஞ்ஞான அறிவு) பெற்றில்லாமல்

இருப்பது, மட மூடத்தனத்திற்கு மூலதனமாகி விடுகிறது. மறைவான கோட்பாடுகளாக இருப்பதால் (Mysterious Doctrines) கற்றவர்களையும் உள்ளடக்கி எல்லோரையும் அவை மயக்குகின்றன. இறைவனினிடத்தும் கோட்பாடு களிடத்தும் அசையாத நம்பிக்கை வைக்க வேண்டுமென் கின்றனர் ஆத்திகவாதிகள். மறைவான கோட்பாடுகளை, புரியாத கோட்பாடுகளை ஏற்க வேண்டுமானால், அவற்றில் நம்பிக்கை மிகமிக வேண்டும். இறைவன் பெயரைச் சொல்லி நம்பிக்கையை வலியுறுத்துவதால் மறைவான கோட்பாடுகளுக்கு மக்களிடத்தில் வாழ்வு கிடைத்துவிடுகிறது. இந்த நம்பிக்கை மேலும் மேலும் பெருகுவதால், அதுவே பின்னாளில் பக்தியாக மாறிவிடுகிறது. பக்தி ஏற்பட்டு விட்டால் பொய்யையும் மெய்யாக ஏற்க இடமளித்து விடும்; காமத்துக்குக் கண் இல்லை என்பது போன்று, பக்திக்கு உண்மை தெரியாது. மத நம்பிக்கை ஏற்படுவதற்குக் காரணம் அறியாமை மட்டுமன்று; மறைவான கோட்பாடுகளும், அவற்றின் மீது நம்பிக்கை வேண்டும், நம்பிக்கை வேண்டும் என்று வலியுறுத்துவதும்தான்; இவற்றைச் சிங்காரவேலர் நன்கு அடையாளம் கண்டுள்ளார்.

இந்தப் பக்தியால் இறப்புக்குப் பின்னர் சொர்க்கத்தை அடையலாம் என்ற நம்பிக்கை பெரும்பாலோர்க்கு உள்ளது. பக்தியின் மூலம் சொர்க்கத்தை அடையலாம் என்பதை அவர் மிகச் சரியாக மறுக்கிறார். அதனைச் சுருக்கமாகக் காண்போம்.

"கடவுள் என்னும் பெருள் மனத்திற்கும் வாக்குக்கும், காயத்திற்கும் கடந்த பொருளாம். கடவுள் என்பதேற்கே மறைபொருள் என்று அர்த்தமாம். கடவுளைப் பக்தியால் அறியக் கூடுமாம் ! பக்தி என்றால் விசுவாசம்; விசுவாசத்தால் ஒருவரை அறியக் கூடுமென்றால் அது விளங்கவில்லை அமெரிக்காவிலுள்ள கோவிந்தன், கோபாலன் என்ற இரு மனிதர்களை எப்படிப் பக்தியால் அறிவது? நம்மைப் போன்ற மனிதர்களையே பக்தியால் அறியக்கூட வில்லை என்றால் மனவாக்குக் காயத்திற்கு எட்டாத விசுவாசத்தாகிலும் (Faith) அல்லது அன்பாலாகிலும் (love) எப்படி அறியக்கூடும்? ஆதலின் கடவுளைப் பக்தியால் அறியக் கூடுமென்பது தூங்குமூஞ்சிகள் செய்யும் வாதம் என்க."(5)

மனம், வாக்கு, காயம் கடந்த கடவுளைப் பக்தியால் அறியமுடியும், காணமுடியும் என்றால், நமக்கு நண்பராகவோ, உறவினராகவோ இருப்பவர் வெளிநாட்டில் இருந்தால் அவர்களை அறியவோ காணவோ முடியுமா? முடியாதே! அப்படியென்றால் கடவுளை மட்டும் எப்படிக் காணமுடியும் என்று அவர் வினவுவது சரியானதுதானே! மற்றும், அவரவர் வினைக்கீடானப் பலனை மறுபிறப்பில் அடைவரென் பதையும் மிகச் சாதாரணமாக மறுத்துள்ளார்.

"அவரவர் வினைக்கீடாகப் பலன் கிடைக்குமாம்; அவரவர் வினையை யார் அளிக்கின்றார்கள் என்று தெரியவில்லை; ஒருவன் திருடினான் என்று வைத்துக் கொள்ளுவோம். அவனை இவ்வுலகில் தண்டிக்கிறார்கள். இந்தத் தண்டனை அந்தந்த ஊர் பீனல்கோடு (சட்டம்) சட்டப்படி தண்டிக்கிறார்கள்; இது கடவுளால் கொடுக்கின்ற தண்டனை அல்ல; எத்தனையோ பேர் திருடியும் தண்டனை அடைவதில்லை; இவர்களை யார் எப்போது தண்டிப்பது? எப்படித் தண்டிப்பது? மறு ஜென்மத்தில் தண்டிக்கப்படுவார்கள் என்றால், யார் அதனைப் பார்த்தது? யார் கணக்கெடுத்தது? ஜட்கா வண்டி குதிரைகள் எல்லாம் முன்ஜென்மத்தில் பாவம் செய்த மக்களாவெனக் கேட்கிறோம்? இறந்தவன் குஷ்டரோகியாகப் பிறக்கிறான் (இப்பிறப்பில்) என்பதற்கு என்ன அத்தாட்சி? தேகம் மண்ணாகவாவது, சாம்பலாகவாவது போன பிறகு மறு ஜென்மம் எடுப்பது ஏது? அவன் உயிரென்றால் அது எப்படித் தெரியும்? யார் பார்த்தார்கள் அல்லது யார் பரிட்சித்துப் பார்த்தார்கள்? மறுபடியும் பிறக்கும்வரை அந்த உயிர் எங்குத் தங்கியிருந்தது?

மெய்ஞ்ஞான முறைப்படி விசாரித்து வந்ததில் கடவுள், நகரம், மோட்சம், முக்தி, போன்ற மத சித்தாந்தங்கள் யாவும் ருசுவில்லாத உத்தேசங்கள் எனப்படும். ஆங்கிலத்தில் இதனை Unverified Hyphothesis என்பார்கள். அதாவது நிரூபிக்கப்படாத கற்பனைகள் எனப்படும்."[6]

ஆனால் மெய்ஞ்ஞானத்திலும் கற்பனையை உபயோகிக் கிறார்கள்; ஆனால், அவை ருசுவாகும்வரை வெறுங்

கற்பனையாகவே மதிக்கப்படுகின்றன. எதுவும் ருசுவாகாவிடில் அவ்விதக் கற்பனையாகவே மதிக்கப்படுகின்றன. எதுவும் ருசுவாகாவிடில் அவ்விதக் கற்பனைகளைத் தள்ளிவிடுகிறார்கள். இந்த மறுபிறப்புக் கதைகள் எல்லாம் (Rebirth stories) வெறும் மூடமக்கள் கதைகளெனக் கருதவேண்டும்"7

இக் கூற்றை நோக்கினால் அவர் கூறுவது எத்துணைச் சரியானது என்பதை உணரலாம். நாம் வாழும் உலகில், குற்றம் செய்பவர்களுள் சிலர்தாம் சட்டத்தின் மூலம் தண்டிக்கப்படுகிறார்கள்; சிலர் தப்பித்து விடுகிறார்கள். நம் கண்ணெதிரே நடப்பவற்றையே முழுமையாகத் தண்டிக்க முடியாத போது, நமக்குத் தெரியாத உலகில் (நரகத்தில்) இறப்புக்குப் பின்னர் அவர்கள் தண்டிக்கப்படுவார்கள் என்பதை யார் அறிவார்? யார் பார்ப்பார்? நாம் வாழும் போதே காணமுடியாதவற்றை இறந்த பிறகு எப்படிக் காணமுடியும்? எதனையும் காண முடியாது; இதுதான் உண்மை. உண்மை இவ்வாறிருக்க, மதவாதிகள் ஒவ்வொருவரின் வினைக்கீடாகப் பலன் கிட்டும்" என்று கூறுவதை எவ்வாறு ஏற்க முடியும்? இதுதானே வெறுங் கற்பனை. இந்தக் கற்பனையை எத்தனை நாள்தான் உண்மையெனக் கருதுவது? மற்றும், வினைக்கீடாகப் பலன் கிட்டும் என்றால், அதனை யார் பார்த்தது? யார் உறுதி செய்தது? இப்படி மேலும் மேலும் சிந்தித்தால் மதவாதிகள் கற்பித்தவை எல்லாம் உண்மைக்கு மாறானவை என்றும், பகுத்தறிவுக்குப் புறம்பானவை என்றும் உணரலாம்.

இவ்வாறு மூடநம்பிக்கையைக் குறித்துப் பல கோணங்களில் அவர் அரிய கட்டுரைகளை எழுதியுள்ளார். இந்து மதத்தில் மட்டுமன்றி, கிறித்துவ மதம், புத்த மதம் ஆகியவற்றிலுள்ள மூடநம்பிக்கைகள் குறித்தும் அவர் எழுதியுள்ளார். அவர் எழுதியுள்ள மூடநம்பிக்கையின் மூலாதாரம், மதங்களின் மூடக் கோட்பாடுகள், மூடநம்பிக்கையின் கொடுமை போன்ற கட்டுரைகள் அறிவியல் கண்ணோட்டமும், புதிய சிந்தனைகளையும் உள்ளடக்கியவை. அவை ஒவ்வொருவராலும் படிக்க வேண்டியவை. இவ்வாறு மதங்களிலும், நமது பழக்க

வழக்கங்களிலும் உள்ள மூடநம்பிக்கைகளுக்கு மாறாக அறிவியல் விளக்கம் அளித்த அவர், நம் அன்றாட வாழ்வில் அப்போதப் போது தோன்றும் நிகழ்வுகளின் வாயிலாகத் தோன்றும் மூடநம்பிக்கைகளுக்கும் சரியான விளக்கங்களை அளித்து அவற்றை மறுத்துள்ளார். அவற்றில் ஒன்றிரண்டை மட்டும் நோக்குவோம்.

தமிழகத்தில் ஓரிடத்தில் கல்மழை பெய்துள்ளது; மற்றொரு முறை ஓரிடத்தில் மீன்மழை பெய்துள்ளது; இந்த மழையைக் கண்டு நம்மக்கள் வெவ்வேறு கதைகளைக் கட்டி விட்டனர். 'காலம் மாறிவிட்டது; மக்கள் கெட்டுவிட்டார்கள்; இதனால் கடவுளுக்குக் கோபம் வந்துவிட்டது', என்று மக்கள் பலவாறாகப் பேசிக்கொண்டனர். அறியாமையில் மூழ்கி இருப்பவர்கள் இப்படிக் கருதுவது இயற்கை; ஆனால், நன்கு கற்றவர்கள் கூடச் சரியான விளக்கம் அளிப்பது அரிது. அறிவியல் உண்மைகளைப் பல நிலைகளில் அறிந்தவர்களால் தாம் அவற்றைச் சரியாக விளக்க முடியும்; மற்றவர்களால் முடியாது. ஒருமுறை கல்மழை பெய்த போது ஒருவர் (நன்கு படித்தவர்) சிங்காரவேலரை அணுகி ஒரு கேள்வி கேட்டுள்ளார். அதாவது, கல்மழை மழை எப்படிப் பெய்தது? எனக் கேட்டுள்ளார். அதற்குச் சிங்காரவேலர் விளக்கம் அளித்துள்ளார். அவ்விளக்கம் வருமாறு,

"கோடைக் காலங்களில் தெருக்களிலும், மைதானங்களிலும், சுழல் காற்று (Whirl wind) உண்டாகின்றதைச் சாதாரணமாகப் பார்க்கலாம். அதிக உஷ்ணத்தால் காற்று மேலெழும். மேலெழும்போது காற்று விசையாக எழுமாயின் சுழல் காற்றாக மேலே எழுகின்றது. மேலெழும் காற்று, சுழலுங்காலை அக்கம்பக்கங்களிலிருக்கும் தும்பு, தூசு, மணல், கற்கள் போன்ற சுழலும்; அவை காற்றோடு மேலே கொண்டு போகப்படும்; கடலோரங்களில் வசிப்பவர்கள், கடல் மேல் சில வேளைகளில் Water Sonts எனப்படும் சூழல் ஜலம் மேலெழுவதையும் பார்க்கலாம். இந்தக் காட்சியும் சூழல் காற்றால் கடல் மேல் நிகழ்கின்றது. சுழல் காற்றுச் சுழன்று கொண்டு மேலெழும் போது, கடல் ஜலத்தையும் மேலே கொண்டு போகின்றது. இவ்விதமாகக் கொண்டு போன

ஜலம் சுழல் அடங்கியவுடன், கடலின் மேலோ நிலத்தின் மேலோ மழையாகப் பெய்யும். சில ஏரி, மடுக்களில் தண்ணீர் வற்றிப்போகும் வேளையில் சுழற்காற்று, அவ்விடங்களில் மேல் உண்டானால், அதிலிருக்கும் சேறும் தண்ணீரும், அதில் வாழும் மீன்களும் மேலே கொண்டு போகப்படும். சூழலில் விசை அடங்கியதும் மேற்கொண்டு போகப்பட்ட மீன்கள் கீழே விழும். இவ்விதமாகவே கீழே விழும் கற்களைக் கல் மழை என்று வழங்கும் சம்பவத்தை ஜலம் பனியாக உறைந்து சிறுசிறு பனிக்கட்டிகளாக விழுவதை (Rain of Hoar Frost) அதாவது கல்மழை என்று கூறுவர்; இது குளிர்ந்த தேசங்களில் சாதாரணமாக உண்டாவதைப் பார்க்கலாம்.

"ரத்த மழை" பெய்தது என்று சிலர் கூறுகின்றார்கள்; இந்தக் காட்சியைக் கண்ட மெய்ஞ்ஞானிகள், பெய்தது ரத்த மழையல்ல; மழையாக விழுந்த தண்ணீரே சிவப்பு வர்ணமாக இருந்தபடியால் அதனைப் பாமர ஜனங்கள் ரத்தமென்று தவறாக எண்ணியிருக்கலாமென்று தெரிவிக்கின்றார்கள்; மழை எப்படி சிவப்பு வர்ணத்தைப் பெற்றிருக்கலாம்? என்று கேட்கலாம். சிவப்பு வர்ணங் கொண்ட தூசுகள், ஆகாயத்தில் நிறைந்திருக்கலாம். அவ்விடத்தில் மழை உண்டாகவும் அத்தூசுகள் மழைத் தண்ணீரோடு கலந்து விழுவதால் தண்ணீர் சிவப்பு வர்ணம் அடைந்திருக்கும். இவ்வித மழைத் தண்ணீரை வடிகட்டிப் பார்த்தால் கரைந்த சிவப்புத் தூசுக்களைப் பார்க்கலாம். இத் தூசுகள் எங்கிருந்து மேலே வந்திருக்கக் கூடும்?

சுழல்காற்றால் சிவப்புத் தூசுக்கள் மேலே கொண்டு போகப்பட்டிருக்கலாம். சிறு தூசுகளாய் இருந்தால் கீழே விழாமல் ஆகாயத்தில் காற்றோடு கலந்திருக்கக்கூடும்; அல்லது எரிமலைகளால் தூசுக்கள் மேலே எறியப்படும். அத் தூசுக்களும் கீழே விழாமல் ஆகாயத்தில் தொங்கிக் கொண்டிருக்கும். அங்கே மழையுண்டானால் மழைத் தண்ணீரோட தூசுக்களும் கலந்து கொண்டு வரக்கூடும்; அத்தூசுகள் சிவப்பாய் இருந்தால் மழையும் சிவப்பு வர்ணத்தை அடைந்து விடும். இதைத்தான் சில இடங்களில்

ரத்த மழை பெய்ததாக நினைப்பதுண்டு. இந்தக் காட்சியைக் கொண்டு பாமர ஜனங்கள் மயக்க ராட்சதர்கள் மேலே சண்டை செய்வதாகவும், அவர்கள் ரத்தம்தான் மழையாகப் பெய்ததாகவும் கதைகட்டி விடுகிறார்கள். கல்மழை பெய்தால் கடவுளின் கோபத்தால் இவ்விதமான மழை பெய்ததாக, மூடத்தனமாக எண்ணுவதுமுண்டு. 'அக்கிரமம் அதிகமாய் விட்டபடியால் மழையைக் கல்லாக்கி விட்டார் சாமி' என்பார் சில மூட மக்கள். இவ்வித மூட எண்ணங்களை விசாரணை செய்ய மனமில்லாதவர்களிடம் எழும் சாதாரண சம்பவம் இது. கதை கட்டும் மனப்பான்மையே (Myth Making Tendency) எல்லாவித மூடநம்பிக்கைகளுக்கும் காரணம். இவை யாவையும் மெய்ஞ்ஞான முறைப்படி விசாரிக்கும் அளவில் இவை வெறுஞ் சொற்களே யொழிய பார்க்கக் கூடிய பொருள்கள் அல்லவென விளங்குமெனவும் அறிக."[8]

சிங்காரவேலரின் நுண்ணிய பார்வைக்கும் ஆழ்ந்த சிந்தனைக்கும் இந்த விளக்கம் நல்லதோர் எடுத்துக்காட்டு எனலாம். கல்மழையும், மீன் மழையும் எப்படிப் பெய்தன வென்று நன்கு படித்தவர்களைக் (அறிவியல் படித்தவர்கள்) கேட்டால் அவர்களும் கூட "ஏதும் புரியவில்லை; அதிசயமாக உள்ளது; ஏதோ காரணம் இருக்கலாம்" என்பார்களே அல்லாமல், இவரைப் போன்று மிகச் சரியாகவும் துல்லியமாகவும் கூறுவது அரிது. மூடநம்பிக்கை குறித்தும், மதத்தைக் குறித்தும் அந்த வினாக்களை எழுப்பினாலும் அவற்றிற்குச் சரியான அறிவியல் விளக்கங்களை அவரால் அளிக்க முடிந்ததற்குக் காரணம் நூற்பயிற்சியும், அவரது சிந்தனைத் திறமுமேயாகும். இவ்வேளையில் மற்றொரு அடிப்படையான வினாவுக்கு அவர் அறிந்துள்ள விளக்கத்தைக் காண்பதும் நமது கடமையாகும். ஒருமுறை, இரங்கூன் நகர நண்பர் ஒரு வினாவை எழுப்பினார். அதாவது, "முட்டை முந்தியதா? கோழி முந்தியதா?" என்பதே அது; பலரும் கோழிதான் முந்தியது என்றனர்; அப்படியென்றால் அந்தக் கோழி எப்படிப் பிறந்தது என்றனர்; பலரும் அதற்கு மிகச் சுலபமாகச் கோழியைப் படைத்தவர் கடவுள்தான் என்பர். மனிதனைப் படைத்தவரும், உலகத்தைப் படைத்தவரும்

கடவுள் என்ற நம்பிக்கை இருப்பதால், கோழியைப் படைத்தவர் கடவுள் என்று கூறுவதில் வியப்பில்லை. சிங்காரவேலர் என்ன கூறுகிறார் என்பதை இனி நோக்குவோம்.

"நாம் பார்க்கும் கோழியும் முட்டையும் ஒரே காலத்தில் தோன்றியவை அல்ல; பலகோடி வருடங்களாக இவையிரண்டும் வேறு உருவங்களாக இருந்து பரிணமித்து வந்தவை. கோழி, பட்சி வகையைச் சேர்ந்தது. பட்சிகள் ஓணான், பல்லி போன்ற ஊர்வன (Reptiles) மூலமாகப் பெறப்பட்டவை. ஊர்வன, தவளைக் கூட்டங்களிலிருந்து (Amphisbians) மாறியவை; தவளைகள் மீன் வடிவங்களிலிருந்து (Fishes) உண்டானவை; மீன்கள் புழுப்பூச்சிகளாக இருந்து (Worms) மாறியவை; புழுப் பூச்சிகள் சிறுசிறு கிருமிகளால் (Microbs) சையோகம் பெற்று வந்த உயிர்கள். கிருமிகள் சிறுசிறு முட்டைகளால் (Cells) கட்டப்பட்டவை; இந்தச் சிறுசிறு முட்டைகளால்தான் உலகிலுள்ள உயிர்பெற்ற பொருட்கள் யாவும் காட்டப் பட்டுள்ளன.

தாவர வித்துக்கும், பிராணி முட்டைக்கும் வித்தியாசம் அதிகமில்லை; உயிர்கள் யாவும் அதனதன் முட்டையிலிருந்தே உற்பத்தியாகின்றன; உயிர்கள் உண்டாகும் முட்டைக்குச் "செல்" (Cell) என்று பெயர்;

இத்யாதி சிறிய உயிர்கள் ஆதியில் சிறுசிறு முட்டைகளிலிருந்து பெறப்பட்டிருக்க வேண்டும்; அச்சிறு முட்டைகள் ஒரு சிறிய ஆதி முட்டையிலிருந்து வளர்ந்திருக்க வேண்டும். அந்த ஆதி முட்டை (Primordial Cell) அதற்கும் சிறிய முட்டையிலிருந்து பெறப்பட்டிருக்க வேண்டும்.

இவை போன்றே உயிரும், உயிரில்லாத பொருள்களிலிருந்தும் உற்பத்தியாகியிருக்கலாமென்பது தற்கால மெய்ஞ்ஞானயுக்தி என்று சொல்லலாம்.

இவற்றைப் போன்று மேல் குறித்தவண்ணம் ஆதித்தவளை, ஆதிமீன், ஆதிப்புழு, முதலிய உருவங்கள் பல முட்டை உருவங்களிலிருந்தும் பல முட்டைகளில் ஒரு முட்டை உயிரிலிருந்து அந்த ஆதி முட்டையும் அந்தக் காலத்துச் சில ரசாயனப் பொருள்களாகிய பொட்டாசியம் (potassium)

திமுறி பாசாணம் (phosphorus) இரும்பு (iron) கரி (carbon) போன்றவற்றால் சையோகப்பட்டு வந்திருக்க வேண்டும். ஏனெனில் எல்லா உயிர் முட்டைகளும் மேற்கூறிய வஸ்துக்களால் ஆக்கப்பட்டிருந்தால் இவற்றுக்கெல்லாம் ஆதி முட்டையும் இந்த வஸ்துக்களாகவேயே ஆக்கப் பட்டிருக்கலாமென்பது அனுமானம். தற்கால முட்டையும், கோழியும் முதலன்று; அவற்றுக்கெல்லாம் முதல் நமது உலகிலுள்ள தாதுக்களே.''[9]

முட்டை முந்தியதா? கோழி முந்தியதா? என்பதற்கு அவர் எத்துணைச் சரியாக விடையளித்துள்ளார் என்பதை மேற்கண்ட விளக்கத்தால் நன்கு உணரலாம். முட்டை, கோழிக்கு முந்தியது என்பதை விளக்கும் போதே அந்த முட்டையும் எப்படி உருவாகியுள்ளது என்பதையும் பரிணாமவாத அடிப்படையில் விளக்கியுள்ளார். இவ் விளக்கத்தின் வாயிலாக உலக உயிர்களைக் கடவுள்தான் படைத்தார் என்ற நம்பிக்கையையும் அவர் மறைமுகமாக மறுக்கிறார் எனலாம். அதாவது ஒவ்வோர் உயிரும், இன்னொரு உயிரிலிருந்து பரிணமித்து வருகின்றனவே அல்லாமல், யாரோ ஒருவரால் திடீரென்று படைக்கப் பட்டதல்ல என்பதே அம் மறுப்பாகும். இவ்வாறு நம் நாட்டில் நிலவியிருந்த மூடநம்பிக்கைகளை மட்டுமல்லாமல் மேலை நாட்டில் இருந்த மூடநம்பிக்கையையும் அவர் மறுத்து எழுதியுள்ளார்.

இங்கிலாந்து நாட்டு இளவரசர் அரண்மனையை விட்டு வெளியே சென்றால், ஒன்பது கருப்புப் பூனைகளையும் ஒரு எட்டுக்கால் பூச்சியையும் தன்னோடு எடுத்துச் செல்வது வழக்கமாம். இந்த வழக்கத்தையும் அவர் சரியாக மறுத்துள்ளார். பூனைகள் எத்தனையோ நிறங்களில் இருக்க கருப்புப் பூனையை மட்டும் விசேடமாகக் கருதுவதற்குக் காரணம் என்ன? மற்றும் எத்தனையோ எண்கள் இருக்க ஒன்பது எனும் எண்ணை மட்டும் சிறப்பிப்பதற்குக் காரணம் என்ன? பூச்சிகள் பல இருக்க எட்டுக்கால் பூச்சியை மட்டும் எடுத்துச் செல்லக் காரணம் என்ன? இவற்றையெல்லாம் அவர் அலசுகிறார். அவர் எவ்வாறு அலசுகிறார் என்பதைச் சற்று நோக்குவோம்.

"ஒன்பது கருப்புப் பூனைகள் எந்தக் காரணத்தை யொட்டி நல்ல சகுன ஜந்துகளாக இருக்கக்கூடும்? மற்ற பூனைகளைவிடக் கருப்புப் பூனைகளுக்கு வந்த யோகம் என்ன? ஒன்பது பூனைகள் சேர்ந்தால் என்ன விசேடம்? 5,6,7,8 பூனைகளுக்கு ஏன் விசேடமில்லாமல் போயிற்று? ஒன்பதென்ற எண்ணுக்கு உள்ள விசேடம் யாது?

எண்களில் ஒன்பது உலகில் விசேடமாகவே எண்ணப்பட்டு வருகிறது. நவக்கிரகம், நவநீதி, நவமி, நவசக்கரம் என்றும் வழங்கும் சொற்களால் நவம் எனும் ஒன்பது சாமான்ய எண்களுக்குமேல் விசேடமாகக் கருதப்பட்டிருப்பதைக் காணலாம். இந்தப் பழக்கம் தொன்றுதொட்டு வந்து கொண்டிருக்கிறது. ஆகவே, ஒன்பதுக்குள்ள விசேடம் வெறும் பழக்கமே! இந்தப் புராதன வழக்கத்தை ஒட்டியே சாதாரண எண்கள் (Numbers) விசேட மடைந்துள்ளன. இந்தப் பழக்கத்தைக் கொண்டே ஒன்பது கருப்புப் பூனைகளுக்கு விசேடம் வந்திருக்க வேண்டும்.

ஆனால், கருப்புப் பூனைகளுக்கு வந்த அபூர்வம் என்னவென்று கேட்கலாம்? மந்திரங்களைக் கருப்பு வித்தை (Black art) என்று அய்ரோப்பாவில் வழங்குவதுண்டு. பேய் பூதங்கள், கருப்பு ஆடையைத் தரித்து இருப்பதாகப் பல கதைகள் உண்டு; ஆதலின் கருப்பு மந்திரத்தோடு சம்பந்தப் பட்டிருப்பதை நோக்கிக் கருப்பு வர்ணத்தையுடைய பூனையை (Magical influence) மந்திரச் செல்வாக்குடைய மிருகமென எண்ணி இருக்கக்கூடும். மந்திரத்தால் கெட்டகாரியம் தடுக்கப்படுமாகையால், அதே செல்வாக்கும் கருப்புப்பூனைகளுக்கு இருக்கலாமென்ற கோரிக்கை (Wish) பழக்கத்தில் வந்திருக்கலாம். இந்தப் பழமையான பழக்கம் அரச சந்ததிகளிலும் காணலாம். எல்லோரையும்விட அரச சந்ததியார் (Royal Generation) இப்பழக்கங்களை அதிகமாகக் கையாளுகிறார்கள். இளவரசர் இந்தப் பழக்கத்தைக் கையாளுவதில் ஆச்சரியமில்லை."[10]

ஒன்பது என்ற எண்ணையும், கருப்புப் பூனையையும் அவர் மறுப்பதைப் போன்றே எட்டுக் கால் பூச்சியையும் அவர் மறுத்துள்ளார். விளக்கத்தை அந்நூலில் காண வேண்டுகிறேன்.

கருப்பு வண்ணத்தைப்பற்றி மூடநம்பிக்கை எப்படி வந்திருக்கும் என்பதை எவ்வளவு அருமையாக, அவர் விளக்குகிறார் என்பதை மேற்கண்ட குறிப்பில் நன்கு உணரலாம். மூடநம்பிக்கை முளைப்பதற்கும், நிலைபெறுவதற்கும் முதலில் பேராதரவு அளிப்பவர்கள் செல்வர்களே ஆவர். இந்தச் செல்வர்கள், அரசர்களாகவும் இருக்கலாம்; அமைச்சர்களாவும் இருக்கலாம்; நிலவுடைமையாளர்களாகவும் இருக்கலாம்; வணிகர்களாகவும் இருக்கலாம். இவர்களெல்லாம் மிகுந்த பொருள் உடையவர்கள்; இவர்கள்தாம் மூடநம்பிக்கைக்குப் புனிதம் சேர்ப்பவர்கள்; இவர்கள்தாம் மூடநம்பிக்கைக்கு வாழ்வு அளிப்பவர்கள்; மூடநம்பிக்கைக்கு அழியா வாழ்வு அளித்து அதனைக் காப்பவர்கள் இவர்கள்தாம்! இவர்கள் அதனை விடாப்பிடியாகக் கடைப்பிடிப்பதால்தான் பொதுமக்களும் அதில் மிகுந்த நம்பிக்கை கொண்டு விடுகிறார்கள்.

மூடநம்பிக்கையின் மீது பொருள் படைத்தோர் மோகம் கொள்வதற்குக் காரணம் என்ன? வேறொன்றுமில்லை; தங்களிடமுள்ள பொருள், தங்களைவிட்டுப் போய்விடக் கூடாதென்பதற்காகவும், அப்பொருள் அவர்களிடம் நிலைப்பதற்காகவுமே மூடநம்பிக்கையில் அவர்கள் அடங்காப் பற்றுக்கொண்டு விடுகிறார்கள்; பண்டைக்காலத்தில் மன்னர்கள் வேள்வி செய்ததற்கும், அதன்காரணமாகப் பார்ப்பனர்களுக்குப் பிரம்ம தேயங்களாக நிலங்களை வழங்கியதற்கும் காரணம் அவர்களின் பொருளாசையும், பேராசையுமே ஆகும்; இந்தப் பேராசைதான் மூட நம்பிக்கைக்குப் பெரும் வாயிலாக அமைந்து விடுகிறது. இப்படி அமைந்துவிட்டபிறகு, அதற்கு அவர்கள் ஒரு புனிதத்தை ஏற்படுத்திவிடுகிறார்கள்; இந்தப் புனிதம் மாயவலையாக மாறி, பொது மக்களையும் ஆட்டிப் படைக்கிறது. மூடநம்பிக்கை ஒரு சமுதாயத்தில் வேர் பிடிப்பதற்கு இவையே காரணமாகும்.

புதுப் பணக்காரர்களாக மாறுபவர்களிடத்தும் இம் மூடநம்பிக்கை பலமாக வேர் கொள்ளும். செல்வந்தர்களும், மன்னர்களும் தத்தம் சுய நலத்திற்காகவும், பேராசைக்காகவுமே

மூடநம்பிக்கை மிகுந்த சடங்குகளைப் பின்பற்றிகின்றனர்; இங்கிலாந்து இளவரசர் கருப்புப் பூனைகளையும், எட்டுக்கால் பூச்சியையும் கொண்டு செல்வதற்குக் காரணம் இதுவேயாகும். சிங்காரவேலர் இவ்வாறு, மன்னர்களிடத்தும், மக்களிடத்தும் மண்டியுள்ள மூடநம்பிக்கையை மட்டுமேயன்றி, விஞ்ஞானிகள் சிலரிடத்தும் உள்ள தவறான சிந்தனைகளுக்கும் அவர் மறுப்பு அளித்துள்ளார்; அந்த மறுப்பும் அறிவியல் சார்ந்தது. அதுவும் நமது சிந்தனைக்குரியது. அதனையும் நாம் நோக்க வேண்டும் அன்றோ!

சிங்காரவேலர் "கடவுளும் பிரபஞ்சமும்" எனும் நூலை எழுதியிருக்கிறார். அந்நூலில், விஞ்ஞானிகள் பலரின் கருத்துகளை அவர் எடுத்துக் காட்டியிருக்கிறார். அந்நூல் கூர்தலறத்தை (பரிணாமவாதம்)யும், கடவுள் மறுப்பையும் விளக்குவது; அந்நூலில், ஜீன்ஸ் (Jeans), எடிங்டன் (Edington) ஆகியோரின் கருத்துகளையும் அவர் குறிப்பிடவில்லை; இந்த இரு விஞ்ஞானிகளும் வேறுநூல்களில் கடவுளைப் பற்றிச் சில கருத்துகளைக் குறிப்பிட்டிருந்தனர். அக்கருத்துகளைக் கண்ட சிலர், அந்நூலில் அவர்கள் கடவுளை மறுக்கவில்லை யேயெனச் சிங்காரவேலரை நோக்கிக் கடித வாயிலாக வினாக்களை எழுப்பியிருந்தனர். அந்த வினாக்களுக்கு அவர் கீழ்வருமாறு விடையளித்துள்ளார்.

"ஒரு நிருபர் இரண்டு விஞ்ஞானிகளைக் குறிப்பிட்டு அவர்கள் கூறும் கடவுள் கூற்று தமது கடவுளுக்கு ஆதாரமென்று எண்ணுகின்றார். இவர்கள் யாரெனில் நமது "கடவுளும் பிரபஞ்சமும்" என்ற புத்தகத்தில் கண்டுள்ள விஞ்ஞான அதிகாரிகளே; அவ்விருவர்கள் ஜீன்ஸ் எடிங்டன். இவர்களில் ஜீன்ஸ் எழுதியுள்ள மறைவான பிரபஞ்சம் (Mysterious universe) என்ற நூலை நான் படிக்கவில்லை என்று கருதுகிறார் போலும்; ஆனால், அச்சிறு புத்தகம் சென்னைக்கு வந்தவுடன் முதலில் படித்தவர்களில் நானும் ஒருவன்; அந்நூல் விஞ்ஞான நூல் ஆகாது; ஆகையால் அதில் கண்ட அத்தியாயமாகிய ஆழமான நீரில் (Into Deeper Water) கண்டுள்ள விஷயம் முழுமையும் ஜீன்சினுடைய சொந்த அபிப்பிராயங்களாகும்.

இந்த அபிப்பிராயங்களாகிலும் மதஸ்தருக்கு ஏதாகிலும் ஆதரவை அளிக்கின்றனவாவென்று பார்த்தால் அதுவும் ஒன்றுமில்லை; "மறைவான பிரபஞ்சத்தில்" 140 - ஆவது ஏட்டில் அவர் எழுதியுள்ளதை நமது நிருபர்களுக்கு ஞாபகப் படுத்துகிறேன்.

"தான் (ஜீன்ஸ்) சொல்லிய விஷயங்கள் யாவும் வாஸ்தவத்தில் வெறும் உத்தேசங்களாகவும், நிச்சயமில்லாதவை யாகவும் (Frankly Speculative and Uncertain) கொள்ள வேண்டுமாம்." இந்த மண் குதிரையை நம்பித்தான் மதஸ்தர்கள் தங்கள் "கடவுளை" ருசுப்படுத்தப் போகின்றார்கள் போலும்! ஜீன்ஸ் கூறும் "கணிதக் கடவுள்" ஜீன்ஸ்க்கே நிச்சயமில்லாதிருக்க நமது நிருபர்களுக்கு என்ன நிச்சயமென்று கேட்கின்றோம்.

நமது நிருபர் காட்டிய மற்றொரு விஞ்ஞானியின்- அதாவது எடிங்டன் மதக் கூற்றைச் சற்று விசாரிப்போம். இவரது "விஞ்ஞானமும் தெரியாத பிரபஞ்சமும்" என்ற நூலில் 145-ஆவது ஏட்டில் (Science and unseen Universe - p-145) I am wholly opposed to any proposal to base religion on scientific discovery) அதாவது உங்கள் கடவுளை நிரூபிக்க வேண்டுமானால் விஞ்ஞானத்திற்கே வராதே; இங்கே உங்கள் கடவுளுக்கும் எந்தவித ஆதரவும் கிடைக்கமாட்டாது. இவர் இயற்றியுள்ள இன்னொரு நூலிலும் "பவுதீக உலகின் தன்மை" (Nature of Physical World) என்ற நூலிலும் மத நம்பிக்கைகளுக்கு விஞ்ஞானம் எவ்வித ஆதரவும் அளிக்காது என்று மதஸ்தர்களுக்கு எச்சரிக்கை செய்துள்ளார்.

எங்குப் பார்த்தாலும் கடவுளென்ற பெயருக்கே அபாயம் வரும்போல் இருக்கிறது. இத்தருவாயில் ஆழமான தண்ணீரில் மூழ்கிப் போகின்றவன் (Like the drowing man) மிதக்கும் துரும்பைத் தாவிப் பிடிப்பதைப் போல் (Catching at a straw) மதஸ்தர்கள் முழுகிப் போகும் தங்கள் கடவுளைச் சில விஞ்ஞானிகளைக் கொண்டாகிலும் காப்பாற்றலாமெனக் கருதுகின்றார்கள் அந்தோ! அந்த விஞ்ஞானிகளும் அந்தக் கடவுளைக் கரை சேர்ப்பதாகக் காணோம்."[11]

இவ்விளக்கம் சற்று நுட்பமானது. இவ்விளக்கத்தின் தொடக்கத்தில் விஞ்ஞானியின் நூல்களை இருவகையாகப் பிரிக்கிறார். ஒன்று விஞ்ஞான முடிவைக்கொண்டது; மற்றொன்று அபிப்பிராயத் தன்மை கொண்டது. இவற்றில் ஆராய்ச்சி வழியில் ஆதாரத்தை நிலைநிறுத்தியிருப்பது முதல் நூலாகும்; அதனால் அதனை உண்மையென ஏற்கலாம்; மற்றொன்று ஆதாரமில்லாமல் மேலெழுந்தவாறு கூறுவதாகும். இதுவோர் உத்தேசமேயன்றி உண்மையன்று; அதனால், அதனை உண்மையென ஏற்க முடியாது என்கிறார். அதாவது, விஞ்ஞானியே கூறியதாக இருந்தாலும், அப்படிக் கூறியது அறிவியல் அடிப்படையில் உண்மையாக இல்லையெனின் அதனை ஏற்கக் கூடாது என்கிறார். இதனைத்தான் பண்டைக்காலத்திலேயே வள்ளுவனாரும் "எப்பொருள் யார்யார் வாய்க் கேட்பினும்" -என்றார். விஞ்ஞானிகளின் அபிப்பிராய நூல்களிலிருந்து உண்மையான முடிபை எதிர்பார்க்கக் கூடாது என்கிறார்; இஃது உண்மைதானே! மேலும், நிருபர்கள் குறிப்பிடும் மற்ற நூல்களையும், அவை வெளிவந்தவுடனேயே அவர் படித்திருப்பதும், அவற்றின் பக்கங்களின் எண்களைக் குறிப்பிட்டிருப்பதும் வியக்கத்தக்கதாக உள்ளது; மற்றும், நிருபர் குறிப்பிடாத மற்றொரு நூலையும் அவர் படித்திருக்கிறார். இவற்றைக் கொண்டு அவர்தம் அவரது அறிவியல் நோக்குக் கூர்மையாக இருப்பதற்குக் காரணம் அவர்தம் பரந்த நூற் பயிற்சியேயாகும்.

மூடநம்பிக்கைகள் மேன்மேலும் பெருகுவதற்குத் துணைபுரிவது மதமேயாகும்; இந்த மதம் அறிவியல் கண்ணோட்டம் வளர்வதற்குத் தடையாக உள்ளது. மற்றும், சடங்குகள் என்ற பெயரில் மூடநம்பிக்கையை மதம் மேலும் வளர்க்கின்றது. ஏன்? எதற்கு? எப்படி? என்று சிந்திப்பதை அது திரையிட்டு மறைக்கிறது; வெறும் நம்பிக்கை என்ற அடிப்படையில் மக்களின் சிந்தனைக்கு அது விலங்கிடுகிறது. ஏன் நன்கு கற்றவர்களையும், அறிவியல் அறிஞர்களையும் கூட அது மயக்குகிறது; அவர்களின் சிந்தனைகளைப் பொய்ம்மையிலும், பழமையிலும் அது ஆழ்த்துகிறது;

அவற்றால் உண்மையைக் காண அது தடுக்கிறது; இந்தத் தடுப்பிற்குச் சாதாரண மனிதன் மட்டுமன்று; விஞ்ஞானிகளே விழுந்து விடுகின்றனர். அப்படி விழுந்துவிட்ட விஞ்ஞானி களையும் சிங்காரவேலர் நமக்கு அடையாளம் காட்டியுள்ளார். அப்படி அடையாளம் காட்டும் போது அவரது தவறான சிந்தனையையும் எடுத்துக்காட்டி மறுக்கிறார். அதனையும் சற்று நோக்குவது ஏற்றது.

இக்கட்டுரையின் தொடக்கத்தில் சர் அம்பரோஸ் ஃப்ளமிங்கைப் பற்றிக் (Sir Ambrose Flemming) குறிப்பிட் டிருந்தோம். அவர் அக்காலத்தில் (1849-1945) டார்வினின் பரிணாமக் கொள்கையை மறுத்து, பைபிளில் கூறியபடி கடவுள் மனிதனைப் படைத்தார் என்றொருமுறை பேசியுள்ளார். இதனை அறிந்த மற்றொரு அறிவியல் அறிஞரான சர் ஆர்தர் கீத் (1866-1995) அவரது பேச்சைக் கண்டித்து எழுதியுள்ளார். இச்செய்தியை அறிந்த சிங்காரவேலர் ஃப்ளமிங்குக்கும் கீத்துக்குமிடையே நிகழ்ந்த கருத்துப் போரில், சிங்காரவேலர் கீத்தைப் பாராட்டியதுடன் நின்றுவிடாமல், தாமும் சில கருத்துகளைக் கூறி மறுத்துள்ளார். இந்தக் கருத்துப்போர் இங்கிலாந்து நாட்டில் நடந்தது; இப்போது போல் தொலைக்காட்சியோ, வானொலியோ அப்போது கிடையாது. இப்போது போல் தகவல் தொடர்பு அப்போது இல்லை. அங்கு நடந்த செய்தி இங்குக் காலம் கடந்தே தெரியவரும். இவை போன்ற சூழலில் சிங்காரவேலர் ஃப்ளமிங்கை, மூடநம்பிக்கையை மறுதலிப்பதில் அவர் எவ்வளவு அக்கறை கொண்டுள்ளார் என்பதை இந்நிகழ்வு எடுத்துக்காட்டுகிறது. இதுதான் மிக முக்கியமானது. ஃப்ளமிங்கை அவர் எவ்வாறு மறுக்கிறார் என்பதைச் சற்று நோக்குவோம்.

"இந்தப் பிரபல தர்க்க வாதத்தில் மக்கள் தெரிந்து கொள்ளவேண்டியது என்னவெனில், மனிதன் 6000 வருஷங்களுக்கு முன் கடவுளால் மண்ணைக் கொண்டு சிருஷ்டிக்கப்பட்டானா? அல்லது ஆறுகோடி வருஷங்களாக சிறு மிருகங்களிலிருந்து உருவம் மாறி வந்தானா என்பது தான். மனிதன் கடவுள் உருவத்தைப் போல் சிருஷ்டிக்கப்

பட்டவனென்றால், கடவுள் உருவம் சைனாக்காரன் முகத்தைப் போன்றாகிலும், அல்லது காப்ரிமுகத்தை போன்றாகிலும், அல்லது தமிழ்நாட்டுத் திராவிடன் முகத்தைப் போன்றாகிலும், அல்லது ஐரோப்பியன் முகத்தைப் போன்றாகிலும், பெற்றிருந்தாரா என்று கேட்கிறோம். இவ்வித வித்தியாசம் கொண்ட முகங்களைப் போல் ஆதி மனிதனால் படைக்கவில்லை என்றால் இவ்வித வித்தியாசங்கள் பிறகு ஏற்பட்டிருக்க வேண்டும். பிறகு ஏற்பட்ட வித்தியாசங்கள் மக்களுக்குள் இயற்கையாகத்தான் ஏற்பட்டிருக்க வேண்டும்.

இவ்வித வித்தியாசங்கள் பூர்வ மனித விஞ்ஞானிகள் (Anthropologist) சொல்வது போல் சுமார் 5 அல்லது 6 லட்ச வருஷங்களாக இயற்கையாக உண்டாகியிருக்குமானால், ஏன் ஐந்து அல்லது ஆறுகோடி வருஷங்களுக்குள், ஆதிமனிதன், ஆதி மிருகமொன்றிலிருந்து இயற்கையாகவே மாறி வந்திருக்கலாகாது! இது நிற்க, கடவுள் உருவத்தைப் போல் சிருஷ்டிக்கப்பட்ட மனிதன் தனது தாய் கர்ப்பத்தில் வளரும் போது, ஐந்து, ஆறு வாரக் கருவில் வாலொன்றை கைகால்கள் தோன்றுவதற்கு முன், காட்டிக்கொண்டு வளருவானேன்? கடவுள் சிருஷ்டி என்றால், அவர் உருவத்திற்கும், ஒரு காலத்தில் வாலொன்று இருத்தல் வேண்டுமன்றோ! இந்தச் சிருஷ்டி சித்தாந்தத்தின் ஆபாசத்தை மதாபிமானிகள் ஏன் கவனிப்பதில்லை ஆசை வெட்கமறியாது என்ற ஒரு முதியோர் வாக்கியம் உண்டு; தங்கள் மத வைராக்கியத்தால், மதஸ்தர்கள் தங்கள் சிருஷ்டி சித்தாந்தத்தின் ஆபாசங்களுக்குத் தங்கள் கண்களை மூடிக்கொள்கிறார்கள்; தங்கள் மதங்களின் ஆபாசங்களுக்குத் தங்கள் கண்களை மூடிக் கொள்ளாமல் விழித்துப் பார்ப்பார்களாகில், உலகம் எவ்வளவோ சீரடைந்துவிடும்."[12]

இம்மறுப்பு மிக எளிமையானது; எனினும் இதில் எழுப்பப்பட்டுள்ள இரு வினாக்கள் மிக முக்கியமானவை. ஃப்ளெம்மிங்கின் பேச்சுக்கு ஆர்தர் கீத் அளித்த மறுப்புக்கு அப்பாற்பட்டு இந்த வினாக்களை எழுப்பியுள்ளார். கடவுள் மனிதன் முகம் வேறுவேறாக ஏன் இருந்தல் வேண்டும்?

என்கிறார். அதாவது உலகத்தைப் படைத்த கடவுள் ஒருவர் எனின், அவரைப் போன்றுதானே எல்லா நாட்டு மக்களும் இருக்க வேண்டும்! அப்படி இல்லையே; காரணம் என்ன? அந்தந்த நாட்டுத் தட்ப-வெப்ப சூழ்நிலைக்கேற்ப மனிதன் பரிணாமக் கொள்கையின்படி உருப்பெற்று வந்ததால்தான் நாட்டுக்கு நாடு அவன் முகம் மாறியிருக்கிறது எனலாம். இவற்றான், மனிதன் கடவுளால் படைக்கப்பட்டவன் அல்லன் என்பதையும், அவன் பரிணாமக் கொள்கையின் படியே தோன்றியுள்ளான் என்பதை உறுதி செய்யலாம்.

தாயின் கருவில் குழந்தை உருவாகும் போது (மூன்று அல்லது நான்கு மாதங்களில்) வால் உருவாகிறது. இந்த வால் மனிதனுக்கு ஏன் தோன்ற வேண்டுமென்பது இரண்டாம் வினா. இஃது உண்மைதானே! மனிதன் குரங்கிலிருந்து தோன்றியவனாதலால்தான் கருவில் அவனுக்கு வால் தோன்றுகிறது. கருவில் குழந்தைக்கு வால் இருப்பதால், மனிதன் ஒரு காலத்தில் மனிதக் குரங்கிலிருந்துதான் தோன்றினான் என்பதை உறுதி செய்யலாம். இந்த அறிவியல் உண்மையை அறிவியல் அறிஞரான ஃப்ளமிங் ஏன் காண மறுக்கிறார்? என்பதே சிங்காரவேலரின் வினா. அதற்கும் அவர் விடை அளிக்கிறார். அதாவது, உண்மையைக் காண மறுப்பதற்குக் காரணம் மதவுணர்வேயாகும் என்கிறார். மதவுணர்வு அவரின் கண்களை மறைக்கிறது. மதங்களைத் தாண்டி அவர் சிந்திக்க மறுக்கிறார்; ஆம் விஞ்ஞானியாக இருந்தும் கூட! விஞ்ஞானிக்கே இந்தக் கதி என்றால், மற்றவர்களுக்குக் கூற வேண்டியதில்லை. மதம் மனிதனின் சிந்தனையை மழுங்கடித்து விடுகிறது; உண்மையை உணர விடாமல் பொய்ம்மையில் ஆழ்த்துகிறது. அதனால்தான் மார்க்ஸ் கீழுள்ளவாறு கூறினார்.

"மதம் என்பது தன்னை இதுவரை அறிந்து கொள்ளாத அல்லது மறுபடியும் தன்னை இழந்துவிட்ட சுய உணர்வும், சுயமதிப்புமேயாகும்."

"Religion is the self-consciousness and self-esteem of man who has either not yet found himself or has already lost himself again."[13]

மார்க்சின் இந்தச் சிந்தனை மிக ஆழமும் நுட்பமும் உடையது. மதத்தால் பிணிக்கப்பட்ட மனிதன் சிந்தனையில் ஊமையாகி விடுகிறான். அல்லது சிந்திக்க மறுக்கிறான். உலகத்தை மாற்றக் கூடிய ஆற்றல் இருந்தும், தன்னை ஆற்றல் இல்லாதவனாகவே கருதுகிறான். "அவனன்றி ஓரணுவும் அசையாது" என்ற கருத்தும், தலைவிதி என்ற கருத்தும், தனக்கும் தன் சமூகத்துக்கும் இருப்பதால், தன் ஆற்றலை உணராமல் இருக்கிறான் உண்மையில் இவன்தான் அனைத்தையும் படைப்பவன்; படைக்கக்கூடியவன்; ஆனால் மதவுணர்வால், இவன் தன்னை இறைவனின் ஏவலாள் என்றே கருதுகிறான். அதனால், தான் எதையும் செய்ய முடியாது என்ற கருதுகிறான். அதனால்தான் மார்க்ஸ் "தன்னை இதுவரை அறிந்து கொள்ளாதவனாக இருக்கின்றான்" என்றார்.

ஓரளவு சிந்தித்துத் தன்னை ஆற்றல் உடையவனாகக் கருதத் தொடங்கும் போது, உலக நெருக்கடியையும், சோதனையையும் அவன் எதிர்கொள்ள மறுத்து மீண்டும் தன்னை இழந்து விடுகிறான்; அதாவது, உலக நெருக்கடியும் சோதனையும் இயல்பானவை எனக் கருதி, அதனை எதிர்த்துப் போராட வேண்டும்; அப்படிப் போராடினால் வெற்றி கிடைக்கும்; ஆனால் அப்படிப் போராடுவதற்கு அவன் தயங்குகிறான்; தன்னால் வெற்றி பெற முடியாதெனத் தனக்குத் தானே சமாதானம் சொல்லிக்கொள்கிறான். இதனால் முன்வைத்த காலைப் பின் வைத்து விடுகிறான்; தன்னம்பிக்கை குறைகிறது; தன்னையே இழக்கிறான். இவ்வாறு மனித முயற்சியில் மனிதன் மீண்டும் அவநம்பிக்கை கொள்வதால்தான் மார்க்ஸ் "மனிதன் தன்னை மறுபடியும் இழந்து விடுகிறான்" என்கிறார்; இவ்வற்றிற்கெல்லாம் மூல காரணம் பல நூற்றாண்டுகளாக ஊறிவரும் மதவுணர்வே யாகும்; அதனால்தான் மார்க்ஸ் மேற்குறித்தவாறு கூறினார். இந்த மதவுணர்வு மூளையை முடக்குவதால்தான் ஃப்ளமிங் போன்ற விஞ்ஞானிகளும் உண்மையை உணர மறுக்கிறார்கள்.

இந்த மதவுணர்வை வேரொடு களைய வேண்டுமானால், பகுத்தறிவுக் கொள்கையும், அறிவியல் சிந்தனையும் பட்டி-தொட்டிகளிளெல்லாம் பரவ வேண்டும்; இதற்குப் பலகாலும்

உழைக்க வேண்டும்; இதன் காரணமாகவே தந்தை பெரியாரும், சிந்தனைச் சிற்பி சிங்காரவேலரும் இறுதிக் காலம்வரை அயராது, தளராது உழைத்தார்கள்; அந்த உழைப்பும் போதிய வெற்றி பெறவில்லை. இந்தச் சிந்தனைகளைப் பரப்புவதற்குப் பலரும் பலகாலும் இடையறாமல் உழைக்க வேண்டும்; இதன் முக்கியத்துவம் குறித்தே சிங்காரவேலர் அறிவியில் குறித்துத் தொடர்ந்து எழுதிக் கொண்டே இருந்தார். மதவுணர்வு மக்களின் எண்ணங்களை எவ்வாறு சிறைப்படுத்தியுள்ளது என்பதற்கு இந்திய வரலாற்றில் பல சான்றுகள் உண்டு; சிலவற்றைக் கட்டுரையில் தொடக்கத்திலேயே கண்டோம்; எனினும், இன்னொரு முக்கியச் சான்று ஒன்று உண்டு; அதனை நாம் இங்கு நினைவுகூர்வது இன்றியமையாதது.

கஜினி முகமது சோமநாதர் ஆலயச் செல்வத்தைக் கொள்ளை கொள்ளப் படையெடுத்தபோது, இந்தியப் படையினர் அவர்களை எதிர்த்துப் போரிடாமல், ஆலயத்துக் குள்ளேயே இருந்து கொண்டு, கஜினி படையைத் தோற்கடிக்க இறைவனை மட்டும் வழிபாடு செய்து இறுதியில் பெருஞ் செல்வத்தையும் தத்தம் இன்னுயிரையும் இழந்தனர். அந்த அவல நிகழ்வைப் பற்றி வரலாற்று ஆய்வாளர் பிரேம்நாத் பசாஸ் குறிப்பிட்டிருப்பது மிகவும் சிந்திக்கத்தக்கது.

“பார்ப்பனிய இந்துமத மறுமலர்ச்சி மக்களிடையே மந்தப் போக்கை வளர்த்து விட்டிருந்தது. தன்னம்பிக்கை முற்றும் தளர்ந்து போயிருந்தது. வெளிநாட்டுப் போர்த் தளபதிகளுக்கு இந்தியா நல்ல வேட்டை நிலமாக விளங்கியது.

முட்டாள்தனமானதும் மூட நம்பிக்கையுடையதுமான ஒரு நிகழ்ச்சி குஜராத்தின் சோமநாதபுரத்தில் நடந்தது. கி.பி. 1025- ஆம் ஆண்டு ஜனவரி மாதத்தில் புகழ்பெற்ற சோமநார் ஆலயத்தின் வாசலில் தனது படைகளுடன் வந்து நின்ற கஜனிமுகமது கடற்கரையை ஒட்டி மிகப் பாதுகாப்புடன் நின்ற கோட்டையைக் கண்டு திகைத்துப் போனான். இந்துக் கடவுளர்களின் சிலைகளை உடைத்தெறிந்த இசுலாமியர்களைத் தண்டித்து அழிப்பதற்குத்தான், சோமநாதர் அவர்களை

(இசுலாமியரை) அங்கு வரவழைத்திருப்பதாக மூடத்தனமாக நம்பிய இந்துக்கள் கோட்டை மதிலின் மீது நின்று ஆனந்தக் கூத்தாடினார்கள்.

சுல்தான் நடத்திய ஆவேசமான தாக்குதலை இந்துக்களால் தாக்குப்பிடிக்க முடியவில்லை; கூட்டங்கூட்டமாகச் சோமநாதரிடம் சென்று வெற்றிக்காக வழிபாடு செய்தார்கள்; அதன்பின் தங்களைச் சோமநாதர் காப்பாற்றுவார் என்று துணிவுடன் வெளியே வந்துள்ளார்கள். எதிரிப் படைக்கு இரையானார்கள்; சுல்தான் வெற்றிவீரராக கோயிலுக்குள் நுழைந்தார். சிவலிங்கத்தை உடைத்தெறிந்தார்; 20,000 திர்கம் மதிப்புள்ள கோயில் சொத்து அவர் கைவசமாயிற்று; கோயில் தரைமட்ட மாக்கப்பட்டது."[14]

இது போன்ற அவலங்கள் நிகழ்வுகள் பல உள்ளன; மதம் மனித மூளையை எப்படியெல்லாம் முடக்கியுள்ளது என்பதற்கு இந்நிகழ்வு சரியான எடுத்துக்காட்டாகும். மதம், மனித மூளையை முடக்கித் தன்னம்பிக்கையைக் குலைத்து எவ்வாறு நடைபிணமாக மாற்றியுள்ளது என்பதற்கு இந்திய வரலாற்றிலும், மேலைநாட்டு வரலாற்றிலும் பற்பல சான்றுகள் உண்டு. இந்த மத மூடநம்பிக்கைகள் முற்றிலும் ஒழிய வேண்டுமானால் அறிவியல் சிந்தனைகள் மக்கள் வாழ்வில் இரண்டறக் கலக்க வேண்டும். இந்தச் சிந்தனைகள் மக்களிடையே பரவ, சிங்காரவேலரைப் போன்று வேறு சிந்தனையாளர்களும் வலியுறுத்தி உள்ளனர். சிறந்த மனிதரை உருவாக்குவதில் கல்வியின் பங்கு மிகப் பெரிது; இந்தக் கல்வி சிறப்பாக அமைய வேண்டுமாயின் பாடத்திட்டம் முற்போக்குச் சிந்தனையை உடையதாக இருக்கவேண்டும். பாடத்திட்டம் சரியாக அமையாவிடின், அதன்வழிக் கற்பிக்கப்படும் கல்வி பிற்போக்குத்தனம் உடையதாகவே இருக்கும்.

நமது பாடத்திட்டத்தால், அளிக்கப்படுகின்ற கல்வி ஊனப்படுத்தப்படுகிறது. இதன் காரணமாகவே, உச்சநீதிமன்ற முன்னாள் நீதிபதி மாண்பமை சின்னப்பரெட்டி, இக்காலத்திய கல்லூரிகளும், பல்கலைக் கழகங்களும் படித்த முட்டாள்களை

உருவாக்கிக் கொண்டிருக்கின்றன என்றார். கல்வி என்பது, ஒருவனுக்கு விழிப்புணர்ச்சியை ஏற்படுத்தி, சிந்தனையில் தெளிவு ஏற்படுத்த வேண்டும்; சக மனிதனை மதித்து உறவுப் பேணுவதற்குப் பாலமாக இருத்தல் வேண்டும். சமுதாயத்தில் ஒருவருக்கொருவர் கருத்துவேற்றுமைக்கு அப்பால் தோழமை பூண்டு ஒழுகக் கல்வி வழிகாட்டவேண்டும். கல்வியின் பயனாக அறிவும் ஒழுக்கமும் நாணயத்தின் இரு பக்கங்களைப் போல் அமைந்திடல் வேண்டும். மனிதனுக்குச் சுயசிந்தனையையும், ஆக்க சக்தியையும் வழங்குவதாக அது அமைதல் வேண்டும்; சுருங்கக்கூற வேண்டுமாயின், ஒருவனிடத்திலுள்ள ஆற்றலை வெளிக் கொணரவும் அவனைச் செதுக்கவும், அதன்வழிச் சமுதாய வாழ்வுக்கும் வளர்ச்சிக்கும் தடையாக இருப்பனவற்றை அகற்றவும், மேன்மேலும் முன்னேற்றமடையவும் அது வழிகாட்ட வேண்டும். குறுகிய எல்லைகளைக் கடந்து அனைத்துலக மக்களையும் தம் மக்களாகக் கருதும் நிலையைக் கல்வி உருவாக்குதல் வேண்டும். அதனாற்றான் வள்ளுவரும், "யாதானும் நாடாம் யாதானும் ஊராம்" - என்று கல்வியின் பயனை விரித்தோதினார். கல்வி இவ்வாறு அமைய வேண்டுமாயின் பாடத்திட்டம் பொதுக் கல்வியிலும் சிறப்புக் கல்வியிலும் முற்போக்கு உடையதாக இருக்க வேண்டும்; இந்தப் முற்போக்குத் திட்டம் பெரிதும் அறிவியலைச் சார்ந்ததாகவும், அறிவியல் கண்ணோட்டம் கொண்டதாகவும் இருத்தல் வேண்டும்.

அறிவியல் கல்வியின் முக்கியத்துவம் குறித்து நமது நாட்டின் தலைசிறந்த அறிவியல் மேதைகளாகிய **சர்.சி.வி. இராமனும், சர் பிரபுல்லா சந்திரரேயும்** கூறியிருப்பது நம் சிந்தனைக்கு உரியது. சர்.சி.வி. இராமனைப் பற்றி நம்மில் பலருக்குத் தெரியும்; ஆனால், சந்திரரேயைப் பற்றிப் பலர் அறிந்திருப்பது அரிது. சந்திரரே கல்கத்தாவில் தம் பள்ளிப் படிப்பை முடித்து, இங்கிலாந்திலுள்ள எடின்பரோ பல்கலைக்கழகத்தில் அறிவியலில் முதுகலைப் பட்டம் பெற்றுப் பின்னர் கல்கத்தா மாநிலக் கல்லூரியில் வேதியல் துறையில் பேராசிரியராகப் பணிபுரிந்தார். 1895-ஆம் ஆண்டில் மெர்குரஸ் - சிட்ரேட்

எனும் சேர்மத்தைக் கண்டுபிடித்தார். அதன் பின்னர், அமோனியம் - நைட்ரேட் தயாரிக்கும் முறை பற்றியும், அது ஆவியாதல் பற்றியும் ஒரு முக்கியமான கண்டுபிடிப்பை நிகழ்த்தினார். இவற்றால் அறிவியல் உலகம் முழுதும் பேசப்படும் ஆய்வாளராகப் புகழ்பெற்றார். இந்தியாவில் முதன்முதலாக இவர்தான் பெங்கால் கெமிகல் அண்டு பார்மசூடிகல் ஒர்க்ஸ் எனும் மருந்து தொழிற்சாலையை நிறுவியவர். இப்போது அது இந்தியாவின் மாபெரும் மருந்து உற்பத்தி ஆலையாக மாறியுள்ளது. அவரது அறிவியல் ஆராய்ச்சிக்காக டர்பன் பல்கலைக்கழகம் அவருக்கு டாக்டர் பட்டம் வழங்கியது. இங்கிலாந்து அரசு அவருக்கு "சர்" பட்டம் வழங்கியது. 1920-ஆம் இந்திய அறிவியல் மாநாட்டிற்குத் தலைமையேற்று நம் மக்களுக்கு அறிவியல் முக்கியத்துவம் குறித்துக் கூறியிருப்பது மிக இன்றியமையாதது.

"நமது உலகு சார்ந்த முன்னேற்றத்திற்காக மட்டும் அறிவியல் கல்வி தேவை என்று நினைப்பது தவறு. இந்திய இளைஞர்கள் பண்பாட்டு வளர்ச்சி அடைவதற்கும் அறிவியல் பயன்படுகிறது. **நீண்ட கால அறிவுத் தேக்கம் நம்மைச் சாத்திரங்களின் விதிகளைச் சார்ந்திருக்குமாறு செய்துவிட்டது. மூடநம்பிக்கைகளின் சக்கரங்களில் பகுத்தறிவு கட்டுப்பட்டுவிட்டது; அறிவின் அடிப்படையில் அணுகப்பட வேண்டியவை ஊகங்களின், புனைவுகளின் அடிப்படையில் செயலாக்கம் பெற்றன.** அவை பற்றிக் கேள்வி எழுப்புவதற்கோ விமர்சிப்பதற்கோ வழியில்லாதவாறு அவை ரகசியமாகச் செய்யப்பட்டன; அதனால் அறிவு வழி முன்னேற்றம் ஊனப்பட்டுவிட்டது; பிற்போக்குத் தளைகளிலிருந்து பகுத்தறிவு மீட்கப்பட வேண்டும்; அறிவியல்தான் அதைச் செய்ய முடியும் என்பதில் ஐயமில்லை; நம்பிக்கையின் அடிப்படையில் அறிவியல் முடிவு கூறுவதில்லை; ஆய்வு முறையிலும் உறுதிப்படுத்துவதினாலுமே அறிவியல் முடிவுகள் அறிவிக்கப்படுகின்றன. பகுத்தறிவு விடுதலை பெறுமாறு நமது நாட்டில் அறிவியல் வளர்ச்சி ஏற்படும் என்று எதிர்நோக்குகிறேன்."[15]

நோபல் பரிசுபெற்ற சர்.சி.வி.இராமன் உறுதியான பகுத்தறிவாளராகவும், மூடநம்பிக்கைகளை வெளிப்படையாகக் கண்டிப்பவராகவும் விளங்கியவர். 1926-ஆம் ஆண்டில் பனாரஸ் நகரில் நடத்தப்பட்ட பட்டமளிப்பு விழாவில் அறிவியல் பற்றிக் கூறியுள்ளார்;

"நாம் இன்று வேத - உபநிடத காலங்களில் வாழவில்லை; நவீன காலத்தில் வாழ்ந்து வருகிறோம்; ஆராய்ச்சியின் காலம் இது; இயற்கையை அறிவுத்திறன் கொண்டு அறியும் காலம் இது; கடந்த நூறு ஆண்டுகளாகப் புதுப்புதுத் தளங்களில் அறிவின் வளர்ச்சி வளர்ந்திருக்கிறது. மனிதனின் இந்தப் புதிய முயற்சிகளிலிருந்து இந்தியர்களாகிய நாம் விலகி நின்று வேடிக்கை பார்த்துக் கொண்டிருக்க முடியாது; நலிந்து போன, தேய்ந்துபோன சமுதாயமே அவ்வாறு இருக்க முடியும்; பொருளாதார அரசியல் தற்சார்பற்ற சமுதாயம் அலமாரியில் காட்சிப் பொருளாக இருப்பதற்கே தகுதியானது."[16]

இவ்விரு பேரறிஞர்களின் கூற்றுகளிலிருந்து, மூட நம்பிக்கைகளிலிருந்து மீள அறிவியல் எத்துணை முக்கியத்துவம் வாய்ந்தது என்பதை நன்கு உணரலாம்; பழமையான எண்ணங்களிலும், மூடநம்பிக்கைகளிலும், மதம் சார்ந்த பிற்போக்கு நம்பிக்கைகளிலும் மூழ்கியுள்ள நம் மக்கள் கடக்க வேண்டிய பாதை மிக நெடிது; வாழ்க்கையின் எல்லா நிலைகளிலும் அறிவியலும் அறிவியல் கண்ணோட்டமும் விரைந்து பரவுதல் வேண்டும். அதற்குத் தலைவர்களும், சிந்தனையாளர்களும் அரசும் செய்ய வேண்டிய பணிகள் பல உள்ளன; மதம் சார்ந்த மூடநம்பிக்கையிலிருந்து மக்களை மீட்டெடுக்க வேண்டும். தமிழகத்திலும், இந்தியாவிலும் மதவாத சக்திகள் எதிர்பாரா முறையில் எப்படியோ ஒரு சக்தியாக வளர்ந்து வருகிறது. அவர்களின் நெறி தவறிய செயற்பாடுகளும், தீச்செயல்களும், வன்முறைகளும் நாடொறும் ஆங்காங்கே பெருகி வருகின்றன; இவை, இந்நாளில் அச்சம் தரத்தக்கவையாகவே உள்ளன; இவை மனித இனத்திற்குக் கேடு பயப்பவை என்பதை ஒவ்வொருவரும் உணர வேண்டும். அவ்வாறு உணர்ந்தால்தான் நம் நாட்டிற்கு முன்னேற்றமும் அமைதியும் ஏற்பட முடியும்; இல்லையேல்

எதிர்காலம் கவலைக்குரியதாகவே இருக்கும். இவற்றையெல்லாம் சிந்தித்தால் நாம் ஆற்ற வேண்டிய பணிகள் பெரியன, அவற்றையும் நாம் திட்டமிட்டு விரைந்து செயலாற்ற வேண்டும். இல்லையேல், இந்தியச் சமுதாயமே செல்லரித்து விடும் அபாயம் உள்ளது. சிங்காரவேலர் தாம் வாழ்ந்த காலத்திலேயே இந்நிலையை அடையாளம் கண்டு கூறியுள்ளார்.

"உலகில் தற்போது பிற்போக்குத் தாண்டவமாடி வருகின்றது. அரசுகளும் சமூகங்களும் தடுமாறிக் கொண்டே போகின்றன.

விஞ்ஞானத்திலும் போலி விஞ்ஞானிகள் அதிகரித்து வருகின்றார்கள்.

உலகம் காலப்போக்கில் சுழன்று கொண்டே போகின்றது. தேசத்திற்கு நன்மையும் தீமையும் விளைவது சகஜம்; ஆனால் மக்களது முயற்சி ஒன்றே பிற்போக்கு வெள்ளங்களைத் தடுத்து வாழ்வுக்கு வழிசெய்ய வல்லது."[17]

சிங்காரவேலர் காலத்தில் இருந்த அவலம் இன்றும் தொடருகிறது; இப்போதைய நிலை, அக்காலத்தைக் காட்டிலும் கடுமையாக உள்ளது. நம் மக்கள் விழிப்புப் பெற்றால்தான் எதிர்காலம் உண்டு; மக்களிடம் மண்டியுள்ள மூடநம்பிக்கை எனும் நோயைப் போக்க வல்ல மாமருந்து அறிவியல் சிந்தனைகளே ஆகும். சிங்காரவேலர் கூறியதை நாம் மீண்டும் நினைவுகூர்தல் வேண்டும்;

"What knowledge is of most worth?" எந்த ஞானம் எல்லா ஞானத்தைவிட சிறந்தது என்ற கேள்விக்கு, விஞ்ஞானம் ஒன்றே என்று மாபெரும் ஞானியாகிய ஹெர்பர்ட் ஸ்பென்சர் தெரிவித்ததை, நம் தமிழ்மக்களிடம் அறிமுகம் செய்வதே இந்தப் "புதிய உலகப் பத்திரிகையின் கோரிக்கையாக வேண்டுமென்று வேண்டுகிறோம்"[18] என்றார் அவர்.

அக் கோரிக்கையை, அன்று புதிய உலக இதழின் கோரிக்கையாக வைத்தார்; இக்கடமையை நம் அனைவரின் பெருங்கடமையாகக் கொண்டு, அதனை நம் மக்களுக்கு எடுத்துச் சென்று அறிவியல் ஒளியை எங்கும் பரப்புவதே சிங்காரவேலருக்கு நாம் ஆற்றும் கைம்மாறு ஆகும்.

சான்று நூல்கள்

1. தத்துவஞான - விஞ்ஞானக் குறிப்புகள் ம. சிங்காரவேலு- பக் 3-4- 1975- நியூ செஞ்சுரி புக் ஹவுஸ் - 6, நல்லதம்பி செட்டி தெரு, சென்னை - 600 002. - பிரேம்நாத் பசாஸ்
2. இந்திய வரலாற்றில் கீதையின் பங்கு - பக் 358-2004 - விடியல் பதிப்பகம் - சூலூர் வெளியீட்டகம் - கோயம்பத்தூர்.
3. மெய்ஞ்ஞான முறையும் மூடநம்பிக்கையும் - ம. சிங்காரவேலர் - பக்- 57-58-1934- பெரியார் சுயமரியாதைப் பிரச்சார வெளியீடு திருச்சி-17.
4. அதே நூல் - பக் -70-71.
5. அதே நூல் - பக்- 83
6. அதே நூல் - பக்- 84-85
7. அதே நூல் - பக்- 83-85
8. சிங்காரவேலர் சிந்தனைக் களஞ்சியம் - ம. சிங்காரவேலர்- பக் - 539 - 541- 2006 - முதல் பதிப்பு - தென்னக ஆய்வுமையம், 17, ஜானிகான் தெரு, இராயப்பேட்டை, சென்னை-14.
9. கடவுளும் பிரபஞ்சமும் - ம. சிங்காரவேலர் - பக் - 58-1973- பெரியார் சுய மரியாதைப் பிரச்சார வெளியீடு - திருச்சி- 17.
10. சிங்காரவேலர் சிந்தனைக் களஞ்சியம் - பக் - 585-586.
11. அதே நூல் - பக்-661-663
12. தத்துவஞான - விஞ்ஞானக் குறிப்புகள் - பக்- 3-4
13. Marx - Engels collected Works - vol-3- page -175- Progress publishers - Moscow -1978.
14. பிரேம்நாத் பசாஸ் - இந்திய வரலாற்றில். கீதையின் பங்கு - பக் - 427- 430- விடியல் பதிப்பகம் - கோயம்புத்தூர்.
15. இந்திய விஞ்ஞானிகள் - எடுத்துக்காட்டியவர் - பிரேம்நாத் பசாஸ் இந்திய வரலாற்றில் கீதையின் பங்கு - பக் - 499.
16. அதே நூல் - பக் - 451
17. சிங்காரவேலர் சிந்தனைக் களஞ்சியம் - பக் - 1346- தொகதி -3.
18. தத்துவஞான - விஞ்ஞானக் குறிப்புகள் - பக் - 3.

ஆசிரியரின் பிறநூல்கள்

குறள்வழிச் சிந்தனைகள் - ஒரு புதுப்பார்வை - 1996

பட்டுக்கோட்டையாரின் பாட்டுத்திறம் - ஒரு சமூகப்பார்வை - 1997

வள்ளுவரும் இயங்கியல் தத்துவஞானக் கூறுகளும் - 1999

இலக்கியச் சிந்தனைகள் - 2000

வள்ளுவரும் வரைவின் மகளிரும் - ஒரு வரலாற்றுப் பார்வை - 2000

வள்ளுவர் கண்ட சமுதாய நீதி - 2001

குலோத்துங்கன் கவிதைகள் - ஒரு கண்ணோட்டம் - 2004

கீதையின் மறுபக்கம் ஆழமும் - அகலமும் - 2005

வள்ளுவரும் சமயமும் - 2006

முப்பெரும் செம்மல்கள் - 2008

நானறிந்த பெருமக்கள் - 2007

வள்ளுவரின் உலகப் பார்வை - 2009